ቅድሳት ለቅዱሳን ([illegible])

አዘጋጅ፡- አባ ኃይለ ሚካኤል ተሾመ

አሳታሚ፡- መካነ ራማ ቅዱስ ገብርኤል ቤተ ክርስቲያን
ቨርጂኒያ አሜሪካ

፳፻፲፫

መባሕተ ጽሕፈቱ ዕቁብ ውእቱ

ዝክረ ተጽሕፎቱ፦-

ለመምህርነ (የኔታ) ጥበቡ አስናቀ ዘደብረ ሊባኖስ
መጋቤ ብሉያት ወሐዲሳት ወፍትሐ ነገሥት
ወመምህረ ቅዳሴ

ቃለ ምዝጋና፡-

ይትባረክ እግዚአብሔር ዘአክሀለኒ ከመ እቀድስ ቅዳሴ ወእትቀደስ በቅዳሴ ወእጽሐፍ በእንተ ቅዳሴ

በ፳፻፲ በወርኃ ዐቢይ ጾም በጀመርነው ኮርስ ላይ የተሳተፉትን ሁሉ ሐሳብ አመንጭተው ሰፊ ውይይት አድርገው ይህ ዝግጅት ለኅትመት እንዲበቃ የገንዘብ ድጋፍ ያደረጉትን ሁሉ በመንፈሳዊ ምስጋና ከልብ አመሰግናለሁ፤ ቤተሰባቸውን ሁሉ በመንፈሳዊ በረከት እንዲያከብርላቸው አምላኬን በጸሎት እጠይቃለሁ። ይልቁንም በልዩ የማስተባበር ጸጋው የሚታወቀውና በሚያስገርም ሁናቴ የገንዘብ ድጋፍ ያደረገ ዳዊት ዘኢንዲያናን በስመ ክርስትናው ገብረ ሥላሴን ከነቤተሰቡ እግዚአብሔር ይጠብቅልኝ። በዶ/ር ፈቃደ ሥላሴ ዘምስካየ ኅዙናን በኩል ያገኘሁት ዶ/ር ኪሩቤልን በስመ ክርስትናው ኃይለ ገብርኤልን ከልብ አመሰግናለሁ፤ የመጽሐፉን ገጽ በማቀናበርና ኅትመቱ በአማዞን በኩል በቀላሉ እንዲሆን ረድቶኛልና።

እኔ ብቻ ሳልሆን ያዩት ሁሉ ትጋቱንና ቅንነቱን የሚመሰክሩለት አንተነህን በስመ ክርስትናው ከሣቴ ብርሃንን "አመሰግናለሁ" የሚለው ቃል የሚገልጠው መስሎ ስላልተሰማኝ አንባብያን / አንባብያት በጸሎት ታስቡትና ትመርቁት ዘንድ አደራ እላለሁ። ዲያቆን አብርሃምና ክብርት ባለቤቱ መዓዛ ቅዱሳን በጽሕፈት ጊዜ ያስቸገረኝ ነገር ቢኖር ሥራቸውንም ቢሆን ትተው ያስቸገረኝን በማስተካከል ከጫፍ እንድደርስ አግዘውኛልና በረከተ ቅዱሳን ይደርባቸው እላለሁ።

ይህንን መጽሐፍ አንብበው እርማትና አስተያት የሰጡ አበው መምህራንና ሊቃውንት

መልአከ ሰላም አባ ተስፋ ማርያም ላቀ

መጋቤ ምሥጢር አባ ቴዎድሮስ አካሉ

መጋቤ ሐዲስ አባ ገብረ ጻድቅ ዘናዝሬት

ሊቀ ማእምራን መምህር ዘበነ ለማ (ፕሮፌሰር)

መምህር ሥሙር እሸቴ

ሊቀ ጠበብት ተክሌ ሲራክ

ሊቀ ሊቃውንት ሥሙር አላምረው

መልአከ ኤዶም (መሪጌታ) ሺፈራው

ዲ ኢሳይያስ ዐባይ

መከሥተ አርእስት

ምክንያተ ኅትመተ ዝንቱ መጽሐፍ ወመቅድመ ሙባእ

ሐሳበ ፅንሱ አትላንታ ላይ ነው የተፀነሰው፤ እዚያ በነበረኝ የአገልግሎት ቆይታ በምሥጢራት አፈጻጸም ዙሪያ በሀገር ቤት ከተለመደው አካሄድ ለየት ያለ ሁኔታ በማየቴ ይህ የሆነበትን ምክንያት ለመጠየቅ ሞከሬ ነበር፤ያገኘሁት ምላሽ ብዙ አጥጋቢ ባይሆንም እንደ አማራጭ የወሰድኩትና እንደ መፍትሔ የተጠቀምሁት ትምህርት በመስጠት ግንዛቤ መፍጠር የሚለውን ነበር፤ በሂደት በኮርስ መልክ ትምህርቱን ለመስጠት የሚያስችል ጽሑፍ ማዘጋጀት እንዳለብኝ በማሰብ ጽሑፍ ጀመርሁ፤ እንዳሰብሁት ወዲያውኑ የተሟላ ጽሑፍ አዘጋጅቼ ኮርሱን ባልጀምረውም ቆይቶ ግን በሲያትል ከተማ በነበረኝ አጭር ቆይታ በሁለት ሺህ ዐሥራ ሁለት ዓመተ ምሕረት ዐቢይ ጾምን ምክንያት አድርገን በርከት ባሉ ተመዝጋቢዎች ትምህርቱን ጀመርን፤ ብዙም ሳንገፋበት "ኮሮና" የተባለው ወረርሽኝ በመከሠቱ የተጀመረው ኮርስ እንዲቋረጥ ሆነ፤ በቀጣይ ያሉትም ጊዜያት ይህንን ትምህርት በአካል ለመስጠት የማያመቹ ሆኑ፤ ወረርሽኙን ተከትሎ የመጡ የመገናኛ ዘዴዎች አገልግሎቶች ሁሉ በርቀት እንዲሆኑ እያለማመዱ መጡ፤ እኔም ይህንን ተከትዬ አንዳንድ መርሐ ግብሮችን በዚሁ መስመር መከወን ጀመርሁ፤ በሁለት ሺህ ዐሥራ አራት ዓመተ ምሕረት በወርኃ ጾም/ዐቢይ ጾም ትምህርቱ በርቀት ተጀመረ፤ በትምህርቱ የተሳተፉ አባቶችና እናቶች ወንድሞችና እኅቶች የተዘጋጀው ጽሑፍ ወደመጽሐፍ ቢለወጥና ለሁላችንም እንዲደርስ ቢደረግ የሚል ሐሳብ አመጡ፤ ሐሳቡ ተፈጻሚ ሆኖ እነሆ አሁን እርስዎ ይህንን መጽሐፍ ማንበብ ጀምረዋል። እናም ይህንን መጽሐፍ ሲያነቡ፡-

፩ኛ እርስዎ ለቅዳሴ ወደ ቤተ ክርስቲያን ከመምጣትዎ በፊት ለእርስዎ ምን ያህል ዝግጅት እየተደረገ እንደሚጠበቁ በማስተዋል ቢሆን እንዴት ክብርና ዋጋ ያለው መሰለዎት! ለምን? ቢሉ የነገሥታት ንጉሥ የሆነው እርሱ እርስዎን ፍለጋ ከሰማየ ሰማያት ድረስ መጥቷልና፤ እርስዎ በእሱ ዘንድ ትልቅ ስፍራ አለዎትና የእርስዎ መምጣት በታላቅ ጉጉት ይጠበቃል፤ በዘገዩ ቍጥር የሚያዘገዩትንና የዘገዩበትን ልብ ይበሉ።

"የሚያናግርሽ ማን እንደሆነና የሚሰጥሽ ምን እንደሆነ ብታውቂ አንቺ ትለምኚው ነበር" የሚለውን አምላካዊ ቃል ያስታውሱ፤ ዮሐ ፬፥፲፤ በተጨማሪ "ወቆመ እግዚእ ኢየሱስ ወአዘዘ ይጸውዕዎ ለውእቱ ዕውር ወጸውዕዎ ወይቤልዎ እመን ወተንሥእ ይጼውዐከ ሊቅ - ጌታችን ኢየሱስ ቆመና ያንን ዕውር ይጠሩት ዘንድ አዘዘ ጠሩት እንዲህም አሉት አምነህ ተነሥ መምህር ይጠራሃል" ያለውን አምላካዊ ቃል በአንክሮ ይመርምሩት፤ ማር ፲፥፵፱፤

የጌቶች ጌታ ቆሞ እርስዎ እስኪመጡ እየጠበቀዎ ነው፤ ስለሆነም ፈጥነው ይነሡ ሸክም የሆነብዎትን ሁሉ ከላይዎ ላይ ይጣሉ፤ ቆሞ ወደሚጠብቅዎት ለመምጣት እርምጃዎትን አሐዱ ብለው እንዲጀምሩ በክብር ተጠርተዋል፤

፪ኛ የትርጓሜ ስልታችን የተደከመበትና ብዙ ሐተታና ማብራሪያ የተደረገበት ስለሆነ ብዙ ጥበብና እውቀት ሊያገኙ እንደሚችሉ አውቀውና ተዘጋጅተው ቢያነቡት ድንቅ ነው፤ እኛ አባቶቻችን ደክመው ላዘጋጁልን ምሥጢር መብቃት ባለመቻላችን ወይም ባለመፈለጋችን ፀረ ቤተ ክርስቲያን አቋም ያላቸው ሰዎች ወንጌል የማይሰበክባት ቤተ ክርስቲያን እንደሆነች ደጋግመው ሲለፈልፉ የሰሙና እንዲህ ያለውን እመቀ አእምሮ ያልተረዱ ሰዎች የነቃፊዎቹን ነቀፌታ እነርሱም ሲያስተጋቡት ይደመጣሉ፤ ስለሆነም ከእንዲህ ያለው ችግር ራስዎን ለመጠበቅና የአባቶችዎን ድካም ለማወቅ ከፃማ ገድላቸው በረከት ለመሳተፍ ራስዎን አዘጋጅተው ያነቡ ዘንድ በትሕትና ተጋብዘዋል።

በ፲፱፻፹፩ ዓመተ ምሕረት የታተመው የመጽሐፈ ቅዳሴ መቅድም የሚከተለውን ሐሳብ አስቀምጧል "ቅዱሳት መጻሕፍት በአማርኛ እንዲተረጐሙ፣ ንባባቸውና ትርጓሜያቸው በማተሚያ ቤት እየተባዛ ለሁሉ እንዲዳረስ ቤተ ክርስቲያን አስባ በእያንዳንዱ ክፍለ ሀገር ስመ ጥር የሆኑትን ሊቃውንት ከየፍላተ ሀገሩ በመሰብሰብ የብሉያትና የሐዲሳት የመጻሕፍተ ሊቃውንትና የመጻሕፍተ መነኮሳት ትርጓሜ በሁለት አካሄድ እንዲዘጋጅ አደረገች አንደኛው አካሄድ ከጥንት ከአበው ሲያያዝ በመጣው ሥርዐት በልዩ ልዩ ስልት እያፍታታ የሚያስረዳው ሙሉ ትርጓሜ ነው፤ ሁለተኛው አካሄድ ደግሞ ነጠላ ትርጉም ነው ግእዙን ያልተማሩ ሰዎች የግእዙን ንባብ በአማርኛ ለማስተዋልና ለማንበብ እንዲመቻቸው ተብሎ በነጠላ ትርጉም እንዲተረጐም የተደረገው አካሄድ ነው፤ በነጠላ አተረጓጐም ከተተረጐሙት አንዱ መጽሐፈ ቅዳሴ ነው" ይላል።

ከዚህ በመነሣት ይህ ዝግጅት ሦስተኛ አካሄድ ተብሎ ሊወሰድ ይችላል፤ የግእዙንና የሙሉ ትርጓሜውን አካሄድ መሠረት አድርጎ ለአንባቢ ግንዛቤ እንዲያስጨብጥ ታስቦ ተዘጋጅቷልና። [1]

፫ኛ በእኔ የእውቀት መጠን ቢብራራ ብዬ ያሰብኩትን ከአበው መምህራን ከተረዳሁትና ቅዱሳት መጻሕፍትን ሳነብ ከተገነዘብሁት አንጻር ለማብራራት ሞክሬያለሁ፤ የጸሎትነት ዐውዱንና መንፈሱን ባይለቅ ጥሩ ነው ብዬ ባሰብሁበት ስፍራ ላይ የትርጓሜውንም ሆነ የእኔን ማብራሪያ በግርጌ ማስታወሻ አስቀምጫለሁ፤ እያነበቡ እያለ ይህ እዚያ ከሚሄድ እዚህ ቢሆን የሚል ሐሳብ ወደአእምሮዎ የሚመጣ ከሆነ እንደ ሐሳብዎ ባለማድረጌ አስቀድሜ ከሣደ ልቡናዬን ዝቅ አድርጌ ይቅርታ እጠይቃለሁ።

፬ኛ ጊዜ ወስደው ቢያነቡትና ደጋግመው ቢያስታውሱት ለማስቀደስ ወደ ቤተ ክርስቲያን በሚሄዱ ጊዜ ሁሉ ምሥጢሩን ለመረዳትና የተዋለልዎትን ውለታ የተሰጠዎትን ስጦታ እያስታወሱ በጽሙናና በተመስጦ ሆነው አስቀድሰው የድካምዎ ፍሬ የሆነው ቅዱስ ሥጋውን ክቡር ደሙን ተቀብለው ቢመለሱ ዘለዓለማዊ ሕይወትን ያተርፋሉ፤ ዓለም ሳይፈጠር የተዘጋጀልህን የአባቴን መንግሥት ትወርስ ዘንድ ና የሚል የሞገስና የሕይወት ቃል ይሰማሉና።

፭ኛ ይህ መጽሐፍ ሃያ ምዕራፍ አለው፤ የምዕራፍ አከፋፈሉ የእኔ ሳይሆን የመጽሐፈ ቅዳሴው አከፋፈል እንዳለ ነው ለዚህ ጽሑፍ አዘገጃጀት የዋለው፤ "ክፍል" የሚለው አንድ አንድ ቦታ ላይ አጠር ያለ በመሆኑ ምዕራፍ በሚለው ቢካተት ይሻላል ብዬ ክፍል የሚለውን አልተጠቀምሁትም፤ በስተመጨረሻ ለአንባቢ እንዲመች በማለት የምሥጢረ ቍርባንን አፈጻጸም በተመለከተ እኔ አንድ ምዕራፍ ጨምሬያለሁ፤ የቅዳሴ ሐዋርያቱን የምዕራፍ አቀማመጥ መጽሐፈ ቅዳሴው አንድ ብሎ ቢጀምርም እኔ ግን ከላይ የመጣውን ቍጥር ተከትያለሁ።

[1] ይህንን በተመለከተ ለብፁዕ አቡነ በርናባስ የዋግህምራ ሀገረ ስብከት ሊቀ ጳጳስና ለሊቀ ጠበብት ተክሌ ሲራክ አጠቃላይ የጽሑፉ ይዘት ምን ሊመስል እንደምፈልግና ከላይ የተቀመጠው የትርጓሜ አመጣጥ አተራረክን ዘርዝሬ በማስረዳት ይህ ዝግጅት ሦስተኛ አካሄድ ቢባል እንደማይነወር አስረድተዉኛል፤ ይልቁንም ብፁዕነታቸው በአንክሮ አተያይ ያዩኝ ስለነበር እኔም በዘመናችን በሁሉ ተፈትኖ አባትነቱ በሁሉም ዘንድ ከተመሰከረለት ሊቀ ጳጳስ ፊት ቆሜ ሐሳቤን ማስረዳት የምችልበትን ዕድል ስለሰጠኝ አምላኬን አመሰግነዋለሁ፤ የብፁዕነታቸው የጥብዐት በረከት እንዲያድርብኝም እማጸናለሁ።

፮ በቤተ ክርስቲያናችን በአገልግሎት ላይ ያሉ፣ በቅዳሴ ዜማ በጉባኤ ምስክር የሚሰጥባቸው፣ በትርጓሜ ጉባኤ ቤት የሚነበቡ የሚተረጐሙ ዐሥራ አራት ቅዳሴያት አሉ፤ ሌሎችም አብያተ ክርስቲያናት ሶርያ፣ ግብጽ፣ ሕንድና ሌሎች የቍጥሩ ብዛት ማነስ ይለያያል እንጂ መሥዋዕት የሚለውጡባቸውና የሚያሳርጉባቸው ቅዳሴያት አሏቸው። በሥርዐተ ቅዳሴውም ሂደት የቅደም ተከተልና የዜማ ልዩነት ካልሆነ በቀር አጠቃላይ ሂደቱ በእኛ ቤተ ክርስቲያን ከሚፈጸመው ሥርዐት ብዙም የራቀ ሥርዐት አይታይም። በውጭው ዓለም ያሉ የእኛ አባቶችም ከአኃት አብያተ ክርስቲያናት አባቶች የጋራ የቅዳሴ አገልግሎት የሚፈጽሙባቸው ሁናቴዎች እንዳሉ ይታወቃል፤ ስለሆነም ለጸሎተ ቅዳሴ የተለየ ክብርና ጊዜ መስጠት በእኛ ቤተ ክርስቲያን ብቻ ያለ ሥርዐተ አምልኮ ሳይሆን የሁሉም ኦርቶዶክሳውያን ሥርዓት መሆኑን መገንዘብና የቅዳሴ ሥርዐታችንን ለማጣጣል የሚጣጣሩትን ሰዎች ስሑት አካሄድ አውቆ ራስን ከስሑት ሐሳብ መጠበቅ ያስችል ዘንድ ይህ መጽሐፍ ይዘጋጃል ሆነ።

፯ የቅዳሴ ደራስያን አበውን በተመለከተ የተለያዩ ሐሳቦች ይነሣሉ፤ እንደ ማስረጃ ከተጠቀሱት አንዱ በቅዳሴ ጎርጎርዮስ "ባሕር ርዕደት ወማየ ተከዚ ጐየት ሶበ ርእየት ጽፍዐተ መላትሒሁ ለአምላክነ - ባሕር ተንቀጠቀጠች የአምላካችንን የፊቱን መጸፋት ባየች ጊዜ ማየ ተከዚም ሸሸች" የሚለው ነው። ቀሲስ መብራቱ ኪሮስ የዚህ ቅዳሴ ደራሲ ኢትዮጵያዊ ስለሆነ የሚያውቀውን የተከዜ ወንዝ በምሳሌነት ጠቀሰ ብለዋል።[2]

ኢትዮጵያዊ በመሆኑና በመባሉ ደስታ እንጂ ኀዘን፣ መንፈሳዊ ኩራት እንጂ ኃፍረት አይሰማኝም። ሊቁን ኢትዮጵያዊ ለማለት ከድምዳሜ ላይ የተደረሰበት ቃል ግን እንደገና መታየት እንዳለበት ይሰማኛል። ምክንያቴ ደግሞ የሚከተለው ነው።

በመዝሙረ ዳዊት መዝሙር ፸፫፥፲፬ ላይ "ወበተከዚ የሐልፉ በእግር - በተከዚ በእግር ያልፋሉ" ተብሎ ተገልጧል፤ ቅዱስ ያሬድ ስለ እስራኤል ባሕረ ዮርዳኖስን መሻገር ሲዘምር ሠለስት በተባለው ድርሰቱም ሆነ በድጓው "አዕይንተ ተከዚ አቀመ ሎሙ - የተከዚ ዐይኖችን አቆመላቸው" ብሏል። የሰቆቃወ ድንግል ደራሲም በንጽጽር "አሐዱ ሕፃን እምዕብራውያን ማዕዶተ ተከዚ ተገዲፎ ወእምተሰጥሞ ውስተ ባሕር በእደ ወለተ ፈርዖን ተሐዲፎ

[2] አኰቴተ ቍርባን ገጽ 236፤

አውጽአ ሕዝበ እምድረ ግብፅ ወለፀሮሙ ቀሠፎ ሕፃነ ማርያም ከማሁ እምሕፃናተ ገሊላ ተሪፎ ጼዋ ጽዮን ሜጠ ወነሡተ ግልፎ” [3] ብሎ ተቀኝቷል። በሌላ ሀገር የነበሩ አበው የማያውቁትን ጠቀሱ ከተባሉ የእኛዎችም ከዚሁ ትችት የሚያመልጡ አይሆኑም።

በመጽሐፈ ሄኖክም "አኃው ምስለ ቢጾሙ ይወድቁ በሞት እስከ ይውኅዝ ከመ ተከዚ እምደመ ዚአሆሙ - ወንድሞች ከወንድሞቻቸው ጋር ደማቸው እንደ ፈሳሽ እስኪፈስ ድረስ በሞት ይወድቃሉ" በማለት ተከዚ የሚለው ቃል ፈሳሽ ወይም ውኃ ተብሎ ተገልጧል ሄኖክ ፴፫፡፳፩ ከዚህ ይልቅ ያሉትን መረጃዎች አመሳክሮ በውይይት አዳብሮ እንደ መልእክቱ ይዘት መረዳቱ ይሻል ይሆናል። [4] "የሁለተኛው ስም ግዮን የኢትዮጵያን ምድር ይከባል" "ሰሎሞንንም በዳዊት በቅሎ ላይ አስቀምጠው ወደ ግዮን አመጡት" የሚሉትን ጥቅሶች ማመሳከሩም ይጠቅማል፤ ዘፍ ፪፥፲፫፤ ፩ነገ ፩፥፴፫፤

በረከትና ክብር ምስጋናና ኃይል ከዘለዓለም እስከ ዘለዓለም በዙፋኑ ለተቀመጠው ለበጉ ይሁን!!!

ማሳሰቢያ፡- ይህንን መጽሐፍ ሲያነቡ “ቦ” የሚል ቃል ያገኛሉ፤ አንድም ማለት ነው።

የዚህ ዝግጅት ጠቅላላ ይዘት፡-

- በአዳዲስ ንዋያት ላይ የሚጸለይ ጸሎትን፤
- ምክረ ጸሎትን፤ መዝሙራት ዘዳዊትን፤ ጸሎት ቅድመ ግብአተ መንጦላዕትን፤
- ጸሎት ላዕለ ሣፁናትን፤ ጸሎተ ዮሐንስ አፈወርቅን፤ ጸሎት ላዕለ ኵሉ ንዋያትን፤

---

[3] አንዱ ሕፃን ከዕብራውያን ከተከዚ ማዶ ተጥሎ ከባሕር ስጥመት በእደ ወለተ ፈርዖን ተርፎ ሕዝቡን ከግብፅ አወጣ ጠላቶቹንም ገረፋቸው ሕፃነ ማርያምም እንዲሁ ከገሊላ ሕፃናት ተርፎ የጽዮንን ምርኮ መለሰ ጣዖትንም አፈረሰ።

[4] ይህንን ሐሳብ የበለጠ ለማጠናከር ዲ ብርሃኑ አድማስ ለፕሮፌሰር ጌታቸው ኃይሌና ለቀሲስ መብራቱ ኪሮስ ሐሳብ በፌስቡክ ገጹ ያሰፈረውን ጽሑፍ ብናነብ ድንቅ ይሆናል፤ ለአብነት ያህል ፕሮፌሰር ጌታቸው የእኛ የቅዳሴ ደራስያን ሊቃውንት የቀደሙ ሊቃውንትን ስም የሚጠቀሙት ለትሕትና ነው የሚል ሐሳብ ሲያስቀምጡ ዲ ብርሃኑ አድማስ “የራሱን ወጥ ድርሰት ከእርሱ በፊት በነበረ ቅዱስ ስም መሰየም ትሕትና ሳይሆን ትዕቢት ነው ለዚያውም ከፍተኛ ትዕቢት ነው፤ ተጋድሎውን ያልጨረሰ ተጋድሎውን ፈጽሞ ክብሩ በታወቀ ቅዱስ ስም ድርሰቱን መሰየም እኔ እርሱን አክያለሁ በቅቻለሁ እንደማለት ስለሆነ ነገሩ ትዕቢትን እንጂ ትሕትናን ፈጽሞ ሊያመለክት አይችልም” የሚል መከራከሪያ አንሥቷል።

- ጸሎት ላዕለ ማኅፈዳትን፤ ላዕለ ጻሕልን፤ ላዕለ ጽዋዕን፤ ላዕለ ዕርፈ መስቀልን፤ ላዕለ መሶብን፤
- ምሥያመ ጸሎትን፤ (ጻሕሉን ጽዋውን ማኅፈዱን ሲሠይም የሚጸልየው ጸሎት)
- ሁሉን አዘጋጅቶ ከፈጸመ በኋላ የሚጸልየው ጸሎትን፤ [5]
- ከቤተ ልሔም ወደ ቤተ መቅደስ ጉዞ መጀመርን፤ ከተለያዩ የቃል ጸሎታት ጋር ዑደት ማድረግን፤
- በልኡካኑ ዘንድ ሳይቀር ምንም አይነት እንቅስቃሴ ሳይኖር "ክርስቶስ አምላክነ ዘበአማን እግዚእነ ዘሖርከ ውስተ ከብካብ" ከሚለው ጸሎት በመነሣት "አሐዱ አብ ቅዱስ አሐዱ ወልድ ቅዱስ አሐዱ ውእቱ መንፈስ ቅዱስ" ብሎ ሦስትነት ባለው አንድነት ማመንን መግለጽን፤
- ቄሱ፣ ዲያቆኑ፣ ሕዝቡና ሁሉም ሕዝቡና ካህናቱ በተናጠል በጋራ የሚያዜሙትን መግለጽ፤
- የንባብ ክፍሎችን ምሳሌ ማስረዳትን፤
- አጠቃላይ ሥርዓተ ቅዳሴውን በቅደም ተከተል መዘርዘርን፤
- ፍሬ ቅዳሴ ከሚባሉት አንዱ የሆነውን ቅዳሴ ሐዋርያትን ማብራራት የሚሉትን ያካትታል።

---

[5] ይህም ከመዝሙረ ዳዊት የተውጣጡ ጸሎታትን መጸለይ፤ ልኡካን መሟላት አለመሟላተቸውን ሕዝቡ መምጣት አለመምጣቸውን ማረጋገጥ፤ የሚለብሰውን ልብስ ከመልበሱ በፊት መለካትን የሚያካትት ነው።

እንደ መግቢያ፦

ቅዱስ ያሬድ “ረፈቀ ምስሌሆሙ በድራር ዘዲበ ኪሩቤል ይነብር ወሎሙ አርአየ ሥርዓተ ምሥጢር ዘቊርባን - በኪሩቤል ላይ የሚቀመጥ ከደቀመዛሙርቱ ጋር ለእራት ተቀመጠ ለእነሱም የቊርባንን ሥርዓተ ምሥጢር አሳያቸው” ብሎ እንዳመሰገነ የምሥጢረ ቊርባን ጀማሪና ሥርዓት ቀማሪ ራሱ ባለቤቱ ነው፤
ያለ ቅዳሴ ምሥጢረ ቊርባን አይፈጸምም፤ ያለ ሥጋ ወደሙም ቅዳሴ አይቀደስም። የምሥጢረ ቊርባንን ጸሎት ጸሎተ አኰቴት፣ አኰቴተ ቊርባን ብለን እንጠራዋለን። የዚህም ሥርወ ቃል ምንጩ መጽሐፍ ቅዱስ ነው፤ “ወነሥአ ጽዋዐኒ አእኰተ ወወሀቦሙ - ጽዋውን አንስቶ አመስግኖ ሰጣቸው” የሚለው፤ ማቴ ፳፮፥፳፯፤ ይህም ቃል በየቅዳሴያቱ አለ “አእኰተ ባረከ ወፈተተ” እያለ ይሄዳል።
ቅዱስ ጳውሎስም በቀዳማይ ቆሮንቶስ ከታቡ ፲፩፥፳፬፤ በግልጽ ያስቀምጠዋል “ነሥአ ኅብስተ አእኰተ ባረከ ወፈተተ - ኅብስቱን አንሥቶ አመሰገነ ባረከ ፈተተ” ብሎ።
ይህንን መሠረት አድርገን የሚከተሉትን ነጥቦች በማውሳት የትምህርታችንን መሠረት እንጥላለን።

- ❖ “ወበእላ ክልኤቲ ትእዛዛት ተሰቅሉ ኦሪት ወነቢያት - በእነዚህ በሁለቱ ትእዛዛት ኦሪትና ነቢያት ጸንተዋል”[6] በሚለው አምላካዊ ቃል መሠረት ክህነትና መሥዋዕት የቤተ ክርስቲያን አገልግሎት መሠረታት ናቸው ማቴ ፳፪፥፵፤ ለዚህ ነው ቅዱስ ያሬድ “ኢኃደጋ ለምድር እምቅድመ ዓለም ወእስከ ለዓለም እንበለ ካህናት ወዲያቆናት - ከጥንት እስከ ዛሬ ምድርን ያለካህናትና ያለዲያቆናት አልተዋትም” በማለት የዘመረው። ምድር ሲልም የሰው ልጅን እንደሆነ ልብ ይሏል።
- ❖ የምንሠዋው መሥዋዕት ሕያው ነው “እስመ ለግሙራ ሕያው ውእቱ - ለዘለዓለም ሕያው ነውና” እንዲል ዕብ ፯፥፳፭፤

6 የጥቅሱ ዐቢይ መልእክት የሚያስረዳው ብሉይ ኪዳንና ሐዲስ ኪዳንን፣ ፍቅረ ቢጽንና ፍቅረ እግዚአብሔርን ቢሆንም አምላካችን ለሰው ልጅ ያለውን ፍቅር የገለጠው መሥዋዕት አቅራቢ ሊቀ ካህናት፣ ተሠዋዒ መሥዋዕት፣ ተወካፌ መሥዋዕት ሆኖ ስለሆነ የዚህን ምሥጢረ መልእክት ለማስረዳት የተጠቀሰ ጥቅስ ነው።

መሥዋዕታችን ለምውት ጣዖት እንደተሠዋ መሥዋዕት አይደለምና፤ "ዘበልዐ ሥጋየ የሐዩ በእንቲአየ - ሥጋዬን የበላ በእኔ ሕያው ይሆናል" ተብሎ የተጻፈው መሥዋዕታችን ሕያው መሥዋዕት ነውና ነው፤ ዮሐ ፮፥፶፯፤

❖ በሁሉ ቦታ የሚሠዋው መሥዋዕት አንድ ነው "እመንኒ ብእሲቶ ከመ ትመጽእ ሰዓት ወይበጽሕ ጊዜሁ አመ ኢ በዝንቱ ደብር ወኢ በኢየሩሳሌም ዘኢይሰግዱ ለአብ በገጸ ኵሉ መካን - አንቺ ሴት በዚህ ተራራ ወይም በኢየሩሳሌም ብቻ ለአብ የማይሰግዱባት ሰዓት እንድትመጣ እመኘኝ በምድር ፊት ሁሉ እንጂ" እንዲል ዮሐ ፬፥፳፩፤ ይህም የቤተ ክርስቲያን አገልግሎት በሁሉም ቦታ የሚከወን መሆኑን ያስረዳል።

❖ ቅዳሴ አማናዊ አምልኮ የሚፈጸምበት ነው። ግብ ፬፥፴፩፤ ይህንንም የምናከናውነው በእውነትና በመንፈስ ነው። ያዕ ፩፥፳፯፤ በአብራከ ነፍስ ሆነን በንጽሐ ጠባይዕ ጸንተን ሥርዓተ አምልኮ እንፈጽማለን፤ በአካል ሦስት በባሕርይ አንድ ብለን አምነን ሥርዓተ ቅዳሴ እናከናውናለን።

የቅዳሴ ዓላማ ምንድነው?

❖ እግዚአብሔርን መግለጥ፤ በእግዚአብሔር ፊት መገለጥ ነው።

❖ ከእግዚአብሔር ጋር መዋሐድ ነው፤ "እኔ ከእርሱ ጋር እኖራለሁ እሱም ከእኔ ጋር ይኖራል" ተብሎ ተጽፏልና። ዮሐ ፮፥፶፮፤

❖ በሰማይ ያለውን ሥርዓት በጽሙና/ጽማዌ መግለጥ ነው።

❖ ከሙሽራው ጋር ወደውስጥ መግባት ነው።

❖ የእግዚአብሔር መንግሥት በመካከላችን እንዳለ መገንዘብ / ማስገንዘብ ነው።

❖ የታረደውን በግ ፊት ለፊት ማየት ነው።

❖ የተሰጠንን ጸጋ ማወቅ ማሳወቅ ነው። "ኢየሱስ ክርስቶስ ብዕለ ጸጋ ጥበቡ ዘኢይትአወቅ - በጥበቡ መስፈሪያ እየሰፈረ የሚሰጠው

የጸጋው ብዛት የማይታወቅ" እንዲል፤ ሥጋውን ቆርሶ ደሙን አፍስሶ ብሉ ጠጡ ብሎ የሰጠ ለጋስ ከእርሱ በቀር ሌላ የለምና።

❖ የተበተኑት መሰብሰባቸውን ማወጅ ነው። "ርቃችሁ የነበራችሁ በኢየሱስ ክርስቶስ ሆናችሁ በክርስቶስ ደም ቀረባችሁ" እንዲል ኤፌ ፪፥፲፫፤ ቅዱስ ዮሐንስ አፈወርቅም በቅዳሴው "ወቦቱ አስተጋብአነ እምዝርወት ውስተ እንተ ተዐቢ ሃይማኖት ወረሰየነ ሎቱ ሕዝበ ጉቡአ - በልጁ ከመበተን ከፍ በምታደርግ ሃይማኖት ሰበሰበን የተሰበሰበ የእሱ ወገን አደረገን" ብሏል።

በሰማይ የሃሉ ልብክሙ - ልባችሁ በሰማይ ይሁን ማለትም ሰማያዊ ነገር እያሰባችሁ ኑሩ በተባልነው መሠረት በምድር ሆነን ሰማያዊውን ሥርዓት አከናውነን ሰማያዊነትን በሥጋው በደሙ ገንዘብ እናደርጋለን። የማይታየውና በልባችን ያለው ሃይማኖታዊና ውሳጣዊ ስሜት የሚገለጥበት ሥርዓት ከሚገለጥባቸው መንገዶች አንዱ ሥርዓተ ቅዳሴ ነው፤ ይህም ዝማሬ በማቅረብ፣ ጸሎት በመጸለይ፣ በስግደት፣ ቆሞ በማስቀደስ፣ መሥዋዕት በማቅረብና ምሥጢረ ቅድሳትን በመሳተፍ ይገለጣል።

በእንተ ስመ ዝንቱ መጽሐፍ ቅድሳት ለቅዱሳን (ማንጠን)

ማንጠን የሚለውን ቃል ትርጓሜያችን ቅዱሰ ቅዱሳን ብሎ ይተረጉመዋል፤ ይህም ቅዱሳንን የሚቀድስ ማለት ነው፤ አለቃ ኪዳነ ወልድ ደግሞ ከፊለ ስም መሆኑን ጠቅሰው ትርጓሜው መንፈስ ማለት መሆኑን ገልጸዋል፤ [7] ቅዱሰ ቅዱሳን የሚለውን ቅድሳት ለቅዱሳን ከሚለው ጋር በአንጻር ስናየው "የተቀደሰውን ለተቀደሱት" የሚለውን እንረዳበታለን፤ ቅዱስ የሆነው ሥጋ ወደሙ ለቅድስና የቀረቡትን ቀድሶ ማኅደረ እግዚአብሔር ያደርጋቸዋልና። "ዘበልዐ ሥጋየ የሐዩ በእንቲአየ - ሥጋዬን የበላ በእኔ ሕያው ይሆናል" የሚለውን ቃለ ወንጌል "ቅዱሳነ ኩኑ እስመ ቅዱስ አነ እግዚአብሔር አምላክክሙ - እኔ አምላክችሁ እግዚአብሔር ቅዱስ ነኝና ቅዱሳን ሁኑ" ከሚለው ቃለ ኦሪት ጋር [8] አነጻጽረን ስንመለከተው ቅድስናን የምናገኝበት መንገድ ምሥጢረ ቍርባን መሆኑን ለማስረዳት በመጽሐፈ ቅዳሴው የተመዘገበው "ቅድሳት ለቅዱሳን / ማንጠን" የሚለው ቃል የዚህ መጽሐፍ መጠሪያ ሆነ። ንጹሕና ቅዱስ በሚለው ቃል መካከል ያለው የትርጒም ልዩነትና አንድነት ብዙ የሚያጽፍ እንደሆነ ይታመናል፤ ለአሁኑ ግን ቅዱስ ዮሐንስ አፈወርቅ ያስተማረውን መሠረት አድርገን ማጠቃለያ ሐሳብ እንውሰድ፤ ሊቁ እንዲህ አለ፤ "ቅድሳት ለቅዱሳን ሲል ቅዱስ ያልሆነ ቢኖር አይቍረብ በማለቱ ያስረዳልና ይኸውም ቅዱስ ያልሆነ አይቍረብ ቢልም ከኃጢአት ንጹሕ ያልሆነ አይቍረብ አላለም ቅዱስ ያልሆነ ቢልም ከኃጢአት ልብስ ስለተራቆተ ብቻ ቅዱስ የሚሆን አይደለምና መንፈስ ቅዱስ ቢያድርበትና ወደበጎ ሥራዎች ከፍ ቢል ነው እንጂ" ተግሣጽ ዘዮሐንስ አፈወርቅ ፲፫፤ በእርግጥ "ወዘኢኮነ ንጹሐ ኢይንሣእ - ንጹሕ ያልሆነ አይቀበል" የሚል ንባብ አለ፤ ንባቡ በምሥጢር ሲተረጐም የምናገኘው ማብራሪያ ቅድስናን ለማግኘት ሌላኛው መንገድ ንጽሕና መሆኑን ነው። የትዕግሥት አባት በመባል የሚታወቀው ኢዮብ የሰውን ሕይወት በተመለከተ እንዲህ አለ፤

“መኑ ይነጽሕ[9] እምርስሐት ወዘአሐተ ዕለተ ሐይወ በዲበ ምድር - በምድር ላይ አንድ ቀን የቆየ ቢሆን እንኳ ከበደል ማን ይነጻል?” ኢዮብ ፲፬÷፬፤ የየደቂቃው በደላችን በምሕረቱ እየታለፈልን እንጂ ቆይታችን የአንድ ቀን ቢሆን እንኳ ንጽሕናን ገንዘብ ማድረግ እንደማይቻል ነው ከጥቅሱ የምንረዳው።

ከላይ እንዳልነው ቅዱስ የሚለው ቃል “ንጹሕ፣ ጽኑዕ፣ ክቡር፣ ልዩ” የሚለውን በምሥጢር የተጌጠ ቃል የያዘ መሆኑ በትርጓሜያችን ማብራሪያ የተሰጠበት መሆኑን ልብ ይሏል። ስለሆነም “ማንጦን” ወይም “ቅዱሰ ቅዱሳን” የሚለው ቃል ቅድሳት ለቅዱሳን የሚለውን መልእክት የሚያጎላ ትርጓሜ ተደርጎ ተወስዷል። “ወዘኢኮነ ንጹሐ ኢይንሣእ - ንጹሕ ያልሆነ አይቀበል” የሚለውን ትእዛዝ መሠረት አድርገው ተለዋጭ ቃል መጠቀም ቢቻል ፍላጎታቸው እንደሆነ ሐሳብ የሚያነሡ በቅዳሴ እግዚእና በሌሎችም ቅዳሴያት የተላለፉትን መልእክቶች አነጻጽረው ይመለከቷቸው ዘንድ በአጭሩ እንዲህ ቀርቧል፤ “እመቦ ነውረ ሕሊና ኢይቅረብ - የሐሳብ ነውር ያለበት አይቅረብ፤ እመቦ ድውየ ሕሊና ዘቦ ይርኃቅ - ሐሳቡ ድውይ የሆነ ቢኖር ይራቅ፤ እመቦ ስዑብ ወዘኢኮነ ንጹሐ ኢይቅረብ - ያደፈና ንጹሕ ያልሆነ ቢኖር አይቅረብ” የሚል ማስጠንቀቂያ ተመዝግቧል፤ አባ ሕርያቆስም “እመቦ ዘኢኮነ ንጹሐ ይትገሐሥ - ንጹሕ ያልሆነ ይወገድ” ብሎ አጽንዖት የሰጠበት መንገድ አለ፤ ይህንን ብቻ ይዘን ሌላ ሐሳብ ውስጥ እንዳንወድቅ “መቅድመ ሕቱ ርእሰክሙ - አስቀድማችሁ ራሳችሁን መርምሩ” በማለት የንጽሕናን መንገድ እንዴት መከተል እንዳለብን ያስተምረናል።

---

7 (ጽር፡ ፓኔፍማንቶን) የተሳሳተ ከፊለ ስም። አግያስ፤ ማንጦን፤ (አጊዮስ፡ ፓኔፍማቶስ) ቅዱስ መንፈስ፤ (ቅዳሴ) መዝገበ ቃላት ገጽ ፳፻፲፱፤ አውሎግዮስ - ቡሩክ፤ ጌርዮስ - እግዚእ፤ አግዮስ - ቅዱስ፤ ማንጦን ታንዋማንጦን - እግዚአ መናፍስት፤ አላቲኖን - ጻድቅ፤ ግእዛዊ ትርጒሙ ቡሩክ ወቅዱስ ወጻድቅ እግዚአብሔር እግዚአ መናፍስት ማለት ነው። ጸባቴ የማነ ብርሃን ዐሥራት ርእሰ ማእምራን መሪጌታ ብርሃኑን ጠቅሰው በቤተ ተክሌ ሚዲያ የሰጡት የቃል ማብራሪያ፤ ጥቅምት ፩ ፳፻፲፫ ዓመተ ምሕረት፤

8 ዮሐ ፮÷፶፫፤ ዘሌ ፲፱÷፪፤

9 “ነጽሐ - ንጹሕ ሆነ፤ ነጽሐ ወይም ነጽኀ - ጣለ አንከባለለ ተብሎ ይተረጐማል፤ ለምሳሌ ዘነጽኖ ለፈርዖን ወለኃይሉ ውስተ ባሕረ ኤርትራ - ፈርዖንና ሠራዊቱን በኤርትራ ባሕር ውስጥ የጣለ” እንዲል መዝ ፻፴፭÷፲፭፤ ሁለቱንም የግስ አገላለጥ ከያዝነው ሐሳብ አንጻር በምሥጢር ስንረዳው ኃጢአታችንን በግበ ንስሐ መጣላችንና ከኃጢአት ንጹሐን መሆናችንን እንረዳበታለን፤

ዘኮነ ንጹሐ ላይ ያለውም መልእክት ከዚህ የተለየ አይደለም። በዚሁ የቅዳሴ ክፍል ማድረግ የሌለብን ምን እንደሆነ ተገልጧል፤ "ነፍሳችሁን ተመልከቱ ሰውነታችሁን ንጹሕ አድርጉ የባልንጀራችሁን በደል አታስቡ ማንም ከወንድሙ ጋር በቂኣጣ እንዳይኖር አስተውሉ እግዚአብሔር ያያል ልቡናችሁን ከፍ ከፍ አድርጉ" ተብሎ።

እኛ የምንችለውን ስናደርግ ወደሚቀጥለው ክብር የምናድግበትን ጸጋ የሚሰጠን ራሱ ባለቤቱ ነው። "አንጽሑ ነፍስተክሙ - ሰውነታችሁን ንጹሕ አድርጉ" የሚለውን ቃል ለብቻ አውጥተን ስንመለከተው ራሳችሁን በራሳችሁ አንጹ የሚል መልእክት ያለው ይመሳላል፤ ምሥጢሩ ግን ከኃጢአት ሊያነጻችሁ ወደሚችለው አምናችሁ ኑ ማለት ነው፤ እርሱ ሠራዬ ኃጢአት ደምሳሴ አበሳ ነውና። ይህንን ዓላማ መሠረት አድርገን ንባባችን ምዕራፍ አንድ ብለን እንቀጥል።

አንባቢ ሆይ! መልክአ ፊደልን ያልጠነቀቀ፣ ሙራደ ንባቡን ያልጠበቀ፣ ሙሐዘ ምሥጢሩን ያጨናነቀ አጻጻፍ ቢያጋጥምዎ እያረሙና እያሟሉ ያነቡ ዘንድ በትሕትና አሳስባለሁ።

መልካም ንባብ!!!

ምዕራፍ ፩

በአዳዲስ ንዋያት ላይ የሚጸለይ ጸሎት፤

ሶበ ትሠይሞ ለጻሕል ወትብል እግዚአብሔር አምላክነ - አዲሱን ጻሕል በምታከብርበት ጊዜ አምላካችን እግዚአብሔር እያልህ ጸልይ።
ሁሉን እንደ ጥና እንደ እንቀኣላል በመሐል እጅህ የምትይዝ አምላካችን እግዚአብሔር የጌታችን የመድኃኒታችን የኢየሱስ ክርስቶስ አባት ቤተ ክርስቲያንን በንጽሕና ያጸናሃት [10] ካህናቱንም ንዋየ ቅድሳቱንም ያከበርህ ቸር የምትሆን አብ ሆይ ከቸርነትህ እንለምናለን፤ [11]ሰውን የምትወድ ሆይ ፊትህን ግለጥልን፤ ባርከን፤ ይህችን ጻሕል ለሥርዓትና ለንጽሕና እንድትሆን ባርካት የአንድ ልጅህ የኢየሱስ ክርስቶስ ክቡር ሥጋውን እናደርግባት ዘንድ፤ ይህች ጻሕል የንጽሕና ጻሕል የደኅንነት ጻሕል ትሆን ዘንድ፤ በእርሷም ላይ የአንድ ልጅህ የኢየሱስ ክርስቶስ ክቡር ሥጋው ይቀመጥባት ዘንድ፤ ከአንድ ልጅህ ለሚገኝ የኃጢአት ሥርየት የሚገኝባት ይሆን ዘንድ ለዘለዓለሙ አሜን። አምላካችን እግዚአብሔር ሆይ ይህ ጻሕል መከበሩን እውነት አድርግልን የዓለሙ ድኅነት ሊደረግበት የተመረጠ አድርገው አክብረው አሜን። [12]

---

10 ግእዙ ዘአቀማ ያለውን ትርጓሜው ዘአጽንዓ ብሎ በተለዋጭ ግስ ይገልጠዋል፤ ነቢየ እግዚአብሔር ቅዱስ ዳዊት "ዘአጽንዓ ለምድር ዲበ ማይ - ምድርን በውኃ ላይ ያጸናት እሱ ነው" እንዳለ፤ መዝ ፻፴፭፥፮፤ ቅዱስ ዮሐንስም በወንጌሉ "ጽንዑ እስመ አነ ሞዕክዎ ለዓለም - እኔ ዓለምን አሸንፌዋለሁና ጽኑ" ብሏል ዮሐ ፲፮፥፴፫፤

11 ከቸርነትህ ለሚገኝ ክብር አብቃን ብለን እንለምናለን።

12 ጻሕሉን ጽዋውን ዕርፈ መስቀሉን ጸሎተ ቡራኬውን አድርሶ ባርኮ ሜሮን ይቀባዋል፤ ልብሱን ባርኮ ወይም አስባርኮ ብቻ ይለብሰዋል።

ጸሎት ሶበ ትሠይሞ ለጽዋዕ - ጽዋውን በምታከብርበት ጊዜ የምትጸልየው ጸሎት

አምላካችን እግዚአብሔር የጌታችንና የመድኃኒታችን የኢየሱስ ክርስቶስ አባት ካህኑን አሮንን የመረጥኸው በሚመሰክሩበት ድንኳን [13] በአንድነቱ ጉባኤ መካከል ያቆምኸው በመቅደሱ ቅድስናውን ይፈጽም ዘንድ ያደረግኸው አንተ ነህ ይህቺውም ቅድስተ ቅዱሳን ናት [14] ሰው ወዳጅ ሆይ ወዳንተ እንለምናለን እንማልዳለን ይህንን ጽዋ ባርከው ንጹሕ ደምህንም ምላበት ለዘለዓለም ክብር ያለው ጌታችን ኢየሱስ ክርስቶስ በደሙ ለኃጢአት ሥርየት የበቃን ሊያደርገን በተሰቀለበት በቅዱስ ዕፀ መስቀል ላይ ከልጅህ ጎን ስለእኛ የፈሰሰ የሕይወት መገኛ ቅዱስ ደም እንዲሆን የተቀደሰ ጽዋ ይሆን ዘንድ ይህን የተመረጠ ጽዋ ባርከው አክብረው አንጻው አሜን።

ጸሎት ሶበ ትሠይሞ ለዕርፈ መስቀል - ዕርፈ መስቀሉን በምታከብርበት ጊዜ የምትጸለየው ጸሎት

13 ዘሕግ፣ ዘአምልኮት፣ ዘዘመን፣ ዘመርጡል ይላል፤ ዘሕግ:- ሙሴ አሮን ሕጉን ያስተምሩባታልና፤ ዘአምልኮት:- አምልኮቱን ይመሰክሩባታልና፤ ዘዘመን:- በዘመን ተሠርታለችና፤ ዘመርጡል:- ሥራዋ ሰቀልኛ ነውና። በሌላ ትርጓሜ ደግሞ ታቦት ዘዶር የሚለውን መሠረት አድርጎ እንዲህ የሚል ማብራሪያ አለ፤ "ዘዑደት፣ ዘምዕዋድ፣ ዘአምላክ፣ ዘስምዕ፣ ዘእሳት፣ ዘሕግ። ዘዑደት አለ አርባ ዘመን ተሸከመው ዞረዋልና፤ ዘምዕዋድ አለ ሦስቱ በፊት ሦስቱ በኋላ ሦስቱ በቀኝ ሦስቱ በግራ ይሰፍሩ ነበርና፤ ዘአምላክ አለ የአምላክ ማደሪያ ናትና፤ ዘስምዕ አለ አምልኮቱ ይመሰከርባታልና፤ ዘእሳት አለ እሳት ሰፍሮባት ይታይ ነበርና፤ ዘሕግ አለ ዐሥሩ ቃላት ተጽፈዉባታልና"

14 ደብተራ ኦሪት በመላ ሠላሳ ክንድ ናት ይህንን ሙሴ ዐሥሩን ክንድ በመጋረጃ ከፍሎታል ከሃያው ክንድ ሁሉም ይገባል ከዐሥሩ ክንድ ግን ሊቀ ካህናቱ በዓመት አንድ ቀን ይገባል እንጂ ሌሎቹ አይገቡም።

ሁሉን የምትይዝ አምላካችን እግዚአብሔር የጌታችንና የመድኃኒታችን የኢየሱስ ክርስቶስ አባት ሰው ወዳጅ ሆይ የበጎነትህን ቸርነት እንለምናለን እንማልዳለን፤ እስጢፋኖስን የመረጥኸው [15] ለካህናትም አገልጋይ ያደረግኸው ከንጹሐን ሐዋርያት ወገን ለአሕዛብ አገልግሎትን ያደርግ ዘንድ የወደድኸው አቤቱ አሁንም የአንተ በምትሆን በዚች ዕርፈ መስቀል ላይ ሥልጣንህን አሳድር ባርካት አክብራት ኃይልንም ስጣት፤

ከንፈሮቹን ባነጻህለት በነቢዩ በኢሳይያስ ዘንድ እንደተደረገው ከሚያገለግሉት ከቅዱሳን መላእክት ዘንድ ለተገኘች ለሱራፌ ጕጠት [16] ኃይልን እንደሰጠሃት እኛም ደምህን ለአገልጋዮችህ ለማቀበል በሚገባ በንጽሕና ሆነን በልጅህ ፊት እንድንቆም። ስለዚህም ሰው ወዳጅ ሆይ የበጎነትህን ቸርነት እንለምናለን እንማልዳለን፤ የከበረች ይህችን ዕርፈ መስቀል ባርካት አንጻት ክቡር ደምህን ምላት፤ ምስጋና ገንዘቡ የሚሆን የአንድ ልጅህን ደም ለመቀበያ የተመረጠ ንጹሕ እቃ ትሆን ዘንድ አሜን ኃይልን ምላት የተመረጠች አድርጋት ይህችን መንካ አንጻት አሜን ለአብ ለወልድ ለመንፈስ ቅዱስ ለዘለዓለም ምስጋና ይገባል አሜን።

እንደ ትርጓሜው መጽሐፈ ቅዳሴ አቀማመጥ መቅድሙን ማስቀደም የሚገባ ቢሆንም አሁን የጀመርነውን አካሄድ ይዘን እንሄዳለን፤ ወደ ምዕራፍ ሁለት ከመሻገራችን በፊት የሚከተሉትን ነጥቦች እንመልከት።

---

15 ሊቀ ዲያቆናት ሆኖ ተሾሟልና ግብ ፮፥፭፤ በዓሉም ጥቅምት ዐሥራ ሰባት ይከበራል።

16 በአማርኛም በግእዝም አንድ ነው፤ ሁለት ጣት ያለው አንድን ነገር አጥብቆ ለመያዝ ሲያስፈልግ ወይም የሚያቃጥል ከሆነ እንዳያቃጥል የሚይዙበት መሣሪያ ነው፤ አለቃ ኪዳነ ወልድ ክፍሌ ሹካ፣ ሜንጦ፣ ሙኖሥሥ፣ የሥጋ ማውጫ፣ የወጣውን እየወጉ ማንሻ፣ እንደመንሽ ሦስት አራት ጣት ያለው ብለው ይገልጡታል መጽሐፈ ሰዋስው ወግስ ገጽ ፫፻፲፬

ጕጠት የሥልጣነ ቀሳውስት ምሳሌ ነው፤ ባለሁለት ጣት መሆኑ የካህናት ሥልጣን በምድርም በሰማይም ሥራ የሚሠራ ለመሆኑ ማስረጃ ነው።

ሥርዓት ማለት ምን ማለት ነው?

ሠርዐ - ሠራ ከሚለው ግስ የተገኘ ሲሆን መሥራት፣ መሠራት፣ አሠራር፣ ደንብ፣ ሕግ፣ ትእዛዝ፣ አዋጅ፣ የሥራ ሂደት ማለት ነው። ከያዝነው መሠረተ ሐሳብ ጋር በጣም የሚቀራኙትን ወደማየት ስንመጣ እንደሚከተለው እንረዳቸዋለን።

፩ኛ መሥራት፡- ለቅዳሴ አገልግሎት የሚያስፈልገውን ሁሉ አዘጋጅቶ ማቅረብን ይመለከታል። ይህም የሙጋድ እንጨት ማቅረብ፣ [17] ማይ መቅዳት፣ ግብር መሠየም፣ ፍሬ ሰሞን መውረድ፣ ጻሕሉን ጽዋውን ማጎፈዱን መሶበ ወርቁን ቃለ ዓዋዲውን፣ የንባብ መጻሕፍቱንና ሌሎችንም ማዘጋጀት ማለት ነው።

፪ኛ መሠራት፡- ከአለባበስ ጀምሮ እስከ ሥነ ልቡና ድረስ አስፈላጊውን ቅድመ ዝግጅት አድርጎ መንፈሳዊ ቤት ሆኖ ተሠርቶ መምጣትን ያሳያል። ሊቀ ሐዋርያት ቅዱስ ጴጥሮስ እንዲህ እንዳለ።

“ወአንትሙኒ ጽንዑ ከመ ዕብን መንፈሳዊ ወኩኑ ታቦተ መንፈሳዌ ለክህነት ቅድስት ወንጽሕት ከመ ታቅርቡ ወታዕርጉ መሥዋዕተ መንፈሳዌ ዘይሰጠወክሙ እግዚአብሔር በእደዊሁ ለኢየሱስ ክርስቶስ - እንደ መንፈሳዊ ድንጋይ ጽኑ (ያ የቀን ሐሩር የሌሊት ቍር ቢወርድበት እንደማይለወጥ በፈተና የማትለወጡ ሁኑ ሲል ነው) ቅድስት ንጽሕት ለሆነች ክህነት መንፈሳዊ ቤት ሁኑ እግዚአብሔር አብ እዱ መዝራዕቱ በሚሆን በኢየሱስ ክርስቶስ የሚቀበላችሁ መንፈሳዊ መሥዋዕትን ታቀርቡና ታሳርጉ ዘንድ” ፩ጴጥ ፪፥፭፤

[17] የመሥዋዕት እንጨት፤ ጥሩ ፍልጥ፤ ማገዶ፤ መልካም መዓዛ ያለው፤ መዝገበ ቃላት ዘኪዳነ ወልድ ገጽ ፫፻፸፪። በገዳማትና በታላላቅ አድባራት ከመንፈሳውያን የሥራ ክፍሎች አንዱ ሆኖ ራሱን የቻለ ልምድ ያለው ባለሙያ ይመደብለታል። በብሉይ ኪዳን ለመሥዋዕት እንጨትነት ተለይተው የተመዘገቡ አሉ፤ ቂጽርሶን/ሰኖባር፣ ዲፍራን/ቀረጥ፣ ሠጋድ፣ ሰጥራቢሎን/ሸነት፣ ጺጠን/ወይራ፣ ቆድሮን/ዋንዛ፣ ፑራቴ/ዶቅማ፣ ቲናክ/ጠዶ፣ ዕፀ ዘይት፣ ጣፍን/ጥድ፣ ቄዳር/ቀጋ፣ ቢሶም/ሾላ። ኩፋሌ ፲፫፥፲

፫ኛ ትእዛዝ፡- ይ.ካ ይበል ካህን፤ ይ.ዲ ይበል ዲያቆን፤ ይ.ሕ ይበሉ ሕዝብ የሚለውን እንደምሳሌ መጥቀስ ይቻላል። በገጸ ንባብ ለማስረዳት ደግሞ ተንሥኡ ለጸሎት፤ ስግዱ ለእግዚአብሔር በፍርሃት - ለእግዚአብሔር በፍርሃት ስገዱ የሚለውን መጥቀስ ይቻላል።

፬ኛ አዋጅ፡- "ትእዛዘ አበዊነ ሐዋርያት ኢያንብር ብእሲ ውስተ ልቡ ቂመ ወበቀለ ወቅንዓተ ወጽልአ ላዕለ ቢጹ ወኢላዕለ መኑሂ - ይህ ትእዛዝ የአባቶቻችን የሐዋርያት ትእዛዝ ነው ሰው በልቡናው ቂምና በቀልን ቅንዓትና ጠብን በባልንጀራው ላይ በማንም ላይ ቢሆን አይያዝ" የሚለውን መጥቀስ ይቻላል።

፭ኛ የሥራ ሂደት፡- ይህ አገላለጽ አጠቃላይ የሥርዐተ ቅዳሴውን ሂደት የሚያሳይ ነው። ይህም መንበሩን እንዴትና ምን ጊዜ እንደሚዞሩ፣ የካህናቱን አቋቋምና የመቆሚያ ስፍራ፣ ከቤተ መቅደስ ወደ ቅድስትና ቅኔ ማኅሌት ምን ጊዜ እንደሚወጡ፣ ሥርዐተ ማዕጠንት በሚያደርጉ ጊዜ በየት ወጥተው በየት እንደሚገቡ፣ የሚያነቧቸውን የመጻሕፍት ዓይነትና የሚነቡባቸውን አቅጣጫዎች፣ ሥጋውን ደሙን በመቀበል ጊዜ ቅደም ተከተሉ እንዴት እንደሆነና ሌሎችንም የሚያሳይ ነው። በምሳሌ ለማስረዳት ሠራዒው ዲያቆን ወደ ምዕራብ ሲያነብ ንፍቁ ዲያቆን ወደ ሰሜን ያነባል ንፍቁ ካህን ግብረ ሐዋርያትን ወደ ደቡብ ካነበበ በኋላ ሠራዒው ካህን ወንጌልን ወደ ምሥራቅ በማንበብ ይደመድማል። ይህም ወንጌል በአራቱ ማዕዘን የመሰበኩና በአራቱ ማዕዘን ያለ ሁሉ በአራቱ ማዕዘን የመላ እግዚአብሔርን ሊያመሰግን የሚገባው መሆኑን የሚያስረዳ ነው።

በሌላ አገላለጽ ሥርዐት ማለት ኑሮ ወይም አኗኗር ማለት ነው። ሥርዐተ ቅዳሴ ስለ ዘለዓለማዊ ኑሯችን ወይም ሕይወታችን በቂ እውቀት፣ መንፈሳዊ ጥበብና ዘለዓለማዊ ድኅነት የምናገኝበት ነው።

"ሥጋዬ እውነተኛ መብል ደሜም እውነተኛ መጠጥ ነው ሥጋዬን የሚበላ ደሜን የሚጠጣ በእኔ ይኖራል እኔም በርሱ እኖራለሁ" ተብሎ ተጽፏልና ዮሐ ፮፥፶፭፤ ሥርዐተ ቅዳሴያችን ሲጀምር እንዲህ ይላል። "ሥርዐተ ቅዳሴ ዘይደሉ ለቀሲስ ወለዲያቆን ወለኵሉ ሕዝብ ዘመፍትው በበጊዜሁ - ለቄስና ለዲያቆን ለሕዝቡም ሁሉ የሚገባ በየጊዜውም ሁሉ ሊሠሩት የሚገባ የቅዳሴ ሥርዐት ይህ ነው እንደ አባቶቻችን ሥርዐት ቄስም ቢሆን ዲያቆንም ቢሆን በቅዳሴ ጊዜ መጀመሪያ ይህንን ቃል [18] በግድ ያንብብ ከቅዱስ ምሥጢር የሚቀበሉም ሁሉ በማስተዋል ይህን ይስሙ" ይላል።

ሥርዐተ ቅዳሴን ለማከናወን ምን ምን ያስፈልጋል?

ሥርዐተ ቅዳሴን ለማከናወን የተለየ ቦታ፣ ጊዜ፣ ንዋየ ቅድሳት፣ በቂ ሙያና መንፈሳዊ ልምምድ ያላቸው ካህናትና ተሳታፊ ምእመናን ያስፈልጋሉ።

ንዋየ ቅድሳት ስንል፦ ጻሕል፣ ጽዋዕ፣ ዕርፈ መስቀል፣ መሶበ ወርቅ፣ ዐውድ፣ አጎበር፣ ማዕጠንት፣ ቃለ ዓዋዲ፣ ሙዳየ ዕጣን፣ ተቅዋም፣ ልብሰ ተክህኖ፣ አክሊል፣ [19] መጻሕፍት ማለታችን ነው፤ ምሳሌያቸውንና ማብራሪያቸውን በየቦታቸው እናያለን።

---

[18] ይህንን ብሎ ያመለከተው ወደፊት የሚመጣውን ጸሎት ነው።

[19] ለቅዳሴ አገልግሎትና ካህናት አገልግሎት ሲፈጽሙ ብቻ የሚያደርጉት አክሊል አሁን አሁን ከቤተ መቅደስ አገልግሎት ውጭ ሲደረግ እየታየ ነው፤ የሚገሥጽ የጠፋ ባይመስልም የሚሰማ ባለመገኘቱ ነገ ተነገ ወዲያ ደግሞ ሌላ ሥርዐት የመጣስ ልምምድ እየተደረገ እንደሆነ ከዚህ ሂደት መገንዘብ ይቻላል፤ አድራጊዎቹም ሲደርግ በዝምታ የሚያልፉትም ነገ ራሳቸውን መውቀሳቸው አይቀር ይሆናል። ከዚሁ ጋር ተያይዞ ሊነሣ የሚገባው የቀሳውስትና የመነኮሳት ቆብዕን የተመለከተው ጉዳይ ነው፤ ቀደም ሲል ቀሳውስት በቅዳሴ ጊዜ ቀጸላ ወይም ህባኔ ይጠቀሙ ነበር፤ ይህ አሁንም በገጠር አልፎ አልፎ ይታያል፤ ቀረብ ካለ ጊዜ ወዲህ ደግሞ ለቀሳውስቱም ለዲያቆናቱም ቅርጹን በመለየት አክሊል ማዘጋጀት እንደተጀመረ አረጋውያን እድሜ አበው ይናገራሉ፤ እሱንም በቤተ መቅደስ ለአገልግሎት ብቻ ይጠቀሙበታል፤ ከቤተ መቅደስ አገልግሎት ውጭ ቆብ የሚያደርግ ቄስ ማየት ብዙም ያልተለመደ እንደሆነ በተለይ ከሰሜናዊው የሀገራችን ክፍል ወደ አዲስ አበባ የሚመጡ በመገረም እስካሁንም ሲያነሱ ይታያል። መነኮሳት ግን በቅዳሴ ጊዜም ከቅዳሴ ውጭ ቆባቸው ከራሳው አይወልቅም፤ ኦርቶዶክሳውያኑ ሁሉ ይህንን ሥርዐት ይከተሉታል፤ ካቶሊካውያኑ ግን በአገልግሎት ቦታ ብቻ ሲያደርጉት ይስተዋላል።

ቦታን በተመለከተ እንዲህ ተጽፏል “ወትገብር ሊተ መቅደሰ ወአኃድር በማዕከሌሁ - መቅደስን ትሠራልኛለህ/ሥራልኝ በውስጡ አድርበታለሁ” ዘጸ ፳፭፥፰፤ “ቤቴ ለአሕዛብ ሁሉ የሚሆን የጸሎት ቤት ይባላልና የሚቃጠለውን መሥዋዕታቸውንና ሌላ መሥዋዕታቸውን በመሠዊያዬ ላይ እቀበላለሁ” ኢሳ ፶፮፥፯፤ “ስሜ በተጠራበት በዚህ ቤት በፊቴ ቆማችሁ ይህን አጸያፊ የሆነ ነገርን ሁሉ አላደረግንም አላችሁ ይህ ስሜ የተጠራበት ቤት በዐይናችሁ የሌቦች ዋሻ ሆኗልን? እነሆ እኔ አይቻለሁ ይላል እግዚአብሔር” ኤር ፯፥፲፤

“ቤቴ የጸሎት ቤት ትባላለች ተብሎ ተጽፏል እናንተ ግን የወንበዶች ዋሻ አደረጋችኋት አላቸው” ማቴ ፳፩፥፲፫፤ “ስለምን ፈለጋችሁኝ በአባቴ ቤት እንድሆን አላወቃችሁምን? አላቸው” ሉቃ ፪፥፵፱፤ የሚሉት ጥቅሶች ለሥርዐተ አምልኮ የተለየ ቦታ እንደሚያስፈልግ ያስረዳሉ። እንደ ጥምቀት ባሉ በዓላት ከቤተ ክርስቲያን ውጭ በድንኳን መቀደስ የቤተ ክርስቲያናችን የሥርዐት አካል ነው።

ጊዜን በተመለከተ፡- ሃያ አራት ሰዓት ማመስገን ተገቢና ክርስቲያናዊ ግዴታ መሆኑ ይታመናል፤ ይሁን እንጂ ቅዳሴ የሚቀደሰው መሥዋዕት ለመሠዋት ስለሆነ በአንድ ቀን ከአንድ ጊዜ በላይ ቅዳሴ አይቀደስም። የቅዳሴው ሰዓት ግን እንደየወቅቱ ይለያያል። ይህም እንደሚከተለው ይገለጣል። የመንፈቀ ሌሊት ቅዳሴ ልደት፣ ጥምቅትና ትንሣኤ። የነግህ ቅዳሴ ዘወትር እሑድ። የሠለስት ቅዳሴ ዘወትር ቅዳሜ። የቀትር ወይም የድኅረ ቀትር ቅዳሴ በጾም ጊዜያት። የተስዓት ወይም የሠርክ ቅዳሴ በጸሎተ ሐሙስ።

ከትንሣኤ እስከ ዳግም ትንሣኤ ያሉት ዕለታት እንደ አንድ ሰንበት ተቆጥረው የቅዳሴ መግቢያ ሰዓታቸው እንደ ዕለተ ሰንበት ነው፤ የኪዳን ሰላሙም ይእቲ ማርያም የሰንበቱ ነው። በማኅሌቱ ዮም ፍሥሐ ኮነ የሚለው ምልጣን አይለወጥም፤ ወንጌላቱም አይለወጡም። ከሥራ አንጻርም የዳግም ትንሣኤ ሰኞ እጅ ማሟሻ ሰኞ እየተባለ ይጠራል፤ እስከዚያ ድረስ ማንም ሥራ አይሠራምና። ቀደም ሲልም ይህ ሳምንት በብሔራዊ ደረጃ ይከበር እንደነበር ይታወቃል።

ንዋየ ቅድሳትን በተመለከተ፡- ለቤተ መቅደስ አገልግሎት የሚውሉ ንዋያት በሦስት የተከፈሉ ናቸው።

<u>፪ኛ በቅኔ ማኅሌት ለኅብረ ዝማሬ የሚውሉ ንዋያተ ማኅሌት፤</u> እነዚህም ጸናጽል፣ ከበሮ፣ መቋሚያ ናቸው። "ወአነሂ እገኒ ለከ በንዋየ መዝሙር ለጽድቅከ - እኔም በመዝሙር እቃ ለእውነትህ እገዛለሁ" እንዲል መዝ ፸፥ ፳፪፤

ጸናጽልን በተመለከተ፤ ጸንጸለ - ጸነጸለ፣ መታ፣ አንሿሿ አቃጨለ ከሚለው የግስ አንቀጽ የተገኘ ቃል ነው፤ ጸንጸል በአንድ ሲሆን ጸናጽል በብዙ ነው፤ ስለተለመደ ጸናጽል ብለን ብዙውን በአንድ አድርገን እንጠራለን። [20]

"ዳዊትና የእስራኤል ቤት ሁሉ በቅኔና በበገና በመሰንቆና በከበሮ በነጋሪትና በጸናጽል በእግዚአብሔር ፊት በሙሉ ኃይላቸው ይጫወቱ ነበር" እንዲል ፪ሳሙ ፮፥፭፤

በሌላ ትርጉም ጸናጽል ማለት ሻኩራ ማለት ነው፤ የምስጋና መሳሪያ ነው፤ "ሰብሕዎ በጸናጽል ዘሠናይ ቃሉ - ድምፁ መልካም በሆነ ጸናጽል አመስግኑ" እንዲል። አሠራሩ የ "ሀ" ቅርጽ ወይም የኖኅ መርከብ ቅርጽ አለው፤ ሁለት የቆሙ ምሰሶዎች አንድ የተጋደመ መሠረት አለው። ይህም፡- በላይ ጠፈር በታች መሠረት የሆነውን አምላክ ይገልጣል።

"አኮ ዘቦቱ ለመለኮት ዘበላዕሉ ጠፈር ወዘበታሕቱ መሠረት አላ ጠፈር ውእቱ ወመሠረት ውእቱ - በላይ ጠፈር በታች መሠረት ያለው አይደለም ጠፈሩም እሱ መሠረቱም እሱ ነው" እንዳለ አባ ሕርያቆስ በቅዳሴው።

- ላይና ታቹ የሰማይና የምድር ምሳሌ ነው፤ መያዣ እንዳለው ጌታም ዓለምን በመሐል እጁ ይዟታልና።
- ግራና ቀኙ የምሥራቅና የምዕራብ ምሳሌ ነው። ቦ ላይኛው ሠረገላ የጽርሐ አርያም፣ ታቹ የበርባሮስ፣ መያዣው የተዋሕዶ ሃይማኖት፣ ሁለቱ ዘንግ በመቃብሩ ግርጌና ራስጌ የነበሩት መላእክት ምሳሌ፤ መያዣው ጌታችን በአይሁድ የመያዙ ምሳሌ ነው፤ ቦ ነአምን በአሐዱ

[20] ጸናጽል ዘውስተ ልብሱ ለአሮን ካህን እንዲል፤ ጸናጽል ብሎ ያበዛበት ምክንያትም አንደኛ በልብሱ ዙሪያ ስለሆነ ነው፤ ሁለተኛ የሚወጣውን የድምፁን ብዛት ሲያይ ነው። ይልቁንም ደግሞ ድምፀ ጸናጽሉ ከእመቤታችን የተወለደው የአካላዊ ቃል ምሳሌ ስለሆነ የጌታችን ትምህርት ምሳሌ ነው። ከጸናጽሉ በሚወጣው ድምፅ አባር ቸነፈር ይወገድ እንደነበረ ሁሉ አካላዊ ቃል ኢየሱስ ክርስቶስ ባስተማረው ትምህርት ደዌ ሥጋ ደዌ ነፍስ ተወግዷልና።

አምላክ የማለታችን ምሳሌ ነው። ቅዱሳን መላእክትም ክንፋቸውን በዚህ አምሳል ይዘረጋሉ።

- ❖ ከምድር አፈር የተሠራ የሰው ልጅ በብሉይና በሐዲስ ኪዳን እየተመራ ፈጣሪውን የሚያገለግል መሆኑን ያስረዳል።
- ❖ መላእክትና ደቂቀ አዳም በሃይማኖት ጸንተው እግዚአብሔርን ማገልገላቸውን ያስረዳል።
- ❖ ፍጥረታት በሐመረ ኖኅ እንደዳኑ ጌታ ከእመቤታችን ተወልዶ ማዳኑን ያስረዳል።
- ❖ የሰዋስወ ያዕቆብ ምሳሌ ነው፤ በመሰላሉ ውስጥ ድምፅ የሚሰጡ ሻኩራዎች አሉ አምስት ስድስት ሰባት ሊሆኑ ይችላሉ፤ ከታችኛው ዘንግ ሁለቱ ይደረጋሉ፤ ነአምን ክልኤተ ልደታተ ብለን ለመመስከር። ከላይኛው ሦስቱ ይደረጋሉ ሦስትነት በአንድነት ያለ መሆኑን ለማስረዳት። በሌላ አገላለጥ የቁጥሩ ብዛት ስድስት ይሆናል፤ ይህም ስድስቱን አክናፈ ሱራፌልንና ድምፀ ዜማቸውን የሚያስረዳ ነው።[21]

ጸናጽል በቅዳሴ ጊዜ በጸሎተ ሐሙስ ቃለ ዓዋዲን ተክቶ ለአገልግሎት ይውላል። በዚህ ቀን ደወል አይደወልምና። አመላለስ ተብሎ በሚታወቀው የማኅሌቱ ክፍልም ለተወሰነ ቆይታ ከመቋሚያ ጋር ጸናጽል ብቻ ያለከበሮ ለአገልግሎት ይውላል። ወረቡንም ግርግዳውንና ጣሪያውን ሁለት ሁለት ጊዜ ያለ ከበሮ በጸናጽል ብቻ የማለት ሥርዐት አለ።

[21] የኢትዮጵያ ቤተ ክርስቲያን ታሪክ ከጥንት - 6ኛ ክፍለ ዘመን፤ ገጽ 172፤ መምህር ግርማ ባቱ፤ 2014፤

ሁለተኛው ንዋየ ማኅሌት ከበሮ ነው። ከበሮ ቁጭ ተብሎም ተቆሞም ይመታል፤ ቁጭ ብሎ መመታቱ ጌታችን በወደቀበት መሬት ለመሬት እየተጎተተ የመመታቱ ምሳሌ ነው፤ በቁም መመታቱ ከመሬት እያነሡ የመምታታቸው ምሳሌ ነው፤ ከፊትም ከኋላም መመታቱ አይሁድ በግራ በቀኝ ከበው ጌታችንን የመምታታቸው ምሳሌ ነው። ሌላኛው የከበሮ ምሥጢር የንፍሐተ ቀርን ምሳሌነቱ ነው "በመላእክት አለቃ ድምፅ በእግዚአብሔር መለከት ከሰማይ ይወርዳል" እንዲል ፩ተሰ ፬፥፲፮፤ ማቴ ፳፬፥፴፩፤ ከበሮ በአንድ በኩል ጠባብ በአንድ በኩል ሰፊ ነው፤ የትስብእትና የመለኮት ምሳሌ ነውና። ጥልፍልፉ የግርፋቱ፤ ማንገቻው የታሰበረት ነው፤ ልብሱ ወይም መሸፈኛው ቀይ መሆኑ ደሙን ለእኛ ሲል ማፍሰሱን ያስረዳል።

ሦስተኛው ንዋየ ማኅሌት መቋሚያ ነው። መቋሚያ ለመደገፍ የሚያገለግል ቢሆንም ነገረ መስቀሉን ማስተማሪያ ነው። አባግዐ ያዕቆብ በትረ ያዕቆብን አይተው ፀንሰዋል "በጎቹ በትሮቹን አይተው ፀነሱ" እንዲል ዘፍ ፴፥፴፱፤ እኛም መስቀሉን አይተን በመስቀል ተሰቅሎ ያዳነንን በልባችን እንስላለን "በዐይናችሁ ፊት እንደተሰቀለ ሆኖ ተሥሎ ነበር" እንዲል ገላ ፫፥፩፤ ትርጓሜያችንም መስቀሉን ማሰብ የተሰቀለውን ማሰብ ነው ብሎ ያመሠጥራል። አበው በትረ መስቀል ተክለው ይሰግዳሉ፤ በአገልግሎት ጊዜ ወደቀኝ ወደግራ ወደላይ ወደታች ይደረጋል፤ ይህም ከቦታ ቦታ ተዘዋውሮ ማስተማሩን ወደመስቀል መውጣቱን ወደመቃብር መውረዱን ለማስረዳት ነው። ሊቃውንቱ በአጽሕሶ ጊዜ በትከሻቸው ይሸከሙታል፤ ይህም መስቀል ተሸክሞ ወደቀራንዮ መሄዱን ለማሳየት ነው። ኦርዮ ጦማረ ሞቱን ይዞ ወደዘመቻ መሄዱ የጌታችን መስቀልን ተሸክሞ ወደቀራንዮ የመሄዱ ምሳሌ እንደሆነ በነገሥትና በዳዊት ትርጓሜ ተገልጧል።

፪ኛ ለቤተ መቅደስ አገልግሎት የሚውሉ ንዋያተ ቅድሳት፤ እነዚህም ልብሰ ተክህኖ፣ መስቀል፣ [22] ዕጣንና ማዕጠንት፣ ጻሕል፣[23] ጽዋዕ፣[24] ዕርፈ መስቀል፣ [25] መሶበ ወርቅ፣ ሙዳየ ዕጣን፣ ቃለ ዓዋዲ፣ ሰን፣[26] ኵስኵስት፣[27] ጥላ፣ ዐውድ፣ [28] አጎበርና[29] መጻሕፍት ናቸው።

፫ኛ ለቤተ ልሔም አገልግሎት የሚውሉ፤ ይህም ማለት ከቅዳሴ ጸበል ጀምሮ በዚያ ለክንዋኔ የሚረዱና ተዘጋጅተው ወደ ቤተ መቅደስ የሚመጡ ሁሉ ማለት ነው። መጥቅዕ ወይም ደወል ለአጠቃላይ የቤተ ክርስቲያን አገልግሎት የሚውል ነው።

---

22 መስቀል ለማጎሌት፣ ለፍትሐትና ለሌሎች አገልግሎቶች መዋሉ ሳይዘነጋ፤

23 ከወርቅ፣ ከብር፣ ከነሐስና ከብረት የሚሠራ ነው፤ በአመዛኙ ይህ ቅዱስ ንዋይ ክብ ነው፤ አልፎ አልፎ አራት ማዕዘን የሆነ ሊኖር ይችላል፤

24 ይህም ከወርቅ ከብር፣ ከነሐስና ከብረት የሚሠራ ነው፤

25 "ዐረፈ" ጠለቀ፣ ቀዳ፣ ጨለፈ፣ ካለው ግስ ዕርፍ የሚለው ቃል ይወጣል፤ የተለመደው በእርሻ ጊዜ ገበሬው በእጁ የሚይዘው ማረሻው የሚገባበት የግብርና መሣሪያ መሆኑ ነው፤ በያዝነው አገባብ ግን ዕርፍ ማለት መጨለፊያ መቅጂያ መጥለቂያ ማለት ነው፤ አንድ ላይ ሲነበብ ዕርፈ መስቀል ተብሎ ይነበባል፤ የመስቀል መቅጂያ ወይም መስቀላዊ መቅጃ እንደማለት፤ ቅዱስ ያሬድ "እለ ሐረስዋ ለምድር በዕርፈ መስቀልከ - በዕርፈ መስቀልህ ምድርን ያረሷት" ብሎ የዘመረውን ተከትለን ስናመሠጥር በለሰለሰ መሬት ላይ ንጹሕ ዘር እንደሚዘራ ሁሉ በፍጹም ፍርሃትና ተሠጥዎ በመቀበል ደጅ ስትጠና የቆየች ነፍስ *ሥጋውን* በልታ ደሙን ጠጥታ የምታፈራውን ፍሬ ሃይማኖት ያስተረጉመናል።

26 የማጠቢያና የመታጠቢያ እቃ፤ "ወወደየ ማየ ውስተ ንብቲራ" እንዲል፤ የ፳፻ቱ ዕትም ኵስኵስት ብሎ ተርጉሞታል፣ የ፲፱፻፹ው ዕትም መታጠቢያ ብሎ ተርጉሞታል። የብሉይ ኪዳኑ ንባብ በግእዙ የተለየ ሆኖ በትርጓሜው ግን "ሰን" በሚል ተተርጉሟል፤ "ወግበር መቅለደ ዘብርት - የናስ ሰን *ሥራ*" ተብሎ ዘጸ ፴፥፲፰፤

27 በቁሙ፤ ጡታም መንቀል፤ ገንቦ፤ ማድጋ፤ ዥንጕርጕርነት ያለው። መዝገበ ቃላት ዘኪዳነ ወልድ ክፍሌ ገጽ ፫፻፵፪፤

28 ትርጕሙ አደባባይ ማለት ሆኖ ድርገት በሚወረድበት ጊዜ ጻሕሉ የሚቀመጥበት ንዋይ ነው፤ ከተለያዩ ንዋያትና ከእንጨትም ሊሠራ ይችላል።

29 ከላይ መነሻው አንድ ሆኖ ሦስት ዘንግ ያለው፤ መጎናጸፊያውን ከፍ አድርጎ የሚይዝ ንዋይ ነው፤ በሌላ አገላለጥ በሩቅ ሀገር ሆኖ ዜና ሞቱ የተሰማ ሰውን አጎበር ሠርቶ ማልቀስን ያሳያል፤ "የአጎበር ፍታት" የሚል እንዳለም ይታወቃል። የቤተ ልሔም ባሕልም ይህንን ባህል ይጠቅሰዋል "አጎበር ሰው በሞተ ጊዜ የሚያለቅሱበት ነው፤ በወዲህና በወዲያ የሚያለቅሱበት ነው" ብሎ። ይሁን እንጂ ድርጊቱ ከሥርዐተ ቤተ ክርስቲያን አንጻር የሚደገፍ ባለመሆኑና ፊት ከመንጨት ደረት ከመድቃት ጋር የተያያዘ ሁናቴ ሊታይበት ስለሚችል በትምህርተ ወንጌል እርማት ሊደረግበት የሚገባ መሆኑን መጋቤ ሐዲስ አባ ገብረ ጻድቅ ዘናዝሬት ሐሳበ ምክራቸውን አካፍለውኛል። አሁን አሁን ደግሞ ከአንዳንድ ተሐዋስያን እንዲከላከል የሚዘረጋና ከላይ ወደታች አልጋውን ወይም ሌላውን ማረፊያ ቦታ እንዲሸፍን ሆኖ የሚዘጋጀውም አጎበር እንደሚባል ይታወቃል።

ሙያን በተመለከተ፡- ምንም እንኳ ለመንፈሳዊ አገልግሎት ዋናው መሠረቱ ሃይማኖትና በጎ ሕሊና ቢሆንም ለተጠሩለት ዓላማ በቂ ሙያ መኖሩና አስፈላጊውን ዝግጅት ማድረግ ተገቢ ነው። ነቢየ እግዚአብሔር ቅዱስ ዳዊት "ተዘከር ምንት ውእቱ ኃይልየ - ኃይሌ/ችሎታዬ ምን እንደሆነ አስብ" መዝ ፹፰፥፵፯፤ እንዳለ በምን ዓይነት ችሎታና ትጋት እንደምናገለግል እግዚአብሔር ያያል። ቅዱስ ጳውሎስም ደቀ መዝሙሩ ጢሞቴዎስን "ከሕፃንነትህ ጀምረህ ክርስቶስ ኢየሱስን በማመን መዳን የሚገኝበትን ጥበብ ሊሰጡህ የሚችሉትን ቅዱሳት መጻሕፍትን አውቀሃል" በማለት ለማስተማርና ለማገልገል ብቁ መሆኑን አረጋግጦለታል። ፪ጢሞ ፫፥፲፭፤ ለቲቶም በላከው ክታቡ "ሕይወት በሚገኝበት ትምህርት ሊመክር ተቃዋሚዎቹንም ሊገሥጽ ይችል ዘንድ እንደተማረው በታመነ ቃል ይጽና" በማለት አስምሮበታል ቲቶ ፩፥፱፤ "ንጉሡ በጠየቃቸው ጊዜ በጥበብና በማስተዋል ነገር በግዛቱ ሁሉ ከሚኖሩ የሕልም ተርጓሚዎችና አስማተኞች ሁሉ እነርሱ ዐሥር እጅ የበለጡ ሆነው አገኛቸው" የሚለው መጽሐፈ ትንቢት ለተጠሩለት ዓላማ በቂ ዝግጅት ማድረግ አገባብ እንደሆነ ያስረዳል። ዳን ፩፥፳፤

የሚያዜሙትን ዜማ ከነምልክቱና ከነአመሉ፤ የሚያነቡትን ንባብ ተነሹንና ሰያፉን፣ ተጣዩንና ወዳቂውን ለይቶ ማወቅ፤ ቢቻል ደግሞ ትርጓሜውንና ምሥጢሩን ማወቅ ተገቢ ነው።

ይህም በፍጹም ጥንቃቄና በተመስጦ ለማገልገል ያስችላል። "የምታነበውን ታስተውለዋለህን" እንዲል ግብ ፰፥፴፤ ምእመናንም ምንም እንኳ የካህናቱን ያህል ብቃት ሊኖራቸው ይገባል ተብሎ ግዴታ ይጣልባቸው ባይባልም ሥርዓተ ቅዳሴውን ግን ዘወትር ስለሚሰሙት በቂ ትኩረት በመስጠት ድርሻቸውን መወጣት ይጠበቅባቸዋል። ይበሉ ሕዝብ የሚል እነሱን የሚመለከት ድርሻ አላቸውና።

ቅዳሴ፡- ምክር፣ ጸሎት፣ ትምህርት፣ ተግሣጽ፣ ቡራኬ፣ ቅድስና፣ ንጻሬ፣ ልባዌ፣ ጣዕመ ዝማሬ በሰፊው የሚነገርበት፤ ቅዱሳን በየደረጃው የሚደርሱባቸው መዐርጋት ቅዱሳኑን በማዕበለ ምሥጢር እንዲዋኙ የሚያደርጉበትና በአጠቃላይ ለሕይወት ጠቃሚ የሆነ መልእክት ሁሉ የተቀመመበት ሥርዓት ነው። "ወዝንቱሰ ተጽሕፈ ከመ ትእመኑ አንትሙ ከመ እግዚእ ኢየሱስ ውእቱ ክርስቶስ ወልደ እግዚአብሔር ወአሚነክሙ ሕይወተ ዘለዓለም ትርከቡ በስመ ዚአሁ - ኢየሱስ እርሱ ክርስቶስ የእግዚአብሔር ልጅ እንደሆነ ታምኑ ዘንድ አምናችሁም በስሙ የዘለዓለምን ሕይወት ታገኙ ዘንድ ይህ ተጻፈ" እንዲል ዮሐ ፳፥፴፩፤ እስካሁን ባየነውም ሆነ ወደፊት በምናየው ሁሉ የምንረዳው ይህንን እውነት ነው።

መቅድም ዘቅዳሴ

እግዚአብሔር አምላክ አዳምን ከአራቱ ባሕርያት ፈጥሮ በነፍስ አክብሮ ብርሃን አልብሶ ብርሃን አጎናጽፎ በገነት አኖረው፤ በገነት ሲኖርም መካነ ጸሎት ለይቶ ይኖር ነበር፤ ኋላ ግን ትእዛዙን ቢያፈርስ እንግዲህስ በዚህ መኖር አይገባህም ብሎ አስወጣው፤ እሱም በፈታሒነቱ መሐሪነቱን ተመራምሮ ትእዛዙን ባፈርስ እንዲህ እንደፈረደብኝ ማረኝ ብለውስ ይምረኝ የለምን ብሎ ማረኝ አለ፤ በሐሙስ ዕለት ብሎ ተስፋ ሰጠው፤ ምንም ተስፋ ቢሰጠው መልሶ ገነት አላገባውም፤ በደብር ቅዱስ አኖረው እንጂ።

አዳምም ከዚያ ሲኖር መካነ ጸሎት ለይቶ ይኖር ነበር፤ እሱ ከሞተ በኋላ ልጆቹ ዐፅሙን እንደ ታቦት አድርገው መሥዋዕት ይሠዉ፣ ጸሎት ያቀርቡ ነበር፤

ይህ ሲያያዝ ከኖኅ ደረሰ፤ ኖኅ ከመርከብ ሲገባ ዐፅመ አዳምን ይዞ ገባ፤ እሱን እንደ ታቦት ከመሐል አድርጎ ወንዶች ልጆቹን በቀኝ ሴቶች ልጆቹን በግራ አደረጋቸው፤ ሐመረ ኖኅ የቤተ ክርስቲያን አምሳል ናትና፤ በቤተ ክርስቲያን ወንዶች በቀኝ ሴቶች በግራ ይቆማሉ። [30]

ኋላም ኖኅ ከመርከብ ሲወጣ ከዚህ ሁሉ መከራ ላዳነኝ ለእግዚአብሔር ምስጋና ይገባል ሲል ዐፅመ አዳምን እንደ ታቦት አድርጎ መሥዋዕት ሠዋ፤ ከዚህ በኋላ ሴምን ጠርቶ ዐፅመ አዳምን ወስደህ እግዚአብሔር ካዘዘህ ቦታ አኑር አለው፤ ሴምም መልከ ጼዴቅን ከእናት ከአባቱ አሰናብቶ ዐፅሙን አሸክሞ ይዞት ሄደ፤ መላእክት እየመሩ ቀራንዮ አደረሱት፤ መስቀል ከሚተከልበት ስፍራ ላይ ሲደርስ ምድር ተከፈተችለት፤ ዐፅመ አዳምን አግብቶ አኖረ፤ መልከ ጼዴቅን ጠብቅ ብሎት ተመለሰ፤ መልከ ጼዴቅም ዐፅመ አዳምን እንደ ታቦት አድርጎ መሥዋዕት ጸሎት ሲያቀርብ ነበር።

ከዚህ በኋላ ግን "ሶበ ረከቦ ለአብርሃም ኅዙነ አመ ተከዕዉ ውስተ ኅብረ እከይ ወጼግ አመሮ ፍኖተ ጽድቅ ወሕይወት ወዐቀቦ እንበለ አበሳ ወነውር - አሕዛብ ወደፍጹም የክፋት ጥግ አዘንብለው ነበርና በዚህ ምክንያት አብርሃምን አዝኖ ባገኘው ጊዜ የሕይወትና የጽድቅ መንገድን አመለከተው ያለነውርና ያለበደል ጠበቀው" እንዲል ሕዝቡ ሁሉ ወደገቢረ ኃጢአት ሄዱ፤ አንድም በጎ ምእመናን እነአብርሃም እነይስሐቅ እነያዕቆብ ቢኖሩ ቦታ አለዩም በየደረሱበት መሥዋዕት ጸሎት ያቀርቡ ነበር፤ ኋላም ያዕቆብ በምክንያተ ረኃብ ግብፅ ወረደ ልጆቹ በግብፅ ሁለት መቶ ዐሥራ አምስት ዓመት ኖሩ።

ከዚህ በኋላ ሙሴ ባሕር ከፍሎ ጠላት ገድሎ አወጣቸው ጌታም ሙሴን ወደ ደብረ ሲና ጠርቶ ከመዝ ትገብራ ለደብተራ ብሎ ደብተራ ብርሃንን አሳየው፤ በዚያ አምሳል ደብተራ ኦሪት ተሠራች፤ ከዚህ በኋላ መሥዋዕት ጸሎት በደብተራ ኦሪት ሆነ፤ ይህ ሲያያዝ ከሰሎሞን ደረሰ፤ ሰሎሞን ቤተ መቅደስን አነጸ፤ መሥዋዕት ጸሎት በቤተ መቅደስ ሆነ፤ ይህ ሲያያዝ ከዘመነ ሥጋዌ ደረሰ፤ ከዚህ በኋላ አምስት ሺህ አምስት መቶ ዘመን ሲፈጸም ሥጋ ለብሼ አድንሃለሁ ብሎ ተስፋ ሰጥቶት ነበርና ኪዳነ አዳምን ለመፈጸም ሰው ሆነ ሥጋ ለበሰ።

---

[30] ከውጭ ወደውስጥ ሲሆን ቀኙ የሴቶች ነው፤ ከውስጥ ወደውጭ ሲሆን ደግሞ ቀኙ የወንዶች ይሆናል፤ ስለዚህ ቀኝ ግራ የምንለው ከውስጥ ወደውጭ ነው ማለት ነው።

በዚህ ዓለም የአምላክነትን የሰውነትን ሥራ ሲሠራ እስከ ሠላሳ ዓመት ኖረ፤ በሠላሳ ዓመቱ በእደ ዮሐንስ በማየ ዮርዳኖስ ተጠምቆ የባሕርይ ልጅነቱን አስመስክሮ ወደገዳም ሄደ፤ በገዳም አርባ መዓልት አርባ ሌሊት ጾመ፤ መዋዕለ ጾሙን ሲፈጽም ተመልሶ ትምህርት ተአምራት ጀመረ፤ ትምህርቱን ሰምተው ተአምራቱን አይተው ከብዙ አህጉር ተወጣጥተው ብዙ ሰዎች ተከተሉት፤ ዐሥራ ሁለቱን ሐዋርያት፣ ሰባ ሁለቱን አርድእት፣ ሠላሳ ስድስቱን ቅዱሳት አንስት መቶ ሃያ ቤተሰብን መረጠ፤ እነዚህን አስከትሎ ሦስት ዓመት ከሦስት ወር ዞሮ ወንጌልን አስተማረ፤ መዋዕለ ስብከቱን ሲፈጽም በምሴተ ሐሙስ ለሐዋርያት ምሥጢረ ቍርባንን አሳያቸው፤ እምዘአምጽኡ ሎቱ ለድራር እንዲል ለበረከት ካመጡለት ከኅብስቱ ከወይኑ ከፍሎ ባርኮ ለውጦ ዝ ውእቱ ሥጋየ ዝ ውእቱ ደምየ ብሎ ሰጣቸው።

ይህም የሆነው ከቤተ አልዓዛር ነው፤ ወአመ ረፈቀ ውስተ ቤተ አልዓዛር ዐርኩ - በወዳጁ በአልዓዛር ቤት በተቀመጠ ጊዜ እንዲል፤ ጽርሐ ስምዖን ጽርሐ ኒቆዲሞስ ይላልሳ? ቢሉ ለአንድ ሽማግሌ ሦስት ልጆች ቢኖሩት ለአንዱ ምድር ቤቱን ለአንዱ ደርቡን ለአንዱ መካከሉን ቢሰጥ ልዩ ነውን? እነዚህም የአንድ ሰው ልጆች ናቸውና አይጣላም።

ከዚህ በኋላ በሞቱ ዓለምን አድኖ ሦስት መዓልት ሦስት ሌሊት በከርሠ መቃብር አድሮ ተነሣ፤ ምሥጢረ ትንሣኤውም የቤተ ክርስቲያን አምሳል ነውና አሳያቸው፤ አርባ ቀን መጽሐፈ ኪዳንን አስተማራቸው፤ በተነሣ በአርባ ቀን ዐረገ፤ ባረገ በዐሥረኛው በተነሣ በሃምሳኛው ቀን መንፈስ ቅዱስን ሰደደላቸው፤ መንፈስ ቅዱስን ተቀብለው ከብልየት ታደሱ በአእምሮ ጎለመሱ ሕፁፃን የነበሩት ምሉዓን ፍሩሃን የነበሩ ጥቡዓን ሆኑ በአንድ ልሳን ይናገሩ የነበሩ ሰባ አንድ ቋንቋ ተገለጠላቸው፤ ወነበሩ ዓመተ ፍጽምተ በኢየሩሳሌም እንዲል ኢየሩሳሌምን በአንድነት በኅብረት አንድ ዓመት አስተማሩ።

ዓለምን ዐሥራ ሁለት አድርገው ተካፍለው በየሀገረ ስብከታቸው ሄደው አምልኮተ እግዚአብሔርን አስተማሩ አሕዛብን ከአምልኮተ ጣዖት ወደ አምልኮተ እግዚአብሔር ከገቢረ ኃጢአት ወደ ገቢረ ጽድቅ መለሱ፤ እንዲህ እንደ ዛሬ ቤተ ክርስቲያን፣ ታቦት፣ ንዋየ ቅድሳት፣ አልባሳት፣ ልኡካን አልፈለጉም፤ የበቁ ናቸውና አንዱም አንዱም በየደረሱበት እንደ ጌታቸው እየቀደሱ ያቆርቡ ነበር።

ከዚህ በኋላ ጌታ ባረገ በስምንት ዓመት ቅዱስ ጳውሎስ አመነ፤ ጳውሎስና በርናባስ ፊልጵስዩስ ገብተው አስተማሩ፤ ሕዝቡም አመኑ፤ ተጠመቁ፤ ካመናችሁ ከተጠመቃችሁ ከእንግዲህ ወዲህ ወደ ቤተ ጣዖት አትሂዱ አሏቸው፤ የለመድነውንማ ከነሣችሁን መካነ ጸሎት ለዩልን አሏቸው፤ ምንስ ቢሆን ሴት ብታውቅ ነገር በወንድ ያልቅ እንዲሉ ርእሰ ሐዋርያት ቅዱስ ጴጥሮስ ሳለ እኛ ሥራ መሥራት ይገባናልን ብለው ላኩበት፤ ጴጥሮስም ከዮሐንስ ጋር በኢየሩሳሌም ተገኘ፤ ሁሉን ዞረው መርምረው አስተምረው መዲናይቱን ኢየሩሳሌምን አይለዩዋትም ነበር፤ ብዙ ሥራ ሠርተዉባታልና፤ በዚያ ያሉ ምእመናንን ለማጽናትም ጭምር ነው።

እነሱም አልቦ ዘትገብሩ ምንተኒ ዘእንበለ በትእዛዙ ወምክሩ ለእግዚእነ ኢየሱስ ክርስቶስ - ያለ ጌታችን ኢየሱስ ክርስቶስ ምክርና ትእዛዝ ምንም የምትሠሩት የለም ይላል ብለው ላኩባቸው፤ ሱባኤ ያዙ ሱባኤው ሲፈጸም ጌታ ሐዋርያትን የሞቱትን አስነሥቶ ያሉትን ጠርቶ በሕይወተ ሥጋ በፊልጵስዩስ ሰበሰባቸው፤ ዮሐንስ ቅዱስ ጴጥሮስን አበ ዓለም ነህና ለምን እንደሰበሰበን ምክንያቱን ጠይቀህ ንገረን አለው፤

ቅዱስ ጴጥሮስም ቀድሞ በምሴተ ሐሙስ የጠየቅኸው አንተ ነህና አንተ ጠይቀው አለው፤ ዮሐንስም ጌታዬ ስለምን ሰብስበኸናል አለው፤ ጌታችንም በእናቴ ስም ከጽንፍ እስከ ጽንፍ አብያተ ክርስቲያናት ሊታነጹ ፈቃዴ ነውና ሕንፃ ቤተ ክርስቲያን ላሳያችሁ ሥርዓተ ቤተ ክርስቲያን ላስተምራችሁ ሰብስቤያችኋለሁ አለው። ይህን ብሏቸው ወደምሥራቅ ሀገር ይዟቸው ወጣ፤ በዚያ ሦስት ድንጋዮች ነበሩ፤ ተራርቀው የነበሩትን አቀራረባቸው ጥቃቅን የነበሩትን ታላላቅ አደረጋቸው፤ ቁመቱን ወርዱን ለክቶ ሰጣቸው፤ ቁመቱ ሃያ አራት ወርዱ ዐሥራ ሁለት ክንድ ነው፤ ሃያ አራቱ በነገሥት ያሉ የሃያ አራቱ ነቢያት ቦ የሃያ አራቱ ካህናተ ሰማይ ምሳሌ ነው፤ ዐሥራ ሁለቱ የዐሥራ ሁለቱ ሐዋርያት ምሳሌ ነው፤

ከዚህ በኋላ ሥራ ጀመሩ፤ ሲሠሩትም ስም እሳት ሲያሳዩት እንዲለመልም በእጃቸው እየተሳበ ሠርተው ፈጽመዉታል፤ ይህ የሆነ እመቤታችን ባረገች በአራት ዓመት በሰኔ ሃያ ቀን ነው፤ በሃያ አንደኛው ቀን ኅብስት ሰማያዊ ጽዋዕ ሰማያዊ መጣ እመቤታችንን ታቦት ሐዋርያትን ልኡካን አድርጎ ጌታ ዐቢይ ካህን ሆኖ ቀድሶ አቁርቧቸዋል፤ እምይእዜሰ አንትሙኒ ከመዝ ግበሩ ከእንግዲህ ወዲህ እናንተም እንደዚህ አድርጉ ብሎ አዟቸው ዐረገ። [31]

ሕንፃ ቤተ ክርስቲያን የተጀመረ ከዚያ ወዲህ ነው፤ ሦስቱ ድንጋዮች የሥላሴ አምሳል ናቸው፤ ከታች አቀማመጣቸው ሦስት ነው፤ ከላይ ሕንፃቸው አንድ ነው፤ ይህም የአንድነታቸው የሦስትነታቸው ምሳሌ ነው፤ በሠላስ አዕባን ገጸ ሥላሴሁ ለአምሮ ሐኒጸ ቤትኪ ድንግል ድኅረ ፈጸመ ሣርሮ እንዳለ ደራሲ፤ ሲሠሩትም ሦስት ክፍል አድርገው ሠርተዉታል፤

31 በ፷፬ ዓመተ ምሕረት በሀገረ እስክንድርያ በጰራቅሊጦስ ስም ቤተ ክርስቲያን ታንጾ ሰኔ ፴ ቀን በቅዱስ ማርቆስ ወንጌላዊ ቅዳሴ ቤቱ ተከብሯል። መምህር በሙሉ አስፋው ሥርዐተ ቤተ ክርስቲያን 2005 አዲስ አበባ

የቤተ ክርስቲያን ምሳሌ፡-

ቤተ ክርስቲያን ሦስት ክፍል ናት፤ መጀመሪያው የታቦተ አዳም፤ ሁለተኛው የታቦተ ሙሴ፤ ሦስተኛው የታቦተ ኢየሱስ አምሳል ነው። [32]

---

32 ቀደምት አበው ዐፅመ አዳምን እንደታቦት አድርገው አገልግሎት ይሰጡ፣ መሥዋዕት ይሠዉ ነበር፤ የስሙ ትርጓሜ ተረፍ፣ ዕረፍት የሆነው ኖኅ ወደመርከብ ሲገባ ዐፅመ አዳምን ይዞ ገብቶ ሥርዐተ ጸሎት ያደርስ ነበር፤ ከዕረፍተ አዳም እስከ ሙሴ ያለውን ዘመን እንደ አንድ ክፍል በመቊጠር መጀመሪያው የታቦተ አዳም ምሳሌ ሆኗል። ታቦተ ሙሴ ስንል ጽላተ ኦሪትን ወይም ዐሥሩ ቃላት የተጻፉበትን የሕጉን ጽሌ/ጽላት ማለታችን ነው። ታቦተ ኢየሱስ ስንል በጌታችን በኢየሱስ ክርስቶስ ስም የሚሠየመውን ታቦት ማለታችን ነው። መጻሕፍት "ታቦት" የሚለውን ቃል ለጌታችን፣ ለእመቤታችን፣ ለቅዱሳንና ለምእመናን ሁሉ ይሰጡታል፤ ልዩነቱን በሚገባ ማስተዋል ይገባል፤ በብሉይ ኪዳን ታቦት በእግዚአብሔርና በሰው መካከል መገናኛ ሆኖ ያገለግል የነበረ ቢሆንም አሁን ግን ይህ አያስፈልገንም በሚል መንፈስ የታቦቱን ቦታ መድኀነ ዓለም ለሆነው ለኢየሱስ ክርስቶስ ለመስጠት በማሰብ ክብረ ታቦትን ለማጣጣል የሚጣጣሩ አሉ፤ እንደ ማንጸሪያም "ታቦት በወርቅ ልቡጥ እምኵለሄ ዘግቡር እምዕፀ ዘኢይነቅዝ ይትሜሰል ለነ ዘእግዚአብሔር ቃለ - ከማይነቅዝ እንጨት የተሠራ በወርቅ የተለበጠ ታቦት የእግዚአብሔር ቃልን ይመስልልናል" የሚለውን ጠቅሰው የሚከራከሩም አሉ፤ ያላስተዋሉት ንባብ "ይትሜሰል ለነ" የሚለውን ንባብ ነው፤ ኢየሱስ ክርስቶስ ፀሐይ ነው ስንል ጨለማ የሚፈራረቀው፣ ጠፈር ደፈር የሚጋርደው፣ ኀልፈት ውላጤ የሚስማማው ነው ማለታችን እንዳለሆነና ምሳሌው ያልተሟላ ምሳሌ እንደሆነ ሁሉ ታቦትን በተመለከተ የሚነገሩ ቃላትም በዚሁ ዐውድ የሚገለጡ ናቸው፤ ታቦቱ የጽሌው ማደሪያ መሆኑ የታወቀ ነው፤ ሊቀ ነቢያት ሙሴ ከሰማይ የተቀበለውን ጽሌ እነባስልኤል በሠሩት ታቦት ውስጥ አኑሮታልና። የዚህም ምሥጢረ መልእክት ሰማያዊ አምላክ መሬታዊ ሰው፣ መሬታዊው ሰው ሰማያዊ አምላክ መሆኑን መግለጥ ነው። የታቦቱ አጠቃላይ ርዝመት አምስት ክንድ ተኩል እንደሆነ ሁሉ በአምስት ቀን ተኩል ከልጅ ልጅህ ተወልጄ አድንሃለሁ የሚለውን ጽኑ ቃል የሚያስረዳና ይህንን ጽኑዕ ቃል ኪዳን ለመፈጸም የመጣው በታቦቱ እያደረና እየተገለጠ ኃይል ያደርግ የነበረው የታቦቱ ሰጪ ራሱ ኢየሱስ ክርስቶስ መሆኑን የሚያስረዳ መልእክት ነው። "ኢየሱስ ክርስቶስ ትናንትም ዛሬም ነገም ለዘለዓለም ያው ነው" የሚለውን ቃለ ሐዋርያ መሠረት አድርገን ታቦቱ ሕይወትና መድኃኒት የሆነው ስሙ ሲጻፍበት ይከብራል። ከዚህ ዐውድ ወጥተን ኃዳሪና ማኅደርን ሊያሳይ በሚችል መልኩ እንየው ብንል "ኅድረት" የሚለውን የኑፋቄና የክህደት ትምህርት በይፋ ተቀበልን እንደ ማለት ነው፤ "ኅደረና ተሰብአ እንደ አለቃና ጠበቃ ናቸው ይጠባበቃሉ ኅደረ ያለውን ይዘው ኅድረት እንዳይሉ ተሰብአ፣ ተሰብአ ያለውን ይዘው ተለወጠ እንዳይሉ ኅደረ አለባቸው" የሚለው ሐቱረ ትርጓሜ እንደልብ እንዳማያላውስ ልብ ይሏል።

ይህ በእንዲህ እንዳለ የታቦት መኖር አንዱ ዓላማ መሠዊያ መሆኑ ነው፤ ይህ ደግሞ ያለው በእኛ ብቻ አለመሆኑን ብፁዕ አቡነ ጎርጎርዮስ እንዲህ ጽፈዋል፤ "ከኢትዮጵያም ሌላ በምሥራቅ አብያተ ክርስቲያናት (Oriental churches) ታቦት የተለመደ ነው፤ ለምሳሌ ግብጻውያን ታቦቱን "ሉሕ" ይሉታል ጽላት ሠሌዳ ማለት ነው፤ ያለሱ ሥጋ ወደሙን አይፈትቱም። የምሥራቅ አብያተ ክርስቲያናት ተብለው የሚጠሩ "የግሪክ የሩሲያ የሩማንያና ሌሎችም ወደክርስትና የተመለሱት ከአረማዊነት ስለሆነ የታቦትን ምሥጢር አያውቁትም በታቦቱ ፈንታ ከመንበር የማይነሣ እንደታቦት የሚከበር የጌታ የስቅለቱ ወይም የግንዘቱ ሥዕል ያለበት የነጭ ሐር መጐናጸፊያ አላቸው። ያለሱ ሥጋ ወደሙን አይፈትቱም። ይህንንም በጽርዕ "አንዲሚንሲዮን" ይሉታል፤ ህየንተ ታቦት ማለት ነው። የሮም ካቶሊኮች "ሜንሳ" (Mensa) ይሉታል ጠረጴዛ ማለት ነው" የኢትዮጵያ ኦርትዶክስ ተዋሕዶ ቤተ ክርስቲያን ታሪክ ገጽ ፺፫

ዳግመኛም ሥርዓተ ሰማይ ተሠርዐ በምድር እንዲል የሦስቱ ዓለመ መላእክት ምሳሌ ነው፤ መጀመሪያው የጽርሐ አርያም፣ ሁለተኛው የኢዮር፣ ሦስተኛው የጠፈር። በጽርሐ አርያም መንበረ ብርሃን፣ ታቦተ ብርሃን፣ መንጦላዕተ ብርሃን፣ አርባዕቱ ፀወርተ መንበር፣ ሃያ አራቱ ዐጠንተ መንበር አሉ። ጽርሐ አርያም የመቅደስ፣ መንበረ ብርሃን የመንበር፣ መንጦላዕተ ብርሃን የመንጦላዕት፣ አርባዕቱ ፀወርተ መንበር የአራቱ ሊቃነ ጳጳሳት፣ ሃያ አራቱ ዐጠንተ መንበር የጳጳሳት የኤጲስ ቆጶሳት አምሳል ናቸው። ኢዮር የመካከለኛው፤ በኢዮር ያሉ የቀሳውስት የዲያቆናት አምሳል ናቸው። ጠፈር የዙሪያው፤ በጠፈር የሚኖሩ መላእክት የንፍቀ ዲያቆናት የአንናጕንስጢሳውያን የመዘምራን አምሳል ናቸው። [33] አንድም መጀመሪያው ለኤረር ሁለተኛው ለራማ ሦስተኛው ለኢዮር አምሳል ነው። በኤረር መላእክት፣ መኳንንት፣ ሊቃናት ይኖራሉ። በራማ ሥልጣናት፣ መናብርት፣ አርባብ ይኖራሉ። በኢዮር ኃይላት፣ ኪሩቤል፣ ሱራፌል ይኖራሉ። መላእክት የመዘምራን፣ መኳንንት የአናጕንስጢሳውያን፣ ሊቃናት የንፍቀ ዲያቆናት፣ ሥልጣናት የዲያቆናት፣ መናብርት የቀሳውስት፣ አርባብ የቆሞሳት፣ ኃይላት የኤጲስ ቆጶሳት፣ ሱራፌል የጳጳሳት፣ ኪሩቤል የሊቃነ ጳጳሳት አምሳል ናቸው።

በታች የሚኖሩ መላእክት ወደላይ መውጣት እንዳይቻላቸው ዲያቆናት የቀሳውስትን ቀሳውስት የቆሞሳትን ቆሞሳት የጳጳሳትን ሥራ መሥራ አይቻላቸውም። በላይ ያሉ መላእክት ግን ከላይ ወደታች እንዲወርዱ ጳጳሳት የቆሞሳትን ቆሞሳት የቀሳውስትን ቀሳውስት የዲያቆናትን ሥራ መሥራት ይችላሉ።

ታሪክ እንደ አባ አትናቴዎስ (አትናስዮስ)

የአንጾኪያ ሊቀ ጳጳስ ነው የአንጾኪያ ሊቀ ጳጳስ ሲሞት የስልቁም ተጨምሮ ነውና የሚሾም እልመፍርያንን ና ብለው ላኩበት

ነግ ሠልስት እያለ ቢዘገይባቸው አትናቴዎስን ሹመው ተለያዩ፤ በአቅራቢያ ስለሁኔታው ቢጠይቅ ዛሬማ ነገር አልቆ ዘንግ ወድቆ፤ አትናቴዎስን ሹመውት የለምን አሉት።

---

[33] ጠፈር ሲል "ወሰመዮ እግዚአብሔር ለውእቱ ጠፈር ሰማየ - ጠፈርን ሰማይ ብሎ ጠራው" የሚለውን የጋራ መገለጫ ከመውሰድ ነው።

እንዲህ አድርገው እንዴት ያደክሙኛል የአባቶቻችንን ሥርዓትስ እንዴት ያፈርሳሉ? ከእንግዲህ ወዲህ አትናቴዎስን በጸሎተ ዕጣን በጸሎተ ቅዳሴ ስሙን የጠራ ብሎ አውግዞ ወደሀገሩ ተመለሰ።

አትናቴዎስም በመንበሩ ሰው ተከቶ ከዚሁ አለ ተግባር ይዞ ነው በል ሕዝቡን ጠብቅ ብሎ ተርታ ልብስ ለብሶ አልባሌ መስሎ ሄደ ንገሩልኝ አለ ግባ በሉት አለ ገባ ምንድነው አለው አንተን አገልግዬ ክብር አገኝ ብዬ መጥቻለሁ አለው፤ ወዲያው ንዑስ ተልእኮ ያዘ፤ ንዑስ ተልእኮ የሚለው ቤት መጥረግ ውኃ መቅዳት እንጨት መስበር ልባም ማፍሰስ ዐይነ ምድር መማስ ነው።

መንፈቅ ሲሆነው ትሩፋቱን አይቶ ዲቁና ተሾም አለው አይሆንም አለው ግድ አለው እንዳልተወው ባየ ጊዜ በነውር ተይዞብኝ ነው እንጂ ነበረኝ አለው ገብተህ አገልግል አለው፤ መንፈቅ ሲሆነው ቅስና ተሾም አለው አይሆንልኝም አለው ግድ አለው በነውር ተይዞብኝ ነው እንጂ ነበረኝ አለው ገብተህ አገልግል አለው።

ከዚህ በኋላ ጳጳሷ የሞተባት ሀገር ነበረችና ለዚያች ሀገር ደግ ሰው አገኘሁላት ብሎ ጵጵስና ተሾም አለው አይሆንልኝም አለው ግድ አለው ከእግሩ ስር ወድቆ እያለቀሰ ለመነው እንዳልተወው ባየ ጊዜ አትናቴዎስ ዘአንጾኪያ እንጂ ይሉሃል እኔ ነኝ አለው፤ ደጉን ሰው ነው ያደከምሁህ? ብሎ ደነገጠ፤ ሕዝቡን ካህናቱን ምድር ተከፍቶ እንዳይውጠኝ እሳት ከሰማይ ወርዶ እንዳያቃጥለኝ ጸልዩልኝ አላቸው፤ ከዚህ በኋላ አትናቴዎስን በወንበር አድርገው ተሸክመው ቤተ ክርስቲያኑን ሦስት ጊዜ አዞረውታል፤ ቀድስህ አቁርበን ብለዉት ቀድሶ አቁርቧቸዋል በአንብሮተ እድም ባርኳቸዋል በእግርህ ስለደከምህ ካሳ ይሁንህ ብሎ እሱን በበቅሎ አስቀምጦ እርሱ በእግሩ ሆኖ እስከ አንጾኪያ ደርሶ ሹመቱን አድሶለት ተመልሷልና በላይ ያሉ ወደታች መውረድ እንዲቻላቸው የታችኞቹን ሥራ መሥራት ይቻላቸዋል አለ።

አንድም እነዚህ ዘጠኙ የዘጠኙ ክፍላተ ሐመረ ኖኅ አምሳል ናቸው፤ እያንዳንዱ ክፍል ለየራሱ ሦስት ሦስት ክፍል ነበረውና። አንድም ኖኅ ስምንት ሆኖ ከመርከብ ገብቷል ዘጠነኛ ጠባቂ መልአኩን ሱርያልን ጨምሮ የዚያ ምሳሌ ነው። ቦ በዘጠኙ መዐርጋተ ቤተ ክርስቲያን ላይ ሊቀ ዲያቆናትን ዐፃዌ ኆኅትን ዲያቆናዊትን ጨምሮ ዐሥራ ሁለት ይሆናል፤ በዐሥራ ሁለት መቀደስ ስለዚህ ነው። በዐሥራ ሁለቱ መገብተ አውራኅ፣ በዐሥራ ሁለቱ መገብተ ሰሎሞን አምሳል። እነዚያ ሥጋዊ ምግብና እንደሚመግቡ እሊህም መንፈሳዊ ምግብና ይመግባሉና።

በሰባት መቀደስ ይገባል፤ በሰባቱ ዕለታት፤ በሰባቱ መገብተ ዕለታት፤ በሰባቱ መገብተ ብሉይ አምሳል። ሙሴ በሰባቱ ሊቃነ መላእክት አምሳል ሰባት ሹማምንት ሹሞ ነበር እምደቂቀ ሌዊ አርአየ ሰብዓተ ሥርዓታተ - ከሌዊ ልጆች ሰባት ሥርዓትን አሳየ እንዲል፤ ይህም የሙሴ ሥልጣን መቀባት፤ የአሮን ሥልጣን ማስተሥረይ፤ የአልዓዛርና ኢታምር ሥልጣን ማረድ ማወራረድ፤ የአብዩድና ናዳብ ሥልጣን የታረደውን በመሠዊያው ላይ መሠዋት፤ የሜራሪ ልጆች ሥልጣን ታቦተ ጽዮንን መጠበቅና መሸከም፤ የቀዓት ልጆች ሥልጣን ንዋየ ቅድሳቱን መጠበቅና መሸከም፤ የጌድሶር ልጆች ሥልጣን ድንኳኑን መጠበቅና መሸከም ነው። [34]

ክፍለ መዓርጋት፡-

መዐርጋት በሦስት ዐበይት የተልእኮ ክፍሎች ይከፈላሉ፤ ንዑስ ተልእኮ፤ ዐቢይ ተልእኮና ላዕላዊ ተልእኮ ተብለው። ንዑስ ተልእኮ የሚባለው እንደ ኦሪቱና እንደ ፍትሕ መንፈሳዊ ከሃያ አምስት ዓመት በላይ የሚሰጥና የሚጀመር ተልእኮ ነው፤ እስከ ሃያ አምስት ዓመት ያለው ጊዜ የደጅ ጥናት ወይም የአመክሮ ጊዜ ነው፤ ይህም አሁን ባለው በቤተ ክርስቲያን የአገልግሎት ዘርፍ ስንመድበው የዲቁና አገልግሎት ማለት ነው። ከእኛ ቤተ ክርስቲያን ውጭ ያሉ አብያተ ክርስቲያናት ይህን ሥርዓት ይከተላሉ፤ በእኛ ቤተ ክርስቲያን ከጋብቻ በፊት ዲያቆናት ይሾማሉ። "ኢይሠየም ዲያቆን ቅድመ ይኩን መዋዕሊሁ ፳ወ፭ቱ ዓመት ወዝንቱ ውእቱ ለዲያቆን በውስተ ሕግ ሐዲስ - ዲያቆን ሃያ አምስት ዓመት ሳይሆነው አስቀድሞ አይሾም ይህም በሐዲስ ሕግ ውስጥ ለዲያቆን የታዘዘው ነው" እንዲል ፍትሐ ነገሥት አንቀጽ ፯፥፱የ፵፱፤

[34] መዐርጋትን ሰባት፣ ዘጠኝ፣ ዐሥራ ሁለት ብለን ልንከፍላቸው እንችላለን። ሰባት ሲሆኑ ሊቀ ጳጳስ፣ ጳጳስ፣ ኤጲስ ቆጶስ፣ ቄስ፣ ዲያቆን፣ ንፍቅ ዲያቆን፣ አናጒንስጢስ ናቸው። ዘጠኝ ሲሆኑ ቆሞሳትንና መዘምራንን መጨመር ነው። ዐሥራ ሁለት ሲሆኑ ሊቀ ዲያቆናትን፣ ዐፃዌ ኆኅትን፣ ዲያቆናዊትን መጨመር ነው።

ይህ በእንዲህ እንዳለ ፍትሐ መንፈሳዊ ከዚህ ቁጥር ባነሰ እድሜ መሾም እንደሚችል ፍንጭ ይሰጣል

"ወግብረ መልእክተ ዲቁናሰ በውስተ ሕግ ሐዲስ አኮ ከመዝ - በዘመነ ሐዲስ ግን የዲቁና ሥራ እንዲህ አይደለም" ያለውን ገጸ ንባብ ይዘው መተርጒማን ሊቃውንት ተምሮ ከተገኘ በዐሥር ዓመቱ በዐሥራ ሁለት ዓመቱ ይሾም ሲል ነው ብለው ተርጒመዋል። [35]

እዚህ ላይ ሊወሳ የሚገባው ነጥብ በተለያየ ምክንያት በጳጳስ አለመኖር ይፈጠር የነበረው ክፍተትና ይከፈል የነበረው መሥዋዕትነት ነው። ዛሬ ሁሉም ነገር በእጃችን ላይ ሆኖ ስናየው ትናትንም እንዲሁ እንደነበር የምንነገምት እንኖር ይሆናል፤ ከሃምሳ እስከ መቶ ዓመት ሊደረስ ለሚችል ጊዜ ወደሀገራችን ጳጳሳት ያልመጡበት ሁናቴ እንደነበረ በታሪክ ተመዝግቧል፤ እንዲህ ያለውን ዘመን ለመሻገር ይደረጉ ከነበሩ ተግባራት አንዱ ሕፃናትን ለመዐርገ ክህነት ማጨትና ማብቃት ነው። አባቶቻችን እግዚአብሔር በገለጠላቸው መጠን እንዲህ አድርገው ይህንን ዘዴ ተጠቅመው ዘመነ ዐፀባን ባይሻገሩ ኖሮ የቤተ ክርስቲያችን ፈተና ምን ያህል ከባድ ሊሆን እንደሚችል መገመት ይቻላል።

---

35 በጋብቻ ቆይተው ወደመዐርገ ዲቁና የሚመጡ አገልጋዮች ሲኖሩ "እንዴት" የሚል ጥያቄ ሲነሣ ይታያል፤ ጋብቻው ሥርዐተ ቤተ ክርስቲያንን ጠብቆ የተፈጸመ እስከሆነና ለአገልግሎት የሚያበቃ ሙያ እስካለ ድረስ ቅዱስ ጋብቻ መዐርገ ዲቁና እንዳይሰጥ አይከለክልም፤ ሲደረግ በሚታይበትም ጊዜ እንደነውር ተቆጥሮ መነቀፊያና መነቃቀፊያ መሆን የለበትም።

ዐቢይ ተልእኮ የሚባለው የማስተማር፣ የማጥመቅ፣ ቀድሶ የማቁረብ፣ ናዞ የማስተሥረይ አገልግሎት የሚከናወንበት መዐርገ ቅስና ነው፤ ይህም ከሠላሳ ዓመት በላይ እንዲሆን ሥርዓት ተሠርቷል። ላዕላዊ ተልእኮ የሚባለው የጵጵስና ተልእኮ ነው፤ ስለሆነም ሊቃነ ጳጳሳት ጳጳሳት ኤጲስ ቆጶሳት አንድ ወገን ናቸው፤ ግብራቸውም መሾም መሻር ነው። ቀሳውስት አንድ ወገን ናቸው፤ ግብራቸውም ማስተማር ማጥመቅ ቀድሶ ማቁረብ መባረክ የታመመ መናዘዝ የሞተ መፍታት ነው። ዲያቆናት ንፍቀ ዲያቆናት አናጕንስጢሳውያን መዘምራን አንድ ወገን ናቸው፤ ግብራቸውም ተልእኮ ነው። ይህም በመጻሕፍት እንደሚከተለው ተገልጧል። "ኤጲስ ቆጶስ በአምሳለ ኖላዊ ወቀሳውስት በአምሳለ መገሥጻን ወዲያቆናት በአርአያ ላእካን ወንፍቀ ዲያቆናትሂ ናሁ ከመ ረዳእያን ወአናጕንስጢስ ከመ አንባብያን በጥይቅና ወአብስሊድሳውያን ከመ መዘምራን ወባዕዳንሰ ከመ እለ ያጸምዑ ቃለ ወንጌል - ኤጲስ ቆጶሱ እንደ ጠባቂ ነው ቀሳውስት እንደ መምህራን ናቸው ዲያቆናት እንደ አገልጋዮች ናቸው ንፍቀ ዲያቆናት እንደ ረዳት ናቸው አናጕንስጢስ በማስተዋል እንደ አንባብያን ናቸው አብስሊድሳውያን እንደ መዘምራን ናቸው ሌሎቹ ግን የወንጌልን ቃል እንደሚያደምጡ ናቸው" እንዲል ዲድ ፩፥፬፤

በጠፈር ፀሐይ ጨረቃ ከዋክብት ይኖራሉ። ጠፈር የቤተ ክርስቲያን፣ ፀሐይ የሊቀ ካህናት፣ ጨረቃ የካህናት፣ ከዋክብት የላእካነ ቤተ ክርስቲያን አምሳል ናቸው። አንድም ጠፈር የቤተ ክርስቲያን፣ ፀሐይ ጨረቃ የግራ ቀኝ መብራት፣[36] ከዋክብት የቀንዲል አምሳል ነው። አንድም ኢየሩሳሌም የቤተ ክርስቲያን፣ መቅደስ የቤተ ልሔም፣ ታቦት መንበር መንጦላዕት አንድ ወገን የእመቤታችን፣ ሁለቱ አዕማድ የኢያቄምና የሐና ምሳሌ ነው። ደብተራ ኦሪት መቅደስ ሰሎሞን የቤተ ክርስቲያን፣ ኵስኵስት የእመቤታችን፣ ማይ የማየ ሕይወት የክርስቶስ፣ ማኅደር የእመቤታችን፣ መጽሐፍ የጌታ አምሳል ነው።

---

[36] ወኢይቀድሱ በአሐዱ ሰምዕ አላ በክልኤቱ ወክልኤቱ ሰምዐት ክብር ወዕበይ ለኀብስት ወወይን - በአንድ ጧፍ አይቀድሱ በሁለት እንጂ፤ ሁለቱ ጧፎች ለኅብስቱና ለወይኑ ክብርና ዕበይ ናቸው እንዲል። ንፍቁ ዲያቆንና አብሪው ቄስ / ዲያቆን መብራት ይይዛሉ። ድርገት በሚወርዱና ሐዳፌ ነፍስ በሚደገም ጊዜ ንፍቁ ካህንና አብሪው መብራት ይይዛሉ። መንበሩ ላይ ሦስተኛ መብራት አለ። ብዙ ቦታ ላይ ሲደረግ ብዙም አይታይም።

መሠረቱ ከአዳም እስከ ኖኅ ያሉ የአሥሩ አበው፣ ሦስቱ ደጅ የሦስቱ አርዕስተ አበው፣ ሁለቱ አዕማድ የሙሴና የአሮን፣ ዐቢያን መሳከው የዐበይት ነቢያት፣ ንዑሳን መሳከው የደቂቀ ነቢያት፣ መንጦላዕት የዓረፍተ ዘመን፣ የውስጥ አዕማድ የሐዋርያት፣ የአፍአ አዕማድ የሰባ አርድእት፤ ንዑሳን አዕማድ የቅዱሳት አንስት፣ አራቱ ማዕዘን የአራቱ ወንጌላውያን፣ የአራቱ ሊቃነ ጳጳሳት፣ አናቅጽ የቅዱሳን አበው፣ መኃትው የሊቃውንት አምሳል ናቸው።

ጠርብ የሰማዕታት አምሳል ነው ጠርብ በመጋዝ እንዲቆረጥ በምሳር እንዲፈለጥ ሰማዕታትም ብዙ መከራ ተቀብለዋልና። ገመድ፣ የላይና የታች ማገር የረድኤተ እግዚአብሔር፣ ሣሩ ሄሮድስ ያስፈጃቸው ሕፃናት፣ አምሳል ነው።

አንድም መሠረቱ የቅዱስ ጴጥሮስ፣ ሕንጻው የምእመናን ምሳሌ ነው። ሁለቱ አዕማድ የጴጥሮስና የጳውሎስ፣ ዐቢያን አዕማድ የቀሳውስት፣ ንዑሳን አዕማድ የዲያቆናት፣ መንጦላዕት የመላእክት አንድም የረድኤተ እግዚአብሔር ምሳሌ ነው። አንድም መሠረቱ የአብ፣ ሕንጻው የወልድ፣ መዋቅሩ የመንፈስ ቅዱስ ምሳሌ ነው። ሠረገላው የአብ ወፉ/ምሰሶው የወልድ ገበታው የመንፈስ ቅዱስ። ጉልላቱ የአንድነታቸው ምሳሌ።

መስቀል የመዐርገ እግዚአብሔር፤ ከሕንጻ ሁሉ በላይ እንደሆነ እግዚአብሔርም ከፍጡራን ሁሉ በላይ ነውና። [37]

ከመስቀሉ ላይ የሚሆነው የሰገኖ እንቁላል የተዘከሮ ነው ሰገኖ እንቍላሏን ቃቅታ/ቀፍቅፋ እስከታወጣው ድረስ ስትመለከተው እንድትኖር ምእመናንም መድኃኒታቸው ክርስቶስ በዳግም ምጽአት እስኪመጣላቸው ድረስ መስቀሉን እያዩ ሕማሙን ሞቱን ሲዘከሩ እሱን ሲያስቡ ይኖራሉና።

[37] ከፍጡራን ሁሉ በላይ ነው ስንል የእመቤታችንን ክብር ከምንገልጥበት ቃል ጋር አንድ ነው ማለት አይደለም፤ እሷንም ከፍጡራን ሁሉ በላይ ናት ብለን እንገልጣታለንና፤ እናቱ እንደሆነች ብንናገርም ፈጣሪዋ መሆኑን ሳንዘነጋ ነውና ለእኛ የሚጋጭ ወይም የሚጣላ ምሥጢር የለውም፤ እንዲያ ያልን መስሏቸው የሳቱ ካሉ ግን እነሱ እንዳሰቡት አለማለታችንን በትሕትና እንገልጥላቸዋለን።

ሁለቱ ቅጽር አንዱ የናጌብ [38] አንዱ የአድማስ ምሳሌ ነው። ወደ ቤተ ክርስቲያን ስንገባ መድረኩ የእመቤታችን፣ በሩ የጌታ፣ ቀኝና ግራው መቃን የዮሴፍና የኒቆዲሞስ ምሳሌ ነው። [39]

---

38 ውቅያኖስ፤ ግበ ማይ - የውኃ ጕድጓድ ማለት ነው፤ የአራቱ ዓለማተ ማይ የጋራ መጠሪያ ስም ናጌብ የሚለው ነው፤ አራቱ ዓለማተ ማይ የሚባሉት፡- ሐኖስ፣ ጠፈር፣ ውቅያኖስና በመሠረተ ምድር ያለው ናቸው። የአምስቱ ዓለማተ መሬት የጋራ መጠሪያ ዱዳሌብ ይባላል፤ አምስቱ ዓለማተ መሬት የሚባሉት፡- በርባሮስ፣ ይህ ዓለም፣ ብሔረ ብፁዓን፣ ብሔረ ሕያዋንና ገነት ናቸው። የዘጠኙ ዓለማተ እሳት የጋራ መጠሪያ ኮሬብ የሚለው ስም ነው፤ ዘጠኙ ዓለማተ እሳት የሚባሉት፡- ሰባቱ ሰማያት፣ ስምንተኛ ገሃነም፣ ዘጠነኛ በመሠረተ ምድር ያለው ናቸው። የሁለቱ ዓለማተ ነፋስ የጋራ መጠሪያ ስማቸው አዜብ የሚል ነው፤ ሁለቱ ዓለማተ ነፋስ የሚባሉት ከሐኖስ ወደጠፈር ውኃ የሚረጨው ባቢል የተባለው ነፋስና በመሠረተ ምድር ያለው ናቸው። አዜብ የሚለው ቃል አቅጣጫንም ያሳያል።

39 የዜማ ሊቃውንትም ይህንኑ ስልተ ትርጓሜ የተከተለ ማብራሪያና ሐተታ ሰጥተዋል፤ ቤተ ክርስቲያን ማለት ማኅደረ ስብሐት፣ ምዕራገ ጸሎት ማለት ነው፤ ግድግዳው ነቢያት ናቸው፤ ጉበኑ የወልደ እግዚአብሔር ነው፤ ግራ ቀኝ መቃኑ ዮሴፍና ኒቆዲሞስ ናቸው፤ ሳንቃው ሩፋኤል ነው፤ አዕማዱ ሐዋርያት ናቸው፤ መቅደሱ እመቤታችን ናት፤ መንበሩ አርባዕቱ እንስሳ ናቸው፤ ታቦቱ እሳተ መለኮት ነው፤ ጻሕሉ ዘባነ ድንግል፤ ጽዋ የእስጢፋኖስ ቀዳሜ ሰማዕት፤ (ከሐዋርያት አስቀድሞ ጽዋዐ ሞትን ቀምሷልና) ዐውዱ የአይሁድ መዶለቻ፤ ግራና ቀኝ ዐምዱ ሚካኤልና ገብርኤል ናቸው፤ ሠረገላው የአብ፣ ምሰሶው የኪዳነ አምላክ፣ ገበታው የመንፈስ ቅዱስ፣ ጠርቡ የሰማዕታት፣ ማገሩ የተዋሕዶተ ሥላሴ፣ ጉልላቱ የአንድነት ምሳሌ ነው፤ ሣሩ ሄሮድስ ያስፈጃቸው ሕፃናት፣ ጽና የማኅፀነ ማርያም፣ ሰንሰለቱ የአብ የወልድ የመንፈስ ቅዱስ፤ ድምፁ የስብሐተ መላእክት፣ ሻኩራው የሃያ አራቱ ካህናት፣ መያዣው የተዋሕዶተ ሥላሴ ምሳሌ ነው፤

ደጀ ሰላም የገነት፤ ቤተ ክርስቲያን የመንግሥተ ሰማያት፤ ማሕረጽ፤[40] ሙቀጫ እናቱ የሔዋን፤ ልጁ የአዳም፤ ሥርናይ የክርስቶስ ምሳሌ ነው። ሥርናይ በሙቀጫ እንዲፈተግ በማሕረጽ እንዲፈጭ ጌታም ስለእኛ ብዙ መከራ ተቀብሎ አድኖናልና።

ቃጭል ዮሐንስ ወንጌላዊ በስቅለት ጊዜ ያለቀሰው ልቅሶ፣ ዳግመኛ ከቤተ ልሔም አንሥቶ ወደቤተ መቅደስ እየተመታ መግባቱ አምላክ ሰው ሆነ ሰው አምላክ ሆነ ማለት ነው ቦ ነስሑ ወእመኑ ብሎ የማስተማሩ ምሳሌ፤ ፃው ሲባል የሚመታው ቃጭል ሥጋ ወደሙን ለመቀበል ያልበቃችሁ ያልቻላችሁ ውጡ ሲል ነው፤ እግዚአታ ላይ መመታቱ ጌታ ሆይ በደል ሳይኖርብህ ለሰው ብለህ ዐሥራ ሦስቱን ሕማማተ መስቀል ተቀበልህ ሞትህ እያሉ ያለቀሱት ልቅሶ ነው፤ ዕጣኑ መዓዛ አምላክ ነው፤ ፍሕሙ እሳተ መለኮት ነው፤ ሞጣሕቱ ዐጽፈ ክርስቶስ ነው፤ ዳግመኛ የግንግሪት የታሰረበት ነው፤ ቀሚሱ ሥጋ ነው፤ ቤተ ክርስቲያን ማለት መሰብሰቢያ መከማቻ የሃይማኖት መዳኛ ማለት ነው፤ ካህን ማለት ዓዋዲ አስተጋባኢ ሠራዬ አበሳ አበ ብዙኃን ኖላዌ አባግዕ ፍሡሕ ከመ ፀሐይ ልኡክ ወፍጡን ከመ መላእክት ማለት ነው፤ ዐውድ ማለት አርባዕቱ መዐዝነ ዓለም ማለት ነው፤ ቦ የጲላጦስ ሸንጎ ነው፤ ከዐውዱ ላይ የሚነጠፈው ግምጃ ንጉሥ ነህ እያሉ እየተቀጣጠቡ ያነጠፉለት ነው፤ ጻሕሉ ሳንቃ ቃሬዛ ነው፤ ከጻሕሉ ላይ የሚነጠፈው ግምጃ መግነዝ ነው፤ ኅብስቱ ኢየሱስ ክርስቶስ ነው፤ አጎበሩ የወትሮ ሰው በሞተ ጊዜ የሚያለቅሱበት ነው፤ በወዲህና በወዲያ የሚያለቅሱበት ነው፤ ጽዋው ማኅፀነ ድንግል ነው፤ ዘቢቡ ደመ መለኮት ነው፤ ዕርፈ መስቀሉ እደ ሱራፌ ነው፤ ድርገት ሲወርዱ የሚመታው ቃጭል ቸርነትህ የማያልቅብህ ወልደ እግዚአብሔር ዘበልአ ሥጋየ ብለህ ሥጋህን ደምህን ሰጠኸን ብለው የማመስገናቸው ምሳሌ ነው፤ ቅጽሩ ረድኤተ እግዚአብሔር ነው ዐፀደ ቤተ ክርስቲያን አእላፍ መላእክት ናቸው፤ ደጀ ሰላሙ በአብ፣ ቤተ መቅደሱ በወልድ፣ ቤተ ልሔሙ በመንፈስ ቅዱስ ይመሰላል፤ መሠረቱ የአብ፤ ሕንጻው የወልድ፤ መዋቅሩ የመንፈስ ቅዱስ፤ ቦ መሠረቱ የጴጥሮስ፤ ሕንጻው የምእመናን፤ መዋቅሩ የካህናት፤ ቅኔ ማኅሌቱ የኤረር፤ ቅድስቱ የራማ፤ መቅደሱ የኢዮር፤

ይህ በእንዲህ እንዳለ የእነዚህ የጥንት መጠሪያ ስም ሐይከል፣ ኤላም/ኤለም፣ ዳቤር/ደቢር የሚል ነው፤ ሐይከል አዳራሽ፤ ኤላም አደባባይ፤ ዳቤር ቅድስተ ቅዱሳን ማለት ነው። የቤተ ክርስቲያን ሕንጻ ክብነቱን ሳይለቅ በሦስት መንገድ ይሠራል፤ ልሙጥ ክብ፣ አራት ጐን ክብና ስምንት ጐን ክብ። ልሙጥ ክብ ዓለም በእራኁ እግዚአብሔር የተያዘች መሆኗን ያስረዳል፤ አራት ጎን ክብ አራቱን ማዕዝን ያስረዳል፤ ምሥራቅ፣ ምዕራብ፣ ሰሜንና ደቡብ፤ ስምንት ጐን ክብ አራቱን ዐበይትና አራቱን ንኡሳን መዐዝናት ያስረዳል፤ መስዕ፣ ባሕር፣ አዜብ፣ ሌብ/ሊባ/ሊቦስ፤

[40] ሐረጸ ፈጨ፣ አደቀቀ፣ አላመ፣ ሰለቀ፤ ማሕረጽ ማለት ወፍጮ ማለት ነው። ሐሪጽ ማለትም ዱቄት ማለት ነው። "ወአብኀአቶ ውስተ ሠለስቱ መስፈርተ ሐሪጽ - በሦስት መስፈሪያ ዱቄት ውስጥ ለወሰችው" እንዲል ማቴ ፲፫፥፴፫

ሕፃኑን ከእናቱ ጋር ይዞኸው ሂድ ያለው መልአክ የሊቀ ዲያቆናት፤ ዮሴፍ የዐቃቢ፤ ሰሎሜ የዲያቆናዊት። ተንሥእ ባለው ጊዜ ጌታን ይዞ ዮሴፍ ወደ ግብፅ እንደወረደ ዐቃቢም ቤተ ልሔም ይወርዳልና፤[41] የሚወርድማ ዲያቆኑ አይደለምን ቢሉ ተልእኮው የእሱ ስለሆነ ነው ይሏል፤

ተመየጥ ባለው ጊዜ ጌታን ተሸክሞ ወደ ኢየሩሳሌም እንደገባ ዐቃቢም ከቤተ ልሔም ወደ ቤተ መቅደስ የመግባቱ ምሳሌ ነው፤ የሚገባ ዲያቆኑ አይደለምን ቢሉ ተልእኮው የእሱ ስለሆነ ነው ይሏል፤ ቤተ ልሔም፣ ጽዕዱት[42] ልሕኵት[43] አንድ ወገን የእመቤታችን ምሳሌ ነው፤ ሦስት ጉልቻ ከኃይለ ዘርዕ ከኃይለ ንባብ ከኃይለ እንስሳ ተጠብቃ ማኅደረ ሥላሴ ሆናለችና። [44]

---

41 ዐቃቢ ማለት በግሳዊ ትርጉሙ ጠባቂ ማለት ነው፤ ምሥጢራዊ ትርጉሙ መጠበቅ ከሚለው ብዙም ሩቅ ባይሆንም በዚህ ክፍለ ንባብ ውስጥ ከአገልግሎት ዘርፎች ወይም ከመዐርግ አይነቶች አንዱ ሆኖ ነው የተገለጠው፤ በግብር ማድቀቂያ ስፍራና በቤተ ልሔም የሚከናወነውን ግብረ ተልእኮ የሚያከናውን ነው፤ አጠቃላይ በሀገር ደረጃ ሂደቱን ስንረዳው በጾታ ረገድ ወንድም ሴትም ይሆናል፤ "ዐቃቢ፣ ዐቃቢት" ብሎ ጾታን በሚገልጥ መልኩ ይቀጠላል። በገዳማትና በታላላቅ አድባራት ወንድ ሆኖ ቢያንስ መዐርገ ዲቁና ያለው እንዲሆን ይጠበቃል።

42 የጻዕደወ የሴት ሳድስ ቅጽል ወይም ውስጠ ዘ ነው፤ በአማርኛ ቃል ሲነገር ጽዱት ተብሎ ነው፤ በግዕዙ ትርጉም ስንረዳው የነጻች የጸዳች የጠራች የሚል ትርጉም ይሰጣል፤ ንጹሕ መሥዋዕት የሚዘጋጅበት ነውና፤ ከግብሩ ተነሥተን ስያሜውን ስንረዳው መሥዋዕት ማዘጋጃ ማለት ነው። አለቃ ኪዳነ ወልድም ዲያቆናት በጽዕደት ፈንታ ጽዕዱት ይሉታል ስሕተት ነው ብለዉታል፤ ትርጕሙንም መጣድ፣ አጣጣድ፣ ጥዶሽ፣ ምጣድ፣ ዝርግ ክብ፣ የሸክላ የብረት ብለው ተርጕመዉታል መጽሐፈ ሰዋስው ወግስ ገጽ ፫፻፷፫፤ ከዳን ሆኖ የሚያገለግለውም የሚሠራው ከሸክላ ሆኖ ልዩ መጠሪያ ስሙ መድፍ የሚል ነው። ይህንን የመሰለ አሠራር በመተከል አካባቢ እንዳለ በቴሌቪዥን በሚተላለፍ መርሐ ግብር ተመልክቻለሁ፤ ማለት ከላይ ከዳን ሆኖ የሚያገለግለው ከሸክላ የሚሠራና ክብደቱም በአንድ እጅ ለማንሣት የሚከብድ ነው።

43 ሸክላ፣ ማሰሮ፣ እንስራ፣ ጋን ማለት ነው።

44 ኃይለ ዘርዕ፡- የዘር ግብር የዘር ባሕርይ፤ ኃይለ እንስሳ፡- የደመ ነፍስ ግብር የደመ ነፍስ ባሕርይ። የዘር ግብር የዘር ባሕርይ ነፋስ እየወዘወዘው ያድጋል ነፋስ እየወዘወዘው ይደርቃል ፈርሶ በስብሶ ይቀራል። ኃይለ እንስሳና ኃይለ ንባብ፡- ልብላ ልጠጣ ልይ ልስማ ልናገር ላሽትት ልተኛ ልቁም ልዳስ በማለት ሥጋዊነት የሚሠለጥንባቸው ባሕርያት ናቸው፤ እመቤታችን ከእነዚህና እነዚህን ተከትለው ከሚመጡ ኃጣውእ ሁሉ ንጽሕት ናት፤ በታቦቱ ላይ ያሉ አራቱ መሎጊያዎች የአራቱ ንጽሕናዎቿ ምሳሌ ናቸው፤ ርእይ፣ ሰሚዕ፣ ገሢሥና አጼንዎ፤ ከእነዚህ ሁሉ ንጽሕት ናት። ጌጋያት የሚፈጸሙት በእነዚህ ነውና።

ሥርዓተ ቅዳሴ ምንድነው?

- ሥርዓተ ቅዳሴ ምድራውያን ሆነን ሳለ ሰማያዊነታችንን የምናረጋግጥበትና ከመላእክት ጋር እንደ መላእክት ቅዱስ ቅዱስ ቅዱስ እያልን የምናመሰግንበት፣ የምንወርሰውን ጸጋ መንግሥተ ሰማያትን "ነአኵቶ ለእግዚአብሔር ቅድሳቶ ነሢአነ ከመ ለሕይወተ ነፍስ ይኩነነ ፈውሰ - ለነፍስ ሕይወት ፈውስ ይሆነን ዘንድ ሥጋ ወደሙን ተቀብለን እግዚአብሔርን እናመሰግናለን" ብለን የምንመሰክርበት መንገድ ነው።

በትምህርተ ኅቡዓት እንዲህ የሚል ጥያቄና መልስ አለ፤

ወበእንተዝ ይበል ኖላዊ መፍትው እንከ ነገረ ኅቡዓት

- ቄሱ፣ ኤጲስ ቆጶሱ አምስቱን አዕማደ ምሥጢር ያስተምር ዘንድ አገባብ ነው። ማወቅ መጠንቀቅ መመርመር ማስተማር የሚገባ ስለሆነ፤ [45] "ወይእዜኒ ትግሁ ወተዘከሩ ከመ ሠለስተ ዓመተ ኢነትገ አንብዕየ ሌሊተ ወመዓልተ እንዘ እሜህረክሙ - አሁንም ትጉ ሦስት ዓመት ሳስተምራችሁ ቀንና ሌሊት ዕንባዬ እንዳልተቋረጠ አስቡ" እንዲል ግብ ፳፥፴፩፤

መጥምቀ መለኮት ቅዱስ ዮሐንስ "ቅናቱ ዘዓዲም ውስተ ሐቌሁ - በወገቡ የጠፍር መታጠቂያ ነበር" ተብሎ የተነገረለት ከኃይለ እንስሳ ወይም ከፍትወት እንስሳዊት ልዩ መሆኑን ለማስረዳት ነው። ይህ የጠፍር መታጠቂያ ከደመ ነፍስ ተለይቶ በውኃ ተነክሮ ጠጕሩ ተመልጦ ለፍቶ ቀለም ተነክሮ ለአገልግሎት ይውላልና፤ እሱም መክሮ አስተምሮ ከሥጋዊ ግብር ለይቶ የንስሐ ጥምቀት አጥምቆ ሃይማኖት አስይዞ ምግባር ትሩፋት አሠርቶ ለጸጋ ለክብር ያበቃልና፤ ፍትወት እንስሳዊት በባሕርዩ እያለች በገቢር ግን አላወቃትም፤ ይልቁንም እመቤታችን ቅድስት ድንግል ማርያም "አልብኪ ነውር ወኢምንትኒ" ተብሎ ይነገርላታልና ይህንን ምሥጢር ይገልጣል።

ከዚሁ ዐውደ ንባብ ሳንወጣ "አሐዱ ራእይ፣ አሐዱ ህላዌ፣ አሐዱ መለኮት" ተብሎ ሦስት ጊዜ አሐዱ አሐዱ አሐዱ የተባለበትን ምክንያት የውዳሴ ማርያም መተርጕማን ሊቃውንት ሲያረዱ በኃይለ ዘርዕ በኃይለ እንስሳ በኃይለ ንባብ ይመስለናልና ብለዋል፤ ይህንንም እንደገና በምሥጢር ሲያሰፉት ኃይለ ዘርዕ እንደ እኛ ማደግ ነው፤ ኃይለ እንስሳ እንደእኛ መመገብ መቀመጥ መነሣት መተኛት መንቃት ነው፤ ኃይለ ንባብ እንደእኛ መናገር ነው በማለት ገልጠዉታል።

45 ማወቅ የሚገባ ስለሆነ፣ በሊቀ ካህናት እግር ስለተተካ፣ ጌታ አብነት ስለሆነው ይንግር ይምሀር ይንገር ያስተምር፤

ከመ ታእምሩ መነሃ ትሳተፉ ለቅድሳት

- ሥጋውን ደሙን በመቀበል ጊዜ ማንን እንደምትዛመዱ ታውቁ ትረዱ ዘንድ። የማንን ሥጋ ተቀብላችሁ ከማን ጋር ትዛመዳላችሁ? ብሎ ይጠይቃቸዋል ያወቁ እንደሆነ ከሦስቱ አካላት አንዱ አካል አምስት ሺህ አምስት መቶ ዘመን ሲፈጸም ወደዚህ ዓለም መጥቶ ባሕርያችንን ባሕርዩ አካላችንን አካሉ አድርጎ ሥጋውን ቆርሶ ደሙን አፍሶ ሰጥቶን ያንን ተቀብለን ከሦስቱ ጋር አንድ እንሆናለን ብለው ይመልሱለታል ያላወቁ እንደሆነ እንዲህ ብሎ ሊነግራቸው ይገባልና።

"ወነገርዎሙ እሙንቱሂ ዘበፍኖት ወዘከመሂ አእመርዎ ለእግዚእነ እንዘ ይፌትት ኅብስተ - በመንገድ የሆነውን እንጀራውንም በቈረሰ ጊዜ እንዴት እንዳወቁት ነገሯቸው" እንዲል ሉቃ ፳፬፥፴፫

ወለመኑ ትገብሩ ተዝካሮ በአኰቴት

- በምስጋና በጸሎት ጊዜ ማንን ጠርታችሁ እንድትዛመዱ ታውቁ ዘንድ። ንዜኑ ሞተከ እግዚኦ ወትንሣኤከ ቅድስተ ነአምን ዕርገተከ - ሞትህን እንናገራለን ቅድስት ትንሣኤህን፣ ዕርገትህን እናምናለን ብላችሁ የምትጠሩት ማንን ነው ብሎ ይጠይቃቸዋል ቢያውቁ ይመልሱለታል ባያውቁ ሊያስተምራቸው ይገባል። አንድም ሥጋውን ደሙን ተቀብላችሁ "ነአኵቶ ለእግዚአብሔር ቅድሳቶ ነሢአነ - ሥጋ ወደሙን ተቀብለናልና እግዚአብሔርን እናመሰግናለን" ብላችሁ የምታመሰግኑት ማንን ነው ብሎ ይጠይቃቸዋል ቢያውቁ ይመልሱለታል ባያውቁ ሊያስተምራቸው ይገባል። ቅዳሴ ማለት በልምድና በስሜት ገብተን የምንወጣበት ሂደት ሳይሆን የጠሪያችንን ታላቅነትና የጥሪውን አስፈላጊነት አምነንና ተረድተን በተመስጦ ሆነን የምንከታተለው ምሥጢረ ተልእኮ ነው።

- ❖ ካህናት፣ ዲያቆናትና ምእመናን በጋራ በሁሉም ሕዋሳቶቻቸው የጋራ ሱታፌ የሚያደርጉበት የአንድነት መገለጫ ነው። አኰቴተ ቁርባን የሚለው ገጸ ንባብ ሲተረጐም "ሰውን በክብር በባለሟልነት ወደ እግዚአብሔር የሚያቀርብ" ማለት ነው ተብሎ የተሰጠውን ማብራሪያ "ሁለትም ሦስትም ሆናችሁ በስሜ በምትሰበሰቡት እኔም በመካከላችሁ እገኛለሁ" ከሚለው አምላካዊ ቃል ጋር አገናዝበን ስንመለከተው ቅዳሴ አምላካችን በአንድነታችን ውስጥ የሚከብርበት ልዩ አገልግሎት መሆኑን እንረዳለን።

በሌላ በኩል “ቅዳሴ” ማለት ምስጋና ማለት ሲሆን ከያዝነው ርእስ አንጻር ግን በቤተ ክርስቲያናችን ውስጥ ከሚሰጡት የአገልግሎት ዐይነቶች አንዱ መጠሪያ ስም ነው። ቅዳሴ ላስቀድስ ነው፤ ቅዳሴ ገቡ፤ ከቅዳሴ ወጥተዋል የሚሉት አረፍተ ነገሮች ቅዳሴ ራሱን የቻለ አገልግሎትና ይልቁንም የአገልግሎቶች ሁሉ አክሊል መሆኑን ያስረዳሉ። ሌሎች የአገልግሎት ዘርፎች ወደቅዳሴ አገልግሎት ለመድረስ/ለማድረስ የሚያስችሉ ሲሆኑ ቅዳሴ ግን አክሊለ ስብሐት/የምስጋና መደምደሚያና የጸሎት ሁሉ ማሳረጊያ ነው።

ፕሮፌሰር ጌታቸው ኃይሌ ከግእዝ ሥነ ጽሑፍ ጋር በተሰኘው መጽሐፋቸው “ክርስትና የተመሠረተው በቍርባን ስለሆነ ምእመናን ከቤተ ክርስቲያን የሚሰበሰቡት በቅዳሴ ጸሎት ተካፍለው ቈርበው ለመለያየት ነው” በማለት ለማስቀደስ ብቻ ሳይሆን አስቀድሶ ሥጋ ወደሙን ተቀብሎ በምስጋና መመለስ የነበረ፣ ያለና የሚቀጥል ሥርዐት መሆኑን አውስተውናል። [46]

የቅዳሴ ይዘት፦

❖ ጸሎታችንን እምነት/ መሠረተ ሃይማኖት አድርጎ ማቅረብ፤

ይህም የምናደርገውን በመረዳት እናደርጋለን ማለት ነው “ወእንዘ ትጼልዩ ኢትዘንግዑ ከመ አሕዛብ እስመ ይመስሎሙ በአብዝኆ ንባቦሙ ዘይሰምዖሙ - ስትጸልዩ እንደ አሕዛብ አትዘንጉ (በከንቱ አትድገሙ) እነርሱ ነገራቸውን በማብዛታቸው የሚሰማቸው ይመስላቸዋልና” እንዲል ማቴ ፮፥፯፤ በእውነተኛ ጸሎት ውስጥ እውነተኛ አምልኮ አለ፤ “ኵሎ ዘጸለይክሙ ወዘሰአልክሙ እንዘ ትትአመኑ ከመ ትረክቡ ወይከውነክሙ - አምናችሁ የምትጸልዩትንና የምትለምኑትን ሁሉ ታገኛላችሁ ይሆንላችሁማል” እንዲል ማር ፲፩፥፳፬፤

❖ ምሥጢረ ሥላሴን መግለጥ፤

አሐዱ አብ ቅዱስ ከሚለው ጀምሮ ወደኋላም ሆነ ወደፊት ያለው የቅዳሴ ክፍል ምሥጢረ ሥላሴን አብዝቶ ይገልጣል።

---

[46] ከግእዝ ሥነ ጽሑፍ ጋር ገጽ 54

“ነአምን አበ ዘበአማን ወነአምን ወልደ ዘበአማን ወነአምን መንፈስ ቅዱስ ዘበአማን ህልወ ሥላሴሆሙ ነአምን” እንዲል፤

❖ **የክርስቶስን ወልደ እግዚአብሔርነት፣ ቤዛነትና አድኅኖት መግለጥ፤**

“ሶበ ይወርድ ላዕሌክሙ መንፈስ ቅዱስ ትነሥኡ ኃይለ ወትከውኑኒ ሰማዕትየ በኢየሩሳሌም ወበኵሉ ይሁዳ ወሰማርያ ወእስከ አጽናፈ ዓለም - መንፈስ ቅዱስ በእናንተ ላይ በወረደ ጊዜ ኃይልን ትቀበላላችሁ በኢየሩሳሌም፣ በይሁዳና በሰማርያ እስከ ዓለም ዳርቻ ድረስ ምስክሮቼ ትሆናላችሁ” እንዲል ግብ ፩፥፰፤

በሉቃስ ወንጌልም “አንትሙ ሰማዕቱ ለዝንቱ ነገር - ለዚህ ነገር ምስክሮቹ እናንተ ናችሁ” በማለት ትንቢተ ነቢያት ፍጻሜ ማግኘቱን አስተምሮ ለዓለም እንዲሰብኩ አዞ ልኳቸዋል። ሉቃ ፳፬፥፵፰፤ በሌጌዎን ይሰቃይና እግረ ሙቅ እየሰበረ ሥጋውን በደንጊያ እየፈጨ በብዙ ጩኸት ይኖር ለነበረው ሕሙም ከተፈወሰ በኋላ ልከተልህ ቢለው “ሑር ቤተከ ኅበ እሊአከ ወንግር ኵሎ ዘገብረ ለከ እግዚአብሔር ወዘከመ ተሣሃለከ - ወደቤትህ ሄደህ እግዚአብሔር ያደረገልህን እንዴትም ይቅር እንዳለህ ለዘመዶችህ ንገር” ብሎታል፤ ማር ፭፥፲፱፤

❖ **ነገረ ማርያምን መግለጥ፤**

ወዘኢየአምን ልደቶ እማርያም እምቅድስት ድንግል በክልኤ ታቦተ መንፈስ ቅዱስ - የመንፈስ ቅዱስ ማደሪያ በሁለት ወገን ድንግል ከምትሆን ከቅድስት ድንግል ማርያም መወለዱን የማያምን ቦ የማያውቅ ቢኖር ይለይ እያለ። ካህኑም በሚያቀብልበት ጊዜ “ሥጋሁ ለአማኑኤል አምላክነ ዘበአማን ዘነሥአ እምእግዝእተ ኵልነ ማርያም - በእውነት አማኑኤል የሁላችን እመቤት ከሆነችው ከማርያም የነሣው ሥጋ ይህ ነው” በማለት አጽንዖት ይሰጣል። ለአብነት እነዚህን ጠቀስን እንጂ ስለተወለደውና ስለአዳነን ስንናገር ወላዲቱንና መሠረተ ሕይወት ድንግል ማርያምን አብረን ማንሣታችን የተረጋገጠ ነው።

❖ የቤተ ክርስቲያንን ማዕከልነት ማስረዳት፤

በደብረ ታቦር ሙታን፣ ሕያዋን፣ ደናግል መአስባን እንደተገኙ በወንጌል ተነግሯል፤ ደብረ ታቦር የቤተ ክርስቲያን ምሳሌ ነው፤ በዐፀደ ሥጋ በዐፀደ ነፍስ ያሉ ሁሉ ከመላእክት ጋር የሚከትሙባት ትእይንተ ክርስቲያን ናት ቅድስት ቤተ ክርስቲያን።

"ለእሉኒ ወለኵሎሙ አዕርፍ ነፍሶሙ ወተሣሃሎሙ - እነዚህንና ሁሉንም ነፍሳቸው አሳርፍ ይቅርም በላቸው" ብለን ስንጸልይ በዐፀደ ሥጋም በዐፀደ ነፍስም ያሉትን ሁሉ ማለታችን ነው። ይህ ቃል ሁሉም ሊባል በሚችል መልኩ በየቅዳሴያቱ ውስጥ ያለ ቃለ ስእለት ነው።

የዲያቆን ሚክያስ አስረስን መልእክተ ጽሑፍ እንዳለ ወስደን ከያዝነው ሐሳብ ጋር ስንገጥመው እንደሚከተለው ይነበባል "ሰው የፍጥረታት ጠባይዐት በባሕርዩ ስላሉ ትልቁ ዓለም እንደሚባል የፍጥረት መካከለኛም ይባላል።

ይኸውም በሥጋው ግዙፍ በነፍሱ ረቂቅ በመሆኑ ለግዙፋኑና ለረቂቃኑ፣ ለሚታዩትና ለማይታዩት፣ ለትሑታኑና ለልዑላኑ ፍጥረታት መካከለኛ እንዲሆን ነው የተፈጠረው...ከስንዴው ንጹሑን ኅብስት አድርጎ ወደአምላኩ ያቀርባል የወልደ እግዚአብሔር ክርስቶስን ቅዱስ ሥጋውን ያደርግለታል። ወይኑንም ደመ ወልደ እግዚአብሔር ያደርግለታል። ...ቢሆንም ግን ይህ መካከለኛ የመሆን የሰው መንፈሳዊ ተልእኮ በሞት ምክንያት መንገዱን ሳተ።

ነፍስና ሥጋ ተዋሕዷቸው በእንግዳ በደል ተስቦ በመጣው እንግዳ ሞት ሲፈርስ የሰው መካከለኛ የመሆኑ ተልእኮ ተቋረጠ። በኋላ ግን ለእርሱ ቤዛ ሊሆንለት የመጣው አካላዊ ቃል ዳግማይ አዳም ይህን የተቋረጠ መካከለኛነት አስቀጠለለት" ተብሎ። [47]

ይህ ተቋርጦ እንደገና እንዲቀጥል የተደረገው ማዕከላዊነት የቀጠለው በምሥጢረ ቊርባን አይደለምን? "ዝ ውእቱ ደምየ ዘሐዲስ ሥርዐት ዘይትከዐው ለቤዛ ብዙኃን ወለኅድገተ ኃጢአት - ለኃጢአት ሥርየትና ለብዙዎች ቤዛ የሚፈሰው የሐዲስ ሥርዐት ደሜ ይህ ነው" እንዲል ማቴ ፳፮፥ ፳፰፤

---

[47] ማስያስ የኦርቶዶክሳዊው ነገረ መለኮት መቅድማዊ ነጥቦች ገጽ 80 እና 81፤

በቤተ ልሔም ኖሎትና መላእክት አብረው ለዝማሬ ቆመው ነበር፤ በዕለተ ጥምቀቱ አብ በደመና ሆኖ መንፈስ ቅዱስ በአምሳለ ርግብ ረቦ ዐውደ ዮርዳኖስን ቅዱሳን መላእክት ከበው የዮሐንስን ጥምቀት ለመጠመቅ የመጡ ሁሉ ተራቸውን እየጠበቁ ሲጠመቁ በማዕከል የማገልገልና የመገልገል ምሥጢር እየተከናወነ ነበር፤ ከላይ እንዳልነው ምሥጢረ ደብረ ታቦርም ይህንኑ የሚያጐላ ከሥተተ ምሥጢር ነው፤

በዕለተ ዐርብ እመቤታችን ወላዲተ አምላክ፣ አቡቀለሚሲስ ዮሐንስና ቅዱሳት አንስት በዐውደ መስቀሉ ቆመው የነበረ መሆኑን ቅዱስ ወንጌል ሲነግረን እንዳስለመዱ በእኩለ ቀን መላእክት ለምስጋና ቢመጡ ጌታቸውን በመስቀል ላይ በማየታቸው እንደ ሻሽ ተነጥፈው እንደ ቅጠል ረግፈው እያደነቁ ሲያመሰግኑ መታየቻው ዲያብሎስን እንዳሸበረውና መኑ መኑ እያለ እንዲቀባጥር እንዳደረገው በመጻሕፍት አልተጻፈምን?

ስለሆነም ቅዳሴ ይህንንና የመሰለውን ሁሉ የሚተነትን የሚያብራራ የሚያስረዳ መምህር ነው፤ ስለፈለግን ሳይሆን ሲፈቀድልን የምንገኝበትና የምንሳተፍበት ልዩ ጉባኤ ነው። “ወደመንገዶችና ወደከተማው ቅጥር ፈጥነህ ሂድና ቤቴ እንዲመላ ይገቡ ዘንድ ግድ በላቸው” ተብሎ የተጻፈው ጉባኤው እንዲሞላ ስለተፈለገ ነው፤ ሉቃ ፲፬፥፳፫፤ የጉባኤው መሙላት ጥቅሙ ግን ለጠሪው ሳይሆን ለተጠሪው መሆኑን ልብ ይሏል።

ያለ ቅዳሴ መቁረብ ይቻላል?

ያለ ቅዳሴ የተለያየ አገልግሎት ይሰጣል፤ ለምሳሌ ሰዓታት መቆም ኪዳን ማድረስ ፍትሐት መፍታትና የመሳሰሉትን ማከናወን ይቻላል። ያለ ቅዳሴ ግን ሥርዓተ ቁርባን አይፈጸምም። ምሥጢራትም ያለ ቅዳሴ አይከናወኑም፤ ምሥጢረ ጥምቀት፣ ምሥጢረ ክህነትና የመሳሰሉት።

<u>የማይቀደስበት ጊዜ አለ?</u>

በሰሙነ ሕማማት ውስጥ ካልሆነ በቀር ሥርዓተ ቅዳሴ እንዳይከናወን የሚከለክል ሥርዓት የለም። ሰሙነ ሕማማት ስንል ጸሎተ ሐሙስን አያካትትም።

ቅዳሴ ስንት ክፍል አለው?

በተለያየ አከፋፈል ከፍሎ ማየት ይቻላል። የዝግጅት ክፍል፤ ከሚ መጠን እስከ ፃው፤ ከፃው እስከ ጸሎተ እማኄ፤ ፍሬ ቅዳሴ ተብሎ ይከፈላል። ወይም ሥርዓተ ቅዳሴና ፍሬ ቅዳሴ ተብሎ በሁለት ዐቢይ ክፍል ይከፈላል። ሥርዓተ ቅዳሴ በአምኃ ቅድሳት ብሎ ይፈጽማል፤ ፍሬ ቅዳሴ በአኰቴተ ቍርባን ጀምሮ በእትው ይፈጽማል።

ቃለ ዓዋዲ ወይም ቃጭል እየተመታ ደወል እየተደወለ ሥርዓተ ቅዳሴው መጀመሩ ከመታወጁ በፊት የተለያየ የምክር፣ የጸሎትና የዝግጅት ክፍል አለ። ካህኑ ቅዳሴውን ከመጀመሩ በፊት የሚራዳው መኖር አለመኖሩን (ማለትም ማዕጠንት መብራት የሚያቀርብለት መጽሐፍ የሚይዝለት መኖር አለመኖሩን)፣ የሕዝቡን መምጣት አለመምጣት ያረጋግጣል። [48] ልብሰ ተክህኖውን ከመልበሱ በፊት ከታቦቱ ፊት ሰግዶ ካህናቱን ዲያቆናቱንና ሕዝቡን እጅ ይነሣል። ይህም በማወቅም ባለማወቅ ያስቀየምኋችሁ ብትኖሩ ማሩኝ ይቅር በሉኝ ለማለት ነው።

---

48 አሁን ይህንን ተልእኮ በጽሑፍ እናየዋለን እንጂ በተግባር የለም ምክንያቱም ምእመናኑ አርፍደው ስለሚመጡና መምጣቻው አይቀርም በሚል ተስፋ ከኋላ ተያይዞ ከመጣው አገልግሎት ጋር ቀጥሎ ስለሚደረግ ነው።

አጭርም ሆነ በጣም ረጅም የሆነ ልብሰ ተክህኖ መልበስ አይፈቀድም። አጭር ቢሆን ለጊዜው ጌጥነት የለውም ከሰፌድ ላይ የቆመ አውራ ዶሮ ያስመስለዋል ፍጻሜው ግን በመለኮቱ ሕፀፀ አካል አለበት እንዳያሰኝ ነው። ረጅምም ቢሆን ለጊዜው መሬት ይጠርጋል፤ ጠልፎ ይጥላል፤ ፍጻሜው ግን መለኮት ትስብእትን ዋጠው መጠጠው እንዳያሰኝ ነው። የሚለብሰው ልብሰ ተክህኖ አምስት ከልጅ ያለው ነው። "ወትኩን ላዕለ መታክፍቲሆሙ መንዲል ስፍሕት - አምስት ከልጅ ያለው ካባ ይልበሱ" እንዲል ሁለቱ በቀኝና በግራ ትከሻው፣ ሁለቱ በፊቱ፣ አንዱ በኋላው ይሆናሉ። ይህም በዕለተ ዓርብ ጌታችንን ከአንገቱ ገመድ አግብተው እኩሉ በፊት፣ እኩሉ በኋላ፣ እኩሉ በቀኝ፣ እኩሉ በግራ ሆነው በፊት ያሉት ወደፊት፣ በኋላ ያሉት ወደኋላ፣ በቀኝ ያሉት ወደቀኝ፣ በግራ ያሉት ወደግራ እየጐተቱ መከራ አጽንተዉበታልና የዚያ ምሳሌ ነው።

ቦ አራቱን ባሕርያተ ሥጋ አምስተኛ ባሕርየ ነፍስን ነሥቶ ሰው የመሆኑ ምሳሌ ነው፤ ቦ የአምስቱ ቅንዋት የአምስቱ አዕማደ ምሥጢር ምሳሌ ነው። [49]

---

49 አሁን አሁን እየተጋዘጁ ያሉ አልባሰ ክህነት ምሥጢርና ምሳሌያቸውን እንዲጠብቁ ሳይሆን ውበታቸው ማራኪ እንዲሆን ብቻ እየተሠራ ይታያል፤ ይህም አዘጋጆቹ ለገበያቸው መታወቅ ሲሉ የሚከተሉት ዘዴ ሊሆን ቢችልም ካህናቱና ምእመናኑ ሥርዐቱን የጠበቀ ብቻ እንዲያዘጋጁላቸው ቢጠይቁ ወይም በማዕከል ደረጃ የሚዘጋጅበትና ሁሉም ከዚያ ማግኘት የሚችልበት ሁናቴ ቢመቻች ድንቅ ይሆን ነበር።

ምዕራፍ ፪

ቀዳሜ ግብር ምክር፦

አ እኁየ ሀሉ በዝንቱ ልቡና - ወንድሜ ሆይ ሆይ በዚህ ልቡና (ጸንተህ) ኑር ማለት ሥጋ ወደሙ እንዲለወጥ በማመን ጸንተህ ኑር። እንደ አንድ ልብ መካሪ እንደ አንድ ቃል ተናጋሪ አድርጎ እኁየ አለ፤ በሥጋው በደሙ በልጅነት አንድ ናቸውና ኋላም አንዲት መንግሥተ ሰማያትን ይወርሳሉና። ቅዱስ ጳውሎስ እንዲህ አለ፤ "ወለነሰኬ አሐዱ እግዚአብሔር አብ ዘኵሉ እምኔሁ ወንሕነኒ ቦቱ ወአሐዱ እግዚእነ ኢየሱስ ክርስቶስ ዘኵሉ በእንቲአሁ ወንሕነኒ ቦቱ - ለኛስ ሁሉ ከርሱ የሆነ እኛም በርሱ የሆንን አንድ እግዚአብሔር አብ አለን ሁሉ በርሱ የሆነ እኛም በርሱ የሆንን አንድ ጌታችን ኢየሱስ ክርስቶስ አለን" ፩ቆሮ ፰፥፮፤

በሌላ ከታቡ ደግሞ እንዲህ አለ፤ እስመ ኵልነ ውሉደ እግዚአብሔር ንሕነ በአሚን በኢየሱስ ክርስቶስ ወአንትሙሰ እለ ተጠመቅሙ በክርስቶስ ክርስቶስሃ ለበስክሙ አልቦ በዝንቱ አይሁዳዊ ወአልቦ አረማዊ አልቦ ነባሪ ወአልቦ አግዓዚ አልቦ ተባዕት ወአልቦ አንስት ዳእሙ ኵልክሙ አሐዱ በኢየሱስ ክርስቶስ - ሁላችንም በኢየሱስ ክርስቶስ በማመን የእግዚአብሔር ልጆች ነን በክርስቶስ የተጠመቃችሁ ክርስቶስን ለብሳችኋል በዚህም አይሁዳዊ አረማዊ ሎሌ ጌታ ወንድ ሴት የለም ሁላችሁ በኢየሱስ ክርስቶስ አንድ ናችሁ" ገላ ፫፥፳፮፤ እኔ የጳውሎስ ነኝ እኔ የአጵሎስ ነኝ እኔ የኬፋ ነኝ ማለት ይህን አንድነት ለማጥፋት የሚደረግ ጥረት ስለሆነ ሐዋርያው ነቅፎታል ፩ቆሮ ፩፥፲፪፤

እንዘ ትሔሊ ኃጣውኢከ ወሰአል ሥርየተ ከመ ትርከብ ምሕረተ

- ይቅርታን ታገኝ ዘንድ ኃጢአትህን እያሰብህ ሥርየትን እየለመንህ ቁም። እንደ ፈሪሳዊው ሳይሆን እንደቀራጩ። "ቀራጩ ግን በሩቅ ቆሞ ዐይኖቹን ወደሰማይ ሊያነሣ እንኳ አልወደደም ነገር ግን አምላኬ ሆይ እኔን ኃጢአተኛውን ማረኝ እያለ ደረቱን ይደቃ ነበር" የሚለውን እያሰብህ፤ ሉቃ ፲፰፥፲፫፤

የራሱን ሳይሆን የሌላውን በደል እያሰበ የሚኖር አለና። ሰው ኃጢአት የሚሠራው በሦስት ወገን ነው፤ በድፍረት፣ በስሕተትና በድከመት ነው። ዓመፅ የድፍረት፣ ጌጋይ የስሕተት፣ ኃጢአት የድካም ነው። ስለሆነም ጠፍቶ እንደተመለሰው ልጅ ወደ ልብህ ተመልሰህ "አባቴ ሆይ በሰማይና በፊትህ (መለኮትህን ትስብእትህን) በደልሁ ወደፊትም ልጅህ ልባል አይገባኝም ከሞያተኞችህ (ከተነሳሕያን አሕዛብ) እንደ አንዱ አድርገኝ" እያልህ ለምን ሲል ነው ሉቃ ፲፭፥፲፰፤

እንዘ ኢትወጽእ እምቤተ ክርስቲያን በጊዜ ያቀርቡ ወያዐርጉ መሥዋዕተ ንጹሐ በእንቲአሆሙ ወበእንቲአከ

- ስለአንተና ስለነሱ (ስለካህናቱ) ንጹሕ የሆነ መሥዋዕትን በሚያቀርቡበትና ጸሎትን በሚያሳርጉበት ጊዜ ከቤተ ክርስቲያን ሳትወጣ ሥጋ ወደሙ እንዲለወጥ አንተም ሥርየተ ኃጢአት እንደምታገኝ አምነህ ቁም።

ሳትወጣ ማለቱ በእግርህ አንድም በሕሊናህ ወዲያ ወዲህ ሳትል ማለቱ ነው። [50] እስራኤል በእግሩ ወደ ከነዓን እየተጓዘ በልቡ ግን የግብጽን እንጀራ ይመኝ ነበርና፤ "በሥጋው ምንቸት አጠገብ ተቀምጠን እንጀራ ስንበላ ስንጠግብ ሳለን በግብጽ ምድር በእግዚአብሔር እጅ ምነው በሞትን" እንዲል ዘጸ ፲፮፥፫፤ ቀድሞ በእግዚአብሔር እንደነበሩ ካመኑ አሁንም በእግዚአብሔር ለመሆናቸው የሚያጠራጥር አልነበረም፤ ልዩነቱ በግብጽ የእንጀራው ትዝታ አለ አሁን ያሉበት ግን በረሃ ነው። ክርስትና ከተምኔት በላይ ነውና ጽናትን ይጠይቃል።

50 ይህንን በተመለከተ የዓፄ ምኒልክ አዋጅ እንዲህ ተመዝግቧል፤ ምድራውያን ነገሥታት እንኳን ማኅተማችንን የላክን እንደሆነ የራቀው ይቀርባል የተቀመጠው ይቆማል፤ የሚነጋገረው ጸጥ ብሎ የሚነበበውን ቃል ይሰማል፤ የጌታችን የኢየሱስ ክርስቶስ ሥጋው ደሙ ሲፈተት የተቀመጠው እንደመነሣት የወጣው እንደመግባት ቅዳሴ ሲገቡ እየወጣ ይሄዳል፤ ከዚያው ያለውም እኩሌታው ጸሎት ያዝሁ ይላል፤ ከንጉሥ በላይ ሰው አይፈርድ ከባሕር ላይ እሳት አይነድ እንዲሉ ከቅዳሴ በላይ ምን ጸሎት ያሲይዛል፤ አሁንም ወደቅዳሴ ሲገቡ ከዚያ ያለው ወዲያ ወዲህ አይበል፤ ከቅኔ ማኅሌትም ከቅድስትም ያለው ሰው ሁሉ ቆሞ ተሰጥዎ እየተቀበለ ቅዳሴ ይስማ። ከውጭ የሚመጣው ይግባ አይከልከል፤ ቅዳሴ ገብተው ተሰጥዎ ያልተቀበለ፣ ቅዳሴ ሳይፈጸም ወዲያ ወዲህ ያለ ለታቦት ሁለት መገበሪያ ይክፈል። ዝክረ ነገር ዘብላቴን ጌታ ማኅተመ ሥላሴ፤ ሐምሌ ፱ ፲፰፻፹፫፤ ገጽ ፫፻፵፯፤

የጥበብ ሰው ሰሎሞንም "ወደ እግዚአብሔር ቤት በገባህ ጊዜ እግርህን ጠብቅ ለመስማት መቅረብ ከሰነፎች መሥዋዕት ይበልጣልና እነርሱም ክፉ እንዲያደርጉ አያውቁምና" ብሏል መክ ፭፥፩፤ ይህም ማለት መልአከ እግዚአብሔር እንዳይቀስፍህ ወዲያ ወዲህ አትበል ማለት ነው፤ ፍሬ የማትሰጥና ምድሪቱን የምታጐሰቍል ከሆነ ቆርጦ ይጥልህ ዘንድ ሥልጣን አለውና ሲል ነው ሉቃ ፲፫፥፯፤ ብፁዕ ሐዋርያ ቅዱስ ጳውሎስም እሾህና ኵርንችትን የምታበቅል ምድር የተጠላችና የተረገመች ፍጻሜዋም መቃጠል እንደሆነ አስምሮበታል ዕብ ፮፥፰፤ ለዚህ ነው ጻድቃን ወደዘለዓለም ሕይወት ሲሄዱ ኃጥአን ወደዘለዓለም ቅጣት የሚሄዱት፤ ማቴ ፳፭፥፵፮፤ አንድም እግረ ልቡናህን ወስነህ ጸልይ ሲል ነው፤ አንድም ወደ ቤተ እግዚአብሔር ከመጣህ በኋላ ወደ ቤተ ጣዖት አትሂድ ሲል ነው። ቅዱስ ማቴዎስም "ባእ ቤተከ ወእፁ ኆኅተከ - ከቤትህ ገብተህ ደጅህን ዘግተህ ጸልይ" ያለው ሕዋሳትህን ሰብስበህ በሰቂለ ሕሊና በነቂህ ልቡና ሁነህ ጸልይ ማለቱ እንደሆነ መተርጕማን ሊቃውንት አብራርተዋል። ማቴ ፮፥፮፤

ቅዳሴ ከተጀመረ በኋላ መግባትና አለመግባትን በተመለከተ የልዩነት ሐሳቦች አሉ፤ መነሻ ምክንያቱ ይህ የዓፄ ምኒልክ አዋጅ ይመስላል፤ በከተማ አካባቢ አብዛኛው ሰው ቅዳሴው ከተጀመረ በኋላ ስለሚደርስ በደረሰበት ሰዓት እንዲገባ ይበረታታል፤ የገጠሩ ግን በእድሞው ይቆያል እንጂ ወደውስጥ አይገባም፤ በእርግጥ ያለተበረዘው ሥርዐት ያለው በገጠር መሆኑ የታወቀ ነው፤ ስለሆነም ቀደም ሲል በአዋጅ የተነገሩና በቆይታ እየተዘነጉ የመጡ መረጃዎችን እያጣቀሱና ሊቃውንቱን እየጠየቁ ማስማማት የመምህራነ ወንጌል ድርሻ ነው፤ ከዚሁ ጋር ተያይዞ ሊጠቀስ የሚገባው የሰሙነ ሕማማት የበዓል ስግደት ነው፤ ይህም በወቅቱ ይሰገድ በሚለው የመግባቢያ ውሳኔ በሊቀ ጳጳሳቱ ተወስኖ ተግባራዊ እንዲሆን መመሪያ የተላለፈ ቢሆንም አሁንም ድረስ አከራካሪነቱ እንዳለ ነው፤ መርስዔ ኀዘን ወልደ ቂርቆስ የሃያኛው ክፍለ ዘመን መባቻ። ለዚህም ማስረጃ ሆኖ የሚጠቀሰው በፍትሐ መንፈሳዊ ስለስግደት የተቀመጠው አንቀጽ ነው። እንደ እኔ መረዳት በአንቀጸ ጾም የተገለጸው የስግደት አይነት እያንዳንዱ በየቀኑና በየሰዓቱ ለሚሰግደው ስግደት እንጂ በሰሙነ ሕማማት ለሚደረገው ስግደት አይደለም፤ "ይህም ከአድንኖና ከአስተብርኮ በቀር እስከ ምድር መስገድን የሚተዉባቸው የታወቁ ጊዜያት እነዚህ ናቸው፤ ዕለተ እሑድ፣ መዋዕለ ጰንጠንቈስጤ፣ በዓላተ እግዚእነ፣ በዓላተ እግዝእትነ፣ ድኅረ ተመጥዎ ቍርባን" ተብለው ተገልጠዋል። ፍትሐ ነገሥት አንቀጽ ፲፬፥፭፻፴፮፤ በዓላት በመጡ ቁጥር በውዝግብ ጊዜ ከመግደል ቀደም ሲል የተወሰኑትን ጊዜው ሲቃረብ በየአጢቢያው እንዲነገሩ ቢደረግ፤ ምን አልባትም የቀደመው ውሳኔ እንደገና መታየት ካለበት የሚመለከተው አካል አሻሽሎ ወይም በማያዳግም መልኩ አጽንዖት ሰጥቶ በመመሪያ መልክ ወደታች እንዲወርድ ቢያደርግና ለአፈጻጸሙ ሁላችንም በአንድ መንፈስ ብንተጋ ድንቅ ይሆን ነበር።

ኢትኅድጎኬ ለካህን ዘይጼሊ ወያቄርብ በእንቲአከ - ስለ አንተ ጸሎት የሚጸልየውን መሥዋዕት የሚያቀርበውን ካህኑን አትተወው አለ አንተም በጸሎት አግዘው ሲል ነው። “ወሀለዉ ሕዝብ ይጼልዩ ወይጸንሕዎ ለዘካርያስ ወአንከሩ እስመ ጐንደየ ውስተ ቤተ መቅደስ - ሕዝቡ ግን ይመጣል ብለው እየጸለዩ ይጠብቁት ነበር በቤተ መቅደስ ዘግይቶ ነበርና አደነቁ” ሉቃ ፩፥፳፩፤

ለመደነቅ ምክንያት የሆናቸው መዘግየቱ ብቻ አልነበረም። ራእይ በዝቶበት ይሆን? አረጋዊ ነውና ወድቆ የሚያነሣው አጥቶ ይሆን? ናዳብንና አብዩድን ባለወቁት እንደቀሠፋቸው ባለወቀው ቀሥፎት ይሆን? እያሉ ነው። “ወሞቱ ናዳብ ወአብዩድ አመ አብኡ እሳተ ዘእምባዕድ ቅድመ እግዚአብሔር በገዳም ዘሲና - ናዳብና አብዩድ በሲና በረሃ በእግዚአብሔር ፊት ከሌላ የመጣ እሳትን ባቀረቡ ጊዜ ሞቱ” እንዲል ዘኁ ፳፮፥፷፩፤ ፫፥፬፤ ዘሌ ፲፥፩፤

ሊቀ ካህናቱ ዔሊ አንገቱ ተሰብሮ ለሞት የበቃው ሽማግሌ ከመሆኑ የተነሣ እንደሆነ በቅዱስ መጽሐፍ ተመዝግቧል። መነሻ ምክንያቱ የታቦተ ጽዮን መማረክ የፈጠረበት ድንጋጤ ቢሆንም። ፩ሳሙ ፬፥፲፰። ብፁዕ ሐዋርያ ቅዱስ ጳውሎስ እንዲህ ብሎ በሰጠው ሐዋርያዊ መመሪያና ምክር መሠረት በጸሎት መተሳሰብ ትልቅ ዋጋ አለው፤ “አስተበቍዓክሙ አኀዊነ በእግዚእነ ኢየሱስ ክርስቶስ ወበፍቅረ መንፈስ ቅዱስ ትስአሉ ሊተ በጸሎትክሙ ኀበ እግዚአብሔር ከመ ያድኅነኒ እምዓላውያን እለ ብሔረ ይሁዳ ከመ አሥምሮሙ ለቅዱሳን እለ በኢየሩሳሌም ከመ እምጻእ ኀቤክሙ በፍሥሐ ወአዕርፍ ምስሌክሙ በፈቃደ እግዚአብሔር - ወንድሞቻችን በጌታችን በኢየሱስ ክርስቶስና በመንፈስ ቅዱስ ፍቅር በጸሎታችሁ ወደ እግዚአብሔር ትለምኑልኝ ዘንድ እማልዳችኋለሁ በይሁዳ ካሉ ዓላውያን ያድነኝ ዘንድ በኢየሩሳሌም ያሉ ምእመናንን አገለግላቸው/ደስ አሰኛቸው ዘንድ ደስ ብሎኝ ወደእናንተ እመጣ ዘንድ በእግዚአብሔር ፈቃድ ከእናንተ ጋር አርፍ ዘንድ ጸልዩልኝ” እንዳለ፤ ሮሜ ፲፭፥፴፤

በተመሳሳይ ጥቅስም እንዲህ ብሏል "ወተጸመዱ ለጸሎት እንዘ ትትገሁ በአኰቴት ጸልዩ ወሰአሉ ለነሂ ከመ ያርኁ አናቅጸ ቃል ከመ ንንግር ምክረ ዘእምነበ እግዚአብሔር ዘበእንቲአሁ ተሞቃሕኩ ከመ እክሥቶ በከመ ይደልወኒ - በማመስገን ጸንታችሁ በጸሎት ጽሙዳን ሁኑ እግዚአብሔር የቃሉን ደጆች (ኃይለ ቃሉን) ይገልጥን ዘንድ፤ ስለእሱ የታሰርሁለትን በእግዚአብሔር የተደረገውን ምክር (ሥጋዌ) እንናገር/እናስተምር ዘንድ፤ ማስተማር እንደሚገባኝ እገልጠው ዘንድ ስለእኛ ጸልዩልን ለምኑልን" ቈላ ፬፥ ፪።

የጠፉ አህዮቻቸውን ፍለጋ የሄዱ እነሳኦልም ውኃ ለመቅዳት ወደወንዝ ከሚሄዱ ሴቶች የሰሙት መልእክት ሕዝቡ ለካህናቱ የነበራቸውን አክብሮት የሚያስረዳ ነው። እንዲህ ተብሎ እንደተጻፈ። "እስመ ኢይበልዑ ሕዝብ ዘእንበለ ይባእ ውስተ ሀገር እስመ ውእቱ ይባርክ መሥዋዕቶሙ ወእምድኅረ ዝንቱ ይበልዑ እክለ እለ ተጸውዑ - ወደ ሀገር ሳይገባ ሕዝቡ አይበሉምና እሱ መሥዋዕታቸውን ይባርክላቸዋልና ከዚያ በኋላ ግን የተጠሩት ሁሉ ይበላሉ" ተብሎ ፩ሳሙ ፱፥፲፫፤ ይህም እስካሁን በምእመኑ ዘንድ ተጠብቆ ያለ መጽሐፍ ቅዱሳዊ ትውፊት ነው።

ከመ ኢትሑር ምስለ እለ ያወጽእዎ ለዘኢጥሙቅ

- ካልተጠመቀውና ከሚያስወጡት ጋር እንዳትወጣ፤ የተጠመቀ ሆኖ ሳለ እንዳልተጠመቀ አድርጎ ተናገረ፤ የክርስቲያን ሥራ ስላልሠራ እንዲህ አለ። "ኵሉ ዘየአምን ወኢይገብር ግብረ ክርስቲያን ይኩን ከመ አረማዊ ወመጥዓዊ - የሚያምን ግን የክርስቲያን ሥራ የማይሠራ እንደ አረማዊ እንደ ጣዖታዊ ይሁን" እንዲል። ጌታችንም በወንጌል "ወበዊአ ንጉሥ ይርአዮሙ ለእለ ይረፍቁ ረከበ በህየ ዘኢለብሰ ልብሰ መርዓ - ንጉሡም የተቀመጡትትን ያያቸው ዘንድ በገባ ጊዜ የሠርግ ልብስ ያልለበሰ አንድ ሰው አገኘ" ብሎ በምሳሌ አስተምሯል ማቴ ፳፪፥፲፩፤

አላ ንበር ውሳጤ ቤተ ክርስቲያን ወአጽምእ ቃሎ ለካህን ወስማዕ ዘይስእል ሥርየተ በእንቲአከ ወበእንተ ኵሎሙ ኃጥአን ያናኅሲ ሎሙ አምላኮሙ

- አምላካቸው ይቅር ይላቸው ዘንድ ስለአንተና ስለኃጥአን ሥርየት የሚለምነውን የካህኑን ቃል በቤተ ክርስቲያን ውስጥ ሆነህ አድምጥ። ጸባብ አንቀጽ ከተባሉት አንዱ ቃለ ካህን መስማት በምክረ ካህን መኖር መቻል ነውና። በቤተ ክርስቲያን ውስጥ ሆነህ ሲል በሕጓ በሥርዓቷ ውስጥ ሆነህ ቦታ ሳይወስንህ ሰው አየኝ አላየኝ ሳትል በምክረ ካህን በፈቃደ ካህን ኑር ሲል ነው። ዮሴፍ የግብጽን ከተማ የእግዚአብሔር ፊት ብሎ ሲጠራው በቅዱስ መጽሐፍ እናነባለን፤ ምድርና በውስጧ ያለው ሁሉ በእግዚአብሔር ፊት የተገለጠ ነውና፤ "እንዴት ይህን ትልቅ ክፉ ነገር አደርጋለሁ? በእግዚአብሔር ፊት እንዴት ኃጢአትን እሠራለሁ" እንዲል ዘፍ ፴፱፥፱፤

እመሰ ትፈቅድ ትንሣእ ሥርየተ ኃጣውኢከ ለምንት ትወጽእ እምቤተ ክርስቲያን - የኃጢአትህን ሥርየት ታገኝ ዘንድ የምትወድ ከሆነ ለምን ከቤተ ክርስቲያን ትወጣለህ? "ቍራሹን ከተቀበለ በኋላ ወዲያው ወጣ ሌሊትም ነበረ" እንዲል ዮሐ ፲፫፥፴፤ ይሁዳ በሌሊት ወጥቶ የሄደው በአስገዳጅ ኃይል ሳይሆን ቀረብኝ ያለውን ሠላሳ ዲናር ለማግኘት ሲል በማይገባ አካሄድ ከአይሁድ ጋር በፈጠረው ኅብረት ነው። ዛሬም እኛን ከቤቱ በኃይል የሚያስወጣን ማንም የለም፤ ጥሪው መለኮታዊ ስለሆነ የተጠሩትን በፍቅርና በትሕትና የማገልገል ሥርዓት እንጂ አምኖ የመጣውን በየምክንያት ገፍቶ የማስወጣት መብት የተሰጠው የለም።

ወካልእ ያደንን ወይስእል ምሕረተ በእንቲአከ - ሌላው (ካህኑ) አንገቱን ዝቅ አድርጎ ስለአንተ ምሕረትን ይለምናል። ሙሴ በደብረ ሲና ሆኖ ስለሕዝቡ ሲጸልይ ሕዝቡ ግን እየዘፈኑ እንደነበር። ዘጸ ፴፪፥፮፤

ቅዱስ ጳውሎስም "እነዚህ ክፉ እንደተመኙ እኛ ደግሞ ክፉ እንዳንመኝ ይህ ምሳሌ ሆነልን ሕዝቡም ሊበሉ ሊጠጡ ተቀመጡ ሊዘፍኑ ተነሡ ተብሎ እንደተጻፈ ከእነርሱ አንዳንዶቹ እንዳደረጉት ጣዖትን የምታመልኩ አትሁኑ" በማለት ጠቅሶታል ፩ቆሮ ፲፥፯፤

ወለምንት ጽሩዕ አንተ - ስለምን ሥራ ፈት ትሆናለህ? "ወጊዜ ዐሡሩ ወአሐዱ ሰዓት ወጺአ ረከበ ካልአነ እንዘ ይቀውሙ ወይቤሎሙ ለምንት ቆምክሙ ዝየ ኵሎ ዕለተ ጽሩዓኒክሙ ወይቤልዎ እስመ አልቦ ዘተዐሰበነ - በአሥራ አንድ ሰዓት በወጣ ጊዜ ሌሎችን ቆመው አየ ቀኑን ሙሉ ሥራ ፈትታችሁ ለምን ቆማችኋል አላቸው የሚቀጥረን ስለሌለ ነው አሉት" እንዲል ማቴ ፳፥፮፤ የወይኑ ባለቤትም "ሑሩ አንትሙኒ ውስተ ዓፀደ ወይንየ ተቀነዩ ወዘረትዓኒ እሁበክሙ - ሂዳችሁ ወይኔን ጠብቁ የቀናኝን/የወደድሁትን እሰጣችኋለሁ" ብሏቸዋል። ይህም የሚያስረዳው አመካኝቶ ወደኋላ መቅረትና ሰዓቱ አልቋል/አልፏል ብሎ ተስፋ መቁረጥ እንደማይገባ ነው።

ወታንሶሱ እምሀገር ለሀገር በልብከ በውእቱ ጊዜ - ካህኑ ይቅር በለው እያለ በሚለምንልህ ጊዜ አንተ በልብህ ከሀገር ወደሀገር ትዞራለህ። እንደ ጎንደር ቢሄዱ እንጀራው ወጡ፤ እንደቋራ ቢሄዱ ጥጡ እያልህ።

እንዘ ኅቱም አንተ በማኅተሙ ለመርዓዊ ሰማያዊ - መርዓዊ ሰማያዊ በሚሆን በክርስቶስ ማኅተም የታተምህ ስትሆን አንተ ግን በልብህ ትዞራለህ ማለት ክርስቶስ በሚያድላት ልጅነት የከበርህ ስትሆን ትዞራለህ። የክብራችንን መጠን ለቅዱስ ጴጥሮስ ሲያስረዳው አምላካችን እንዲህ የሚል ጥያቄ ጠይቆት ነበር "ነገሥተ ምድር እምኀበ መኑ ይነሥኡ ጸባሕተ ወጋዳ እምኀበ ውሉዶሙኑ ወሚመ እምኀበ ነኪር ወይቤ እምኀበ ነኪር ወይቤሎ እግዚእ ኢየሱስ ውሉዶሙሰ እንጋ አግአዝያን እሙንቱ - የምድር ነገሥታት ግብርና ቀረጥ የሚቀበሉት ከማነው? ከልጆቻቸው ወይስ ከሌላ? ቅዱስ ጴጥሮስ ከሌላ ነው አለው እንኪያ ልጆቻቸው ነጻ ናቸዋ" ብሎ የልጅነት ክብራችን መጠኑ የት ድረስ እንደሆነ ነግሮናል። ማቴ ፲፯፥፳፩፤ አዎ! ያለምንም ጥርጥር በክርስቶስ ኢየሱስ ነጻ ነን።

ብፁዕ ሐዋርያ ቅዱስ ጳውሎስ "እምከመሰ ውሉደ እግዚአብሔር ንሕነ ወራስያኒሁ ንሕነ - የእግዚአብሔር ልጆች ከሆን ወራሾቹ ነን" በማለት የታተምንበት ሰማያዊ ማኅተም ለየትኛው ክብር እንዳበቃን በግልጥ ይናገራል ሮሜ ፰፥፲፯፤

በኋላ ሲናገርም "ወኢታምዕዕዎ ለመንፈስ ቅዱስ ዘቦቱ ዐተቡክሙ አመ ድኅንክሙ - ባመናችሁ ጊዜ የታተማችሁበትን መንፈስ ቅዱስን እንዳታሳዝኑ ማለት እንዲለያችሁ እንዳታደርጉ" ብሏል ኤፌ ፬፥፴፤

አንድም በአርአያ እግዚአብሔር የተፈጠርህ ስትሆን ከሀገር ወደሀገር ትዞራለህ ለምን አዕዋፍን አብነት አታደርግም? በበጋ እህሉን በክረትም ትሉን ተመግበው እንዲኖሩ አታውቅምን? ይህም የጊዜና የቦታ አጠቃቀም ችሎታቸውን ያሳያል፤ አዕዋፍ ደክመው ብቻ አይመለሱም፤ ያለምክንያትም አይበሩም፤ ለራሳችን በራሳችን ሕግ አውጥተን ለማስቀደስ ብቻ ወደቤተ መቅደስ የምንመጣ ሁላችን አዕዋፍን አብነት እናደርጋቸው ዘንድ አግባብ ነው፤ የደከሙ ሁሉ የድካም ዋጋቸውን ሲቀበሉ እያየን ያለደመወዝ በድካም ወደቤት መመለስ ለነፍስ እጅግ ጥልቅ ኀዘን ነውና።

ወባሕቱ ታወጽአከ ቤተ ክርስቲያን አፍአ ወተዓፁ ላዕሌከ ኆዋኅዊሃ ከመ ኢትባእ አንተ ውስቴታ ለዓለም - ነገር ግን ቤተ ክርስቲያን [51] ወደውጭ ታወጣሃለች ተመልሰህ ለዘለዓለሙ እንዳትገባ ደጇን ትዘጋብሃለች። ገብቶ ሳለ እንዳልገባ አድርጎ ተናገረ፤ በልቡናው ስለወጣ። ቤተ ክርስቲያንን ባይሰማ እንደ አረሚ ይሁን ትላለችና ወንጌል ማቴ ፲፰፥፲፯፤ በሁለት መንገድ በር ሊዘጋ ይችላል። አንደኛው ከውጭ ሲሆን ሁለተኛው ከውስጥ ነው። ከውጭ ሲሆን፡-

“ተባቱና እንስቱ እግዚአብሔር እንዳዘዘው ገቡ እግዚአብሔርም በስተኋላው ዘጋበት የጥፋት ውኃም በምድር ላይ አርባ ቀን ነበር ውኃው በዛ መርከቢቱንም አነሣ ከምድር ወደላይ ከፍ አለች ውኃውም አሸነፈ በምድር ላይም እጅግ በዛ መርከቢቱ በውኃ ላይ ሄደች ውኃውም በምድር ላይ እጅግ አሸነፈ በምድር ላይም እጅግ በጣም አሸነፈ ከሰማይ በታች ያሉ ታላላቅ ተራሮች ሁሉ ተሸፈኑ... በየብስ የነበረው በአፍንጫው የሕይወት ነፍስ እስትንፋስ ያለው ሁሉ ሞተ” ይላል ዘፍ ፯፥፲፯፤

51 ቤተ ክርስቲያን ብሎ የገለጠው ምእመናንን፣ መምህራንን፣ ካህናትን፣ ጳጳሳትን ነው፤ የወንጌል ትርጓሜም የሚያስረዳው ይህንን ነውና፤ ንግራ ለቤተ ክርስቲያን - ለቤተ ክርስቲያን ንገራት ያለው ንባብ ሲተረጐም አምስቱን ዖታ ምእመናን አካቶ ነውና፤ አምስቱ ዖታ ምእመናን የሚባሉትም አዕሩግ፣ ወራዙት፣ አንስት፣ ካህናትና መነኮሳት መሆናቸው በወንጌለ ዮሐንስ ትርጓሜ ተገልጧል፤ በሌላ አተረጓጐም ቤተ ክርስቲያን ክርስቲያን የሚለው ቃል “በአንድ ደወል የሚሰበሰቡ” ተብሎ ተተርጕሟል ትርጓሜ ወንጌል ዘማቴዎስ ፲፰፥፲፯፤

ከውስጥ ሲሆን፡- “ሊገዙ በሄዱ ጊዜ ሙሽራው መጣ ተዘጋጅተው የነበሩት ከርሱ ጋር ወደሠርጉ ገቡ ደጁም ተዘጋ በኋላም ደግሞ የቀሩቱ ቈነጃጅት መጡና ጌታ ሆይ ጌታ ሆይ ክፈትልን አሉ እርሱ ግን መልሶ እውነት እውነት እላችኋለሁ አላውቃችሁም አለ ቀኒቱንና ሰዓቲቱን አታውቁምና እንግዲህ ንቁ” ይላል ማቴ ፳፭፥፲፤

እስመ ኢይትረከብ ነኪር በማዕከሌሃ - በመካከሏ ባዕድ አይገኝምና ማለት የማይገባው ሰው አይገባባትምና። አይገባም ሲል በሚፈጸመው ምሥጢር ስለማያምን ከምሥጢራት አይካፈልም ቢካፈልም አይጠቀምበትም ሲል ነው። ይሁዳ ከምሥጢረ ቍርባን የተቀበለ ቢሆንም አልተጠቀመበትምና።

ወሶበ መጽአ መርዓዊሃ ታርኁ ሎቱ ኆዋኅዊሃ - ሙሽራዋ በመጣ ጊዜ ደጇን ትከፍትለታለች አለ መምህራን የተዘጋጀውን አምኖ የመጣውን የሚገባውን ይቀበሉታል።

ወታበልዖ ፍኅርቱ [52] ለመርዓዊሃ - ለሙሽራዋ ታበላዋለች ማለት መምህራን ለምዕመናን ሥጋ ወደሙን ያቀብሏቸዋል። እኛ ቤተ ክርስቲያንን እናታችን ብለን እንገልጣታለን፤ እዚህ ላይ ያለው -ንባበ ምሥጢር ደግሞ ምእመናንን ሙሽራ እያለ ይገልጣቸዋል፤ ሙሽራ ያለውን ክብርና ተወዳጅነት ሁላችንም እናውቀዋለን፤

---

52 ፈኀረ የሚለው ግስ የተለያየ ትርጒም አለው፤ አጨ፣ ጠበቀ፤ አገለገለ፣ ፈለገ፣ ቆፈረ፣ ቀበረ የሚል። ማጨት በሚለው በመጽሐፍ እንዲህ ተገልጧል “ወእፍኅረኪ ሊተ ብእሲተ ለዓለም በጽድቅ ወበርትዕ በሣህል ወበምሕረት ወእፍኅረኪ በሃይማኖት - በይቅርታና በምሕረት በእውነትና በቅንነት ለእኔ ሚስት አድርጌ አጭሻለሁ በሃይማኖት አጭሻለሁ” የዚህም ምሥጢራዊ ትርጓሜ በሃይማኖት ጸንተሽ ጽድቅን ርትዕን ጸሎት አድርገሽ ብትገኚ ይቅርታዬን ቸርነቴን ማጫ ማስመሪያ አድርጌ ሥጋዬን ደሜን ሰጥቼ ለዘለዓለሙ ማደሪያዬ አደርግሻለሁ ማለት ነው ሆሴ ፪፥፲፱፤
ጠበቀ አገለገለ በሚለው ደግሞ “ወዮሴፍሰ ፈኃሪሃ እስመ ጻድቅ ውእቱ ኢፈቀደ ይክሥታ አላ መከረ ጽሚተ ይኅድጋ - ጠባቂዋ ዮሴፍ ግን ጻድቅ ነበርና ሊገልጣት አልወደደም በስውር ሊተዋት አሰበ” ተብሎ ተገልጧል ማቴ ፩፥፲፱፤ “ፍኅርትከ” ሲልም እጮኛህን ከማለት ይልቅ ከውግረተ ዕብን፣ ከማየ ዘለፋ የምትጠብቃትን የምታገለግላትን ብሎ መረዳቱ የዐውደ ልሳን ምሥጢረ ትርጓሜ ውበት መሆኑን ልብ ይሏል፤ በብዙ ኅብረ መልክእ ለዮሴፍ ትታይ ትገለጥ የነበረች እመ አምላክ ወላዲተ አምላክ ድንግል ማርያምን በተለያየ ኅብረ ግስ መግለጥ መቻል ከመንፈስ ቅዱስ የተገኘ ሰማያዊ ጥበብ ነውና።

ሥጋ ወደሙን ለመቀበል ተገቢውን ዝግጅት አድርገን ስንመጣ ክብራችንና አጀባችን እንደሙሽራ ነው፤ ማዕድ ተዘጋጅቶ በር ተከፍቶ እንጠበቃለን። እንደደረስንም የሚሆነው ደስታ ልዩ ነው።

ነኪርሰ ኢይጥዕም እምኔሁ እስመ ኢተውህበ ሎቱ - ባዕድ ግን (ያላመነ ያልተጠመቀ ንስሐ ያልገባ) ከርሱ አይቀምስም አልተሰጠውምና አንድም አይገባውምና። አይገባውም ሲል አምኖ ተጠምቆ ቢመጣ አይቀበልም ማለት አይደለም እስኪያምን የማይፈቀድለት መሆኑን ለመግለጥ ነው።

መኑ ዘርእየ መርዓዌ ዘይጠብሕ ሥጋሁ በጊዜ ከብካቡ ወዘይትበላዕ ግሙራ - በቤተ መቅደስ አንድም በተዋሕዶ ለዘለዓለሙ ምግብ የሚሆን ሥጋውን ቆርሶ ደሙን አፍሶ የሚሰጥ ሙሽራን ያየ ማነው?

ግብረ ሐዲስ ገብረ ወልደ እግዚአብሔር በውስተ ዓለም ዘእምፍጥረተ ዓለም አልቦ ዘገብረ ከማሁ ዘእንበሌሁ - ወልደ እግዚአብሔር ዓለም ከተፈጠረ ጀምሮ ከሱ በቀር እንደእርሱ ያደረገ የሌለ እንግዳ ሥርዓትን ሠራ። ዓለም ከተፈጠረ ጀምሮ ሥጋዬን ብሉ ደሜን ጠጡ ብሎ የሰጠ የለምና። እዚህ ላይ የኔታ ገብረ ሥላሴ ዘኤልያስ የተቀኙትን መወድስ ቅኔ እንጥቀስ፤

ግዕዘ ኖላዊነ ባዕድ እምግዕዘ ኖላዊ፤ ወአባግዒሁ ኢኮኑ ከመ አባግዕ ኵሎሙ፤

ሥጋሁ ይብልዑ እስመ ሥሉጣን ነዮሙ፤

እመኒ ወሀበ ለአራዊት፤ ሥጋሆሙ ለዘሥሉጣን ሥጋሁ ይጥዐሙ፤

ወእንዘ ለሊሁ ኖላዊሆሙ፤ ነሢአ ዕሤት ኅዲጎ ዕሤተ ይሁቦሙ፤

ኢፈቀደሂ ከመ ይንሣእ ፀምረ ሥዕርቶሙ፤

ዳእሙ ለአባግዕ ልብሰ ፍሥሐ ይከውኖሙ፤

ፈለገ ቆፈረ በሚለው ደግሞ "እለ ይትሜነይዎ ለሞት ወኢይረክብዎ ወይፍኅርዎ ከመ መድፍን - የተሰወረ ሀብትን ከሚቆፍሩ ይልቅ ሞትን ለሚመኙ ለማያገኙትም" ተብሎ ተገልጧል ኢዮ ፫፥፳፩፤
ቀበረ ሲል ደግሞ "ወይፍኅርዎሙ አሕዛበ ምድር - የምድር ወገኖች ይቀብሯቸዋል" ተብሎ ተገልጧል ሕዝ ፴፱፥፲፫፤ አንዳንድ ጽሑፍ ላይ "ይፍኅርዎሙ" የሚለው ግስ "ይቀብሩ" ተብሎ ተጽፎ ይገኛል። ይህንን ሁሉ ለማንሣት የተፈለገው እመቤታችንን በሚመለከት የተቀመጠውን ቅጽላዊ ግስ በጥንቃቄ እንድናስተውለው ነው።

ወእንዘ ሎቱ ይደሉ ከመ ይሚጦሙ፤

ሜጥዎ ለኖላዊ አባግዕ ለሊሆሙ።

ትርጉም፡-

የእረኞቻችን ጠባይ ከእረኛ ጠባይ የተለየ ነው፤ በጎችም እንደሁሉም በጎች አይደሉም፤ ሥጋውን ይበሉ ዘንድ የሠለጠኑ ናቸውና፤ ሥጋውን ይቀምሱ ዘንድ የሠለጠኑ በጎች ሥጋቸውን ለአራዊት ቢሰጥም። እርሱ እረኛቸው ሲሆን ዋጋ መቀበልን ትቶ ዋጋ ይሰጣቸዋል፤ የጠጉራቸውን ባዘቶ ይወስድ ዘንድ አልወደደም፤ ለበጎች የደስታ ልብስ ይሆናቸዋል እንጂ፤ ሊሸጣቸው ሲገባ ራሳቸው በጎቹ እረኛውን ሸጡት። ስለሆነም ምሥጢረ ቁርባን እንዲህ ያለው ምሥጢር የሚመሠጠርበት ነውና ምሳሌ የለውም።

ሥጋሁ ቅዱስ ወደሞ ክቡረ ሠርዐ ማዕደ በውስተ ከብካቡ ቅድመ ረፋቅያን ከመ ይብልዑ እምኔሁ - በሠርጉ ጊዜ ይበሉት ዘንድ በቤተ መቅደስ በሐዋርያት በምእመናን ፊት አንድም በአይሁድ ፊት ሥጋውን ደሙን ማዕድ አድርጎ ሠራ። በአይሁድ ፊት አለ? በእምቢተኛ ልቡናቸው ቀርቶባቸዋል እንጂ ሥጋ ወደሙ የተሰጠ ለሁሉ ነውና።

ከመ ይሕየው ኵሉ ዘየአምን ቦቱ እስከ ለዓለም - ያመነበት ሁሉ ለዘለዓለም ሕያው ሆኖ ይኖር ዘንድ። በወንጌልም የተመዘገበው ቃል ይኸው ነው፤ ዮሐ ፫፥፲፮፤

መብልዕሰ ወመስቴ ውእቱ እግዚእነ ኢየሱስ ክርስቶስ ክርስቶስ በውስተ ከብካቡ - በሠርጉ ጊዜ መብል መጠጥ የሆነው ጌታችን ኢየሱስ ክርስቶስ ነው። ሠርግ ያለው ሥርዐተ ቅዳሴውን ነው፤ ለሰማያዊ ሙሽርነት የምንዘጋጅበት የምንበቃበት ነውና።

ቡሩክ ውእቱ አምላክነ ዘወሀበነ ሥጋሁ ቅዱስ ወደሞ ክቡረ ለሥርየተ ኃጢአት - ለሥርየተ ኃጢአት ቅዱስ ሥጋውን ክቡር ደሙን የሰጠን አምላካችን ቡሩክ ነው።

ከመ ንሕየው ቦቱ ለዓለመ ዓለም - በሱ ሕይወትነት አንድም በሥጋ ወደሙ ሕያዋን ሆነን እንኖር ዘንድ።

ሎቱ ስብሐት ለዓለም ዓለም - በእውነት ክብር ምስጋና ይግባው ለዘለዓለሙ አሜን።

ትእዛዝ፦ *መቅድመ ኵሉ ይጸሊ ቀሲስ ጸሎተ ንስሐ ጊዜ በዊአቱ ኀበ ቤተ ክርስቲያን* - ከሁሉ አስቀድሞ ካህኑ ወደ ቤተ መቅደስ በሚገባበት ጊዜ ጸሎተ ንስሐን ይድገም፤ ቀዳሚነቱ ለሚመጣው ነው ለዚህ አይደለም፤ ይህ መቅድም ነውና ይቀድመዋል። ጸሎተ ንስሐ ሲደገም ወድቆ/ሰግዶ መስማት ይገባል።[53]

ይ.ካ መዝ ፳፬፤ ፳፤ ፻፩፤ ፻፪፤ ፻፳፱፤ ፻፵ን ይደግማል፤

ከመዝሙራቱ ውስጥ ለአብነት የተሰወኑ ነጥቦችን አነጻጽረን ስንመለከት የሚከተሉትን ዋና ዋና መልእክቶችን እናነሣለን፤

ከመዝሙር ፳፬፤ ወይሜሕሮሙ ፍትሐ ለየዋሃን ወይኤምሮሙ ፍኖተ ለልቡባን - ለየዋሃን ፍርድን ያስተምራቸዋል፤ ለሚያስተውሉም መንገድን ያመለክታቸዋል፤

የዋሃን ያላቸው እነዳንኤልን ሠለስቱ ደቂቅን ሲሆን አስተዋዮች ያላቸው ደግሞ ከምርኮ የተመለሱ ትሩፋንን ነው። ሁለቱ ረበናት በሶስና ላይ የሐሰት ምስክርነትና ዳኝነት ሰጥተው ትሙት በቃ ከፈረዱባት በኋላ ነቢዩ ዳንኤል የሐሰትና የሞት ፍርዳቸውን ለውጦ ሶስናን አድኗታል፤ በአንጻሩ መልአኩ ሁለቱን ረበናት እንደአክርማ ከሁለት ሰንጥቋቸዋል።

---

[53] ጸሎተ ንስሐ ሁለት ጊዜ ይጸለያል፤ አንዱ እዚህ ላይ ሲሆን ሁለተኛው ከእግዚኦታ በፊት ነው፤ እዚህ ላይ የሚጸለየው ጸሎተ ንስሐ አሁን የሚደገመው የዝግጅቱ ሥርዓት አልቆ ካህናት ወደ ቤተ ልሔም ሲወርዱ ነው፤ ሰው ሁሉ ተሟልቶ የሚገኝበት ሰዓት ስለሆነ ሁሉም እንዲሰማው አበው በቃል ደንግገው ይሆናል፤ በሁሉም ቦታ ሊባል በሚችል መልኩ እየተደረገ የሚታየው ተመሳሳይ ነው፤ አንዳንድ አድባራት ላይ "አ እኁየ" የሚለው እንዲደገም ከመደረጉ በስተቀር፤ እሱም ቢሆን ቦታው ተመሳሳይ ነው።

ከምርኮ የተመለሱ ትሩፋን ከዘጠኝ ተኩሉ ነገድ ተውጣተው ኢየሩሳሌም የዘሩባትን ታበቅላለች የተከሉባትን ታጸድቃለች በልተን ጠጥተን ኃጢአት ሠርተን እግዚአብሔርን በድለን ሁለተኛ ጼዋዌ ሊያገኘን አይደለምን ብለው ዕዝራን አለቃ አድርገው እግራቸው እንደአደረሳቸው ወደምሥራቅ ሄደዋል፤ ከምውት ባሕር ደረሱ ይህም የዶሮ ላባ ዳመጦ ጥጥ የሚያሰጥም ነው፤ [54] እንደብረት ጸንቶላቸው ተሻግረው ብሔረ አዚፍ ደረሱ፤ መካነ ዕረፍት ማለት ነው፤ በሦስት ሩካቤ ሦስት ልጆችን ይወልዳሉ፤ ሁለቱ ወንዶች ናቸው፤ ሴቷ እናቷን ታገለግላለች፤ ከወንዶቹ አንዱ አባቱን ያገለግላል፤ አንዱ ለቤተ እግዚአብሔር ይሰጣል፤ ሺህ ዘመን ኖረው ያርፋሉ፤ በሐሳዊ መሲሕ ዘመን ባሕሩ ተከፍሎላቸው ተሻግረው በሰማዕትነት ያርፋሉ። [55]

ሁለቱም ንባቦችና ታሪኮች ቅዱስ ሥጋውን ክቡር ደሙን ለመቀበል የምናደርገውን ዝግጅትና ከተቀበልን በኋላ ሊኖረን የሚገባውን ሕይወት ያስረዳሉ፤ ፍርድ እንዳይጓደል ድኃ እንዳይበደል ጥንቃቄ ማድረግ፤ ለኃጢአትና ለበደል ምክንያት ከሚሆኑ ነገሮች መራቅ ከአንድ አማኒ የሚጠበቁ የውዴታ ግዴታዎች ናቸው፤ ድቀት ቢያጋጥምም ፈጥኖ በንስሐ መመለስ ይገባል።

ከመዝሙር ፷፤ ወወሀብኮሙ ርስተ ለእለ ይፈርሁከ - ለሚፈሩህ ርስትን ሰጠሃቸው የሚለውን እንጥቀስ፤ ሥጋ ወደሙ ርስታችን ነውና፤ በሥጋ ወደሙ የምንወርሳት መንግሥተ ሰማያት ርስታችን ናትና። “ዓለም ሳይፈጠር የተዘጋጀላሁን የአባቴን መንግሥት ትወርሱ ዘንድ ኑ” እንዲል ማቴ ፳፭፥፴፬፤

አባ ሕርያቆስ ስለእመቤታችን ሲናገር “በኀበ ኵሉ መካን ርስት አንቲ” ያለው ይህንኑ የሚያጸና ነው፤ ምክንያቱም ምግበ ሥጋችንን ምግበ ነፍሳችንን ያገኘው ከእሷ ከተወለደው ከኢየሱስ ክርስቶስ ነውና።

---

[54] ይህ ባሕር እስራኤል ውስጥ ካለው ምውት ባሕር የተለየ ይመስላል፤ ሰዎች በውኃው ላይ ተኝተው መጽሐፍ እንደሚያነቡና እንደማያሰጥም በፎቶም በቪዲዮም በአካልም የተረጋገጠ ነውና። የጨው ባሕር ተብሎም ይታወቃል።

[55] ብሔረ አዚፍ ያለው ብሔረ ብፁዓንን ነው።

ከመዝሙር ፻፩፤ እስመ ሠምሩ አግብርቲከ ዕበኒሃ ወአክበርዎ ለመሬታ - ባሮችህ የኢየሩሳሌምን ድንጋዮች ወደዋልና፤ መሬቷንም አክብረዋልና። ይህም የናፍቆት አነጋገር እንደሆነ ትርጓሜያችን ያመሠጥራል፤ ደንጊያዋን ተንተርሰነው መሬቷን ልሰነው ይላሉና፤ የባቢሎን ደንጊያዋ ሻፎ ነው መሬቷም ቀይ ነው፤ የኢየሩሳሌም ደንጊያዋ ምዕዙን መሬቷ መረሬ ነውና። ንዕማን ነቢዩ ኤልሳዕን አስፈቅዶ የኢየሩሳሌምን አፈር ይዞ ሄዶ ይሰግድ እንደነበር በመጽሐፍ ተመዝግቧል፤ ፪ነገ ፭፥፲፯፤

እኛም ቤተ ክርስቲያንንና በቤተ ክርስቲያን ውስጥ ያለውን ሁሉ እንወደዋለን እናከብረዋለን፤ በየሄድንበት ሁሉ እናስታውሰዋለን አንዘነጋውም፤ የቤተ ክርስቲያንን ፍቅር ምንም ምን ሊያስለውጠን የሚችል ነገር የለም። ቤተ ክርስቲያንን በተመለከተ ነቢየ እግዚአብሔር ቅዱስ ዳዊት እንዲህ ብሏል "ቅዱስ ጽርሕከ ወመንክር በጽድቅ - ቤተ መቅደስህ ቅዱስ ነው በእውነት የሚያስደንቅ ነው" መዝ ፷፬፥፭፤ ቅዱስና ድንቅ ከሚያደርጉት ምሥጢራት አንዱና ዋናው ኅብስቱ ተለውጦ ሥጋ መለኮት ወይኑ ተለውጦ ደመ መለኮት መሆኑ ነው።

ከመዝሙር ፻፫፤ ዘያጸግባ እምበረከቱ ለፍትወትከ ዘይሔድሳ ከመ ንስር ለውርዙትከ - ሰውነትህን ከበረከቱ የሚያጠግባት፣ ጎልማሳነትህን እንደ ንስር የሚያድሳት እግዚአብሔር ነው፤ ይህም ስምዖን ጌታችንን በታቀፈ ጊዜ ከእርጅናው እንደታደሰና በረከት እንደበዛለት ሁሉ ሥጋ ወደሙን ስንቀበል ኃጢአት ካስረጀው ማንነታችን የምንታደስና በረከተ ሥጋ በረከተ ነፍስ የምናገኝ መሆኑን ያስረዳል።

ከመዝሙር ፻፳፱፤ እመሰ ኃጢአተኑ ትትዐቀብ እግዚኦ እግዚኦ መኑ ይቀውም እስመ እምኀቤከ ውእቱ ሣህል - ኃጢአትን ብትጠባበቅ ኖሮ አቤቱ ከፊትህ ማን ይቆማል ይቅርታ ከአንተ ዘንድ ነውና። ይህም ሰማይ እንኳ በፊቱ ንጹሕ ባይሆንም በይቅርታው ብዛት ወደቤቱ እንደምንገባ ያስረዳል "ወአንስ በብዝኀ ምሕረትከ እበውእ ቤተከ - እኔ ግን በይቅርታህ ብዛት ወደቤት እገባለሁ" እንዲል።

ከመዝሙር ፻፴፤ ወከላሕኩ በቃልየ ከመ ዘአኀደግዎ ጥበ እሙ ከመ ትዕሥያ ለነፍስየ - ለነፍሴ የንስሐ ዋጋ የሆነ ሥጋህን ደምን ትሰጣት ዘንድ የእናቱን ጡት እንዳስጣሉት ሕፃን በቃሌ መላልሼ ጮሁ። መጽሐፍ "የኃጢአት ደመወዝ ሞት" እንዳለ ሁሉ የንስሐ ደመወዙ ሥጋውን መብላት ደሙን መጠጣት ነው።

ማስገንዘቢያ፡- አለፍ አለፍ ብለን የመዘዝናቸው ሐረጋተ መዝሙር ለማሳያ ያህል የተወሰዱ እንጂ ሁሉም በውስጣቸው የያዙት ምሥጢርና የሚያስተላልፉት መልእክት በሥጋ ወደሙ የሚገኘውን ክብርና እኛ ማድረግ የሚገባንን ዝግጅት ነው። አያይዞ ፊቱን ወደምሥራቅ መልሶ የዝግጅት ጸሎትን ያደርሳል፤ መዝሙራቱን በሚደግምበት ጊዜ ፊቱ ወደምዕራብ ነበርና።

ጸሎት ዘቅዱስ ባስልዮስ፡-

አምላካችን እግዚአብሔር በማይመረመር ከሃሊነትህ ሥጋህንና ደምህን ለሁላችን የሰጠኸን ቅዱስ አንተ ብቻ ነህ፤ አዎን አቤቱ እንለምንሃለን እንማልድሃለን በዚች ቤተ ክርስቲያን በዚህም ታቦት ላይ ክቡር ምሥጢርህ በሚሠዋባቸው በንዋየ ቅድሳቱ ሁሉ ላይ መንፈስ ቅዱስን አሳድርባቸው። የክህደትና የኃጢአት ሥራ በነሱ ላይ ሳይቀር ዳግም ልደት ለሚገኝበት ሥርየት ባርካቸው ቀድሳቸው

ከርስሐት ከርኵሰት ሁሉ አንጻቸው። [56] ይህችን ቤተ ክርስቲያን፣ ይህን ታቦት፣ እነዚህን ንዋያት አክብራቸው። [57] ሰባት ጊዜ እንዳጠሯቸው ንዋያት ከምድር እንደተለቀመና በእሳት እንደተፈተነ ፈጽሞ እንደተጣራ እንደ ብር የነጹና የጠሩ አድርጋቸው። ንጹሐት ክቡራት እንደመሆናቸው መጠን የአብ የወልድ የመንፈስ ቅዱስ ምሥጢር የሚፈጸምባቸው አድርግ ለዘለዓለሙ አሜን። [58]

ጸሎት ዘጎርጎርዮስ ቅድመ ግብአተ መንጦላዕት

ታሪክ፡- ጎርጎርዮስ ዘአርማንያ ድርጣድስን የፈወሰው ነው፤ እመ ምኔቲቱ አጋታ ትባላለች በዲዮቅልጥያኖስ ጊዜ አርሴማን ጨምሮ ሰባ ሁለት ሆነው ከተራራ ላይ ይኖሩ ነበር። ሥዕሏን አይቶ እሷን አምጡልኝ አለ፤ ወደ አርማንያ ወረዱ በዚያ አለች ብለው ነገሩት ለድርጣድስ አስፈልገህ ላክልኝ ብሎ ላከበት ቢያያት ወደዳት ይህችንማ እንዴት አሳልፌ እሰጣለሁ ብሎ ለራሱ ተመኛት መልኳን አይቶ ብታምረው ተራምዶ ያዛት ኃይል መንፈሳዊ ተሰጥቷታልና ጎትታ ከመሬት ወቃችው ንጉሥ ነውና ቢያፍር በሰይፍ አስመታት። ሰይጣን ቀድሞ ያልሆነ ሥራ ማሠራት መልሶ ማጸጸት ልማዱ ነውና መልኳ ትዝ እያለው እህል ውኃ የማይቀምስ ሆነ፤ ብላቴኖቹ ሲሞት እናያለን? አደን እንጂ ኀዘን ያስረሳል ብለው አደን ይዘዉት ወጡ በዚያው ባለበት እሪያ ሆኗል፤ ማን ባዳነልን እያሉ ሲጨነቁ መልአኩ ለእኅቱ ተገልጦ ከጎርጎርዮስ በቀር የሚያድንላችሁ የለም አላት ከአዘቅተ ኵስሕ አስጥሎት ነበርና የሞተ መስሏቸው ደነገጡ።

---

[56] ይህም የማያምኑ ሰዎች የሚገለገሉባቸው እንዳይሆኑና ብልጣሶር እንዳደረገው እንዳይሆን ሲል ነው፤ ብልጣሶር ንዋያተ ቅድሳቱን አቃሎ ማኔ ቴቄል ፋሬስ የሚል ተጽፎበታልና።

[57] አክብራቸው ሲል ሥጋዊ ግብር የሚሠራባቸው አይሁኑ እኛም እነዚህን ንዋያት የሚያከብር ማንነትና መንፈስ እንዲኖር ይሁን ሲል ነው።

[58] ኅብስቱ ተለውጦ ሥጋ መለኮት ወይኑ ተለውጦ ደመ መለኮት ይሆናልና ቦ ሲለወጥ አይታይምና ቦ የሚለወጠው በሦስቱ ሥልጣን ነውና ቦ በሥጋ ወደሙ ምክንያት ሦስቱም ያድሩብናልና ምሥጢረ አብ ወወልድ ወመንፈስ ቅዱስ አለ።

መልአኩ ለአንዲት መበለት ነግሯት/አሳይቷት አንድ አንድ እንኩርኩሪት [59] እየጣለችለት ዐሥራ አምስት ዓመት ያህል ኑሯል የሊህ ክርስቲያኖች አምላክ ጽኑእ እንጂ ነው እንዳለ ብለው ገመድ ቢጥሉለት መኖሩን ለማስታወቅ ገመዱን ወዘወዘው ቢስቡት ከሰል መስሎ ወጥቷል ወንድሜን አድንልኝ አለችው ያለበትን ታውቂያለሽ አላት አዎን አለችው አስቀድሞ ዐፅመ ሰማዕታትን አሳዩኝ አላት ዐፅመ ሰማዕታትን በክብር ስፍራ አሳርፎ እሱ ወዳለበት ውሰጂኝ አላት ይዛው ሄደች ባድንህ በፈጣሪዬ ታምናለህ? አለው ወደነነ ከመ አሆ ዘይብል ይላል ጎንበስ ብሎ መልስ ሰጠው እንዳይታበይ ከእጁና ከእግሩ የእሪያ ምልክት አስቀርቶ አድኖታል።

ጸሎት፡- የሰውን ሕሊና የምታውቅ ልቡናን ኵላሊትን የምትመረምር አምላካችን እግዚአብሔር ሆይ ያንተ በሚሆን በዚህ ቅዱስ ቦታ አገለግል ዘንድ ሳይገባኝ ጠርተኸኛልና ቸል አትበለኝ ፊትህን ከእኔ አትመልስ ኃጢአቴን አርቅልኝ በነፍስ በሥጋ ከሠራሁት ኃጢአት አንጻኝ፤

የእኔንና የሕዝቡን በደል ይቅር ትል ዘንድ እለምንሃለሁ ወደፊተና አታግባኝ አቤቱ አትጣለኝ ተስፋዬን ነሥተህ አታሳፍረኝ የመንፈስ ቅዱስን ሀብት አሳድርብኝ በቤተ መቅደስህ እቆም ዘንድ ኃጢአቴንና በደሌን ለማስተሥረይ በቅን ልቡና ንጹሕ መሥዋዕትን አቀርብልህ ዘንድ የበቃሁ አድርገኝ የሕዝብህን ኃጢአት ይቅር በል ለሞቱት ወገኖቻችንም ዕረፍተ ነፍስን ስጥልን በሕይወት ያሉትንም ጠብቅልን ለዘለዓለሙ አሜን።

[59] ቁራሽ እንጀራ ወይም ቂጣ

ምዕራፍ ፫

ትእዛዝ፡- ወእምዝ ይባእ ካህን ውስተ ቤተ መቅደስ ወይስግድ ቅድመ ታቦት - ከዚህ በኋላ ካህኑ ወደቤተ መቅደስ ገብቶ ከመንጦላዕቱ በአፍአ በታቦቱ ፊት አንድ ጊዜ ይስገድ።

ጸሎተ ባስልዮስ ላዕለ ሣፁናት

- መዛግብቱን ሲከፍት የሚጸልየው ጸሎት ነው፤ ይህን ይጸልይ፤ ቦ መዛግብቱን ሲከፍቱ ሊጸልዩት ባስልዮስ የተናገረው ጸሎት ነው ይህን ይጸልዩ። በቃሉ ያጠና እንደሆነ እየደገመ ይከፍታል፤ በቃሉ ያልያዘ እንደሆነ አስቀድሞ ደግሞ ይከፍታል።

ሁሉን በቃልህ የፈጠርህ ወደዚህ ምሥጢር ያገባኸን [60] በጥበብህ ሰውን የፈጠርህ በእውነትና በሚገባ ይፈርድ ዘንድ በፍጥረት ሁሉ ላይ ገዢ [61] ያደረግኸው አምላካችን ፈጣሪያችን እግዚአብሔር ሆይ በመዝገብህ (በባሕርይህ) የምትኖር ጥበብን ግለጥልን ንጹሕ ልቡናን ፍጠርልን ኃጢአታችንን ይቅር በለን ነፍሳችንና ሥጋችንን አንጻልን የሕዝብህን ኃጢአት ለማስተሥረይ መሥዋዕቱንና መንፈሳዊውን መዓዛ ለማቅረብ ወደ ቤተ መቅደስህ እንቀርብ ዘንድ የበቃን አድርገን [62] ከምድር ያነሣኸን ከመላእክትና ከወገንህ አለቆች ጋር ታኖረን ዘንድ ከመሬት ከፍ ያደረግኸን ጌታችን አምላካችንና መድኃኒታችን ኢየሱስ ክርስቶስ ሆይ ለቅዱስ ወንጌልህ ቃል እንድንገዛ በፍቅርህና በይቅርታህ ብዛት የበቃን አድርገን

---

[60] ወደዚህ ምሥጢር ያገባኸን ሲል ሥጋን ደምህን ለመቀበል ያበቃኸን ሲል ነው።

[61] በሃያ ሁለቱ ሥነ ፍጥረት ላይ አሠልጥኖታልና፤

[62] ቦ እኛ ራሳችን መሥዋዕት ሆነን ለመቅረብ የበቃን አድርገን፤ “ሰውነታችሁን እግዚአብሔርን ደስ የሚያሰኝ ሕያውና ቅዱስ መሥዋዕት አድርጋችሁ ታቀርቡ ዘንድ በእግዚአብሔር ርኅራኄ እለምናችኋለሁ” እንዲል ሮሜ ፲፪፥፩፤

ፈቃድህን ለመፈጸም ወንጌልን ለመማር አጽናን በዚህ ሰዓት መዓዛ ያለውን በጎ መሥዋዕትን ቸርነትህን/ባሕርይህን ደስ የምታሰኝ መንፈሳዊት ፍሬን [63] እናቀርብልሃለን በይቅርታህ በቸርነትህ እናመሰግንህ ዘንድ ማመስገኑን ስጠን ይህንን መሥዋዕታችንን ያለነውር ተቀበል ለምስጋና ይሆን ዘንድ [64] በእኛም በቁርባናችንም ላይ መንፈስ ቅዱስን አሳድር ለዘለዓለሙ አሜን።

ይህን ደግሞ እንደፈጸመ ሊቀ ጳጳስ ቢኖር ሊቀ ጳጳሱ፣ ሊቀ ጳጳስ ባይኖር ጳጳሱ፣ ጳጳስ ባይኖር ኤጲስ ቆጶሱ፣ ኤጲስ ቆጶስ ባይኖር ቆሞሱ ባርኮ ያለብሰው ዘንድ ወደእሱ ይዞ ይሄዳል፤ በመዐርግ የሚበልጥ ባይኖር ራሱ ባርኮ ይለብሳል። ሊቀ ጳጳስ ሳለ ጳጳስ፣ ጳጳስ ሳለ ኤጲስ ቆጶስ፣ ኤጲስ ቆጶስ ሳለ ቆሞስ፣ ቆሞስ ሳለ ቄስ አይባርክምና። ልብሱን ከለበሰ በኋላ ከመጋረጃ ውስጥ ይገባል። [65]

ወእምዝ ይባእ ውስጠ ወይስግድ ቅድመ ታቦት ሠለስተ ጊዜ - ወደውስጥ ገብቶ በታቦቱ ፊት ሦስት ጊዜ ይስገድ፤

[63] መንፈሳዊት ፍሬ ያላት በጎ ምግባርን ነው።

[64] ለምስጋና ይሆን ዘንድ ሲል መሥዋዕቱን ያከብርልን ይለውጥልን ዘንድ ነው።

[65] መምህር በሙሉ አስፋው የአፍአውን ጸሎት ቆጥረው ዐሥር መሆኑን አሳይተው ምሳሌውን ሲያስረዱ ዐሠርቱ ትእዛዛት ከመቅደሰ ክርስቶስ በፊት የተሰጡና በመቅደሰ ክርስቶስ የሚያገለግሉ መሆናቸውን ለመግለጽ ነው ብለዋል። ሥርዐተ ቤተ ክርስቲያን 2005

ጸሎት ዘዮሐንስ አፈ ወርቅ

ከፍጥረት ሁሉ አስቀድመህ የነበርህ ከመላእክትና ከሊቃነ መላእክት ከአጋዕዝትና ከሥልጣናት ከኪሩቤልና ከሱራፌል በላይ የምትኖር አምላካችን እግዚአብሔር ሆይ ከምስጋና ሁሉ በላይ ልዑል ነህ ትሑታንን ከምድር አንሥተህ ወደሰማይ ከፍ ያደረግኻቸው አቤቱ ስፍር ቁጥር በሌለው ቸርነትህ ልንድንበት አዲስ መንገድን [66] መራኸን፤ የቅድስናህን ምሥጢር እናውቅ ዘንድ እኛን ወገኖችህን ያስረዳኸን ይቅር ባይና ሰው ወዳጅ ሆይ ቃልህ ግሩም ነው [67] ያዘጋጀህልንም ክብር የተመሰገነ ነው፤

ቸር ሰው ወዳጅ አምላካችን እግዚአብሔር ሆይ ልመናችንን ተቀበል የጌትነትህ ምስጋና ወደሚነገርበት መቅደስ ገብተን አንተን ለማገልገል በተዘጋጀች በቀናች ሃይማኖት ሆነን የቃሎችህን [68] ምሥጢር እንናገር ዘንድ የበቃን አድርገን፤

የረከሰውን ሕሊና የኃጢአትን ሥራ ከእኛ የምታርቅ አቤቱ የጌትነትህን ብርሃን አብራልን እሳታውያን ሊቀርቡት የማይቻላቸውን የሚያቃጥል እሳት የመንፈስ ቅዱስን ሀብት አሳድርብን

---

66 መንገድ ያለው ወንጌልን ምሥጢረ ቁርባንን ነው።

67 ግሩም ያለው ሑሩ እምኔየ የሚለውን ነው ከዚህ በላይ የሚያስፈራ ቃል የለምና።

68 የቃሎችህን ምሥጢር ያለው የኦሪትን የወንጌልን ምሥጢር ነው፤ “የወንጌልን ምሥጢር በግልጥ እንዳስታውቅ አፌን በመክፈት ቃል ይሰጠኝ ዘንድ ስለእኔ ለምኑ” እንዳለ ብፁዕ ሐዋርያ ቅዱስ ጳውሎስ፤ ኤፌ ፮፥፲፱፤

ከፋውን ሕሊና የምታጠፋ ኃጢአትንም የምታቃጥል ትሁንልን ለዐይነ ልቡናችን [69] እውቀትን ስጥ ከንፈሮቻችንን ከክፉ ነገር ጠብቅ ሰላምን ስጠን ጽድቅን አስተምረን ልብሳችን የፈውስ መድኃኒታችን አንተ ነህና በልዩ ጥበብ የፈጠርኸንም አንተ ነህና፤ ቅዱስ ለሚሆን ለዚህ ምሥጢር የበቃን አድርገን ከፋውን ሕሊና ሁሉ ከእኛ አርቅ ነፍሳችንን የምትዋጋ ፍትወትንም አርቅልን በሰማያዊ ክብር ለመኖር ነውር ነቀፋ የሌለብን ሆነን ከምሥጢራት ሁሉ በላይ የሆነውን በጎ መዓዛ ያለውን መሥዋዕት እናቀርብልህ ዘንድ የበቃን አድርገን ሰማያዊ ከሚሆን ከቸር አባትህ ጋር ማኅየዊ ከሚሆን ከመንፈስ ቅዱስ ጋር ለዘለዓለሙ አሜን።

እስከዚህ ጊዜ ድረስ ራሱንና ሕዝቡን በማዘጋጀት በቤተ ክርስቲያን ውስጥ ላሉ ንዋያት የተዘጋጀውን ጸሎት ካደረሰ በኋላ በማኅፈዱ፣ በጻሕሉ፣ በጽዋው፣ በዕርፈ መስቀሉና በመሶበ ወርቁ ላይ ጸሎት ያደርሳል።

---

[69] ለሰው ሁለት ዐይን አለው አንዱ ዐይነ ሥጋ ነው ሁለተኛው ዐይነ ነፍስ ነው፤ ዐይነ ሥጋ አይቶ ለዐይነ ነፍስ ዕዝነ ሥጋ ሰምቶ ለዕዝነ ነፍስ ይሰጣልና።

ምዕራፍ ፬

ጸሎት ላዕለ ኵሉ ንዋያት፡-

ቸር ይቅር ባይ ጽኑ ከሃሊ ንጹሕ ክቡር ልዩ የምትሆን በቅዱሳን አድረህ የምትኖር አምላካችን እግዚአብሔር ሆይ ደመ ላህምን ደመ ጠሊን ንዋየ ቅድሳቱን ይረጭ ዘንድ በቸርነትህ ሙሴን አዘዝኸው [70] አሁንም በኢየሱስ ክርስቶስ በደሙ መነዛት በመንፈስ ቅዱስ ንዋየ ቅድሳቱን ታከብር ዘንድ እንለምንሃለን እንማልድሃለን እኒህ ንዋያት ሥጋህ ደምህ ሊሠዋባቸው ንጹሐን ይሁኑ ብለን እንለምንሃለን ይህች ሥርዓተ ወንጌል ከሥርዓተ ኦሪት ልዩ ናትና እነዚህ ምሥጢራት በእውነት ሕይወትን የሚያድሉ ናቸው ይኸውም የክርስቶስ ቅዱስ ሥጋው ክቡር ደሙ ነው። ልዩ ሦስት የምትሆን አቤቱ ክቡር የሚሆን የስምህ ምስጋና ፍጹም ነውና እንለምንሃለን ለዘለዓለሙ አሜን።

ዘጠኙ ንዋያተ ደብተራ - በቤተ መቅደስ

ማዕጠንተ ወርቅ፤ መሶበ ወርቅ፤ ተቅዋመ ወርቅ፤ ማዕድ፤ በትረ አሮን፤ ሁለቱ ኪሩቤል፤ ሊቀ ካህናትና ታቦት [71] ናቸው። ኪሩቤልንና ሊቀ ካህናቱንስ ንዋያት አይላቸውም ብሎ ምሥዋዐ ብርት፤ ጻሕልና ጽዋ ናቸው።

---

[70] አዮባን ጽሕመ ጠሊ አሽከት ቅጠል እንደ ዓይነ በጎ ያለ የጁህ ብዝት አለ ያንን እየነከረ ሕዝቡን ንዋየ ቅድሳቱን መጻሕፍቱን ሳይቀር በአፍአ በውስጥ ይረጨዋል መጻሕፍቱን አጥፎ ነው ቢሉ የተመቸ ዘርግቶ ነው ቢሉ ምን ጊዜም በተአምራት አይጠፋም ነበርና፤

[71] ታቦቱን ከንዋያት እንደአንዱ አድርጎ ቆጥሮታል፤ ምክንያቱ ደግሞ ሙሴ ከእግዚአብሔር የተቀበለውን ጽሌ በታቦቱ ውስጥ እንዲያኖረው ስለተነገረውና ታቦቱን ኤልያብና ባስልኤል ስለሠሩት ነው። በሐዲስ ኪዳን ግን ታቦት የሚለውን ስም በግብር የምንሰጠው ለመንበሩ ነው፤ ሁሉጊዜም በመንበሩ ላይ ታቦት አለ፤ ያለታቦት መሥዋዕት አንሠዋም፤ አሠራሩም ከብሉይ ኪዳኑ የተለየ ነው፤ ከቦታ ወደቦታ የሚንቀሳቀስ ጻሕል ጽዋ የሚያገምር እንዲሆን

ታቦት የእመቤታችን፣ ጽላት ከእሷ የነሣው የነፍስና ሥጋዋ፤ በጽላቱ የተጻፈው ቃሉ የአካላዊ ቃል ምሳሌ ነው፤ የእነዚህም ቀለማቱ፡- ግእዝ፣ ካዕብ፣ ሣልስ፣ ራብዕ፣ ሐምስ፣ ሳድስ፣ ሳብዕ ናቸው።

ግእዝ የአብ፤ ካዕብ የወልድ፤ ሣልስ የመንፈስ ቅዱስ፤ ራብዕ የምሥጢረ ሥጋዌ፤ ሐምስ የምሥጢረ ጥምቀት፤ ሳድስ የምሥጢረ ቁርባን፤ ሳብዕ የምሥጢረ ትንሣኤ ምሳሌ ነው። [72]

አንድም ግእዝ ካዕብ የአብ፤ ሣልስ ራብዕ የወልድ፤ ሐምስ ሳድስ የመንፈስ ቅዱስ፤ ሳብዕ የአንድነታቸው ምሳሌ ነው። አንድም ሳብዕ የምሳሐ ደብረ ጽዮን ምሳሌ ነው።

ተቅዋም የእመቤታችን፤ እሳት የመለኮት፤ ፈትል የትስብእት፤ ዘይት የመንፈስ ቅዱስ፤ ማዕድ የእመቤታችን፤ ኅብስተ ገጽ የኅብስተ ሕይወት ክርስቶስ፤ በትረ አሮን የእመቤታችን፤ ከበትሩ የተገኘው ፍሬ የጌታ፤ ምሥዋዐ ብርት የመስቀል፤ ጽንሐሕ የጌታ ምሳሌ ነው።

በቀኖና መጻሕፍት ታዟልና። "ወይኩን ታቦት በዘይፈልስ እመካን ውስተ መካን" እንዲል፤ ፍ.ነ.አ ፩፥፮

[72] የፊደል የት መጣው ሲነገር ቀድሞ የነበረው ፊደል ግእዝ ብቻ እንደነበርና ቋንቋውን ግእዝ ካሰኙት አንዱ ይህ እንደሆነ በዘርፉ ጥናት ያደረጉ ሊቃውንት ጽፈዋል፤ በቃልም ይናገራሉ፤ ይሁን እንጂ እዚህ ላይ በምናየው ምሥጢረ ፊደላት ግን ምሳሌው ቀድሞ የነበረ መሆኑን ነው፤

ጸሎት ላዕለ ማኅፈዳት፡-

ጌታችን አምላካችን መድኃኒታችን እግዚአብሔር ኢየሱስ ክርስቶስ ይቅርታ ቸርነት የባሕርይህ የሚሆን ለሚያምኑብህ ሁሉ በጎ ነገርን የምታድል በባሕርይህ ሰባቱን ሰማያት የፈጠርህ ለምጽንዓትና ለደመናት ልዩ ሥርዓትን የሰጠህ፤ [73] የሰባቱ ሰማያት ግን ሥርዓታቸው አልተለወጠም አንድ ብርሃን ነው አሁንም አምላካችን በመቃብር ባሉ ሥጋህ በተገነዘባቸው በአልባሰ መግነዙ ኃይልህን እንዳሳደርህ ሥጋህን በምንሸፍንባቸው በሊህ በማኅፈዳቱ ሥልጣንህን የመለኮትህን ኃይል አሳድር እነዚህ ማኅፈዳት በሰማያውያን አልባስ አምሳል ይሁኑ ብለን እንለምንሃለን። [74]

ታሪክ፡- የጌታችን ሞት ለጲላጦስ ፈቃዱ አልነበረም ያስገረፈውም ለአስተምህሮተ አይሁድ ነው የገረፍሁት እንደሆነ ራርተው ይተዉታል አይሰቅሉትም ብሎ። የግርፋቱም መጠን ስድስት ሺህ ስድስት መቶ ስድሳ ስድስት ነው ቦ አምስት ዕልፍ ነው የሚሉም አሉ። ሥጋው አልቆ አጥንቱ እስኪታይ አንድ ሁለት ተብሎ እስኪቆጠር ገርፈዉታል። ከሰቀሉት በኋላ በእሱ የደረሰ በእኛም ይደርሳል ሳይሉ ዮሴፍና ኒቆዲሞስ ከጲላጦስ ተካሰው ከመስቀል አውርደው ገንዘው በአዲስ መቃብር ቀብረዉታል።

አይሁድ መቃብሩ እንዲጠበቅ ጲላጦስን ለመኑ ጌታችንም ተነሣ፤ የትንሣኤውንም ብርሃን ከአይሁድ በቀር ያላየው የለም ትንሣኤውን ለማስተባበል ቆርጠው ተነሡ። ጲላጦስም በዕለተ ዓርብ የተደረገውን ተአምራትና የልጆቹን መፈወስ ከሚስቱ ሲጨዋወት ወዮ ጌታዬ ሕማም ሞትህን ለእኔ ባደረገው እያለ ሲቆረቆር ጌታችን በግርማ ታየው።

በፈቃዴ ባደረግሁት ነገር ምን ያሳዝንሃል? ይህ የምታየው ብርሃን የትንሣኤዬ ብርሃን ነው አይሁድ አልተነሣም ብለው ይከራከሩሃል ተነሥቷል በማለት ጽና ብሎታል።

---

[73] በሰብአ ትካት በሰብአ ሰዶም የተደረገውን መናገር ነው ምጽንዓት አለ? እንበለ ምክንያት ጸንቶ መኖሩን መናገር ነው።

[74] ይህም ማለት በአልባሰ መግነዙ አምሳል ይሆኑ ዘንድ ሥልጣንህን አሳድርበት ማለት ነው።

አይሁድም መነሣቱን ከሌላ ሳይሰማ ብለው ጠባቆቹ ተኝተው ሳለ ደቀመዛሙርቱ ሰርቀው ወሰዱት ብለው ነገሩት። ጲላጦስም እንደተነሣ አውቃለሁ ለእኔም ነግሮኛል አላቸው ሕልም ታምናለህን ሕልምማ እንጂ ከንቱ ነው ከዚህስ የሚሻል አራቱን አለቆች ጠይቃቸው አሉት ለየብቻ ቢጠይቃቸው አንዱ ዮሴፍ ኒቆዲሞስ ወሰዱት፣ ሌላው ጴጥሮስ ያዕቆብና ዮሐንስ ወሰዱት፣ ሦስተኛው ሐዋርያት ወሰዱት አለ አራተኛው ከፍርሃታቸው የተነሣ ሰርቀው ይወስዱታል ብዬ ነው እንጂ ምንም አላየሁም ተኝቼ ነበር አለው።

ነገራችሁ እንዲህ ዝርው ሆነ? ብሎ መቃብሩን አያለሁ አለ፤ እንዳንተ ያለ ባለሥልጣን ከአደባባይ ተገኝቶ ፍርድ መስጠት እንጂ ከሞተ ሰው መቃብር ሂዶ ተነሣ አልተነሣም ይላልን ብለው ከለከሉት። ተጋፍቶ ሄዶ መቃብሩን አስከፍቶ [75] ገባ ሰበኑን መግነዙን አገኘ አምላክ ቢሆን ነው እንጂ እሩቅ ብእሲማ ይሸታል ይከረፋል እንጂ እንዲህ ያለ መዓዛ ይገኝለታልን ብሎ እያሸተተ ያደንቅ ጀመር።

ይህ የምታሸተው የአትክልቱ መዓዛ ነው አሉት እንኪያሌ መቃብሩ ይሸታልሳ አላቸው ዮሴፍ ኒቆዲሞስ ብዙ ሽቱ አድርገውበት ነው አሉት ዘወር ቢል አንድ ዐይና መቶ አለቃ ቆሟል ዐይኑ በሰልፍ ጠፍቶ ነበርና እስቲ እየው ብሎ መግነዙን ሰጠው እያገላበጠ ሲያሸት ዐይኑን ቢነካው በራለት፤

[75] አስከፍቶ ሲል ወደ ውስጥ ዘልቆ መግባቱንና ማየቱን ለመግለጥ እንጂ ድንጊያውን ያነሳው መልአኩ መሆኑ በቅዱስ ወንጌል ተመዝግቧል።

ይህን እያደነቁ ወዲያ ወዲህ ሲመላለሱ የፈያታዊ ዘየማን ሬሳ ታየ ተነሣ የምትለው ከዚህ ወድቆልሃል አሉት ዮሴፍ ኒቆዲሞስን ጠርቶ ገንዛችሁ የቀበራችሁት ይህ ነው? አላቸው አይደለም ይህስ በቀኝ በኩል ተሰቅሎ የነበረው ነው ይህ የያዝከው ግን የገነዝንበት ነው አሉት አይሁድም የነሱን ምስክርነት አንቀበልም ክፍላቸው ከናዝሬቱ ኢየሱስ ነውና አሉ። በመግነዙ ዘየማንን ገንዘው በጌታችን መቃብር እንዲቀብሩት ነገራቸው እነዮሴፍም ገንዘው ቀበሩት ይህን በማድረጌ እዳ አትበልብኝ፤ ሳላምን ቀርቼ አይደለም እያለ ሲጸልይ ዘየማን ከውስጥ ከፈትልኝ የሚል ድምጽ አሰማ ማነህ ቢለው በቀኝ በኩል ተሰቅዬ የነበርሁ ወንበዴ ነኝ አለው ወዴት ነበርህ ቢለው ስታሸተው የነበረውን መዓዛ በገነት ስመገበው ነበር አለው ማን አስነሣህ ቢለው የናዝሬቱ ኢየሱስ ነው በስተቀኝህ ሆኖ ያበራ ነበር አለው

የሆነውን ሁሉ ዘርዝሮ ለሄሮድስ ይልክበታል አይሁድም አስቀድመው ከሄሮድስ ዘንድ ሄድው ጲላጦስ የሚባል እንግዳ ሰው ተሾሞ ሀገራችንን አጠፋው እኛንም አስደበደበን የሊቀ ካህናቱን ቤትና ቤተ መቅደሱን አዘርፎ ከቤቱ አገባው ስትሠራ የሚሆን ሥርዐት ሥራ ካልሆነ ግን ወደቄሣር ይግባኝ እንላለን አሉት፤ እሱም በልቡ ከነሱ ጋር ነውና ሸምቀው እንዲገድሏቸው ክፉ ምክር ይመክራቸዋል ለጲላጦስም በተንኰል አንተን ቢያበቃህ አይተህ አመንህ እኔ ያላየሁ ነኝና አይቼ እንዳምን ዐይኑ የበራለትን መቶ አለቃ ሞቶ የተነሣውን ወንበዴና ዕውር ያበራበትን መግነዝ ስደድልኝ አለው ከሄሮድስ ሳይደርሱ አይሁድ ከመንገድ ሸምቀው ገደሏቸው ሁለቱ ነፍሳት በደመና ሲያርጉ አይቶ ሳይደርሱ እንደገደሏቸው አወቀ መልአኩም የሆነውን ሁሉና እሱም በሰማዕትነት እንደሚያርፍ ነግሮታል። በዚህ ጊዜ መልአኩ ከፈያታይ ዘየማን ተቀብሎ ለጴጥሮስ ጴጥሮስም ለማርቆስም ቢሉ ለቀሌምንጦስ ሰጥቶታል ወደላይ ተቀብሎ መውሰዱን ሲያይ ለእለ በሰማያት አለ።

ጸሎት ላዕለ ጻሕል፡-

እጅህን ዘርግተህ መከራ የተቀበልህ [76] አንድም መከራ ለመቀበል እጅህን የዘረጋህ ቸር መድኃኒት የምትሆን ፈጣሪያችን እግዚአብሔር ስምህን የሚወዱ የሚያመልኩ የሺህ ዘመን ምግብ የሚሆን ሥጋህን በሚሠዉባት በዚች ጻሕል ሥልጣንህን አሳድር [77] አሁንም ፍህምን የተመላች ሥጋህ የሚሠዋባት ይህችን ጻሕል ባርካት አክብራት አንጻት ይኸውም ሐዋርያት ባጸኗት ቅድስት ቤተ ክርስቲያን ውስጥ ባለ በታቦቱ ላይ የምናቀርበው ክቡር የሚሆን ያንተ ሥጋ ነው ለዘለዓለሙ አሜን።

ጸሎት ላዕለ ጽዋዕ፡-

በእውነት ሰው የሆንህ መለኮትህ ከትስብእትህ ትስብእትህ ከመለኮትህ ያልተለየ በፈቃድህ በአዳም ራስ ላይ ደምህን ያፈሰስህ አምላካችን እግዚአብሔር ኢየሱስ ክርስቶስ ሆይ [78] በዚህ በጽዋው ላይ ሥልጣንህን አሳድር

ክቡር ደምህን እንሠዋበት ዘንድ፣ አምኖ ለሚቀበለው ሁሉ የኃጢአት ማስተሥረያ ሕይወተ ሥጋ ሕይወተ ነፍስ ሊሆን ባርከው ቀድሰው አንጻው ለዘለዓለሙ አሜን።

---

[76] በሰባት ክንድ በዘጠኝ ክንድም መስቀል ቢሉ መስቀሉን ለማዳረስ እጁን እንደብራና ወጥረው ሰቅለውታልና፤

[77] የወዲያውን ዘመን በፍጹም ተናግሮ ዐሠርቱ ምዕት አለ ዛሬ በግዘፍ የምንቀበለው ኋላ በርቀት ምግብ ሆኖን ይኖራልና አንድም ዘመነ ሥጋዌን ዐሥርቱ ምዕት አለ የተመቸ፤

[78] ከመቃብረ አዳም ዕፅ በቅሎ ነበር ያንን ቆርጠው እንደ ሙቀጫ ፈልፍለው መስቀሉን ከዚያ ተክለዉታል ቀራንዮን ሕንብርታ ወድማሃ ለምድር ይላታል በማዕከለ ምድር መሰቀሉ መስቀሌን ያደላሁበት የለም ያመነብኝ ሁሉ ይዳን ሲል ነውና፤

ጸሎት ላዕለ ዕርፈ መስቀል፡-

ፍህምን ከመሠዊያው ወስዶ በአፉ የጨመረ፣ በእጁ ጉጠትን የያዘ ሱራፌን እንዲያይ አገልጋይህ ነቢዩ ኢሳይያስን የበቃ ያደረግኸው አምላካችን እግዚአብሔር ሆይ አሁንም ሁሉን የምትይዝ አምላካችን እግዚአብሔር አብ የአንድ ልጅህ የጌታችን የመድኃኒታችን የኢየሱስ ክርስቶስን ቅዱስ ሥጋውን ክቡር ደሙን እንድናቀብልበት በዚህ ዕርፈ መስቀል ላይ ሥልጣንህን አሳድር ባርከው አክብረው አንጻው በመልአኩ ጉጠት ኃይልህን እንዳሳደርህ በዚህም ዕርፈ መስቀል ላይ ኃይልህን አሳድር ለዘለዓለሙ አሜን።

ጸሎት ላዕለ መሶብ፡-

አገልጋይህ ሙሴን በደብረ ሲና መሶበ ወርቅ ቀርጸህ በደብተራ ኦሪት አኑር ያልኸው ፈጣሪያችን እግዚአብሔር አሁንም ሁሉን የያዝህ አምላካችን ሥጋህን ከቤተ ልሔም ወደ ቤተ መቅደስ እንወስድባት ዘንድ ክብርት በምትሆን በዚች መሶበ ወርቅ ሥልጣንህን አሳድር ኃይልን ጽናትን ሀብተ መንፈስ ቅዱስን አሳድርባት ለዘለዓለሙ አሜን።

ይ.ካ ታቦቱን ሲያለብስ ሲያዘጋጅ ይህን ይጸልይ፤ ሲጸልይም ከላይ እንዳልነው ያጠና በቃሉ እየደገመ ያላጠና አስቀድሞ ታቦቱን አልብሶ በዚያ ላይ ማኅፈዱን፣ በዚያ ላይ ጻሕሉን ጽዋውን ዕርፈ መስቀሉን አድርጎ፣ አምስት ቆቆር ዕጣን መርጦ በሙዳይ አድርጎ በዚያ ላይ መላውን አልብሶ ጸሎቱን ይጀምራል ማለት ነው።

<u>የዘጠኙ ዕፀወ ዕጣን ስም</u>

ዘጠኙ ዕፀወ ዕጣን የሚባሉት ሚዓ፣ ጶራሪ፣ ዑድ፣ ሰሊክ፣ መስተክ፣ ስኂን፣ ሰንድሮስ፣ አበሜ፣ ቀናንሞ ናቸው። የተወሰኑት በመጽሐፈ ሄኖክ ምዕራፍ ፯ እና ፰ ተገልጠዋል። ቅዱስ ያሬድም በአንቀጸ ብርሃን ድርሰቱ ከርቤ፣ ሚዓ፣ ሰሊክ፣ ስኂን፣ ቀፂመት፣ ናርዶስ፣ ቀናንሞስ፣ ከርቤ፣ ዐልው ብሎ ዘርዝሯቸዋል። በመጽሐፈ ኩፋሌ ደግሞ ፲፫÷፲፬ "አፈው፣ ስኂን፣ ቀንዓት፣ ሚዓ፣ ማየ ልብን፣ ናርዶስ፣ ከርቤ፣ ሰንበልትና ቍስጥ" ተብለው ተገልጠዋል።

ጸሎት፡- የሁሉን ልቡና የምታውቅ በቅዱሳን አድረህ የምትኖር እግዚአብሔር አንተ ብቻ ኃጢአት የሌለብህ ንጹሐ ባሕርይ ኃጢአትን ይቅር የምትል ነህ እኔ የበቃሁ እንዳይደለሁ ክብርት ለምትሆን ለዚች አገልግሎትም ንጹሕ እንዳልሆንሁ ወደ አንተ የምቀርብበት በልዩ ጌትነትህም ፊት አንደበቴን የምገልጽበት ገጽ/አቅም እንደሌለኝ አንተ ታውቃለህና፤ ነገር ግን በቸርነትህ ብዛት ኃጢአቴን ይቅር በለኝ ኃጢአተኛ ነኝና በዚች ሰዓት ጸጋንና ምሕረትን አገኝ ዘንድ ስጠኝ የበቃሁ እሆን ዘንድ ልዩ አገልግሎትህንም እፈጽም ዘንድ [79] ሰማያዊ ሀብትን አሳድርብኝ ይህች ዕጣን እንደ አሮን እንደ ዘካርያስ ዕጣን ትሁን አቤቱ ጌታችን ከእኛ ጋር ሁን ባርከን ኃጢአታችንን ይቅር በለን የነፍሳችን ብርሃን ሕይወታችን ኃይላችን ተስፋችን ብንታመም ፈውሳችን ብንሞት ትንሣኤያችን በሞታችን ጊዜ መመለሻችን አንተ ነህና ለአንተ ብዙ ምስጋናን እናቀርባለን ክብርና ስግደት ለአብ ለወልድ ለመንፈስ ቅዱስ ይሁን ዛሬም ዘወትርም ለዘለዓለሙ አሜን።

የማኅፈድ ምሳሌ፡-

ማኅፈድ የመግነዝ ምሳሌ ነው፤ "እንደ አይሁድ አገናነዝ ሥርዓት የጌታችን የኢየሱስን ሥጋ ወስደው ከሽቱ ጋር በበፍታ ገነዙት" እንዲል ዮሐ ፲፱፥፵፤ አንድም የከለሜዳ ምሳሌ ነው "ልብሱን ገፈው ቀይ ልብስ አለበሱት" ይላልና ማቴ ፳፯፥፳፰፤

ማኅፈድ ብዛቱ አምስት ነው አንዱ ከጻሕሉ ሥር ይነጠፋል ሦስቱ ከጻሕሉ ላይ ይዘረጋሉ አንዱ ንፍቁ ካህን ከሠራዒው ወይም ከዋናው ካህን ኅብስቱን ይቀበልበትና መልሶ ለዋናው ካህን ይሰጠዋል ዋናው ካህን ዞሮ ከጻሕሉ ላይ ያደርጋዋል። ዲያቆኑ "አንሥኡ እደዊክሙ" እስከሚል ድረስ ይቆይና በዚህ ሰዓት ንፍቁ ካህን አራቱን ማኅፈድ ከጻሕሉ ላይ ያነሣል። ኋላ በድርገት ጊዜ አንዱ ከዐውዱ ላይ አንዱ ከጻሕሉ ላይ ይዘረጋል/ይነጠፋል። ሦስቱ ሦስት ጾታ ካለው አጎበር ላይ ይሆናሉ። አጎበር የአክሊለ ሦክ ምሳሌ ነው። "ከእሾህም አክሊል ጐንጕነው በራሱ ላይ አኖሩ" እንዲል ማቴ ፳፯፥፳፱፤

---

[79] ልዩ አገልግሎት ያለው ሥጋውን ደሙን ለመለወጥ የሚፈጸመውን አገልግሎት ነው።

ዐውድ የእመቤታችን ሰውነት ምሳሌ ነው፤ ከዐውዱ ላይ የሚዘረጋው ማኅፈድ የድንግልናዋ ምሳሌ ነው። አንድም ዐውድ የቤተ ልሔም ምሳሌ ነው። ከዐውዱ ላይ የሚዘረጋው ማኅፈድ ዮሴፍ ሣር አጭዶ ቅጠል ቆርጦ አንጥፎላታልና የዚያ ምሳሌ ነው።

አንድም ዐውድ የዐውደ ፍትሕ ምሳሌ ነው። "ጌታ ኢየሱስም በገዢው ፊት ቆመ" እንዲል ማቴ ፳፯፥፲፩፤ ጻሕል የመቃብር ምሳሌ ነው፤ አንድም የጎልጎታ ምሳሌ ነው። ቦ ጻሕል የጎል/የበረትና የመቃብር ምሳሌ ነው። ጽዋ የጎኑ ምሳሌ ነው፤ ዕርፈ መስቀል የኩናተ ሐራዊ ምሳሌ ነው፤ መሶበ ወርቅ የእመቤታችን ምሳሌ ነው። አጎበር መቃብሩ የተገጠመበት ደንጊያ ምሳሌ ነው።

ከላይ እንዳልነው አምስት ቆቆር ዕጣን መርጦ በሙዳይ ያኖራል። ይህም የአምስቱ ኪዳናት ምሳሌ ነው። የቍርባነ አቤል፣ የመሥዋዕተ ኖኅ፣ የኂሩተ አብርሃም፣ የክህነተ መልከ ጼዴቅ የተልእኮተ ሙሴ ወአሮን ምሳሌ ነው። ሙዳይ የእመቤታችን፣ ዕጣን የምዑዘ ባሕርይ የክርስቶስ ምሳሌ ነው። ሦስቱን ንስግድ ሲል አንዱን ወንጌል ሲል አንዱን ተዘከረነ ላይ ያገባዋል።

ሁሉን አዘጋጅቶ ከፈጸመ በኋላ እንዲህ ብሎ ይጸልያል።

አቤቱ አምላካችን እግዚአብሔር ሆይ ልንድንበት ይህን ደገኛ ምሥጢር ያስተማርኸን፣ የተዋረድን ባሮችህን ለቅዱስ መሠዊያህ አገልጋዮች እንሆን ዘንድ ሳይገባን የጠራኸን አንተ ነህ። መምህራችን ሆይ በመንፈስ ቅዱስ ኃይል ይህን አገልግሎትና የቅዳሴውን ሥርዓት እንፈጽም ዘንድ የበቃን አድርገን በገናናው ጌትነትህ ፊት በፍርድ ሳንወድቅ የክብርና የምስጋና መባን፣ ደስታ የሚገኝበትን ገናንነትን በቤተ መቅደስህ የምናቀርብልህ እኛን የበቃን አድርገን። መድኃኒትን የምትሰጥና ጸጋን የምትልክ እግዚአብሔር ሆይ ለእያንዳንዱ በሁሉ ሁሉን የምትሠራ አቤቱ አምኃችን በፊትህ የምትቀበላት እንድትሆን አድርግልን አቤቱ አምላካችን እንለምንሃለን እንማልድሃለን ሕዝብህን በኃጢአታቸው ምክንያት ይልቁንም ኃጥእ በምሆን በእኔ በባርያህ ስንፍና እንዳትተዋቸው እንለምንሃለን ሀብተ መንፈስ ቅዱስ እንደመሆኗ ሥጋህ ደምህ ክብርት ናትና ለዘለዓለሙ አሜን።

ከዳዊት መዝሙር የተውጣጣ ጸሎት፤

በይቅርታ በቸርነትህ ብዛት ወደ ቤተ መቅደስ ወደ መንግሥተ ሰማያት እገባለሁ፤ አንተን በመፍራት በማምለክ ቅዱስ ቅዱስ ቅዱስ ተብለህ በምትመሰገንበት በቤተ መቅደስህ እሰግዳለሁ፤ አቤቱ የለመንሁህን ልመናዬን ሰምተኸኛልና በፍጹም ልቡናየ እገዛልሃለሁ፤ በቤተ መቅደስ እየሰገድሁ በመላእክት ፊት አንድም በነቢያት በካህናት በሐዋርያት ፊት ምስጋና አቀርብልሃለሁ [80]

ካህናትህ ጽድቅን ይለብሳሉ፤ ጻድቃንህ ደስታን ደስ ይሰኛሉ ቦ ካህናት ያስተምራሉ ነቢያት መንፈስ ረድኤትን ተቀብለው ደስ ይላቸዋል ቦ ምእመናን ቅብዐ ትፍሥሕትን ተቀብለው ደስ ይላቸዋል፤ በማየ ምንዛህ ትረጨኛለህ ከአፍአዊ ኃጢአት እነጻለሁ ቦ በጥምቀት ታከብረኛለህ ከውሳጣዊ ኃጢአት ፈጽሜ እነጻለሁ፤ ከጥቃቅኑ ከታላላቁ ኃጢአት አንጻኝ ቦ ከሐልዮ ከነቢብ ከገቢር ከክሕደት አንጻኝ፤ አንተ ከምታውቀው እኔ ከዘነጋሁት ኃጢአት አንጻኝ ቦ እኔ ከማውቀው ሌላ ሰው ከማያውቀው ኃጢአቴ አንጻኝ፤ ባለሟልህ ዳዊትን ከሕገ እግዚአብሔር ከተለየ ከሳኦል እጅ ራርተህ አድነው ቦ ባለሟልህ ካህኑን ከመንግሥተ ሰማያት ከተለየ ከዲያብሎስ ፈተና ራርተህ አድነው፤ መና ከደመና አውርደህ ሰጠኻቸው የአለቆቹን ምግብ የሰው ልጆች ተመገቡ ቦ ሙሴ አሮን ሰባ ሊቃናት የሚመገቡትን ሕዝቡም ተመገቡ [81] ቦ ደቂቀ አዳም መላእክት የሚያመሰግኑትን ምስጋና አመሰገኑ፤ እደ ሥጋየን ከመግደል እደ ልቡናየን ከበቀል ንጹሕ አደርጋለሁ፤ አቤቱ ቤተ መቅደስህን ከብቤ እቆማለሁ፤ ቤተ መቅደስ ገብቼ መሥዋዕት ሠዋሁ እያሸበሸብሁ ምስጋና አቀርባለሁ፤ በሚያሰቃዩኝ ሰዎች ፊት ማዕድ አዘጋጀህልኝ ቦ መከራ በሚያጸኑብኝ በነብልጣሶር ፊት ሚጠትን አዘጋጀህልኝ ቦ መከራ በሚያጸኑብኝ በአጋንንት ፊት ሥጋህን ደምህን አዘጋጀህልኝ፤

80 መላእክት ከቤተ ክርስቲያን አይለዩምና በመላእክት ፊት አለ።

81 ለሁሉም የሚወርደው መና መልኩም ጣዕሙም አንድ ነውና፤ ሥጋ ወደሙም ለሁሉም አንድ ነው፤

ራሴን በዘይት አበራህ ቦ ቅብዐ ትፍሥሕት መንፈስ ቅዱስን ሰጥተህ አከበርኸኝ፤ ጽዋህ ጽኑዕ ነው ያረካል ቦ ሚጠት ጽኑዕ ነው አይቀርም ቦ ሥጋ ወደሙ አያልፍም አንዱ በቃኝ ነው [82] የእግዚአብሔርን ስም ጠርቼ የሕይወት ጽዋ ደሙን እቀበላለሁ፤ ሰፊ ወራት ረጅም ዘመናት በመንግሥተ ሰማያት ታኖረኝ ዘንድ ባለ በዘመኔ ሁሉ ይቅርታህ ይከተለኝ ይደረግልኝ፤ አቤቱ አሁን አድነን ሥራችንን አከናውንልን አንድ አምላክ ለሚሆን ለአብ ለወልድ ለመንፈስ ቅዱስ ምስጋና ይሁን ዛሬም ዘወትርም ለዘለዓለሙ አሜን።

[82] በዕለተ ዓርብ የተሠዋው እስከ ዕለተ ምጽአት ቢሰጥ ቢሰጥ አይፈጸምምና፤

ምዕራፍ ፳

ቀኖና

መጽሐፈ ኪዳንን፣ ሲኖዶስን፣ ዲድስቅልያን፣ ሥርዓተ ቤተ ክርስቲያንን ንባቡን ከነትርጓሜው ያልተማረ ወደመንግሥተ ሰማያት የሚያደርስ የሚያገባ ሕጉን ያላወቀ ጳጳስ፣ ኤጲስ ቆጶስ፣ ቄስ፣ ዲያቆን ከቤተ መቅደስ ገብቶ አያገልግል። በእናት በአባቴ ታቦት ማን አለብኝ ብሎ ደፍሮ ቢገባ ከሹመቱ ይሻር፤ ከቤተ ክርስቲያን ይውጣ። ጳጳስ ኤጲስ ቆጶስ ጥንቱን ሳይማር አይሾምምና ቀለም የሚልስ የሚለበልብ ቢሆን መሥዋዕት ተሠርቶ ክርስትና ተነሥቶ ክብረ በዓል ሆኖ የሚታጎል ቢሆን ገብቶ ያሟላ አይግባ ሲል ነው። ቄስ ዲያቆን ያለው ግን ሳይማር ይሾማልና ሥርዓቱን ሳያውቅ ንባቡን አጥርቶ ሳያነብ አይግባ፤ በመንፈስ ቅዱስ ተገልጾለት ግብረ ገብ ሆኖ ቢገኝ ይግባ ያገልግል፤ እንደ ድሜጥሮስ።

በታቦቱ ግራና ቀኝ ሁለት የሰም መብራት እንዲበራ ይደረጋል፤ ይህም የፀሐይና የጨረቃ ምሳሌ ነው። ሌሎች መብራቶችም ይበራሉ፤ በቅዳሴ ጊዜ ንፍቁ ዲያቆን መብራት ይይዛል፤ በአንዳንድ ገዳማትና አድባራት መስቀልም ይይዛል። ሌሎቹ መብራቶች የከዋክብት ምሳሌ ናቸው። የደብረ ሊባኖስ ገዳም ሥርዐት ደግሞ በጊዜ ቍርባን ሁለት መብራት እንዲበራ ያዛል። [83] ይህም የፀሐይና የጨረቃ ምሳሌ ነው፤ የሚቀድሰው ካህን በሥጋዬ ይቀሥፈኛል በነፍሴ ይፈርድብኛል ብሎ እየፈራ ይቁም፤ በዚህ ምዕራፍ ውስጥ ያሉ መልእክቶችን ወደኋላም ወደፊትም በተለያየ ምክንያት ያነሣናቸውና የምናነሣቸው ስለሚሆኑ ወደቀጣዩ ክፍል እንሸጋገራለን።

[83] ኢትዮጵያዊ ሱራፊ፤ ዲያቆን ዳንኤል ክብረት ገጽ 890፤ ይህ ሥርዐት አሁንም እየተደረገ ይገኛል፤ ንፍቁ ዲያቆን አሜን ሲባል ከንፍቁ ካህንና ከአብሪው ካህን ላይ መብራቱን ተቀብሎ ይዞት ይገባል።

ኍልቈ ጽርስፎራ፡-

እሑድ እሑድ አራት፤ በዘወትር ሦስት ኅብስተ መሥዋዕት ይዘጋጃል፤ ከአራቱ ወይም ከሦስቱ አንዱ ይሠዋል፤ እሑድ አራት የሆነበት ምክንያት ስለ ክብረ ሰንበት ነው፤ ቦ ጌታችን ጴጥሮስን፣ ያዕቆብንና ዮሐንስን አስከትሎ ወደብረ ታቦር ወጥቷልና፤ ይህ የሆነው በዕለተ እሑድ ነውና፤ ጌታችን መሥዋዕት ሆኖ አድኖናልና ነው። በዘወትር ሦስት መሆኑ ወልድ በተለየ አካሉ መሥዋዕት ሆኖ ሲያድነን ፈቃድ የሦስቱም ናትና ነው።

ቦ ፈያታይ ዘየማንና ዘፀጋም ከጌታችን ጋር ተሰቅለዋልና፤ ጌታችን በመስቀል ተሰቅሎ አድኖናልና ነው። ኅብስተ መሥዋዕቱ ሲዘጋጅ ክብ ሆኖ ነው የሚዘጋጀው፤ ክብ የሆነ ነገር መነሻም መድረሻም የለውም፤ ይህም አልፋና ዖሜጋ መሆኑን ለማስረዳት ነው፤ ዐሥራ ሦስት ማኅተመ መስቀል አለው፤ አንዱን ጌታችን፣ ዐሥራ ሁለቱን ሐዋርያት ተቀብለውታልና፤ ቦ ዐሥራ ሦስቱን ሕማማተ መስቀል ተቀብሎ እኛን የማዳኑ ምሳሌ ነው። መሥዋዕቱ የሚዘጋጀው ከንጹሕ ስንዴና ጊዜው ካላለፈበት ንጹሕ ወይን ነው። [84] ወይኑ ንጹሕና መልኩ ቀይ የሆነ ወይን ነው።

---

[84] ወይን የሚለውን ቃል በመያዝ በምሥጢረ ቍርባን አፈጻጸም የተለያየ ምልከታ አለ፤ ባለፉት ጥቂት ዓመታት በነበረው ሲኖዶሳዊ ክፍለት በውጭው ዓለም ላለመግባባት ምክንያት ሆኖ እንደነበር የሚታወስ ነው፤ ወይን የሚለውን ቃል በተወሰኑ ጥቅሶች ብንመለከተው የሚከተሉትን እንደ ምሳሌ ማንሣት እንችላለን፤ ጌታችን ስለእራሱ ሲናገር "አነ ውእቱ ሐረገ ወይን ዘጽድቅ - እውነተኛ የወይን ሐረግ እኔ ነኝ" ብሏል ዮሐ ፲፭፥፩፤ ልዑለ ቃል ኢሳይያስም "ወተከልኩ ወይነ ኅሩየ ዘሴሬቅ - የተመረጠ የሴሬቅ ወይንን ተከልሁ" ብሏል ኢሳ ፭፥፪፤ በማቴዎስ ወንጌልም "ኢይሰቲ እንከ እምዝንቱ አፂረ ፍሬ ወይን - እንግዲህ ከዚህ የወይን ፍሬ ጭማቂ አልጠጣም" ተብሎ ተመዝግቧል ማቴ ፳፮፥፳፱፤ የወንጌሉ አፂረ ወይን የሚለው ቃል በሲኖዶስ ስራበ ወይን ተብሎ ተገልጧል፤ "እመሂ አዕረገ ህየንተ ስራበ ወይን ሥራበ ሶከር ወኢምንተኒ ሜሰ ወይን ዘግቡር በእሳት አው ወይን ዘግቡር በፀሐይ ዘእንበለ ቍርባን ዘአዘዘ እግዚእነ ኢየሱስ ክርስቶስ እምኅብስት ንጹሕ ስንዳሌ ወወይን ዘንጡፍ እምአስካል ዘይነሥኡ እምሐረጉ ይሰደድ እምሢመቱ ወይሠዐር ወኢይትወከፍዎ - ጌታችን ኢየሱስ ክርስቶስ ካዘዘው ከንጹሕ ስንዴ ኅብስትና ከሐረጉ ላይ ከተለቀመ ወይን በቀር በወይን ጭማቂ ፈንታ የስኳር ጭማቂ በእሳት ወይም በፀሐይ የተሠራ የወይን ጠጅ ቢያቀርብ ከሹመቱ ተሽሮ ይለይ መልሰው አይቀበሉት" የሚል ጽኑዕ ትእዛዝ በሦስተኛው አብጥሊስ ተመዝግቧል። መጽሐፈ ሲኖዶስ ዘሐዋርያት ትርጉም በመጋቤ ምሥጢር ስማቸው ንጋቱ ገጽ ፻፵፬።

ምዕራፍ ፺

የቅዳሴው መጀመር

መሥዋዕቱ በአራት ካህናት ታጅቦ ንፍቁ ካህን ማዕጠንት ይዞ ቃለ ዓዋዲ እየተመታ ሥርዓተ ቅዳሴው መጀመሩ ይታወጃል። “ይህች ቀን ምን ያህል የምታስፈራ ናት ይህች ሰዓት ምን ያህል የምታስጨንቅ ናት መንፈስ ቅዱስ ከሰማየ ሰማያት የሚወርድባት ይህን መሥዋዕቱን የሚያከብርባት ናትና። በጽሙናና በፍርሃት ቁሙ [85] የእግዚአብሔር ሰላም ከእኔና ከእናንተ ጋር ይሆን ዘንድ ጸልዩ” ብሎ ሠራዒው ካህን ከፍ ባለ ድምጽ ያውጃል።

“እምዘአምጽኡ ሎቱ ለድራር - ለእራት ካመጡለት” ስለሚል ወይን ማለት የዘቢብ ጭማቂ ማለት አይደለም የሚል መከራከሪያ ሲነሣ ይሰማል፤ እስራኤል ሁለት አይነት የወይን አዘገጃጀት እንደነበራቸው በትርጓሜያችን ብዙ ቦታ ላይ ተጠቅሷል፤ ይልቁንም በሉቃስ ወንጌል “ኢይሰቲ ወይነ ወሜሰ” ያለውን ትርጓሜ ወንጌል የወይን ጠጅ የማር ጠጅ አይጠጣም ብሎ ይተረጕመዋል፤ መተርጕማንም የማር ጠጅስ በሀገራቸው እጅግም ነው ብሎ ጥሩ ጠጅ ጉሽ ጠጅ አይጠጣም ብለው ተርጕመዋል፤ ስለሆነም ሌሎች ስላደረጉትና የወል ስሙ ወይን ስለሆነ ነባሩን ሥርዐታችንን በግለሰብ ደረጃ ወይም በጥቂት ሰዎች ፍላጎት ብቻ ተነሣሥቶ መለወጡ ባይለመድና የሚመለከተውም አካል እንደዚህ ያሉ መሠረታዊ ጉዳዮች በክርክርና በልዩነት መታየት ሲጀምሩ የማያዳግም መፍትሔ በመስጠት የአንድነቱ አገልግሎት እንዳይታወክ ማድረግ ተቀዳሚ ተግባሩ ሊሆን ይገባል።

85 በጽሙናና በፍርሃት ቁሙ ሲል ልቡናችሁን ባለማባከን በእግራችሁ ወዲያ ወዲህ ባለማለት በዐይናችሁ ወዲያ ወዲህ ሳትባክኑ በፍርሃት ቁሙ ሲል ነው፤

ቃለ ዓዋዲ የሚመታበት ምክንያትና የተጀመረበት ጊዜ፡-

ደወል ወይም ቃለ ዓዋዲ የተጀመረው በኖኅ ጊዜ ነው። በነግህ፣ በቀትርና በሠርክ ይደውል ነበር። በነግህ ለጸሎት፣ በቀትር ለምግብ፣ በሠርክ ለማሰናበት ይደውል ነበር። የተጋብኦ ደወል የትንቢተ ነቢያት፣ የግብር ደወል የብሥራተ ገብርኤል፣ የወንጌል ደወል የስብከተ ዮሐንስ፣ የእግዚኦታ ደወል የጌታ ትምህርት፣ የድርገት ደወል የሐዋርያት ትምህርት ምሳሌ ነው። አንድም የእግዚኦታ ደወል የእመቤታችን ልቅሶ፣ የድርገት ደወል የዮሴፍና የኒቆዲሞስ ልቅሶ ምሳሌ ነው።

አንድም ሁሉንም ለእመቤታችን ሰጥቶ ይናገሯል። የመንፈቀ ሌሊት ደወል ከእናት ከአባቷ ተለይታ ቤተ መቅደስ በገባች ጊዜ አልቅሳለችና የዚያ ምሳሌ ነው፤ የነግህ ደወል ስምኦን የተናገረው ትንቢት ምሳሌ ነው። “ይህ ሕፃን ለእስራኤል ለድቀታቸውና ለትንሣኤያቸው የተዘጋጀ ነው በአንቺ ግን በልብሽ ፍላጻ ይገባል” ብሎ በነጋራት ጊዜ አልቅሳለችና የዚያ ምሳሌ ነው። ሉቃ ፪፥፴፬፤

የተጋብኦ ደወል ዮሳ ወልደ ዮሴፍ ሄሮድስ ሠራዊት መላኩን በነገራት ጊዜ ደንግጣ አልቅሳለችና የዚያ ምሳሌ ነው። የግብር ደወል በስደቷ ጊዜ ከትዕማን ደጅ ኮቲባ ጌታችንን ከጫንቃዋ ነጥቃ ብትጥልባት አልቅሳለችና የዚያ ምሳሌ ነው። የወንጌል ደወል ሁለቱ ወንበዶች የጌታችንን ሥረ ወጥ ልብስ ገፈዉት በሄዱ ጊዜ አልቅሳለችና የዚያ ምሳሌ ነው። የእግዚኦታ ደወል በአንጻረ መስቀሉ ቆማ አልቅሳለችና። የድርገት ደወል ዮሴፍ ኒቆዲሞስ ሲገንዙት በላዩ እየወደቀች አልቅሳለችና የዚያ ምሳሌ ነው።

ዲያቆኑ ቁሙ ወአጽምዑ ብሎ ማወጁ የንፍሐተ ቀርን ምሳሌ ነው፤ “ጌታችን ራሱ በትእዛዝ በመላእክትም አለቃ ድምፅ በእግዚአብሔር መለከት ከሰማይ ይወርዳልና በክርስቶስም የሞቱ ሙታን አስቀድመው ይነሣሉ” እንዲል ፩ተሰ ፬፥፲፯፤ ወንጌላዊው ቅዱስ ማቴዎስም “መላእክቱን ከታላቅ የመለከት ድምፅ ጋር ይልካቸዋል የተመረጡትንም ከሰማይ ዳርቻ እስከ ዳርቻው ድረስ ከአራቱ መዐዝን ይሰበስቧቸዋል” በማለት አምላካዊውን ቃለ ዓዋዲ መዝግቦታል። ማቴ ፳፬፥፴፩፤

ንበተ ወንጌል ወይም የወንጌል መነበብ ንዑ ኀቤየ ሑሩ እምኔየ የማለቱ ምሳሌ ነው፤ በዚህ ጊዜ ደወል መደወሉ - የግርማ መዓቱ ምሳሌ ነው፤ "እግዚአብሔርሰ ገሃደ ይመጽእ ወአምላክነሂ ኢያረምም እሳት ይነድድ ቅድሜሁ - እግዚአብሔር በግልጥ ይመጣል አምላካችን ዝም አይልም እሳት በፊቱ ይነዳል" እንዲል መዝ ፵፱፥፫፤ ወንጌል ከተነበበ በኋላ መቅደሱ ይዘጋል ይህም ሑሩ እምኔየ የማለቱ ምሳሌ ነው፤

አንድም በወንጌል ጌታችን ወተዓፅወ ኆኅት ላለው ምሕረት ለመከልከሉ ምሳሌ ነው። ይህም በተግባር ይታይ ዘንድ ቅዳሴ ከመጀመሩ በፊት የውጭው በር ይዘጋል። ከላይ እንዲህ ማለታችን ይታወሳል "ወባሕቱ ታወጽአከ ቤተ ክርስቲያን አፍአ ወተዓፁ ላዕሌከ ኆዋኅዊሃ ከመ ኢትባእ አንተ ውስቴታ ለዓለም - ነገር ግን ቤተ ክርስቲያን (ምእመን፣ መምህራን፣ ካህናት፣ ጳጳሳት) ወደውጭ ታወጣሃለች

ተመልሰህ ለዘለዓለሙ እንዳትገባ ደጇን ትዘጋብሃለች" ገብቶ ሳለ እንዳልገባ አድርጎ ተናገረ፤ በልቡናው ስለወጣ።

ቤተ ክርስቲያንን ባይሰማ እንደ አረሚ ይሁን ትላለችና ወንጌል። [86]

86 እንደ ፍትሕ መንፈሳዊ በቅዳሴ ጊዜ መንጦላዕት ዝግ ሆኖ ሥርዓተ ቅዳሴ ይከናወናል፤ የሚከፈትበትና የሚዘጋበት ጊዜ እንደተጠበቀ ሆኖ። "ወይቀድስ ኤጲስ ቆጶስ ወውእቱ እንዘ ቅውም ኀበ ምሥዋዕ ወመንጦላዕትኒ እንዘ ስፍሕት ወበውሣጢሃ ቀሳውስት ወዲያቆናት ዐውዳ ወይረውሑ በመራውሕታት በአምሳለ ኪሩቤል - ኤጲስ ቆጶሱ በመንበሩ ፊት ቆሞ መጋረጃይቱ ተጋርዳ ይቀድስ በውስጧ ቀሳውስት በዙሪያዋ ዲያቆናት በኪሩቤል ክንፍ አምሳል በመነሳንስ ይከልክሉ" እንዲል ፍትሐ ነገሥት አንቀጽ ፲፪፥፬፻፹፰፤ ቀሲስ መብራቱ ኪሮስ (ዶ/ር) ግን "ቅዳሴው እንደተጀመረ መጋረጃ የሚከፈትበት ምክንያት ሰማይ መከፈቱንና ወደሰማያዊ ምሥጢር ለመግባት በዝግጅት ላይ መሆናችንን ለማመልከት ነው" ብለዋል አኰቴተ ቍርባን ገጽ 328፤ በምሥጢራዊ ትርጕሙ ላይ የልዩነት ሐሳብ የሌለኝ ቢሆንም መጋረጃው በሚከፈትበት ጊዜ ላይ ግን ተቀራርቦ መወያየትና ወጥ የሆነ የሥርዓት አፈጻጸም እንዲኖር ማድረግ ያስፈልጋል፤ በአንዳንድ አጥቢያዎች ላይ ሲያወዛግብ ታይቷልና፤ በአዲስ አበባ ሀገረ ስብከት በምስካየ ኀዙናን መድኃኔ ዓለም ገዳም ሠራዒው ካህን አሐዱ አብ ብሎ እንደጨረሰ ሕዝቡ በአማን አብ ሲል መጋረጃ የመግለጥ ሥርዐት አለ፤ ቀሲስ መብራቱ ባሉት ሐሳብ ደግሞ በውጭው ዓለም በአንዳንድ አጥቢያዎች አሐዱ ሳይባል በፊት መጋረጃ የመግለጥ ልምድ አለ፤ በአመዛኙ ግን የአፍአ ቡራኬ ከሚጀምርበት ጊዜ አንሥቶ ነው መጋረጃ የመግለጥ ሥርዐት ያለው፤ በገጠሩ ደግሞ ስግዱ እስኪባል ድረስ ሳይገለጥ ይቆያል፤ ሥርዐተ ግንዘቱ ከተፈጸመ በኋላ ነው የሚገለጠው። ይህንን ሥርዐት የሚከተሉ አጥቢያዎች በውጭው ዓለም በብዛት አሉ። ቺካጎ ደብረ ገነት ቅድስት ማርያም መጋረጃ የሚገለጠው ጸሎተ ግንዘቱ ከተፈጸመ በኋላ ነው። ይልቁንም እንደ ደብረ ሊባኖስ ሁለት የቤተ መቅደስ መጋረጃ ያላቸው አድባራት አሉ፤ ለምሳሌ ዳላስ ቴክሳስ ደብረ ምሕረት ቅዱስ ሚካኤልን መጥቀስ ይቻላል። ደብረ ሊባኖስ የአፍአው መጋረጃ የሚገለጠው ዲያቆኑ ጸልዩ ሲል ነው፤ ይህም የአፍአውን ቡራኬ እየታየ እንዲባርክ ነው። መምህር አብርሃም ግን እንዲህ ብለው ጽፈዋል "የወንድና የሴትን የካህናትንና የምእመናንን መቋሚያ ለመለየት የሚያገለግል ሲሆን ከቤተ መቅደስ ውስጥ መቅደሱን ከምሥራቅ ወደ ምዕራብ ከፍሎ መንበሩን ወደ ውስጥ አስገብቶ ከሰሜን ወደ ደቡብ አቅጣጫ ከላይ ወደታች ከግራ ወደቀኝ ወጥ የሆነ አንድ መንጦላዕት ይዘረጋል። ከዚያም በሦስቱ የመቅደስ በሮች ሦስት ተከፋይ የሆኑ መጋረጃዎች ይዘረጋሉ። ... በአፈ ጽዮን (በምዕራብ) ያለው የመቅደስ መንጦላዕት የሚዘረጋበትና የሚጠቀለልበት ወይም የሚከፈትበት ጊዜ አለ። ይህም ካህኑ አ እኁየ ብሎ ሚ መጠን እስኪል ድረስ ተዘርግቶ ቆይቶ ስግዱ ሲባል ከተከፈተ ጀምሮ እስከ ፍሬ ቅዳሴ ይቆያል። ካህኑ ዘኮነ ንጹሐ ብሎ ታጥቦ ሲገባ ይዘረጋና አርኅዉ ሲባል ተከፍቶ በቍርባን ጊዜ መልሶ ይዘረጋል" ኅብረ ሥርዐት ገጽ 3፲፤

ደወል ስንት ጊዜ ይደወላል?

በቅዳሴ ሰዓት አራት ጊዜ ደወል ይደወላል፤ ቅዳሴው ሲጀመር፣ ፃዑ ላይ፣ እግዚኦታ ላይ፣ ድርገት ላይ። ይህም የአራቱ ወንጌላውያን ትምህርት ምሳሌ ነው። አንድም ትንሣኤው አራት ጊዜ የመነገሩ ምሳሌ ነው። መላእክት ለአንስት፣ አንስት ለሐዋርያት፣ ሐዋርያት ለሕዝቡ ነግረዋልና።

ጉዞ ከቤተ ልሔም ወደ ቤተ መቅደስ

ንፍቁ ካህን ማዕጠንት ይዞ ከኋላ፤ ሦስተኛው ዲያቆን ጥላ ይዞ ከመሶበ ወርቁ በኋላ፤ ንፍቁ ዲያቆን መሶበ ወርቁን አክብሮ [87] ዋናው ዲያቆን ጽዋውን ከቃለ ዓዋዲ ጋር ይዞ ጉዞ ይደረጋል። ቀዳስያኑ ሰባት ከሆኑ ፍሬ ሰሞኑ መሶበ ወርቁን ያከብራል፤ ንፍቁ ዲያቆን ቃለ ዓዋዲ እየመታ ከፊት ይቀድማል። በቤተ ልሔም በጎቱም ድንግልና ከእመቤታችን ቅድስት ድንግል ማርያም የተወለደው መድኅነ ዓለም ኢየሱስ ክርስቶስ መስቀል ተሸክሞ ከሊቶስጥራ ወደቀራንዮ መሄዱን የሚያሳይ ጉዞ ነው።

87 "ወይፁር ዲያቆን ቊርባነ እስከ ምሥዋዕ - ዲያቆኑ ኅብስቱን በመሶበ ወርቅ አድርጎ ከቤተ ልሔም ወደቤተ መቅደስ ይዞ ይግባ" እንዲል ፍትሐ ነገሥት አንቀጽ ፲፪፥፬፻፹፪፤

የቀዳስያን ቁጥር፡-

አምስትና ሰባት ቁጥር ያለው የአገልጋዮች ስብጥር በብዛት የተለመደ ነው። አብዛኛውን አገልግሎት የሚመሩት ሠራዒው ካህንና ዲያቆን ናቸው። ሦስተኛው ዲያቆን መብራት ይይዛል መጻሕፍት ያወጣል። ንፍቁ ዲያቆን ዋናውን ዲያቆን ይራዳል፤ ማይ ያቀርባል፤ ሁለተኛውን ክፍለ ንባብ ያነባል፤ ያሳጥናል፤ ወንጌል በሚነበብ ጊዜ ከመቅደስ ሲወጡ በስተግራ ፊታቸውን ወደመቅደስ ሲመልሱ በስተቀኝ በኩል ቆሞ ለሠራዒው ካህን መብራት ይሰጣል፤ በቤተ መቅደስ ውስጥ ልኡካኑን ማናጻትም የእርሱ ድርሻ ነው፤ እግዚአታና ድርገት ላይ ቃለ ዓዋዲ ይመታል። ካህናቱ ከቤተ ልሔም መሥዋዕቱን አክብረው ሲመጡ የሚከተለውን እያሉ ነው።

ከሰኞ እስከ ዐርብ

እምነ በሐ ቅድስት ቤተ ክርስቲያን ሥርጉት ዓረፋቲሃ ወስዕልት በዕንቈ ጳዝዮን እምነ በሐ ቅድስት ቤተ ክርስቲያን

- እናታችን ቅድስት ቤተ ክስቲያንን እጅ እንነሣለን ግድግዳዎቿ የተሸለሙና ጳዝዮን በሚባል ዕንቍ ያጌጠች ናት እናታችን ቅድስት ቤተ ክርስቲያንን እጅ እንነሣለን። በመጽሐፈ ኢዮብ ክብረ መንግሥተ ሰማያት በተገለጠበት ምዕራፍ የኢትዮጵያ ወርቅ ተጠቅሷል "የኢትዮጵያ ጳዝዮን/ሉል አይተካከላትም በጥሩ ወርቅም አትገመትም" ተብሎ፤ ኢዮ ፳፰፥፲፱፤ ይህም የቤተ ክርስቲያን ክብር ከሰማይ በታች ባለ ነገር የሚገለጥ አለመሆኑን ያስረዳል። ቅዱስ ዮሐንስም በራእዩ የቤተ ክርስቲያን ውበት ምን እንደሚስል በአንጻረ መንግሥተ ሰማያት አሳይቶናል፤ "የበጉ ሐዋርያት ስሞች ተጽፈው ነበር" እንዲል ራእ ፳፩፥፲ - ፳፪፤ በዐሥራ ሁለቱ ሐዋርያት ትምህርት ያመነች ቤተ ክርስቲያን ውበቷ ደመ ኢየሱስ ክርስቶስ ነው፤ "በዋጋ ተገዝታችኋልና ለራሳችሁ አይደላችሁም" ያለውን ቃለ ሐዋርያ ቅዱስ ያሬድ "አኮ በወርቅ ኃላፊ ዘተሣየጠነ በደሙ ክቡር ቤዘወነ - በኃላፊ ወርቅ የገዛን አይደለም በክቡር ደሙ እንጂ" ብሎ ተርጒሞታል። ስለዚህ ደሙ ዋጋችንም ውበታችንም ነው።

ያዕቆብ ወደ ዔሳው በሄደ ጊዜ መሬት እየነካ እጅ ነሥቷል ዘፍ ፴፫÷፫፤ ሳኦል በሳሙኤል ፊት ተጐንብሶ መሬት ነክቶ እጅ ነሥቷል ፩ሳሙ ፳፰÷፲፬፤ ያርና በዳዊት ፊት በምድር ላይ ተደፍቶ እጅ ነሥቷል ፩ዜና ፳፩÷፳፩፤ ይልቁንም "ሰዎችም ሁሉ ባዩት ጊዜ ደነገጡ ወዲያውም ወደእርሱ ሮጡና እጅ ነሡት" በሚለው ወንጌላዊ ቃል መሠረት ወደ ቤተ ክርስቲያን ስንመጣ እጅ እንነሣለን። ማር ፱÷፲፭፤

ቅዳሜ [88]

መስቀል አብርሀ በከዋክብት አሠርገወ ሰማየ እምኵሉሰ ፀሐየ አርአየ መስቀል አብርሃ በከዋክብት አሠርገወ ሰማየ - መስቀል አበራ ሰማይን በከዋክብት አስጌጠ ከሁሉም ይልቅ ፀሐይን አሳየ መስቀል አበራ ሰማይን በከዋክብት አስጌጠ። በሌላ ምሥጢር "አብርሀ" ሲል መስቀሉን እንደመቅረዝ ልንረዳው እንችላለን፤ መድኅነ ዓለም ኢየሱስ ክርስቶስ "አነ ውእቱ ብርሃኑ ለዓለም - እኔ የዓለም ብርሃን ነኝ" ብሏልና። ዮሐ ፰÷፲፪፤ በመቅረዝ ላይ ያለ መብራት በቤት ውስጥ ላሉት እንዲያበራ ቅዱስ መስቀሉን መቅረዝ አድርጎ በዕለተ ዓርብ የተገለጠው ብርሃን ፍጡራን የሆኑትን ብርሃናት አጥፍቶ ከእነዚህ ብርሃናት በፊት የነበረና እነሱን አሳልፎ የሚኖር ዘለዓለማዊ ብርሃን መሆኑን ቅዱስ መስቀሉን ዐውደ ምሕረት አድርጎ ሰብኮበታል። "ፀሐይ ዘኢየዓርብ ወማኅቶት ዘኢይጠፍዕ - የማይገባ ፀሐይ የማይጠፋ ብርሃን" እያልን የምንዘምረው ለዚህ ነው፤ ጠፈር ደፈር የማይጋርደው፣ ጨለማ የማይፈራረቀው፣ ኅልፈት ውላጤ የማይስማማው እውነተኛ ብርሃን ነውና። በሌላ ምሥጢር በዮሐንስ ራእይ ዐሥራ ሁለት እንደተገለጠው በሰማይ የተደረገው ሰልፍ ድሉ የተበሠረው በቅዱስ መስቀሉ ነው፤ በሰማይ የጀመረው የብርሃናዊ መስቀል ድል በዕፀ መስቀሉ የተደገመ መሆኑን እንረዳለን።

---

88 መስቀሉ ከተቀበረበት የወጣው መጋቢት ዐሥር ቀን በዕለተ ቀዳሚት ስለሆነ በዚህ ቀን የሚዘመረው ዝማሬ መስቀሉን የሚያነሣ እንዲሆን ተደረገ። አንድም ጌታችን በቀዳም ሥዑር መስቀል ተሸክሞ ለቅዱሳት አንስት ስለታያቸው ነው፤ ረቡዕና ዐርብ ምክረ ሞቱ የተፈጸመበትንና በዓለ ስቅለቱን ከማሰብ አንጻር እንጂ መጽሐፋዊ መረጃ ያልተገኘለት መሆኑን መምህራን አስተያየት ሲሰጡበት ይሰማል። በበአታም ሆነ በቤተ ልሔም ባሕል ቅንዋት የሚባለው ቅዳሜ ብቻ ነው፤ በደብረ ዐባይም ይሁን በሰለልኩላም ይሁን በጽሑፍ የተደገፈ ጠቋሚ መረጃ እስካልተገኘ ድረስ በልማድ የገባ ነው ለማለት ያስችላል።

ስለሆነም መስቀል አብርሀ ስንል መሠረተ ሐሳቡ ክብረ መስቀልን መግለጥ ሆኖ በዕለተ ዓርብ የተደረገውን ተአምር ያስረዳል። የፀሐይን መጨለም፣ የጨረቃን ደም መሆንና የከዋክብትን መርገፍ። ስለሆነም ሥርዐተ ቅዳሴውን ጀምረን እንስክንፈጽም ቀራንዮ ሆነን የተደረገውን ተአምራት እያየን የተዋለልንን ውለታ የተከፈለልንን ዋጋ እያሰብን ነው፤

ልክ መስቀል ላይ ያለ ሰው ወደቀኝም ወደግራም ማየት እንደማይችል እኛም ወደቀኝ ወደግራ ሳንል በፍጹም ተመስጦ ነው ቅዳሴውን የምንከታተለው። ቅዱስ መስቀሉ የማይጠቅም መስሎ የሚሰማቸውና ይህንን ዕሩቅ ስሜታቸውን እንድንጋራቸው የሚፈልጉ አካላት ምልከታቸው ከአይሁድ ስንኳ ያነሰ መሆኑን ስንነግራቸው “እንሰ አሰምክ ላዕለ ሃይማኖተ መስቀል” የሚለውን የምስክርነት ቃል ከሊቁ ድርሰት እየመዘዝን ነው፤ አይሁድ የመስቀሉን ኃይልና ጥቅም ባያውቁ ኖሮ ለመቅበር ባልተነሡ ነበርና።

እሑድ

ኵሉ ዘገብራ ለጽድቅ ጻድቅ ውእቱ ወዘያከብር ሰንበተ ኢይበል ፈላሲ ዘገብአ ኀበ እግዚአብሔር ይፈልጠኒኑ እምሕዝቡ ኵሉ ዘገብራ ለጽድቅ ጻድቅ ውእቱ ወዘያከብር ሰንበተ

- እውነትን የሚያደርግና ሰንበትን የሚያከብር ሁሉ ጻድቅ ነው ወደ እግዚአብሔር የተመለሰ መጻተኛ (ንስሐ የገባ ሰው) ከሕዝቡ ይለየኝ ይሆንን አይበል እውነትን የሚያደርግና ሰንበትን የሚያከብር ሁሉ ጻድቅ ነው። ይህም ከትንቢተ ኢሳይያስ ፶፮፥፲ እና ከዮሐንስ ወንጌል ፳፥፴፪፤ የተወሰደ ቃል ነው። በንስሐ የተመለሰ ሰው የራሱን የቀደመ ኃጢአት በማሰብ ብቻ ሳይወሰን የእግዚአብሔርን መሐሪነት እንዳይዘነጋ የሚያስተምርና የሚያሳስብ ቃል ነው። ኃጢአትን ማሰብ ጠቀሜታው የጎላ መሆኑ የማይካድ ቢሆንም ወደኋላ የሚመልሰንና ተስፋ የሚያስቆርጠን እንዳይሆን መንፈሳዊ ጥንቃቄ ያስፈልጋል።

ማር ይስሐቅ የተባለው ሊቅ "ንነጽሕ በከንቱ በሣህለ ዚአሁ - ያለዋጋ በእሱ ይቅርታ ከኃጢአት እንነጻለን" ያለው የእግዚአብሔርን መሐሪነት እንድንረዳ ነውና፤ ማር ይስሐቅ አንቀጽ ፳፰፤ በ፴፪ኛው አንቀጽ ደግሞ እንዲህ ብሏል "ሰው ሁሉ የሚሠራው ኃጢአት በእግዚአብሔር ቸርነት ቢገመገም ቢመጠን እንደ ምጥዋ እንደ ጣና ካለ ባሕር ውስጥ እንደተጨመረ እፍኝ አሸዋ ነው፤

ያ የባሕሩን መልክ አይለውጠውም፤ እንደ ዐባይ እንደ በሽሎ ባለ ፈሳሽ ውኃ እፍኝ መሬት ቢጨምሩ የውኃው ጉዞ አይገታም አይገደብም፤ ከማሁኬ አበሳሆሙ ለፍጡራን ኢይመውዕ ምሕረተ ዚአሁ - እንደዚሁም ሁሉ የፍጡራን በደል የእሱን ይቅርታ አያሸንፍም"

ከዚህ በኋላ ከቤተ ልሔም የመጡትና በቤተ መቅደስ ያሉት እንዲሁም በቅድስትና በቅኔ ማኅሌት ያሉት ሁሉ ሃሌ ሉያ እመቦ ብእሲ እምእመናን የሚለውን በዜማ ይላሉ። [89]

ሃሌ ሉያ እመቦ ብእሲ እምእመናን ዘቦአ ቤተ ክርስቲያን በጊዜ ቅዳሴ ወኢሰምዐ መጻሕፍተ ቅዱሳተ ወኢተዓገሠ እስከ ይፌጽሙ ጸሎተ ቅዳሴ ወኢተመጠወ እምቍርባን ይሰደድ እምቤተ ክርስቲያን እስመ አማሰነ ሕገ እግዚአብሔር ወአስተሐቀረ ቁመተ ቅድመ ንጉሥ ሰማያዊ ንጉሠ ሥጋ ወመንፈስ ከመዝ መሀሩነ ሐዋርያት በአብጥሊሶሙ [90]

- በቅዳሴ ጊዜ ከምእመናን ወገን ወደ ቤተ ክርስቲያን የገባ ሰው ቢኖር ቅዱሳት መጻሕፍትን ሰምቶ የቅዳሴውን ጸሎት እስኪጨርሱ ባይታገሥ ከቍርባንም ባይቀበል ከቤተ ክርስቲያን ይለይ የእግዚአብሔርን ሕግ አፍርሷልና የነፍስና የሥጋ ንጉሥ በሚሆን በሰማያዊ ንጉሥ ፊት መቆምንም አቃሏልና፤ ሐዋርያት በሲኖዶሳቸው እንዲህ አስተማሩን።

---

[89] መምህር በሙሉ አስፋው "አዋጁን ሁሉም ቢያውቀውም ይሰማዋል እንጂ ከተፈቀደለት ሰው ውጭ ሁሉ ሰው አይናገረውምና ይህ ክፍል የተዘጋጀው በምስጋና መልክ ሳይሆን በትእዛዝ መልክ በመሆኑ አንድ ሰው ድምፁን ከፍ አድርጎ የሚዘምረው ወይም የሚያነበው እንጂ በኅብረት የሚዜም አልነበረም" ብለው ጽፈዋል ሥርዓተ ቤተ ክርስቲያን 2005 አዲስ አበባ

ብፁዕ አቡነ መልከ ጼዴቅም "የሚዘመር ሳይሆን የሚታወጅ ስለሆነ የሚነበብ መሆን ነበረት ምክንያቱም የተዘጋጀው በምስጋና መልክ ሳይሆን በትእዛዝ መልክ ነውና" ብለዋል የቅዳሴያችን ይዘት አክላንድ ካሊፎርንያ አሜሪካ ፪ሺህ፫ ዓ.ም

[90] አብጥሊስ ፱፤

በኦሪቱም "የዚህን ሕግ ቃሎች ያደርግ ዘንድ የማይጸና ርጉም ይሁን" የሚል ተጽፏል ዘዳ ፳፯፥፳፮፤ በኦሪት ዘኍልቍም ፲፭፥፴፩፤ "የእግዚአብሔርን ቃል ስለናቀ ትእዛዙንም ስለሰበረ ያ ሰው ፈጽሞ ይጥፋ ኃጢአቱ በራሱ ላይ ነው" ተብሎ ተጽፏል። ቅዱስ ጳውሎስም በዕብራውያን መልእክቱ ፲፥፳፰፤ "ከሙሴ ሕግ የተላለፈ ቢኖር ሁለት ወይም ሦስት ምስክሮች ከመሰከሩበት ያለ ምሕረት ይሞታል የእግዚአብሔርን ልጅ የከዳ ያንንም የተቀደሰበትን የኪዳኑን ደም እንደ ርኩስ ነገር የቈጠረ የጸጋውንም መንፈስ ያክፋፋ እንዴት ይልቅ የሚብስ ቅጣት የሚገባው ይመስላችኋል?" ብሏል።

በዓለ ሃምሳ ሲሆን

ሃሌ ሉያ ዮሴፍ ወኒቆዲሞስ ገነዝዎ ለኢየሱስ በሰንዱናት ለዘተንሥአ እሙታን በመንክር ኪን

- ዮሴፍና ኒቆዲሞስ ድንቅ በሚሆን ጥበብ ከሙታን ተለይቶ የተነሣ ኢየሱስን በበፍታ ገነዙት። ይህም በዮሐንስ ፲፱፥፴፰ የተመዘገበው ነው።[91] የአምላካችንን ትሕትና በምናይበት መጠን የዮሴፍና የኒቆዲሞስን ልዕልና እያየን እናደንቃለን፤ ሰማይና ምድርን በመሐል እጁ የያዘውን ጌታ ዮሴፍና ኒቆዲሞስ በእጃቸው ከመስቀል አውርደው ሲገንዙት፣ በአዲስ መቃብር ሲያኖሩት ማየት እጅጉን የሚደንቅ ነው። "አውረድዎ እምዕፅ እደው ጻድቃን ወአምጽኡ አፈዋተ ከርቤ ሐውስ ወልብሰ ገርዜን ንጹሐ ለግንዘተ ሥጋሁ - ጻድቃን ሰዎች ከመስቀል አወረዱት ሥጋውን ለመገነዝ የተለወሰ የከርቤ ሽቱና ንጹሕ የሆነ በፍታን አመጡ" እንዲል ቅዳሴ ዘዮሐንስ አፈወርቅ።

አንቲ ውእቱ መሶበ ወርቅ ንጹሕ እንተ ውስቴታ መና ኅቡዕ ኅብስት ዘወረደ እምሰማያት ወሀቤ ሕይወት ለኵሉ ዓለም

---

91 በበዓለ ሃምሳ የሚለውን ትእዛዝ በማየት እምነ በሐን፣ መስቀል አብርሆን፣ ኵሉ ዘገብራን አለማለት ሕግ እየሆነ የመጣ ይመስላል፤ አንዳንድ አባቶችም ሲሉ አሁን እኮ በዓለ ሃምሳ ነው የሚል ሐሳብ ይነሣል፤ መጽሐፈ ቅዳሴው ግን እመቦ ብእሲን የሚተካ እንጂ ሌሎቹን የሚተካ ተለዋጭ ነው ብሎ አላስቀመጠም።

- ከሰማይ የወረደ ለዓለሙ ሁሉ ሕይወትን የሚሰጥ ኅቡዕ መና ያለባት ንጹሕ መሶበ ወርቅ አንቺ ነሽ። “ሙሴም አሮንን የወርቅ መሶብ ወስደህ ጎሞር ሙሉ መና አግባበት ለልጅ ልጃችሁም ይጠበቅ ዘንድ በእግዚአብሔር ፊት አኑረው አለው እግዚአብሔርም ሙሴን እንዳዘዘው እንዲሁ ይጠበቅ ዘንድ አሮን በምስክሩ ፊት አኖረው” እንዲል ዘጸ ፲፮፥፴፫፤

ይህም ለአዘክሮተ ፍቅርና ለአዘክሮተ በቀል ነው። ለአዘክሮተ ፍቅር ማለት አባቶቻችንን ቢወዳቸው መና ከደመና አውርዶ ውኃ ከዓለት አፍልቆ ይመግባቸው ነበር እንዲሉ ነው። ለአዘክሮተ በቀል ማለት አባቶቻችሁ መና ከደመና አውርዶ ውኃ ከዓለት አፍልቆ ቢመግባቸው ካዱት ለማለት ነው። ዋናው ምሥጢሩ ግን ይህ ብዙ ዘመን ሲኖር እንዳልተለወጠ ሰው ሲሆን አምላክነቱ ያለመለወጡ የሚሰበክበት አደባባይ መሆኑ ነው። እመቤታችንም እናት ስትሆን ማኅተመ ድንግልናዋ አለመለወጡን አነጻጽረን እናስተምርበታለን። ድንግል ወእም እያልን እናመሰግናታለንና።

ካህናቱ ከቤተ ልሔም እንደመጡ ሠራዒው ካህን ከመሶበ ወርቁ በኋላ ሆኖ እጁን ረቦ እየተከተለ (መሶበ ወርቁን ከያዘው ኋላ ሆኖ) የሚከተለውን ይጸልያል።

አቤቱ ይህን መሥዋዕት ያቀረቡልህን ሰጪዎቹን፣ ከነሱ ተቀብለው ያመጡትን አምጪዎቹን አስባቸው በሰማያዊ ክብር ለመኖር ለሁሉም ዋጋቸውን ስጣቸው፤ [92] ይልቁንም በዚች ዕለት ያቀርብሁትን የኔን መሥዋዕት ተቀበልልኝ የአቤልን ቁርባን የአባታችን የአብርሃምን መሥዋዕትና ጸሪቀ መበለትን ወደህ እንደተቀበልህ የኔንም ተቀበልልኝ እንደዚሁም ሁሉ የአገልጋዮችህን ስጦታ ብዙውንና ጥቂቱን የተሠወረውንና የተገለጸውን ተቀብለህ ቤታቸውን በበረከት ምላላቸው በቤተ መቅደስ ሆነው ስምህን እንዳሰቡ በመንግሥተ ሰማያት ንዑ ኅቤየ ብለህ አስባቸው በዚህ ዓለም ሳሉ እስከ ዕለተ ሞት አትለያቸው እያለ ይዞራል።

92 ቀሲስ መብራቱ ኪሮስ (ዶ/ር) "ይህ ጸሎት የሚያመለክተው በጥንቷ ቤተ ክርስቲያን ለቊርባን የሚሆነውን መባእ (ኅብስት) ምእመናን ያመጡ እንደነበር ነው። ዲያቆናትም ከምእመናን የተቀበሉትን መባአ ቊርባን የአማንያን ቅዳሴ የሚጀምርበት ቦታ ላይ (ያልተጠመቁ ሰዎች ከተሰናበቱ በኋላ) መሥዋዕቱ ከሚዘጋጅበት ክፍል ወደ መንበሩ ያመጡት ነበር። እስከ 12ኛው ምእት ዓመት ድረስ አገራችን ውስጥ ይኸው ሥርዓት ይከናወን ነበር" ብለዋል አኰቴተ ቊርባን ገጽ 260፤ ይሁን እንጂ እንዲህ ያለ መሠረታዊ ለውጥ ሲደረግ ይህንን የሚያመለክት ገቢር ተመዝግቦ በተገኘ ነበር ወይም በቃለ መምህራን ሲነገር በተሰማ ነበር፤ ሂደቱ የሚያሳድረው ተጽእኖ ባይኖርም ቤተ ክርስቲያናችን ጥንታዊት ናት እያልን በጥንቷ ቤተ ክርስቲያን የሚለው አገላለጥ ለዚህ ብቻ ሳይሆን ለሌሎችም ሐሳቦች ሲውል ጥንቃቄ ሊደረግበት ይገባል ብዬ አስባለሁ፤ ይህን የመሰለውን አገላለጥ ተከትሎ የቤተ ክርስቲያኒቱ የቀድሞ መልክ እንዲህ አልነበረም የሚለውን ሐሳብ ለሚያቀነቅኑ አካላት በር ከፋች እንዳይሆን። በጸሎተ ቡራኬ " መባዕ በመስጠት የሚያገለግሉትን ማለትም ዕጣን ቊርባን ወይን ሜሮን ዘይት መጋረጃ የንባብ መጻሕፍትን የቤተ መቅደስ ንዋያትን ጻሕሉን ጽዋውን ጽንሐውን መስቀሉን በማምጣት የሚያገለግሉትን በረከተ ሥጋ በረከተ ነፍስን አሳድርባቸው" ተብሎ ይጸለያል፤ ይህ ማለት ሁልጊዜም አቅርቦቱ ከምእመናን ሆኖ ዝግጅቱ ግን በተወሰኑና በተፈቀደላቸው አካላት ብቻ መሆኑን እንረዳለን። እስካሁን ድረስ በሌሎች እንዲህ አይነት ተግባር እንደሚከናወን ይታወቃል፤ በተለይ የካህናት ሚስቶች አንዱ ተግባር ይህንን ማዘጋጀት እንደሆነ ከካህናቶቻቸው አንደበት ሲነገር ይሰማል።

ከመንበሩ ፊት ለፊት ሁሉም ካህናት መሶበ ወርቁን ከበው ይቆማሉ፤ [93] ንፍቁ ካህን መሶበ ወርቁን ይከፍትለታል ሠራዒው ካህን በርጥብ እጁ እየመዘመዘ “አቤቱ አገልግሎቴን ለማከናወን ገጸ ረድኤትህን እሻለሁ ፊትህን ከእኔ አትመልስ ተቈጥተህ ከእኔ አትራቅ አትለይ ረዳት ሁነኝ አትተወኝ መሥዋዕቱን ለውጥልኝ እንጂ ቸል አትበለኝ” ይላል። ይህም ዮሐንስ ጌታን የማጥመቁ ምሳሌ ነው።

አውሎግዮስ (ክቡር) ጌርዮስ (አረጋዊ ዘይደልዎ ክብር - ክብር የሚገባው አረጋዌ ዕድሜ/ብሉየ ዘመን) ኢየሱስ ክርስቶስ ወልደ እግዚአብሔር ሕያው የሕያው እግዚአብሔር ልጅ ኢየሱስ ክርስቶስ አግዮስ (ቅዱስ) ማንጦን (ቅዱስ ቅዱሳን) ታንቋማንጦን (አምላከ አማልክት) አላቲኖን (ንጹሐ ኵለንታ እምነውር - ሁለንተናው ከነውር ንጹሕ የሆነ) በአማን ይላል።

አያይዞ ክርስቶስ አምላክነ ዘበአማን ዕተብ በየማንከ ወባርክ በእዴከ ወቀድስ በኃይልከ ወአጽንዕ በመንፈስከ ዝንቱ ኅብስት ይኩን ለሥርየተ ኃጢአተ ሕዝብከ [94]

- እውነተኛ አምላካችን ኢየሱስ ክርስቶስ በቀኝህ አትብ በእጅህ ባርክ በኃይልህ አክብር በመንፈስህ አጽና ይህ ኅብስት የወገኖችህን ኃጢአት የሚያስተሠርይ ይሁን እያለ እጁን ዘርግቶ በመሐል እጁ ይባርካል። ይህም የተጸፍዖ መልታሕት ምሳሌ ነው። “ፊቱን በጥፊ መቱት እንዲህ እያሉ ክርስቶስ ሆይ ንገረን በጥፊ የመታህ ማነው” እንዲል ማቴ ፳፮፥፷፯፤ ዞሮ በሰሜን ደጅ መንበር ለንፍቁ ይሰጠዋል ንፍቁም በማኅፈድ ተቀብሎ በደቡብ ደጅ መንበር መልሶ ለሠራዒው “ሊቀ ካህናት ኢየሱስ ክርስቶስ ሆይ ዮሴፍና ኒቆዲሞስ በድርብ በፍታ ሸቱ እየረበረቡ እንደገነዙህ ይህንንም እንደወደድህላቸው የኛንም ውደድልን” እያለ ይሰጠዋል።

---

[93] አንድ ባለሥልጣን ከመኪና ሲወርድ ዙሪያውን በክብር አጀብ እንደሚታጀበው ማለት ነው። ምሳሌ ዘየሐፅፅ ቢሆንም።

[94] የማንከ እዴከ ኃይልከ መንፈስከ አንድ ወገን ነው በሥልጣንህ አክብረህ ለውጠህ ስጠን ሲል ነው።

ሠራዒውም ተቀብሎ ኃጢአትን ለማስተሥረይ የሚያከብሩት የሚለውጡት የሚቀበሉት የሚያቀብሉት ከእግዚአብሔር አብ የተገኘ ይህ ነው ኃይለ ሥጋ ኃይለ ነፍስ በረከተ ሥጋ በረከተ ነፍስ ደገኛ እውቀት የምእመናን መክበሪያ የሚሆን ይህ ነው እያለ በመንበሩ ይዞራል። አያይዞ የአቤልን ቁርባን በምድረ በዳ፣ የኖኅን በመርከብ፣ የአብርሃምን በተራራ፣ የኤልያስን በቀርሜሎስ ተራራ፣ የዳዊትን በዖርና አደባባይ፣ የመበለቲቱን መሐለቅ በቤተ መቅደስ የተቀበልህ አምላካችን እግዚአብሔር ሆይ ለቅዱስ ስምህ ያቀረብሁትን የኃጥእ አገልጋይህን መሥዋዕቴንና ጸሎቴን እንደነርሱ ተቀበልልኝ የኃጢአቴ ማስተሥረያ ይሁንልኝ በዚህ ዓለም በጎ ዋጋዬን ስጠኝ በሚመጣውም ዓለም መንግሥተ ሰማያትን አድለኝ እያለ ዞሮ ከጻሕሉ ላይ ያኖረዋል።

የዑደቱ ምሳሌ

መሥዋዕቱ ከቤተ ልሔም ወደቤተ መቅደስ መግባቱ "ወደ ኢየሩሳሌም እንወጣለን የሰውን ልጅ ይይዙታል ይሰቅሉትማል" የማለቱ ምሳሌ ነው፤ የመጀመሪያው ዑደት ከናዝሬት ወደገሊላ ከገሊላ ወደናዝሬት እየተመላለሰ የማስተማሩ ምሳሌ ነው፤ ሁለተኛው ዑደት በር ተዘግቶባቸው የሐናን ቤት ዞረዋልና የዚያ ምሳሌ ነው።

መጀመሪያ ቄሱ የሚቀበልበት ቦታ የጌቴሴማኒ፤ ለንፍቁ የሚሰጥበት ቦታ የሐና ቤት፤ ንፍቁ የሚቀበልበት ቦታ የቀያፋ ቤት፤ ሠራዒው ካህን አልፎ የሚቀበልበት የጲላጦስ ቤት፤ ጻሕል የመስቀል፤ ከጻሕሉ ላይ ማኖሩ ጌታችን ነገረ ሕማሙን በመስቀል ለመፈጸሙ ምሳሌ ነው። ይህም ከጌቴሴማኒ ወደሐና ቤት፣ ከሐና ቤት ወደቀያፋ ቤት፣ ከቀያፋ ቤት ወደ ጲላጦስ አደባባይ በመጨረሻም ወደ መስቀል የመሄዱ ምሳሌ ነው።

አንባቢ ሆይ! በቅዳሴ ጊዜ እርስዎ ለማስቀደስ የቆሙበት ቤተ መቅደስ እንዴት ባለ አስደናቂ ምሥጢር ቀራንዮን ሆኖ እንደሚቆይ እያስተዋሉ ነው? በዚህ ሰዓት ማንን ያስታውሳሉ? እያለቀሱ ይከተሉት የነበሩትን አንስት? መስቀሉን እንዲሸከም ግድ የተባለውን የቀሬኑን ሰው ስምዖንን? እስከ ሊቀ ካህናቱ ግቢ ድረስ ዘልቆ የገባውን ወንጌላዊውን ቅዱስ ዮሐንስን? ዶሮው ሲጮኽ "ትክሕደኒ" ያለውን ቃል አስታውሶ መራራ ልቅሶ ያለቀሰ ቅዱስ ጴጥሮስን? አይሁድ ይህች ቀንና ሰዓት እንዳታልፍባቸው ብርቱ ጥንቃቄ ያደርጉና ሕዝቡን ለማሳመን የሚችሉትን ሁሉ ያደርጉ ነበር። እርስዎስ ይህችን ሰዓት ሳይጠቀሙባት እንዳታልፍ ምን ያህል ዝግጅትና ጥንቃቄ እያደረጉ ነው? ራስዎን ለማሳመንና በፍጹም ሃይማኖትና በመንፈሳዊ ፍርሃት ውስጥ ሆነው ሥጋውን ደሙን ለመቀበል ምን ያህል እየተጉ ነው?

ዲያቆኑ ጽዋውን ይዞ ሃያ ሁለተኛውን የዳዊት መዝሙር እየደገመ ሦስት ጊዜ ይዞራል። ይህም ሦስት ዓመት ከሦስት ወር ዞሮ ወንጌል ለማስተማሩ፤ ለመጠመቅ ከገሊላ ወደዮርዳኖስ ለመሄዱ፤ ተጠምቆ ወደገዳመ ቆሮንቶስ ለመሄዱ፤ ወንጌል አስተምሮ መስቀል ተሸክሞ ወደቀራንዮ ለመሄዱ፤ መላእክት ደሙን በብርሃን ጽዋ ተቀብለው በብርሃን መነሳንስ ይህን ዓለም ለመርጨታቸው ምሳሌ ነው። ጽዋ የገቦ ክርስቶስ፣ ዕርፈ መስቀል የኲናተ ሐራዊ፣ መሶበ ወርቅ የእመቤታችን፣ ጥላ የደመና፣ ምሳሌ ነው።

ካህኑ ክርስቶስ አምላክነ ዘበአማን ብሎ ጸሎቱን ይቀጥላል። "እውነተኛ የባሕርይ አምላክ የምትሆን ጌታችን የገሊላ አውራጃ በምትሆን በቃና ወደሠርግ ቤት ተጠርተህ የሄድህ ውኃውን ለውጠህ ወይን ያደረግህ አቤቱ በፊትህ ተዘጋጅቶ ያለ ይህንን (እማሬ[95]) ወይን ለውጠህ የአንተ ደም አድርገው ሕይወተ ሥጋ ሕይወተ ነፍስ ሕይወተ ልቡና ይሆን ዘንድ ባርከው አክብረው አንጻው።

[95] እማሬ ማለት ምልክት ማለት ነው፤ ሥርወ ግሱ አመረ አመለከተ የሚለው ነው፤ "መ" ጠብቆ ይነበባል፤ የጀመረውም ጌታችን መድኃኒታችን ኢየሱስ ክርስቶስ ነው፤ "ዝ ውእቱ ሥጋየ ዝ ውእቱ ደምየ" ብሎ። ማቴ ፳፮፥፳፮፤ በቅዳሴ ውስጥ ዐሥራ አንድ እማሬያት አሉ፤ ዐሥሩ የሕዋሳተ አፍአ የሕዋሳተ ውስጥ ምሳሌ ናቸው፤ ዐሥራ አንደኛው የግእዝ ርትዕት ምሳሌ ነው፤ ሕዋሳተ አፍአ ሕዋሳተ ውስጥ የምንላቸው በውስጥና በውጭ ያሉ የስሜት ሕዋሳትን ነው፤ ግእዝ ርትዕት ማለት በተፈጥሮ የምትሰጥ ነጻነት ማለት ነው።

አብ ወልድ መንፈስ ቅዱስ ሆይ ሁልጊዜ አድረህብን ኑር ተድላ ሥጋ ተድላ ነፍስ የሚሆን ይህንን ወይን ለበጎ ነገር ለሕይወተ ሥጋ ለሕይወተ ነፍስ ለሥርየተ ኃጢአት ለማስተዋል ለፈውስ ለመንፈሳዊ እውቀት አክብረው ለውጠው ለዘለዓለሙ። ክቡር ከሚሆን ደምህ ለሚቀበሉ ሁሉ ንጽሐ ሥጋ ንጽሐ ነፍስ ጣዕመ መንፈስ ቅዱስ በረከተ ሥጋ በረከተ ነፍስ የሚሆን ይህ ነውና፤ አላትዮን (አምላክ ዘተሰብአ - ሰው የሆነ አምላክ) ለዘለዓለሙ አሜን"

አያይዞ ቡሩክ እግዚአብሔር አብ አኃዜ ኵሉ ብሎ ሥርዐተ ቡራኬ ይጀምራል። አጠቃላይ ቡራኬ አርባ ሁለት ነው። ሃያ አንዱ የውስጥ ሃያ አንዱ የአፍአ ነው። የውስጥ ቡራኬ በእጅ ብቻ ነው። [96]

በመቀጠል ጸልዩ አበውየ ወአኃውየ ላዕሌየ ወላዕለ ዝንቱ መሥዋዕት

---

[96] እዚህ ላይ "ቡሩክ እግዚአብሔር" የሚለው ሦስት ጊዜ ተብሎ በአራተኛው ስብሐት ወክብር መባል አለበት፤ ሁለት ጊዜ ተብሎ በሦስተኛው ስብሐት ወክብር መባል አለበት የሚል ሐሳብ ሲሰጥ ይሰማል፤ ሦስት ጊዜ መሆን አለበት የሚለውን ሐሳብ የሚከተሉ ስብሐት ወክብር ብሎ ቡራኬ የለም የሚለውን ሐሳብ መከራከሪያ አድርገው ያቀርባሉ፤ ሁለት ጊዜ ብቻ ነው የሚለውን ሐሳብ የሚያነሱ የቅዳሴው መጽሐፍ ዓዲ ላዕለ ክልኤሆሙ ስብሐት ወክብር ይበል ስለሚል ሦስተኛው ቡራኬ ስብሐት ወክብር የሚለው ነው ብለው ይጠቅሳሉ፤ አሁን ሁለቱን የሚያደርጉ ቀሳውስት፣ መነኮሳት፣ ቆሞሳትና ጳጳሳት አሉ፤ ሁለት ጊዜ ቡሩክ የሚሉ ሦስት ጊዜ ቡሩክ የሚሉ ማለት ነው። በተመሳሳይ መልኩ በማዕከለ መቅድመ ተአምር ጊዜ የሚደረገው ቡራኬ ተመሳሳይ ሐሳብ ሲሰጥበት ይታያል፤ በስመ አብ ተብሎ ብቻ ነው ቡራኬው መደረግ ያለበት የሚል አለ፤ ቡሩክ እግዚአብሔር ተብሎ ነው መደረግ ያለበት የሚል አለ። እዚህም ላይ እንደየለመዱት ሁለቱን የሚያደርጉ አሉ። ሐሳቡ የተነሣው አንዱን ደግፎ አንዱን ለመንቀፍ አይደለም፤ በዚሁ በቅዳሴው መጽሐፍ ለአዳዲስ ንዋያት በሚጸለየው ጸሎት ላይ "በስመ አብ ወወልድ ወመንፈስ ቅዱስ ባርኮ ሠለስተ ጊዜ - በስመ አብ በስመ ወልድ በስመ መንፈስ ቅዱስ ሦስት ጊዜ ባርከው" የሚል ትእዛዝ አለ፤ መተርጒማንም ሲያብራሩ እንዲህ አሉ፤ መባረኪያው በስመ አብ ነው፤ ቦ በስመ አብ ብሎ ይባርክ፤ ከውስጡ ባርክ ቀድስ አንጽሕ የሚል ንባብ ያለው እንደሆነ ይህ መባረኪያ ነው በዚህ ይባርካል፤ የሌለው እንደሆነ ጸሎተ ቡራኬውን አድርሶ በስመ አብ ብሎ ይባርከዋል። በስመ አብንና በስመ አብን አንድ ወገን ያደረጉ እንደሆነ መባረኪያውን ስብሐት ለአብ ብሎ ያመጣዋል፤ ቦ በስመ አብን አስጠብቀው፤ ባርኮ እንደማለት ነው፤ ሦስት ጊዜ በስመ አብ ብለህ ባርክ። ከዚህ የመተርጒማን ሐተታ ስብሐት ወክብር ቃል ቡራኬ ሊሆን እንደሚችል መረዳት ይቻላል። ይሁን እንጂ ማዕከል ባላት ቤተ ክርስቲያን ውስጥ የምናገለግል እንደመሆናችን የሚመለከተው አካል ግራ ቀኙን አይቶ ውሳኔ ቢሰጥበት ተመሳሳይ ግብረ ተልእኮ መፈጸም ይቻላል።

- አባቶቼ ወንድሞቼ ከቀሳፊ መልአክ እንዲሰውረኝ እንድበቃ መሥዋዕቱን እንዲለውጥልኝ ከቀሳፊ መልአክ ሰውረው አብቃው መሥዋዕቱን ለውጥለት ብላችሁ ጸልዩልኝ ይላል። [97]

ተራዳኢው ካህንም እግዚአብሔር ይስማዕከ ኵሎ ዘሰአልከ ወይትወከፍ መሥዋዕተከ ወቁርባነከ ከመ መሥዋዕተ መልከ ጼዴቅ ወአሮን ወዘካርያስ ካህናተ ቤተ ክርስቲያኑ ለበኵር

- እግዚአብሔር የለመንኸውን ሁሉ ይስማህ የበኵር (የክርስቶስ) የቤተ ክርስቲያኑ ካህናት የሚሆኑ የመልከ ጼዴቅን የአሮንና የዘካርያስን መሥዋዕት እንደተቀበለ መሥዋዕትህን ጸሎትህን ይቀበልልህ ከቀሳፊ መልአክ ይሰውርህ ይለዋል።

እዚህ ላይ በጸሎት አስቡን ብለው ያሳሰቡ፣ በሕመም ላይ ያሉ፣ በዕለቱ መታሰቢያ የሚደረግላቸው ነፍሳተ ሙታን ስማቸው ተጠርቶ ያሉትን እንዲጠብቅ፣ የታመሙትን እንዲፈውስ፣ ያረፉትን በክብር ላይ ክብር እንዲጨምርላቸው አስተብቊዖት ተደርጎ አቡነ ዘበሰማያት ከተደገመ በኋላ ሠራዒው ካህን እጁን አመሳቅሎ ወደ ንፍቁ ተመልሶ እጁን ከንፍቁ ካህን እጅ ጋር አገናኝቶ ተዘከረኒ አ አቡየ ቀሲስ በጸሎትከ ቅድስት

- አባቴ ክብርት በምትሆን ጸሎትህ አስበኝ ይለዋል። በማዕረግ ከእሱ የሚበልጥ ካለ ወደእሱ ይሄዳል። [98] ንፍቁም፡- እግዚአብሔር ይዕቀባ ለክህነትከ ወይትወከፍ መሥዋዕተከ ወቁርባነከ በብሩህ ገጽ ሥመር እግዚአ ከመ ታድኅነኒ

- እግዚአብሔር ክህነትህን ይጠብቅልህ ጸሎትህንና መሥዋዕትህን ይቀበልልህ ማለትም ከቀሳፊ መልአክ ይሠውርህ ለዚህ ተልእኮ የበቃህ ያድርግህ ከሾመ አይሻርህ ሁላችንንም ይቅር ይለን ዘንድ ፈቃዱ ይሁን ብሎ ይመልስለታል። ከዚህ በኋላ ሠራዒው ካህን ከወደኋላው ጥግ ድጋፍ፣ ከወደፊቱ መቋሚያ ምርጉዝ ሳይሻ እጁን ዘርግቶ ፊቱን ወደ ምሥራቅ መልሶ ቀጥ ብሎ ቆሞ አሐዱ ይላል።

---

97 በዕድሜ በመዐርግ የሚበልጡትን አባቶቼ፤ በዕድሜ በመዐርግ እንደ እርሱ ያሉትን ወንድሞቼ ይላቸዋል። ይህ ጸሎታዊ ቃለ ምልልስ ሲደረግ ሕዝቡም ይሰማሉ፤ ይህም ካህናት አባቶች በምን ያህል የኃላፊነት መንፈስና ጥንቃቄ ሥርዐተ ቅዳሴውን እንደሚያከናውኑ የሚያስረዳ ነው፤

98 እጃቸውን ማገናኘታቸው፡- በሃይማኖትና በተልእኮ ምሥጢር አንድ ነን፤ በተቀበልነው መንፈሳዊ ኃላፊነት መከራ መቀበል ይገባናል ሲሉ ነው።

የካህናት አቋቋም

ሠራዒው ካህን ፊቱን ወደ ምሥራቅ ሲያደርግ ዲያቆኑ ደግሞ ፊቱን ወደ ምዕራብ አድርጎ ይቆማል። ቄሱ ፊቱን ወደምሥራቅ አድርጎ መቆሙ ጌታን ስለሕዝቡ እንዲለምንላቸው ለማጠየቅ ነው፤ ዲያቆኑ ወደምዕራብ መቆሙ ተንሥኡ ጸልዩ እያለ ሕዝቡን ሊያተጋቸውና ቄሱ የሚጸልየው ለእነሱ እንደሆነ ሊያስረዳቸው ነው። መጽሐፍ ቅዱሳዊው ምሳሌ ደግሞ በጌታችን መቃብር ራስጌና ግርጌ የነበሩ የሁለቱ መላእክት ምሳሌ ነው። "እያለቀሰችም ወደ መቃብሩ ጐንበስ ብላ ተመለከተች ሁለት መላእክትንም ነጭ ልብስ ለብሰው የጌታችን የኢየሱስ ሥጋ በነበረበት ቦታ አንዱ በራስጌ አንዱም በግርጌ ተቀምጠው አየች" እንዲል ዮሐ ፳፥፲፪፤ አንድም ሠራዒው ካህን ወደ ምሥራቅ፣ ሠራዒው ዲያቆን ወደ ምዕራብ፣ ንፍቁ ካህን ወደ ሰሜን፣ ንፍቁ ዲያቆን ወደ ደቡብ ሆነው ይቆማሉ፤ አምስተኛው መብራት ይዞ መጽሐፍ ያወጣል። ይህም የአርባዕቱ እንስሳ ምሳሌ ነው። እንደ ሥርዐቱ አብሪ መሆን የሚገባው ቄስ ነው፤ በተግባር የሚታየው ግን ሁለት ካህናት ሦስት ዲያቆናት ሆነው ሲቀድሱ ነው። [99] አንድ ሰሞን የሚባለው በአመዛኙ ይህ ኅብረት ነው። እንደ ደብረ ሊባኖስ ባሉ ዐበይት ገዳማት ሰባት ይሆናሉ፤ ሁሉም መነኮሳት ስለሆኑ በሚሠየሙበት ግብር ይለያሉ እንጂ በመዐርግ ሁሉም ካህናት ናቸው።

---

[99] በአምስት ልኡካን የመቀደስ መነሻው መጽሐፍ ቅዱሳዊ ነው፤ ይህም በደብረ ታቦር የታየው ምሥጢር ነው፤ ከሐዋርያት ሦስት፣ ከነቢያት ሁለት ሆነው በደብረ ታቦር ተገኝተዋል፤ በመሐላቸው መድኅነ ዓለም ኢየሱስ ክርስቶስ አለ። በሰባትም ሲሆን በቤተ ክርስቲያን ምሳሌ ባየነው መሠረት በዚያው ልክ ይታያል። ሙሴና አሮን በርእሰ ደብር፣ ሊዋውያን በመንፈቀ ደብር፣ ሕዝበ እስራኤል በእግረ ደብር ሆነው ምሥጢረ ደብረ ሲናን ማየታቸው ዛሬ በቤተ ክርስቲያን ለሚከናወነው የቅዳሴ አገልግሎት ምሳሌ ነበር፤ ሦስት ጾታ ወገን ሆነው በአንድ መንፈስ ለአንድ ዓላማ ይቆማሉና።

በሌላ ምሥጢር ደግሞ ብርሃናውያን የሆኑ የአራቱ ሊቃነ መላእክት የሚካኤል፣ የገብርኤል፣ የሩፋኤል፣ የሱርያል ምሳሌ ናቸው። ቅዱስ ሚካኤል፣ ቅዱስ ገብርኤልና ቅዱስ ሩፋኤል ወርቁን፣ ዕጣኑንና ከርቤውን ለአዳም በመስጠት ለነገረ ድኅነት ፍጻሜ የሚሆነውን ምሥጢረ አምኃ ለአዳም ያበሠሩ ሲሆን ቅዱስ ሱርያል ሐመረ ኖኅን በክንፎቹ ጋርዶ ክፍተት ባለው ስፍራ ውኃ ገብቶ መርከቢቱን እንዳያሰጥማት ይጠብቃት ነበር። እንደ ወርቅ ሃይማኖትን፣ እንደ ዕጣን ተስፋን እንደ ከርቤ ፍቅርን ገጸ በረከት አድርገን በማቅረብ ከስጥመተ ኃጢአት ተጠብቀን በካህናት አበው እየተመራን ሥርዐተ አምልኮ እንፈጽማለን።

ምዕራፍ ፺

ከላይ እንደገለጥነው ካህኑ ከኋላው ጥግ ድጋፍ፣ ከፊቱ መቋሚያ ምርኲዝ ሳይሻ እጆቹን ዘርግቶ ፊቱን ወደምሥራቅ መልሶ ከፍ ባለ ዜማ የሚቀጥለውን ቃለ ሃይማኖት ያሰማል።

አሐዱ አብ ቅዱስ፡- ከወልድ ከመንፈስ ቅዱስ ጋር በባሕርይ በህልውና አንድ የሚሆን አብ ከተወላዲነት ከሠራፂነት ልዩ ነው።

አሐዱ ወልድ ቅዱስ፡- ከአብ ከመንፈስ ቅዱስ ጋር በባሕርይ በህልውና አንድ የሚሆን ወልድ ከወላዲነት ከአሥራፂነት ከሠራፂነት ልዩ ነው።

አሐዱ ውእቱ መንፈስ ቅዱስ፡- ከአብ ከወልድ ጋር በባሕርይ በህልውና አንድ የሚሆን መንፈስ ቅዱስ ከወላዲነት ከተወላዲነት ከአሥራፂነት ልዩ ነው።

አንድም አብ ልዩ አባት ነው ማለት አባት የሌለው አባት ነው አባት ኖሮት ሁለተኛ አያት ኖሮት ሦስተኛ ቅድመ አያት ኖሮት አራተኛ አይደለም። ወልድ ልዩ ልጅ ነው ማለት ተከታይ የሌለው ልጅ ነው። አንድም በምድርም በሰማይም ወልድ እየተባለ የሚኖር እሱ ብቻ ነው። መንፈስ ቅዱስ ልዩ ሕይወት ነው። አንድም ለባዊ አለባዊ አብ በተለየ ስሙ አብ፣ በተለየ ግብሩ ወላዲ አሥራፂ፣ ነው። ነባቢ አንባቢ ወልድ በተለየ ስሙ ወልድ፣ በተለየ ግብሩ ተወላዲ፣ ነው። ሕይወት ሕያው መንፈስ ቅዱስ በተለየ ስሙ መንፈስ ቅዱስ፣ በተለየ ግብሩ ሠራፂ ነው።

አንድም ለአንድነቱ ለሦስተነቱ ምሳሌ የሚሆን ሰውን የፈጠረ አብ ወልድ መንፈስ ቅዱስ ልዩ ነው። "ነሥአ አርባዕተ ጠባይዓ ክልኤተ እምዘይትገሠሥ ወክልኤተ እምዘኢይትገሠሥ ሠለስተ እምዘይትረአይ ወአሐደ እምዘኢይትረአይ ቦቱ [100] ለሐኮ ወአሠነዮ በእደዊሁ ቅዱሳት - አራቱን ባሕርያት ወሰደ ሁለቱን ከሚዳሰስ [101] ሁለቱን ከማይዳሰስ [102] ሦስቱን ከሚታይ [103] አንዱን ከማይታይ (ነፋስ ነው)፤ ቅዱሳት በሆኑ እጆቹ ሠራው አሳመረው እንዲል፤ ቅዳሴ ሠለስቱ ምዕት።

አንድም አብ በሚመሰገንበት ልዩ ምስጋና ወልድም መንፈስ ቅዱስም ይመሰገናሉ። "እስመ ስብሐተ መንፈስ ቅዱስ ውእቱ ስብሐተ ወልድ ወስብሐተ ወልድሂ ውእቱ ስብሐተ አብ ወስብሐተ አብሂ ስብሐተ ወልድ ወመንፈስ ቅዱስ - የመንፈስ ቅዱስ ምስጋና የወልድ ምስጋና ነውና የወልድ ምስጋና የአብ ምስጋና ነውና የአብ ምስጋና የወልድ የመንፈስ ቅዱስ ምስጋና ነውና" እንዲል ሃይ አበው ዘአቡሊዲስ ፴፱፥፯፤

ሥላሴ ማለት፡- ሦስት፣ ሦስትነት፣ ተውሳክና ሕጸጽ የሌለው ዘለዓለማዊ ሦስትነት፣ የማይጠቀለል ሦስትነት፣ የማይከፋፈል አንድነት የሚነገርበት፣ ወይም አንድነት በሦስትነት ሦስትነት በአንድነት የሚነገርበት ማለት ነው። አንድም ልጅነት ያልተከተለው አባትነት፤ አባትነት ያልቀደመው ልጅነት፤ እርጅና የሌለበት ሥርፀት የሚነገርበት ማለት ነው። "ቀዳማዊ ውእቱ ዘኢይብልዎ እማእዜ ወማዕከላዊ ውእቱ ዘኢይብልዎ እስከ ይእዜ ወደኃራዊ ዘኢይብልዎ እስከ ዝየ - ከመቼ ወዲህ የማይሉት ቀዳማዊ ነው እስከ ዛሬ የማይሉት ማዕከላዊ ነው እስከዚህ የማይሉት ደኃራዊ ነው" እንዳለ ቅዱስ ኤጲፋንዮስ በቅዳሴው።

---

100 ትርጓሜያችን "ቦቱ" ያለው ቦሙ ሲል ነው ይላል፤ በነዚህ በአራቱ ባሕርያት አዳምን በቃሉ በእጁ አከናውኖ ፈጠረው ለማለት፤

101 ውኃ መሬት ነው

102 ነፋስ እሳት ነው

103 እሳት፣ ውኃና መሬት ናቸው

ሠለስቱ ምዕትም በቅዳሴያቸው "ኢይክል ይባእ ማዕከለ አብ ወወልድ ወመንፈስ ቅዱስ ከመ ያእምር ዘከመ እፎ ህላዌሁ ወለዶ አብ ለወልዱ ኢይትበሀል ዘ ጊዜ ወበዘከመዝ መዋዕል ኢይትአመር ልደቱ እምአብ እስመ ዕፁብ ውእቱ - አኗኗሩ እንዴት እንደሆነ ያውቅ ዘንድ በአብ በወልድና በመንፈስ ቅዱስ መካከል ሊገባ አይችልም አብ ልጁን ወለደው በዚህ ጊዜ እንዲህ ባለ ዘመን ወለደው ግን አይባልም ከአብ መወለዱ አይታወቅም ጭንቅ ነውና" ብለዋል።

አረጋዊ መንፈሳዊም "ነጽርኬ ኀበ ዛቲ ባሕር እንተ ትትገሠሥ በከመ ባቲ አምሳል ዘእግዚአብሔር - የምትዳሰስ ይህች ባሕር የእግዚአብሔር ምሳሌ እንደሆነች እወቅ" ብሏል፤ የምትዳሰስ ሲል የሚዋኙባት፣ የሚቀዱትና በመርከብ የሚሄዱባት መሆኗን ለማስረዳት ነው። ይህም ባሕር የአብ ምሳሌ ሲሆን ርጥበቱ የወልድ ሁከቱ የመንፈስ ቅዱስ ምሳሌ ነው፤ ርጥበቱንና ሁከቱን ከባሕሩ ስፋት መለየት የሚቻለው የለም፤ ስፋት ያለርጥበትና ያለሁከት ለብቻው አይኖርም፤ ሁከትንም ከባሕሩ ስፋት መለየት የሚቻለው የለም፤ ሁከት፣ ስፋትና ርጥበት እንዳይለያዩ ሦስትነት በአንድነት አንድነት በሦስትነት ያለው ሥላሴንም አንድ አምላክ ብለን እናምናለን።

ይህን ሐሳብ ከስፍሐት ወደጽበት [104] አምጠተን ስንጠቀልለው የሚከተለውን መረዳት ገንዘብ ብናደርግ ምዕራፈ አእምሮ እናገኝ ይሆናል። ባሕርይ አይከፈልም አይለያይም፤ እንዘ ኢንፈልጥ ወኢንሌሊ ከመ ኢይኩን ብዑደ ወኢፍሉጠ - በባሕርይ በሕልውና የተለየ እንዳይሆን ሳንለይ እንመን እንዲል። አካል አይቀላቀልም፤ ንፍልጥ ወንሌሊ ከመ ኢይኩን ሕውሰ - በአካል በስም በግብር የተቀላቀለ እንዳይሆን ለይተን እንመን እንዲል። ህላዌ ማለት ደግሞ አካል ከባሕርይ ሳይለይ አንዱ ከሌላው ተለይቶ የሚታወቅበት ከዊን ማለት ነው።

እኛም በአማን አብ ቅዱስ በአማን ወልድ ቅዱስ በአማን ውእቱ መንፈስ ቅዱስ በማለት እንመልሳለን። በገባልን ቃል መሠረት መጥቶ እንዳዳነን ሠራዒውን ካህን ተከትለን እንዲህ እያልን እናውጃለን።

ሰብሕዎ ለእግዚአሔር ኵልክሙ አሕዛብ ወይሴብሕዎ ኵሎሙ ሕዝብ እስመ ጸንዓት ምሕረቱ ላዕሌነ ጽድቁሰ ለእግዚአብሔር ይሄሉ ለዓለም - አሕዛብ አንድም ምእመናን ሁላችሁ እግዚአብሔርን አመስግኑት፤ ሕዝቡም ሁሉ እግዚአብሔርን ያመሰግናሉ [105] ምሕረቱ በእኛ ላይ ጸንታለችና [106] ቸርነቱ ለዘለዓለም ጸንቶ ይኖራልና። ይህም መዝሙር በአሪት ዘጸአት ፲፫ ንሴብሖ ተብሎ ከሚታወቀው መዝሙር ጋር በምሥጢር ይገናኛል፤ "ነፍስ ሁሉ እግዚአብሔርን ያመስግን" እንዲል መዝ ፻፶፥፮፤ በዚህ ልዩ ሰዓት መሰባሰባችንስ ለምስጋና አይደል! ምሕረቱ ባይበዛልንና ቸርነቱ ባይጸናልን ከፊቱ መቆም እንደምን ይቻለን ነበር?

---

[104] አባ ሕርያቆስ ስለ እመቤታችን ሲናገር "ጽበተ ከርሥ ዘምስለ ርህብ - ስፋት ከጥበት ጋር" ብሏል፤ በጠባቡ አእምሯችን ሰፊውን ምሥጢረ ሥላሴ መርምረን እንደርስበታለን የሚል የግብዝነት ሐሳብ መቼም ቢሆን ሊኖረን አይችልም። ደቀ መዛሙርቱን "መኑ ይብለኒ ሰብእ - ሰው ማን ይለኛል" ባላቸው ጊዜ ሰዎች በመሰላቸው የሚሉትን ከነገሩት በኋላ "እናንተስ ማን ትሉኛላችሁ" ብሏቸዋል። አንባቢ ሆይ! በአንድነት በሦስትነት የሚሠለስ የሚቀደስ አምጻኤ ዓለማት ፈጣሬ ፍጥረታት የሆነውን እግዚአብሔርን ማን ይሉታል? ምን ብለው ያምኑታል? እንዴት ያመልኩታል? አሐዱ አብ ቅዱስ አሐዱ ወልድ ቅዱስ አሐዱ ውእቱ መንፈስ ቅዱስ የሚለውን ምሥጢር በዐይነ ሃይማኖት አይተው በመድሎተ ሕሊና መዝነው የረቀቀብዎ ምሥጢር ቢኖር እንዲገልጥልዎ ወደእሱ ቢያንጋጥጡ የሰማዩ ምሥጢርና ጥበብ ይገለጥልዎታል።

[105] እናመሰግናለን ይበሉ።

[106] በሐሙስ ዕለት ወበመንፈቃ ለዕለት ያለው ጸንቷልና፤ ቦ በአምስት ሺህ አምስት መቶ ዘመን የሰጠን ልጅነት ለዘለዓለም ጸንቶ ይኖራልና፤ በክህደት ካላስወሰድነው በስተቀር በኃጢአት ብንወድቅም እንኳን ሥርየተ ኃጢአት ይደረግልናል፤ “በአንድ ኃጢአተኛ መመለስ በሰማይ ታላቅ ደስታ ይሆናል” እንዲል።

ስብሐት ለአብ ወወልድ ወመንፈስ ቅዱስ ይእዜኒ ወዘልፈኒ ወለዓለመ ዓለም አሜን ሃሌ ሉያ - ለአብ ለወልድ ለመንፈስ ቅዱስ ምስጋና ይገባል ዛሬም ዘወትርም ለዘለዓለሙ። [107]

ተንሥኡ ለጸሎት እግዚኦ ተሣሃለነ

- ለጸሎት ተነሡ አቤቱ ይቅር በለን።

ሰላም ለኵልክሙ ምስለ መንፈስከ

- ሰላም ለሁላችሁ ይሁን እንደ ቃልህ ይደረግልን።

ተንሥኡ ለጸሎትን አዳም ተናግሮታል በሐሙስ ዕለት ያለውን ቃል ኪዳን ሲቈጥር ኖሯል በዕለተ ዓርብ በመልዕልተ መስቀል ተሰቅሎ አባ አመሐፅን ነፍስየ ውስተ እዴከ - አባቴ ነፍሴን በእጅህ አደራ እሰጣለሁ ባለ ጊዜ የተነገረው ትንቢት የተቈጠረው ሱባኤ የተመሰለው ምሳሌ ደረሰ አድንሃለሁ ብሎኝ ነበር ቀረ ይሆን? እያለ ሲያወጣ ሲያወርድ ተንሥኡ ለጸሎት አላቸው ነፍሳትም እግዚኦ ተሣሃለነ ብለዋል ወዲያው ጌታችን በአካለ ነፍስ ሲኦል ወርዶ ሰላም ለኵልክሙ ብሎ በሲኦል ብርሃነ መለኮቱን ነዛባት ነፍሳትም ምስለ መንፈስከ ብለው ከሲኦል ወጥተዋል፤ መልኩን ማየት ድምፁን መስማት ልጅነት ሆኗቸዋል "የማነ እዴየ መጠውክዎሙ ወኮነቶሙ ጥምቀተ - ቀኝ እጄን ሰጠኋቸው ጥምቀትም ሆነቻቸው" እንዲል፤ ይህም ልጅነት ሆኗቸዋል።

---

107 ሃሌ ሉያ ማለት፡- ስብሐት ለቀዳማዊ ስብሐት ለደኃራዊ፤ ዘሀሎ ወይሄሉ - ቅድመ ዓለም ለነበረ ዓለምን አሳልፎ ለሚኖር ለሥላሴ ምስጋና ይገባል ማለት ነው

የቅዱስ ባስልዮስ የምስጋና ጸሎት፦

ቅዱስ አለ? ራሱን አወድሶ አሞግሶ የሚናገር ሆኖ አይደለም ሥርጋዌ ስሙ / የስሙ ጌጥ [108] ነውና መንፈስ ቅዱስ ፊቱን ጸፍቶ እንደበቱን ከፍቶ አናግሮታል። ቦ የኋላ ሊቃውንት ቅዱስ ብለው ቀጽለዉለታል፤ ይህ የተመቸ ነው።

ከእኛ አስቀድሞ ሃያ አንዱን ሥነ ፍጥረት የፈጠረ [109] በልጁ ህልው ሆኖ [110] ለእኛ በጎ ነገርን ያደረገ ማለትም ልጅነትን ሥጋ ወደሙን የሰጠ ይቅር ባይ የሚሆን የጌታችን የኢየሱስ ክርስቶስን አባት እግዚአብሔርን እናመሰግነዋለን ከመከራ ሠውሮናልና አንድም በክብር ሠውሮናልና ረድቶ ጠብቆናልና በልጅነት ወደሱ አቅርቦናልና በረድኤት ተቀብሎናልና አጽንቶ ጠብቆናልና እስከዚች ሰዓት አድርሶናልና እናመሰግነዋለን

---

108 የአምላካችን ስሙ ጌጣችን ውበታችን መልካችን ነውና፤

109 ሃያ ሁለተኛው ሥነ ፍጥረት የሰው ልጅ ነውና።

110 የሰው ልጅ ሁለት ተፈጥሮ አለው፤ አንዱ ጥንተ ተፈጥሮ ሲባል ሁለተኛው ሐዲስ ተፈጥሮ ይባላል። ጥንተ ተፈጥሮ በአንድነት በሦስትነት እንደተከናወነና በአብ ልብነት የታሰበው በወልድ ቃልነት ተነገሮ በመንፈስ ቅዱስ ሕይወትነት ሰው ሕያው ነፍስ ያለችው ፍጥረት እንደሆነ ሁሉ ሐዲስ ተፈጥሮም የተከናወነው በአብ ፈቃድ በወልድ ፈቃድ በመንፈስ ቅዱስ ፈቃድ ነው። የሥላሴ ፈቃድ አንዲት ናትና። ሐዲስ ተፈጥሮ ማለትም በአምላካችን በመድኃኒታችን በኢየሱስ ክርስቶስ ሰው መሆን ዳግም ከማይጠፋው ዘር በጥምቀት ተወልደን ያገኘነው የልጅነት ጸጋና ምሥጢር ነው።

አሁንም ከዚች ዕለት ጀምሮ በዘመናችን ሁሉ በፍጹም ፍቅር በፍጹም ይቅርታ ይጠብቀን ዘንድ ሁሉን የሚይዝ አምላካችን እግዚአብሔርን እናመሰግነዋለን። [111]

ይህንን የምስጋና ጸሎት ስንጸልይ መጀመሪያ የቀደመ የተፈጥሯችንን ሥርዓት እናይበታለን፤ በመቀጠል በማንና ለምን እንደምንጠበቅ እንማርበታለን፤ ሦስተኛ በምን ነጥቦች ላይ ተመሥርተን ማመስገን እንዳለብን አቅጣጫ እናገኝበታለን።

ይ.ዲ ጸልዩ

ዲያቆን ጸልዩ ሲል ተሰጥዎ ቢኖር ተሰጥዎ መመለስ ተሰጥዎ ባይኖር አቡነ ዘበሰማያትን መድገም ነው። ዲያቆኑ ንቁሕ ትጉህ ያይደለ አውታታ ቢሆን ካህኑ ተንሥኡ ጸልዩ እያለ ሕዝቡን ሊያተጋቸው ይገባል። “ለእመ ኮነ ዲያቆን ዘይትለአኮ መንዘሕልለ ዘአልቦ ንቅሐት ይበል ካህን ጸልዩ ወእመሰ ላእክ ዘምስሌሁ ዘቦቱ ንቅሐት ወጸሎት ለአውሥኦቱ ኢይበል ጸልዩ እስመ አልቦ ሕግ - የሚላላከው ዲያቆን ንቃት የሌለው ንዝሕላል ቢሆን ካህኑ ጸልዩ ይበል ነገር ግን ዲያቆኑ የነቃ የተጋ ቢሆን አይበል እንዲህ የሚል ሕግ የለምና” እንዲል።

---

111 ወይውጥን ቅዳሴ በጸሎተ አኰቴት - ቅዳሴውን በጸሎተ አኰቴት ይጀምር” የሚል ቃል መጽሐፈ ዲድስቅልያን ምንጭ በማድረግ በፍትሕ መንፈሳዊ ተገልጧል፤ የፍትሐ ነገሥት መተርጉማንም ነአኵቶ ለገባሬ ሠናያት ብሎ ይጀምር ብለው ተርጉመዋል፤ ይሁን እንጂ “ወእምድኅረ ዝንቱ ይበል ትርጓሜ ቃለ መጻሕፍት ቅዱሳት ወእምዝ ይፁር ቀሲስ ኅብስተ ወጽዋዐ አኰቴት - ከዚህ በኋላ የመጻሕፍትን ቃለ ትርጓሜ (አንቲ ውእቱ ማዕጠንትን እያለ) ይጸልይ ከዚያም ቄሱ ኅብስቱንና ጽዋውን ይያዝ” የሚል ትእዛዝ ስላለ የቅደም ተከተል ሁኔታ ግምት ውስጥ መግባት ይኖርበታል። በብዙ የትርጓሜ ስልቶቻችን “ይህንን አቆየው፤ ይህንን የሚቀድም ንባብ አለ፤ ከላይ ያለውን እዚህ አምጥተህ ተርጉም፤ ይህን ወደላይ ወስደህ በላይኛው እሰር” የሚሉ ሐተታዎችን ያስቀምጣሉ፤ ይህም የመጻሕፍት ጣዕመ ምሥጢር ፍሰቱን ጠብቆና ቅደም ተከተሉ ተስማምቶ እንዲሄድ ለማድረግ ነው። የመጽሐፈ ቅዳሴ ትርጓሜም ከላይ የጠቀስነውን ጥቅስ መመሪያ አድርጎ ካስቀመጠ በኋላ ኋላ የሚያመጣውን መናገር ነው፤ ነአኵተከ እግዚኦ በፍቁር ወልድከ፤ ነአኵተከ አምላክ ቅዱስ ብሎ ይጀምር ይላል።

ይ.ካ ሁሉን የያዝህ የጌታችን የኢየሱስ ክርስቶስ አባት እግዚአብሔር ሃያ ሁለቱን ሥነ ፍጥረት ስለፈጠርህ አራቱን ባሕርያት ፈጥረህ ስላስማማህ አስማምተህ ስለምትመግብ እናመሰግንሃለን፤ ከመከራ ሰውረኸናልና አንድም በክብር ሰውረኸናልና ረድተህ ጠብቀኸናልና በልጅነት ወዳንተ አቅርበኸናልና አጽንተህ ጠብቀኸናልና እስከዚች ሰዓት አድርሰኸናልና እናመሰግንሃለን።

ጸልዩ እስኪል ድረስ አርቆ ጸልዩ ካለ በኋላ አቅርቦ ይናገራል።[112] አርቆ መናገሩ አምስት ሺህ አምስት መቶ ዘመን ርቀን ለመኖራችን፣ አቅርቦ መናገሩ ለመቅረባችን ምሳሌ ነው። "አንትሙ እለ ትካት ርኁቃን ቀረብክሙ በደሙ ለክርስቶስ - ቀድሞ ርቃችሁ የነበራችሁ በክርስቶስ ደም ቀርባችኋል" እንዲል ኤፌ ፪፥፲፫፤

አንድም ነአኵተከ ላዕለ ኵሉ ግብር በእንተ ኵሉ ግብር ወውስተ ኵሉ ግብር - እስራኤልን ከግብጽ ስለማውጣትህ፣ መና ከደመና አውርደህ ውኃ ከአለት አፍልቀህ ስለመመገብህ፣ ኦሪትን ስለመሥራትህ እናመሰግንሃለን።

አንድም ዓለምን ስለመፍጠርህ፣ ለአዳም ተስፋ ስለመስጠትህ፣ በልጅህ ህልው ሆነህ ስለ አዳንኸን እናመሰግንሃለን። አንድም ወንጌልን ስለመሥራትህ፣ ዞረህ ስለማስተማርህ፣ እኛን ይቅር ስለማለትህ እናመሰግንሃለን። አንድም ልጅነትን፣ ሥጋህን ደምህን፣ ንስሐን ስለሰጠኸን እናመሰግንሃለን። ይህም ቅዳሴያችን በምን ያህል የምስጋና ምሥጢር የተጌጠ ምስጋና እንደሆነ ያስረዳል።

ዲያቆኑም ጎሥ ወአስተብቍዑ ከመ ይምሐረነ እግዚአብሔር ወይሣሃል ላዕሌነ ወይትወከፍ ጸሎተ ወስእለተ እምነ ቅዱሳኒሁ በእንቲአነ በዘይሤኒ ኵሎ ጊዜ ይረስየነ ድልዋነ ከመ ንንሣእ እምሱታፌ ምሥጢር ቡሩክ ወይሥረይ ለነ ኃጣውኢነ

---

112 አቅርቦና አርቆ ማለት የግሱን ሁኔታ የሚያስረዳ አባባል ነው፤ ነአኵቶ - እናመሰግነዋለን ሲል ግሱ የሩቅ ግስ ነው፤ ሦስተኛ ሰው (third person) የምንለው ማለት ነው። ነአኵተከ - እናመሰግንሃለን ሲል ግሱ የቅርብ መሆኑን ያሳያል፤ ሁለተኛ ሰው (second person) የምንለው ማለት ነው።

- ፈጽሞ ይቅር ይለን ዘንድ ስለኛ ብሎ ከካህናት ጸሎቱን ልመናውን ይቀበል ዘንድ ሹ ለምኑ ባማሪ በተወደደ ነገር ሁል ጊዜ [113] ቡሩክ ከሚሆን ምሥጢር [114] እንድንቀበል የበቃን ያደርገን ዘንድ ኃጢአታችንንም ያስተሠርይልን ዘንድ ሹ ለምኑ በማለት ስለ ካህናት አባቶቻችንና ስለራሳችን ከልብ ሆነን እግዚአብሔርን እንድንለምን ያሳስበናል።

እኛም ኪርያላይሶን እንላለን። ኪርያላይሶን ማለት ስብሐት ለእግዚአብሔር - ለእግዚአብሔር ምስጋና ይገባል ማለት ነው። [115] አንድም አሜን እግዚኦ ተሣሃለነ - አቤቱ በእውነት ይቅር በለን ማለት ነው።

ይ.ካ ሰውን የምትወድ አቤቱ አንተን ከመፍራት ጋር ዘመናችንን ሁሉ በፍጹም ፍቅር እንፈጽም ዘንድ ስጠን ሥጋዊ ቅናትን መከራ ሥጋን መከራ ነፍስን የሰይጣንን ፈተና የክፉ ሰዎችን ምክር በውስጥ በአፍአ የሚነሳብንን ፆር ከእኔ፣ ከሕዝቡና በታቦቱ ዙሪያ ካሉት አርቅልን [116]

ያማረውን የተወደደውን ስጠን፤ እባቡን ጊንጡን የጠላትን ሁሉ ኃይል እንረግጥ ዘንድ [117] ሥልጣንን የሰጠኸን አንተ ነህና ወደፈተና አታግባን [118]

---

113 "ሁልጊዜ"የሚለው ቃል ቅዳሴ የሚቀደስበትን ጊዜ ሁሉ የሚያሳይ ቃል ነው፤

114 ግእዙ ሱታፌ ምሥጢር ይለዋል፤ ምሴተ ሐሙስን ዕለተ ዓርብን አስቦ ደቀመዛሙርቱ ስድስቱ በቀኙ ስድስቱ በግራው ሳሉ የሕማሙን የሞቱን የትንሣኤውን ነገር በብዙ ምልክት እንዳስረዳቸውና ትኩስ ሥጋ ትኩስ ደም እንደሰጣቸው ዛሬም የሚሆነው ያን ጊዜ ከሆነው አንዳች የተለየ ነገር እንደሌለው እርግጠኛ ሆነን የምንሠዋው፤ ሕያው መሥዋዕት መሆኑን የምናረጋግጥበት ጸሎት ነው።

115 ቃሉ የግሪክ ነው፤ አነጋገሩም "ኪርዩ ኤሌይሶን" ነው። "ኪርያ" ማለት "እግዝእትነ" ማለት ሲሆን "ኪርዩ" ማለት ደግሞ "እግዚኦ" ማለት ነው። በልምድ ነው ኪርያላሶን የምንለው እንጂ ትክክለኛው አባባል "ኪርዩኤለይሶን" ነው እያሉ ብፁዕ አቡነ ጎርጎርዮስና ብፁዕ አቡነ ገብርኤልን እየጠቀሱ ብዙ አባቶች ይናገራሉ፤ በተለይ በዝዋይ ቆይታ ያደረጉ አባቶች።

116 የአፍአ ቡራኬ የሚጀምረው እዚህ ላይ ነው

117 ፍትወታት እኩያትን ኃጣውእ ርኩሳትን ድል እንነሣ ዘንድ፤

118 ሳንበቃ ሥጋህን ደምህን ከመቀበል አድነን፤ ቦ ቅዳሴ አስቀድሰን ሥጋ ወደሙን ሳንቀበል ከመመለስ አድነን። በቅዳሴ ጊዜ ወደ ቤተ ክርስቲያን የምንሄደው አስቀድስን ብቻ ልንመለስ ሳይሆን በድንገት የሚከሠት እንዳንቀበል የሚያደርግ ነገር ካላጋጠመን በቀር ተቀብለን ለመመለስ አስፈላጊውን መንፈሳዊውን ዝግጅት አድርገን እንሄዳለንና ነው። ይህ ማለት ግን ለምሳሌ ስብሐተ ነግህ ለማድረስ፣ ዋዜማ ለመቆም፣ ሰዓታት ለመቆም፣ ኪዳን ለማድረስ፣ መምህረ ንስሐን ለማግኘትና ለመሳሰሉት ግብራት ወደ ቤተ ክርስቲያን ብንሄድ አይቻለም ማለት እንዳልሆነ ልብ ይሏል።

ከመከራ ሥጋ ከመከራ ነፍስ አድነን እንጂ ተቀዳሚ ተከታይ በሌለው በአንድ ልጅህ ለሰው ልጅ ፍቅር ብለህ ባደረግኸው በይቅርታህ በቸርነትህ ለእሱ ያለው ክብር የክብር ክብር ጽንዕ ለአንተ ያለህ፤ ለአንተ ያለህ ሁሉ ለእርሱ ያለው በዘመን በክብር ከአንተ ጋር አንድ ከሚሆን ከመንፈስ ቅዱስ ጋር ለዘለዓለሙ አሜን። [119]

ጸሎተ መባዕ

ይ.ካ ከሁሉ በላይ ወደምትሆን ወደከበረች አንድም ከሁሉ ወደምትቀድም ወደአንዲት ቤተ ክርስቲያን መባ ይዘው ስለሚመጡ ሰዎች እንማልዳለን መሥዋዕቱን (ከዘጠኝ አንዱን) ቀዳምያቱን ከአሥር አንዱን ተዝካረ ጻድቃንን በብዙ በጥቂት በሥውር በግልጽ የሚሰጡትን ሊሰጡ ወደው ሳለ የሚሰጡት ከሌላቸው ላይ በጎ ፈቃዳቸውን [120] ተቀብሎ በረከትን ያድላቸው ዘንድ አድላቸው መንግሥተ ሰማያትን አውርሳቸው ብለን ሁሉን እንደጥና እንደ እንቍላል በመሐል እጁ የያዘ የጌታችን የመድኃኒታችን የኢየሱስ ክርስቶስን አባት እግዚአብሔር አብን እንማልዳለን።

ይ.ዲ ጸልዩ በእንተ እለ ያበውዑ መባዐ - መባን ይዘው ወደ ቤተ ክርስቲያን ስለሚመጡ ሰዎች ጸልዩ። ይዘው የመጡትን እንዲቀበልላቸው፣ በማምጣቸው በረከት እንደሚያገኙ አውቀው በደስታ እንዲሰጡ፣ ሌላም ጊዜ በዚሁ የስጦታ መንፈስ ውስጥ እንዲኖሩና ስጦታ ልምዳቸውና መንፈሳዊ ግዴታቸው እንደሆነ እንዲያስተውሉ፣ ሰይጣን እንዳይፈትናቸውና ንፍገትን እንዳያስተምራቸው ጸልዩላቸው ብሎ ያውጃል።

ይ.ሕ ተወከፍ መባዖሙ ለአኃው ወተወከፍ መባዖን ለአኃት ለነኒ ተወከፍ መባዐነ ወቍርባነነ - የወንዶችንም የሴቶችንም መባቸውን የእኛንም መባችንና ቍርባናችንን ተቀበልልን ይበሉ።

---

119 ዘቦቱ ለከ ሲል በእሱ የታወቅህ ማለቱ ነው፤ የሥላሴ አንድነት ሦስትነት በግልጥ ለሁሉ የታወቀው ጌታ ከእመቤታችን ሰው ከሆነ ወዲህ ነውና።
120 የሐልዮውን ከገቢር ቈጥሮ ይቀበልላቸው ዘንድ፤

ልባችንን ሰብስበን ጊዜያችንን አመቻችተን እንቅልፋችንን ትተን ከኋላ ድጋፍ የሚሆን ጥግ ሳንሻ መከራ መስቀሉን እያሰብን ሥርዐተ ቅዳሴውን በአንክሮ መከታተላችን መሥዋዕት ነው፤ ይህንን መባዕ፣ ቍርባን አድርጎ ከስጦታችን ጋር ይቀበልልን ዘንድ እንማልዳለን።

ይ.ዲ በትሑት ዜማ ተንሥኡ ለጸሎት። በትሑት አለ? መንፈስ ቅዱስ ሲወርድ ሥጋ ወደሙ ሲለወጥ አይታወቅምና በትሑት አለ።

ጸሎተ እንፎራ፡- 121

ጸሎተ ኅብስት ሲል ነው፤ ይህን ጸሎት ያደርሳል።

ይ.ካ ቀዳማዊ አብን በመልክ የምትመስለው፣ በባሕርይ የምትተካከለው፤ ከተወላዲነት ከሠራፂነት ልዩ የሚሆን የአብ ቃል ማሕየዊ የሚሆን የመንፈስ ቅዱስም ቃል የምትሆን መምህሬ ኢየሱስ ክርስቶስ ሆይ ከሰማያት የወረደ ኅብስተ ሕይወት አንተ ነህ ዓለሙን ለማዳን አስቀድመህ የተናገርህ (በሐሙስ ዕለት ብለህ) ነውር ነቀፋ የሌለብህ በግዐ መሥዋዕት አንተ ነህ ቦ ነቢዩ ኢሳይያስ እንደ በግ ሊታረድ መጣ ብሎ የተናገረልህ አንተ ነህ። [122]

ቀድሞ እንደወረድህ አሁንም ውረድልን ብለን ሰውን የሚወድ ቸር ባሕርይህን እንማልዳለን ያንተ ማደሪያ በሚሆን፣ መንፈስ ቅዱስ ባደረበት በዚህ በታቦቱ ላይ ባኖርነው በኅብስቱ በወይኑ ኃይልህን ግለጥ መለወጡን እውነት አድርግልን አክብረው ለውጠው በክብር ከፍ ከፍ የሚያደርገን ሕይወተ ሥጋ ሕይወተ ነፍስ ሕይወተ ልቡና ይሁንልን ንጉሣችን ፈጣሪያችን አንተ ነህና ከፍ ያለ (ብዙ የሆነ) ምስጋናን ስግደትንም እናቀርብልሃን ለዘለዓለሙ አሜን።

---

121 በጽርው አናፎራ ይለዋል፤ መዝገበ ቃላት ዘኪዳነ ወልድ ክፍሌ፣ ገጽ ፮፻፺፱፤

122 መሥዋዕቱ እሱ፤ መሥዋዕት አቅራቢው ሊቀ ካህናት እሱ፤ መሥዋዕት ተቀባዩም ከአብ ከመንፈስ ቅዱስ ጋር እሱ ነውና።

ጸሎተ መግነዝ፡-

ጸሎተ ማኅፈድ ሲል ነው። ይ.ካ ሦስት መዓልት ሦስት ሌሊት ባደርህበት መቃብር አምሳል በዚህ በጻሕሉ ላይ አኖርን እጆቼን ሥጋህን እንደገነዙ ብዙ ክብርን እንዳገኙ እንደ ዮሴፍ እንደ ኒቆዲሞስ አድርግልኝ ለዘለዓለሙ አሜን።

ልቡ ለጻድቅ ውኩል ከመ አንበሳ - የጻድቅ ሰው ልብ እንደ አንበሳ የታመነ ነው እንዲል እሱን ያገኘ ያገኘናል በእሱ የደረሰ በእኛ ይደርሳል ሳይሉ ከጲላጦስ ተካሰው ከመስቀል አውርደው እፎ ሞትከ መዋዔ ሞት እያሉ ሲገንዙት በመለኮቱ ሕያው እንደሆነ ለማጠየቅ ዐይኑን ግልጥልጥ አድርጎ

"አ ዮሴፍ ወኒቆዲሞስ በከመ ሰዐምክሙኒ ወገነዝክሙኒ ወአክበርክሙኒ ከማሁ አነኒ እስዕመክሙ ወአከብረክሙ ወአነብረክሙ ዲበ መንበረ ሶፎር ሰማያዊ - ወዳችሁ አክብራችሁ የገነዛችሁኝ ዮሴፍና ኒቆዲሞስ ሆይ እንደወደዳችሁኝ እንዳከበራችሁኝ እኔም ወድጄ አክብሬ ሶፎር በተባለ በሰማያዊ ዙፋን አስቀምጣችኋለሁ" ብሏቸዋል። ዐቢይ መልእክቱ በዕለተ ዓርብ የሆነውን ምሥጢር አጉልቶ ማሳየት ሲሆን በምሳሌ ሲገለጥ ደግሞ እንደሚከተለው ነው። መንበሩን ዞሮ በጻሕሉ ላይ ካኖረበት ጊዜ አንሥቶ እስካሁን ግልጥ ሆኖ ይቆያል፤ በዚህ ጊዜ ካህኑ ሥርዐተ ግንዘት ይፈጽማል፤ ዘኮነ ብሎ ሲመለስ ንፍቁ ካህን ገልጦ ይጠብቀዋል። ይህም በግልጥ የማስተማሩ፤ ከመስቀል ወርዶ በመቃብር የማደሩና በሦስተኛው ቀን የመነሣቱ ምሳሌ ነው። በሌላ ምሳሌ ሲገለጥ ደግሞ፡- የዘመነ መልከ ጼዴቅ፣ የዘመነ ኦሪት ምሳሌ ነው፤ ይህም ወንጌል በመልከ ጼዴቅ ታይታ ተሠውራለችና ነው፤ ዘመነ ኦሪት ተፈጽሞ አምላካችን በሥጋ ማርያም ተግልጦ በግልጥ አስተምሮ በአደባባይ ለሁሉም መሥዋዕት ሆኖ መሰቀሉን ለማስረዳት በሦስተኛው ይገለጣል።

<u>ትእዛዝ</u>፡- ወዲያቆን ይሚጥ ገጾ መንገለ ምዕራብ - ዲያቆኑ ፊቱን ወደ ምዕራብ ይመልስ። ወደ ምዕራብስ ጥንቱንም ወደ ምዕራብ ነው ብሎ ከመንጦላዕት በአፍአ መውጣቱን ሲያይ እንዲህ አለ። [123]

ትእዛዘ አበዊነ ሐዋርያት ኢያንብር ብእሲ ውስተ ልቡ ቂመ ወበቀለ ወቅንዓተ ወጽልአ ላዕለ ቢጹ ወኢላዕለ መኑሂ

- የአባቶቻችን የሐዋርያት ትእዛዝ ነው ሰው በልቡናው ቂም በቀልን አያሳድር አንዱ በአንዱ አይቅና ከወንድሙ ጋር ከማንም ጋር አይጣላ። ፍ.ነ አንቀጽ ፲፪፡፬፻፺፤ ይህም ለወደፊቱ ይጠንቀቅ ማለት ብቻ ሳይሆን አሁንም ከወንድሙ ጋር የተጣላ የተቀያየመ ካለ ይተው ማለት ነው። "በመሠዊያው ፊት መባህን ትተህ ሂድ አስቀድመህ ከወንድምህ ጋር ታረቅ ተመልሰህ መጥተህ መባህን አቅርብ" እንዲል ማቴ ፭፥፳፬፤
ይ.ዲ ስግዱ ለእግዚአብሔር በፍርሃት - በፈሪሃ እግዚአብሔር ሆናችሁ ስገዱ።

ይ.ሕ ቅድሜከ እግዚኦ ንሰግድ ወንሴብሐከ - በፊትህ እንሰግዳለን እናመሰግንሃለን አንድም እያመሰገንህ እንሰግድልሃለን። በፊትህ ሲል እግዚአብሔር ፊትና ኋላ ቀኝና ግራ አለው ለማለት አይደለም፤ በክብር በባለሟልነት እንገለጣለን ከአንተ የተሠወረ አንተ የማታውቀው ማንነት እንደሌለን እናውቃለን ሲል ነው።

123 ፃው ካሉ በኋላ ሦስቱን የጸዋትው ጸልዩ ከመንጦላዕት በአፍአ ሆነው የሚሉበት ቦታ አልፎ አልፎ ይታያል፤ ሥርዐቱ የሚነቀፍ ባይሆንም የአፍአውን ቡራኬ ለሠራዒው ካህን የሚያደናቅፍ እንዳይሆን ጥንቃቄ ማድረግ ይገባል፣ መሐል ለመሐል ቆመው ዜማውን የሚያዜሙ ዲያቆናት ይታያሉና፤ መነሻቸው ግን ከላይ የተገለጠው ትእዛዝ መሆኑ ከግንዛቤ ሊገባ ይችላል። ከዚሁ ጋር ተያይዞ ሐሳቡ ከተነሣ አይቀር እዚሁ ሊወሳ የሚገባው ነጥብ "እመቦ ዘአስተኀቀረ" የሚለው አዋጅ የሚታወጅበት ቦታ ነው፤ ሠራዒው ካህን ተናጽቶ እንደፈጸመ የመቅደሱን የበር ጥግ ይዘው ቆይተው ሠራዒው ካህን በቆመበት ቦታ ቆመው የሚያውጁ እንዳሉ ሁሉ ከውስጥ በሚቆሙበት ስፍራ እንደቆሙ የሚያውጁም አሉ፤ ሕጽበተ እዱ በይፋ እንደሆነ ሁሉ አዋጁም በይፋ ቢሆን የተመረጠ ነው።

<u>ትእዛዝ</u>፡- ወዲያቆን ይስግድ ለቀሲስ - ዲያቆኑ ለቄሱ ይስገድ። ለቄሱ የሚሰግድ ሆኖ አይደለም ፊቱን ቄሱ ወዳለበት ወደምሥራቅ መመለሱን ሲያይ እንዲህ አለ እንጂ። [124] ቄሱ አይሰግድም፤ መስቀል መብራት መጽሐፍ የያዙ ሁሉ በአድንኖ ሆነው ያስደግማሉ እንጂ አይወድቁም፤ እሱ ግን አብነት ነውና ወድቆ/ሰግዶ ይነሣል።

ንፍቁ ካህን ፍትሐት ዘወልድ ሲያነብ ሠራዒው ዲያቆን በእንተ ቅድሳትን ያነባል። ሲያነቡም ፊታቸውን ወደ ምዕራብ ወይም ወደሕዝቡ አድርገው ነው።

<u>ሁለተኛው ቄስ ተራዳኢ፣ ንፍቅ የተባለው ለምድነው</u>? ቢሉ ለሠራዒው ማኀፊድ ስለሚገጥለት ዐውድ ስለሚይዝለት፤ አንድም በጸሎት የቄስ የቄሱን በመድገም ስለሚያግዘው ነው ተራዳኢ ያለው። ጸሎቱ ሙሉ ለሙሉ ስላልሆነ ንፍቅ አለው።

---

124 በግእዝ የአገባብ ሥርዓት "ወደ" ከሚሆኑ አገባቦች አንዱ "ለ" የሚለው ፊደል ነው፤ "ተመይጠ ለብሔረ ግብጽ" የሚለው የግእዝ ንባብ ወደአማርኛ ሲመለስ ወደ ግብጽ ሀገር ተመለሰ ተብሎ ነው።

ፍትሐት ዘወልድ፡- በደልን ተመለስን ላሉ የሚጸለይ ጸሎት፤

ይ.ካ ንፍቅ፤ ተቀዳሚ ተከታይ የሌለህ ሕይወት መድኃኒት በሆነች ሕማምህ በኃጢአታችን የመጣውን ፍዳ ያጠፋህ በደቀመዛሙርትህ ላይ መንፈስ ቅዱስን ያሳደርህ (ልጅነትን የሰጠህ) ይቅር ያላችኋቸው ይቀርላቸዋል የያዛችሁባቸው ተይዞባቸዋል ብለህ ሥልጣነ ክህነትን የሰጠህ የአብ አካላዊ ቃል ኢየሱስ ክርስቶስ ሆይ ዛሬም በቤተ ክርስቲያንህ የክህነትን ሥራ ለሚሠሩ አገልጋዮችህ ያሥሩ ይፈቱ ዘንድ ሥልጣነ ክህነትን የሰጠህ አንተ ነህ፤ [125] ሰውን የምትወድ አቤቱ አገልጋዮችህ ስለሚሆኑ አባቶቼና እናቶቼ ወንድሞቼና እኅቶቼ ከምግባር ከጸጋ ደካማ ስለምሆን ስለእኔም በመሠዊያህ ፊት ራሳቸውን ዝቅ ስላደረጉ የምሕረትህን ጎዳና ጥረግልን ማለት የቸርነትህን ሥራ ሥራልን የኃጢአታችንን ማሠሪያ ሁሉ ቁረጥልን ማለት በኃጢአታችን የመጣውን ፍዳ አጥፋልን፤ አውቀን በድፍረት ሳናውቅ በስሕተት በክዳት በተንኰል በሐልዮ በነቢብ በገቢር በሕጸጸ አእምሮ በሕጸጸ ልብ ብንበድልህ የሰውን ደካማነት አንተ ታውቃለህና በኃጢአታችን የመጣውን ፍዳ አጥፋልን፤

ሰውን የምትወድ የፍጥረት ሁሉ ጌታ አቤቱ ኃጢአታችንን ይቅር በለን በረከተ ሥጋ በረከተ ነፍስን ሰጥተህ አክብረን ቀድሰን ለኃጢአት ከመገዛት ነጻ አድርገን የተፈታን ነጻ የወጣን ንጹሐን አድርገን ሕዝቡንም ሁሉ ከኃጢአት ማሠሪያ የተፈቱ አድርጋቸው፤ ስምህን መፍራትን የተመላን አድርገን ፈቃድህን/ወንጌልን በመፈጸም አጽናን ቸር የምትሆን አቤቱ ፈጣሪያችን ጌታችን መድኃኒታችን ኢየሱስ ክርስቶስ አንተ ነህና ከአባትህ ጋር ከመንፈስ ቅዱስ ጋር ምስጋናን ክብርን እናቀርብልሃለን ለዘለዓለሙ አሜን።

ፊቱን ወደምሥራቅ መልሶ አግብርቲከ እለ ተልእኩ የሚለውን ይጸልያል "ወእምዝ ይትመየጥ መንገለ ምሥዋዕ ወይበል - ከዚህ በኋላ ወደመቅደስ ተመልሶ ይህንን ይድገም" እንዲል።

---

[125] እስከ ዕለተ ምጽአት አይቋረጥምና ሁልጊዜ አለ፤

ንፍቁ አይባርክም ባራኪ ሠራዒው ካህን ነውና ቃሉን/ድምፁን ለቄሱ ለማሰማት ነው። [126]

[126] ቡራኬ በታዘዘበትም ባልታዘዘበትም መባረክ የብዙ ካህናት ልምድ ነው፤ ይበልጥ ደግሞ እንዲህ ተለይቶ መመሪያ የተቀመጠላቸውን የሥርዐት አይነቶች ጠብቆ ሥርዐተ ቅዳሴውን መፈጸም በቅዳሴ ውስጥ የሚናቅና ትኩረት የማይሰጠው ምንም አይነት ተልእኮ የሌለ መሆኑን ያስረዳል፤ እኔ በግሌ ከማስታውሰው እንደማስረጃ ለመጥቀስ ያህል ብፁዕ አቡነ ዘካርያስ በተገኙበት ክብረ በዓል ለመገኘት እድል ገጥሞኝ ጸሎተ ቡራኬ እንድደግም በብፁዕነታቸው መመሪያ ሲሰጠኝ ብፁዕነታቸው ያሉኝን ቃል አስታውሳለሁ "አንተ ጸሎቱን ድገም ቡራኬውን እኔ እባርካለሁ" የሚለውን፤ በስሕተት የማደርገው ቢኖር በድፍረት የማደርገው እንዳይኖር የብፁዕነታቸው መመሪያ ትምህርት ሆኖኛል፤ ሌሎችም አባቶች እንዲህ እያደረጉ ሥርዐተ ቤተ ክርስቶያንን ጠብቆ የማስጠበቅ ኃላፊነታቸውን ቢወጡና የተዳፈረውን ቢገሥጹ ሥርዐቱ ይጠበቅ ነበር፤ አልፎ ተርፎ የሚበልጠውን ሥርዐት እያከናወነ ቡራኬውን ለምን ለሌላ ይሰጣል የሚል መከራከሪያ የሚነሣበትም አጋጣሚ አለ፤ ይህም ሙሉውን ሥርዐተ ቅዳሴ ካለመረዳት ወይም ለመረዳት ካለመፈለግ የሚመጣ ነው፤ በመዐርግ የሚበልጥ ካለ እሱ መቀደስ እንዳለበት ሥርዐታችን ይደነግጋልና የሚበልጠውን እያከናወነ የሚለው መከራከሪያ ኢያንሥእ ማየ። ለዚህ ነው ፊቱን ወደመቅደስ መልሶ ይድገም የተባለው። በተመሳሳይ መልኩ ጸሎተ ቡራኬ በሚደገምበት ጊዜ በደብረ ሊባኖስ አቅራቢያ ካሉ አድባራት በደጋው ካለችው የልደታ ደብር የግንቦት ልደታ ዕለት /ዓመተ ምሕረቱን አላስታውስም/ የቀደሱት መነኮስ ካህን "አባ ሀብተ ማርያም" መንበሩን ሳይለቁ እየዞሩ ሲባርኩ አይቼ ከቅዳሴ በኋላ ለምንድነው የሚል ጥያቄ አንስቼላቸው መጽሐፈ ቅዳሴውን አውጥተው ሲያስነብቡኝ አስታውሳለሁ፤

በዚህም ውስጥ የአብ የወልድ የመንፈስ ቅዱስን ስም መሠረት አድርጎ ዐሥራ አምስቱ ነቢያትን፣ የቤተ ክርስቲያን ጉባኤን፣ [127] ዐሥራ ሁለቱ ሐዋርያትን፣ [128] ወንጌላዊው ማርቆስን፣ ቅዱስ ሳዊሮስን፣ ቅዱስ ዲዮስቆሮስን፣ ቅዱስ አትናቴዎስን፣ ቅዱስ ዮሐንስ አፈወርቅን፣ ቅዱስ ቄርሎስን፣ ቅዱስ ጎርጎርዮስን፣ ቅዱስ ባስልዮስን፣ በኒቅያ አርዮስን ለማውገዝ የተሰበሰቡ ሦስት መቶ ዐሥራ ስምንት ሊቃውንትን፣ በቁስጥንጥንያ መቅዶንዮስን ለማውገዝ የተሰበሰቡ መቶ ሃምሳ ሊቃውንትን፣ በኤፌሶን ንስጥሮስን ለማውገዝ የተሰበሰቡ ሁለት መቶ ሊቃውንትን፣ በዘመኑ ያለውን ፓትርያርክና በክፍሉ ያለውን ጳጳስ ስማቸውን አውስቶ የጸሎት ማሳረጊያ በሆነችው በእመቤታችን አማላጅነት ወደ ሥላሴ ጸሎታችን ያርግልን ዘንድ ይጸለያል።

ዐሥራ አምስቱ ነቢያት የሚባሉት፡-

ዐሥሩ ከአዳም - እስከ ኖኅ ያሉት፡- አዳም፣ ሴት፣ ሄኖስ፣ ቃይናን፣ መላልኤል፣ ያሬድ፣ ሄኖክ፣ ማቱሳላ፣ ላሜህና ኖኅ ሲሆኑ አምስቱ ደግሞ አብርሃም፣ ኢዮብ፣ ያዕቆብ፣ ዮሴፍና ሙሴ ናቸው። [129]

ቀጥሎ ዲያቆኑ በእንተ ቅድሳትን ያነባል እኛም በየመሐሉ አሜን ኪርያላይሶን እግዚኦ ተሣሃለነ እንላለን።

---

127 ሐዋርያት ባስተማሯት ባሳመኗት ባጠመቋት በምእመን አማላጅነት፤

128 ጴጥሮስ፣ እንድርያስ፣ ያዕቆብ ወልደ ዘብዴዎስ፣ ዮሐንስ፣ ፊልጶስ፣ በርተሎሜዎስ፣ ቶማስ፣ ማቴዎስ፣ ያዕቆብ ወልደ እልፍዮስ፣ ልብድዮስ የተባለው ታዴዎስ፣ ቀነናዊው ስምዖን/ናትናኤል፣ አስቆሮታዊው ይሁዳ፤ {ታዴዎስ በተለያየ ስም ተጠርቷል ይሁዳ ዘያዕቆብ፣ ይሁዳ ወአኮ አስቆሮታዊ በሚሉ ስሞች ይገለጣል}

129 የጽሑፍ ነቢያት የሚባሉት ዐሥራ ስድስት ናቸው፤ የቃል ነቢያት የሚባሉና በመጽሐፍ ቅዱስ ስማቸው የሚታወቅ ነቢያት አሉ፤ ለምሳሌ ኤልያስ፣ ኤልሳዕና የመሳሰሉት በስማቸው የተጻፈ መጽሐፍ ባይኖራቸውም የታወቁ የቃል ነቢያት ናቸው። ከአንስትም እንደነዲቦራ ያሉት ይጠቀሳሉ።

ምዕራፍ ፳

በእንተ ቅድሳት ሰላማዊት ሰላመ ናስተበቍዕ ከመ እግዚአብሔር ያስተሳልመነ በሣህለ ዚአሁ

- ሰላማዊት/ክብርት ስለምትሆን አንድ ስለምታደርግ ቦ ሰማያዊት ይላል ሰማያዊ ስለምታደርግ ሥጋ ወደሙ መስማማትን ፍቅር አንድነትን ይሰጠን ዘንድ በይቅርታው በቸርነቱ ብዛት አስማማን አንድ አድርገን ብለን እንለምናለን። ሥጋ ወደሙ ሰላማዊና ሰማያዊ ያደርጋል ከመላእክት ጋር ያስተባብራል ለምስጋና ያነቃል ያተጋል ሥርየተ ኃጢአት ይሰጣል ከእግዚአብሔር ጋር ያዋሕዳል ዮሐ ፮፥፶፯፤ ቅዱስ ጳውሎስም "አንሥአነ ወአንበረነ ምስሌሁ በሰማያት - አነሣን በሰማያት ከእሱ ጋር አስቀመጠን" በማለት በሥጋ ወደሙ የሚገኘውን ኅብረት ያስረዳል ኤፌ ፪፥፮፤

በእንተ ሃይማኖትነ ናስተበቍዕ ከመ እግዚአብሔር የሀበነ እንቲአሁ ሃይማኖተ በንጹሕ ንዕቀብ

- በአንድነቱ ምንታዌ በሦትነቱ ርባዔ ሳንቀላቅል በሱ ማመንን ይሰጠን ዘንድ ስጠን ሃይማኖታችንን አጽናልን ብለን እንለምናለን። በአንድነቱ ምንታዌ ሳንቀላቅል ማለት ሁለት አካል ሁለት ባሕርይ ሳንል እናምናለን ማለት ነው። ሃይማኖታችን ወልድ ዋሕድ - አንድያ ልጅ ወይም አንድ አካል አንድ ባሕርይ በማለት የተመሠረተ ነውና፤ [130] "አንተ ውእቱ ክርስቶስ ወልደ እግዚአብሔር ሕያው - አንተ የሕያው እግዚአብሔር ልጅ ክርስቶስ ነህ" እንዲል ማቴ ፲፮፥ ፲፮፤ ሃይማኖትን በንጹሕ መጠበቅ ማለት በትክክል መረዳት ማለት ነው ብፁዕ ሐዋርያ ቅዱስ ጳውሎስ "ተዛለፎሙ ምቱረ ከመ ይጠይቁ በሃይማኖት - ሃይማኖትን እንዲረዱ በቊርጥ ገሥጻቸው" እንዳለ ቲቶ ፩፥፲፫፤

በሌላ ክታቡ ደግሞ "ሶበሰ አእመሩ እምኢሰቀልዎ ለእግዚአ ስብሐት - ቢያውቁስ የምስጋና ጌታን ባልሰቀሉት ነበር" እንዳለ፤ ፩ቆሮ ፪፥፰፤ "እግዚአብሔር ሀገርን ካልጠበቀ ጠባቂዎች በከንቱ ይደክማሉ" እንደተባለ ሰማያዊት ቤታችንን የምንወርስባትን እርሱ የሰጠንን ሃይማኖት አጽንተን የምንጠብቅበትን ጸጋ እሱ ካልሰጠን በራሳችን ጥረትና ድካም ሊሳካልን አይችልም መዝ ፻፳፯፥፩፤

"ያለእኔ ምንም ልታደርጉ አትችሉም" ተብሎ ተጽፏልና ዮሐ ፲፭፥፭፤ በተመሳሳይ ሁኔታ "ንሕነሰ አመነ ወአእመርነ ከመ አንተ ውእቱ ክርስቶስ ወልዱ ለእግዚአብሔር - እኛስ የሕያው እግዚአብሔር ልጁ አንተ ክርስቶስ እንደሆንህ አውቀን አምነናል" ተብሎ አጽንኦት ተሰጥቶበታል ዮሐ ፮፥፷፱፤ ስለሆነም የምናመልከውን አምላክ ማንነት፣ የምንቀበለውን ሥጋና ደም ምንነት አውቀንና አምነን እንቀበላለን እናመልካለን ማለት ነው።

በእንተ ማኅበርነ ናስተበቊዕ ከመ እግዚአብሔር እስከ ፍጻሜነ በኅብረተ መንፈስ ቅዱስ ይዕቀበነ

130 ወልድ ዋሕድ የሚለውን አንቀጸ ሃይማኖት መልአከ ብርሃን አድማሱ እንዲህ ይገልጡታል "ኢትዮጵያውያን ወልድ ዋሕድ የሚል ሃይማኖታቸው ባለማቋረጥ ከልቡናቸው የሚፈልቅ ምንጭ ነው እንጂ እንደ በርሜል ውኃ ከውጭ ተሞልቶ ሲፈስ እንደሚደርቅ ውኃ አይደለም" መድሎተ አሚን ገጽ ፷፭፤

- አንድነታችንን አጽናልን ብለን እስከ ጊዜ ሞታችን በመንፈስ ቅዱስ አንድነት አጽንቶ ይጠብቀን ዘንድ ጠብቀን ብለን እንለምናለን። ይህንንም ቅዱስ ጳውሎስም "ኢንኅድግ ማኅበረነ - አንድነታችንን አንተው" በማለት አጽንዖት ይሰጥበታል ዕብ ፲፥፳፭፤ አንድነት የሌለበት ይልቁንም የመንፈስ አንድነት የሌለበት አገልግሎት ብዙ ርቀት የሚያስኬድ አይሆንም፤ ያ አንድነት ደግሞ ከመንፈስ ቅዱስ ቦ እርስ በእርስ ነው። "ህበነ ንኅበር በዘዚአከ መንፈስ ቅዱስ" እንዲል።

በእንተ ትዕግሥታት ነፍሳት ናስተበቍዕ ከመ እግዚአብሔር በኵሉ ፍጻሜ ትዕግሥት ይጸግወነ

- ዕጉሣት ነፍሳት ሲል ነው ታግሠው መከራ ስለሚቀበሉ በመከራችን ሁሉ ፍጹም ትዕግሥትን ወይም የትዕግሥታችንን ፍጻሜ ይሰጠን ዘንድ ስጠን ብለን እንለምናለን። የትዕግሥት ፍጻሜ ማለት ቍጣና ማጕረምረም የሌለበት ማለት ነው። ቅዱስ እስጢፋኖስ በድንጋይ እየተወገረ ለሚወግሩት ይቅርታን ይለምን እንደነበረ።

በእንተ ነቢያት ቅዱሳን ናስተበቍዕ ከመ እግዚአብሔር ምስሌሆሙ ይኈልቁነ

- ይወርዳል ይወለዳል ብለው ያስተማሩ ቅዱሳን ነቢያትን አንሥተን ከነሱ ጋር ይቈጥረን ዘንድ ማለት አንድ ያደርገን ዘንድ አንድ አድርገን ብለን እንለምናለን።

በእንተ ሐዋርያት ላእካን ናስተበቍዕ ከመ እግዚአብሔር የሀበነ ናሥምር በከመ እሙንቱ አሥመርዎ ወመከፈልቶሙ ይክፍለነ

- ወረደ ተወለደ ብለው ዞረው ያስተማሩ ሐዋርያትን አንሥተን እነሱ ደስ እንዳሰኙት ደስ እናሰኘው ዘንድ እድል ፈንታቸው ጽዋ ተርታቸው የምትሆን መንግሥተ ሰማያትን ያድለን ዘንድ አድለን ብለን እንለምናለን።

በእንተ ቅዱሳን ሰማዕታት ናስተበቍዕ ከመ እግዚአብሔር የሀበነ ንፈጽም ኪያሃ ግእዘ

- ቅዱሳን የሚሆኑ ሰማዕታትን አንሥተን የነሱን ጽናት አብነት አድርገን እንፈጽም ዘንድ መፈጸሙን ስጠን ብለን እንለምናለን። ሰማዕትነት ማለት እሳቱ ስለቱ ብቻ አይደለም እውነት ቢፈርዱ እውነት ቢመሰክሩ ረኃቡን ጽሙን ቢታገሡ ሰማዕትነት ነውና።

በእንተ ሊቀ ጳጳስነ አባ ... ወብፁዕ ጳጳስነ አባ ... ናስተበቍዕ ከመ እግዚአብሔር የሀበነ ኪያሆሙ ለነዋኅ መዋዕል በልቡና ያርትዑ ቃለ ሃይማኖት በንጹሕ ዘእንበለ ነውር እስመ እሙንቱ ቀዋምያኒሃ ለቤተ ክርስቲያን

- ስለሊቀ ጳጳሱ ስለ ጳጳሱ ... ሰፊ ወራት ረጅም ዘመናት ይሰጣቸው ዘንድ ስጣቸው ብለን እንለምናለን፤ ከክህደት ከኑፋቄ ንጹሕ በሆነ ልቡና የሃይማኖትን ቃል ያስተምሩ ዘንድ፤ የቤተ ክርስቲያን የምእመናን ጠባቂዎች ታዳጊዎች ጠበቆች እነሱ ናቸውና። ይህንን ቃለ ጸሎት በማስተዋል የሰማ ወይም ያነበበ ኦርቶዶክሳዊ ለጳጳሳትና ለካህናት ያለው አመለካከት የተዛባ ሊሆን ይችላል ተብሎ አይገመትም፤ ከዚህ የተለየ ምልከታ ያለው ከተገኘ ግን ራሱን ይመረምር ዘንድ ይመከራል ሆነ።

በእንተ ቀሳውስት ናስተበቍዕ ከመ እግዚአብሔር ኢያሰስል እምኔሆሙ መንፈሰ ክህነት ጳሕቀ ወፍርሃተ ዚአሁ እስከ ፍጻሜ ይጸጉ ወፃማሆሙ ይትወከፍ

- ከሾመ እንዳይሽራቸው ሥልጣነ ክህነትን እንዳያርቅባቸው አትሻራቸው አታርቅባቸው፤ ለምግባር ለትሩፋት መትጋትን ይሰጣቸው ዘንድ ስጣቸው፤ በሥጋችን ይቀስፈናል በነፍሳችን ይፈርድብናል ብለው መፍራትን እስከ ጊዜ ሞታቸው ያሳድርባቸው ዘንድ አሳድርባቸው፤ ድካመ ነፍሳቸውን ይቀበልላቸው ዘንድ ተቀበልላቸው ብለን ስለ ቀሳውስት እንለምናለን።

በእንተ ዲያቆናት ናስተበቍዕ ከመ እግዚአብሔር የሀቦሙ ምርዋጸ ፍጹመ ይሩጹ ወበቅድስና ይቅረቡ ፃማሆሙ ወፍቅሮሙ ይዘከር

- ፍጹም ሩጫን ይሮጡ ዘንድ፣ በንጽሕና በቅድስና ይቀርቡ ዘንድ፣ ድካማቸውንና ፍቅራቸውን ያስብ ዘንድ ስለዲያቆናት እንለምናለን።

ሩጫ ሲል፡- ድውይ መጠየቅ፣ ሙት መቅበር፣ ተልእኮ ካህናት ወኤጲስ ቆጶሳት፣ ተወክፎ ነግድ አለባቸውና። [131]

131 በገጠርና በገዳማት ይህ ሥርዐት ጨርሶ የጠፋ ባይሆንም በከተሞች ግን የዲቁና ማዕርግ በቤተ መቅደስ ለሚከናወን አገልግሎት ብቻ የሚሰጥ ማዕርግ መምሰል እየጀመረ ነው፤ በተለይ በምደባ የሚያገለግሉ ከሆነ በደብዳቤ ጭምር የሥራ ዝርዝር ተብሎ የሚገለጥበት ሁናቴ ስላለ በደብዳቤ ከተገለጠው ወይም በሚመለከታቸው ኃላፊዎች በቃል ከሚነገረው ውጭ ከላይ እንደተጠቀሰው ያለ መንፈሳዊ ተልእኮ ለመፈጸም የሚያስችል ልምምድ ብዙም አይታይም፤ ይህም ቀሳውስትና ዲያቆናት በተባበረ የአገልግሎት መንፈስ ሕዝቡን መድረስ እንዳይችሉ እያደረገና ክፍተት እየፈጠረ ስለሆነ በመንፈሳዊ ሥልጣና፣ በምክርና በመመሪያ አጠናክሮ ለሁለገብ አገልግሎት ብቁ ማድረግ ይገባል።

በእንተ ንፍቀ ዲያቆናት ወአናጕንስጢስ ወመዘምራን ናስተበቍዕ ከመ እግዚአብሔር የሀቦሙ ጻሕቀ ሃይማኖቶሙ ይፈጽሙ

- ሃይማኖታቸውን ለማወቅ ትጋታቸውን ለመፈጸም ትጋቱን ይሰጣቸው ዘንድ ስለ ንፍቀ ዲያቆናት ስለ አናጕንስጢስ እንለምናለን። [132] ይህም የሚያነቡትን እንዲያስተውሉ፣ አስተውለው ያነበቡትን ወደተግባር ለመለወጥ መንፈሳዊ ልምምድ እንዲያደርጉ ነው።

በእንተ መበለታት ወመአስባት ናስተበቍዕ ከመ እግዚአብሔር ይስማዕ ስእለቶን ወፈድፋደ ጸጋ መንፈስ ቅዱስ ይጸግዎን ውስተ አልባቢሆን ወይትወከፍ ፃማሆን

- ልመናቸውን ይሰማቸው ዘንድ ሀብተ መንፈስ ቅዱስን በልባቸው ያሳድርባቸው ዘንድ ድካማቸውን ይቀበላቸው ዘንድ ተቀበላቸው ብለን ስለመበለታት ስለመአስባት እንለምናለን። [133]

በእንተ ደናግል ናስተበቍዕ ከመ እግዚአብሔር የሀቦሙ አክሊለ ድንግልና ወይኩኑ ለእግዚአብሔር ውሉደ ወአዋልደ ወይትወከፍ ፃማሆሙ

- ዐስበ ድንግልናቸውን ይሰጣቸው ዘንድ ለእግዚአብሔር ወንዶችና ሴቶች ይሆኑ ዘንድ ድካማቸውን ይቀበልላቸው ዘንድ ስለደናግል እንማልዳለን።

በእንተ መስተዓግሣን ናስተበቍዕ ከመ እግዚአብሔር የሀቦሙ በትዕግሥት ይንሥኡ

- መከራውን ታግሠው ስለተቀበሉ ሰዎች መከራውን በትዕግሥት በመቀበላቸው ዋጋቸውን ይሰጣቸው ዘንድ ስጣቸው ብለን እንለምናለን።

በእንተ ሕዝባውያን ወመሐይምናን ናስተበቍዕ ከመ እግዚአብሔር የሀቦሙ ፍጹመ ሃይማኖተ በንጹሕ ይዕቀቡ

- ፍጹም ሃይማኖትን በንጹሕ ይጠብቁ ዘንድ ቦ ይከሥት ሎሙ ሲል ነው ፍጹም ሃይማኖትን ይገልጥላቸው ዘንድ ግለጥላቸው ብለን መሐይምናን ስለሆኑ ሕዝባውያን እንማልዳለን።

---

132 ንፍቀ ዲያቆናት የሚላቸው የዲያቆናት ረዳቶችን ነው። አናጕንጢስ የሚላቸው አንባቢዎችን ነው፤ መዘምራን የሚላቸው ዳዊት ደጋሚዎችን ነው። ደረጃ በደረጃ ብቃታቸውና መንፈሳዊነታቸው እየታየ የሚሰጡ የማዕርግ አይነቶች ነበሩ፤ አሁን አንድ ጊዜ ዲያቆን ተብሎ የመሾም ሥርዐት እየተለመደ ስለመጣ የእነዚህን ሂደት በቅደም ተከተል አናያቸውም።

133 መበለታት የሚላቸው ረዳት፣ ልጅ፣ ገንዘብ የሌላቸውን ነው፤ መአስባት የሚላቸው አግብተው የፈቱ ናቸው።

በእንተ ንዑሰ ክርስቲያን ናስተበቍዕ ከመ እግዚአብሔር የሀቦሙ መክፈልተ ሠናየ ወሕጽበተ ዳግም ልደት ለሥርየተ ኃጢአት ወበማኅተመ ቅድስት ሥላሴ ይኅትሞሙ

- በጎ እድልን ይሰጣቸው ዘንድ ሥርየተ ኃጢአት ለሚገኝበት ለዳግም ልደት ያበቃቸው ዘንድ በቅድስት ሥላሴ ማኅተም ያትማቸው ዘንድ ስለ ንዑሰ ክርስቲያን እንማልዳለን።

ዳግም ልደት ሲል፦ በሃይማኖት ላልቆዩት ልደተ ሥጋውን ለልደተ ነፍሱ ነው፤ በምግባር ንዑሰ ክርስቲያን ለተባሉት ልደተ ንስሐውን ለልደተ ነፍሱ ነው።

ማኅተመ ቅድስት ሥላሴ ሲል፦ በጥምቀት በሚገኝ ልጅነት በንስሐ ራሱን ያስመስላቸው ዘንድ እንማልዳለን ሲል ነው። "ልጁ በብዙ ወንድሞች መካከል በኵር ይሆን ዘንድ አስቀድሞ ያወቃቸውንና የመረጣቸውን ልጁን ይመስሉ ዘንድ አዘጋጅቷቸዋል" እንዲል ሮሜ ፰፥፳፱፤

በእንተ ንጉሥነ መፍቀሬ አምላክ ከመ እግዚአብሔር ብዙኃ ሰላመ ይጸግዎ በመዋዕሊሁ

- በዘመኑ ብዙ ሰላምን ፍጹም ዕረፍትን ይሰጠው ዘንድ ስጠው ብለን እግዚአብሔርን ስለሚወድ ንጉሣችን እንማልዳለን። [134]

በእንተ መኳንንት ወእለ በሥልጣናት ናስተበቍዕ ከመ እግዚአብሔር ጥበበ ወፍርሃተ ዚአሁ የሀቦሙ

- ፍርድ ብይን እንዳያደሉ መማለጃ እንዳይበሉ ጥበቡን ይገልጽላቸው ዘንድ ግለጽላቸው፤ ፍርድ ብናደላ መማለጃ ብንበላ ይፈርድብናል ብለው ይፈሩ ዘንድ እሱን መፍራትን ያሳድርባቸው ዘንድ አሳድርባቸው ብለን ስለ መኳንንትና ሥልጣን ስላላቸው እንማልዳለን።

በእንተ ኵሉ ዓለም ናስተበቍዕ ከመ እግዚአብሔር ያቅድም ሐልዮ ወየሐሊ ለለአሐዱ አሐዱ ጻሕቀ ዘይሤኒ ወዘይኄይስ

---

134 ባለፉት ጊዜያት የመንግሥት ለውጥ ከተደረገ ወዲህ በእንተ ንጉሥ የሚለው በእንተ ሀገር እየተባለ ካለንበት ዘመን ደርሷል፤ በአንዳንድ ጽሑፎች ላይ እንደተገለጠውም ሲኖዳሳዊ ውሳኔ ተላልፎበት እየተተገበረ ይገኛል። መጽሐፈ ቅዳሴ የ፲፱፻፹፩ ዓመተ ምሕረት እትም፤

- ለያንዳንዱ ያማረውን የተወደደውን የሚሻውን የሚሻለውን ያደርግለት ዘንድ አድርግለት፤ አስቀድሞ ያስብለት ዘንድ አስብለት ብለን ስለዓለሙ ሁሉ እንማልዳለን።

በእንተ እለ ይነግዱ በባሕር ወበየብስ ናስተበቍዕ ከመ እግዚአብሔር በየማነ ሣህል ይምርሖሙ ወያግብአሙ ኀበ ማኅደሪሆሙ በዳኅና ወበሰላም

- ቀኙን ጎዳና ይመራቸው ዘንድ ምራቸው፤ በሕይወት በጤና ወደቤታቸው ይመልሳቸው ዘንድ መልሳቸው ብለን በባሕርና በየብስ ስለሚሄዱ ስለሚነግዱ ሰዎች እንማልዳለን።

በእንተ ርኁባን ወጽሙዓን ናስተበቍዕ ከመ እግዚአብሔር የሀቦሙ ሲሳዮሙ ዘለለዕለቱ

- የዕለት የዕለት ምግባቸውን ይሰጣቸው ዘንድ ስጣቸው ብለን ስለተራቡና ስለተጠሙ ሰዎች እንማልዳለን። ቦ ለርኁባነ ነፍስ ሥጋ ወደሙን ትምህርቱን ንስሐውን ይሰጣቸው ዘንድ ስጣቸው ብለን እንለምናለን።

በእንተ ኅዙናን ወትኩዛን ናስተበቍዕ ከመ እግዚአብሔር ይናዝዞሙ ፍጹመ

- ባለፈው ኀዘን ያጸናቸው ከዳግም ኀዘን ይጠብቃቸው ዘንድ አጽናቸው ጠብቃቸው ብለን እንለምናለን። እንዲህ ብለው በጸለዩላቸው ጊዜ ከባሕር ጠልቀው ከገደል ወድቀው እንዳይሞቱ መልአከ እግዚአብሔር ይጠብቃቸዋልና።

በእንተ ሙቁሐን ናስተበቍዕ ከመ እግዚአብሔር ይፍትሖሙ እማዕሠሪሆሙ

- የታሠሩትን ከእሥራታቸው ይፈታቸው ዘንድ ፍታቸው ብለን ስለታሠሩ ሰዎች እንማልዳለን። ቦ በኃጢአት በቍራኘነት ስለተያዙ ሰዎች ከኃጢአት ከቍራኘነት ያድናቸው ዘንድ አድናቸው ብለን እንማልዳለን።

በእንተ ጺዉዋን ናስተበቍዕ ከመ እግዚአብሔር ይሚጦሙ በሰላም ውስተ ብሔሮሙ

- በሰላም ወደሀገራቸው ይመልሳቸው ዘንድ መልሳቸው ብለን ስለተማረኩ ሰዎች እንማልዳለን። ቦ በክህደት በኃጢአት ስለተማረኩ ሰዎች ከኃጢአት ወደንስሐ ከክህደት ወደሃይማኖት ከሲኦል ወደገነት ይመልሳቸው ዘንድ መልሳቸው ብለን እንማልዳለን።

በእንተ ስዱዳን ናስተበቍዕ ከመ እግዚአብሔር የሀቦሙ ትዕግሥተ ወትምህርተ ሠናየ ወይጸጉ ፃማሆሙ ፍጹመ

- በሃይማኖት በምናኔ በመማር በማስተማር ለተሰደዱት ጽንዐ ሃይማኖትን ትዕግሥትን ይሰጣቸው ትምህርቱን ይገልጣላቸው ዘንድ የድካማቸውንም ዋጋ ይሰጣቸው ዘንድ ስጣቸው ግለጥላቸው ብለን ስለተሰደዱ ሰዎች እንማልዳለን።

በእንተ ሕሙማን ወድውያን ናስተበቍዕ ከመ እግዚአብሔር ፍጡነ ይፈውሶሙ ወይፈኑ ሣህለ ወምሕረተ

- ፈጥኖ ያድናቸው ዘንድ ይቅርታውን ቸርነቱን ይልክላቸው ዘንድ ፈጥነህ ፈውሳቸው ይቅርታህን ቸርነትህን ላክላቸው ብለን እንማልዳለን።

በእንተ እለ ኖሙ እምነ ቅድስት ቤተ ክርስቲያን ናስተበቍዕ ከመ እግዚአብሔር ይጸግዎሙ መካነ ዕረፍት

- መካነ ዕረፍትን ሰጥቶ በመንግሥተ ሰማያት ያሳርፋቸው ዘንድ አሳርፋቸው ብለን ከምእመናን ወገን ስላንቀላፉ ሰዎች እንማልዳለን።

በእንተ እለ አበሱ አበዊነ ወአኃዊነ ናስተበቍዕ ከመ እግዚአብሔር ኢይትቀየሞሙ ናህየ ወሣህተ የሀቦሙ እመዓቱ

- ከመዓት ወደምሕረት ተመልሶ ፍጹም ዕረፍትን ይሰጣቸው ዘንድ ከመዓት ወደምሕረት ተመለስላቸው፤ ተቀይሞ እንዳይበቀላቸው አትቀየማቸው አትበቀላቸው ብለን ስለበደሉ አባቶቻችንና ወንድሞቻችን እንማልዳለን።

በእንተ ዝናማት ናስተበቍዕ ከመ እግዚአብሔር ይፈኑ ዝናመ ኀበ ዘይትፈቀድ መካን

- በሚያስፈልግበት ቦታ ዝናሙን ያዘንምልን ዘንድ አዝንምልን ብለን ስለዝናም እንማልዳለን። ቈላ በሚያስፈልግበት ጊዜ ቈላ፤ ደጋ በሚያስፈልግበት ጊዜ ደጋ።

በእንተ ማያተ አፍላግ ናስተበቍዕ ከመ እግዚአብሔር ይምላዕ ኪያሆን እስከ መሥፈርት ወአቅም

- እስከ ልካቸውና ወሰናቸው ድረስ ይመላቸው ዘንድ ምላቸው ብለን ስለወንዞች ውኃ እንማልዳለን። በመስኖ ተመግበው የሚኖሩ ብዙ ናቸውና፤ እንደ ግብጻውያን።

በእንተ ፍሬ ምድር ናስተበቍዕ ከመ እግዚአብሔር የሀባ ፍሬሃ ለምድር ለዘርዕ ወለማዕረር

- ምግብ ሆኖ ለዘር እንዲተርፍ ለምድር ፍሬን ይሰጣት ዘንድ የምድርን ፍሬ አብዛልን ብለን ስለምድር ፍሬ እንማልዳለን።

ወለኵልነ እለ በጸሎት ንስእል ወናስተበቍዕ በመንፈስ ሰላም ይከድነነ ወይጸግወነ ወያብርህ አዕይንተ አልባቢነ

- በእንተ በእንተ እያልን የምንጸልይ የምንለምን እኛን አንድ በሚያደርግ በሚያስማማ በመንፈስ ቅዱስ ይጠብቀን፤ አንድነትን መስማማትን ይስጠን፤ ዐይነ ልቡናችንን ያብራልን።

ንቅረብ ወንስአሎ ለእግዚአብሔር አምላክነ ከመ ተሰጢዎ ጸሎተነ ይትወከፍ

- ጸሎታችንን ወዶ ይቀበልልን ዘንድ ቦ የካህናቱን ተቀብሎ የሕዝቡን ይቀበልልን ዘንድ በባለሟልነት ቀርበን እግዚአብሔርን እንለምነው።

<u>**ትእዛዝ፡- ወእምድኅረ ይቤ ዘንተ ይቅጽቦ ኤጺስ ቆጶስ በእዴሁ**</u>

- በእንተ ቅድሳትን ከደገመ በኋላ ኤጲስ ቆጶሱ ዲያቆኑን በእጁ ይጥቀሰው ተንሥኡ ለማለት። በቤተ መቅደስ መናገር አይገባምና በእጁ ይጥቀሰው አለ። ያለልክ በማውራት የተጠመዱና ከልክ በላይ ድምፅ የሚያሰሙ ሁሉ ይህንን መልእክት በማስተዋል ይመለከቱት ዘንድ በትሕትና ይጠየቃሉ፤ ይልቁንም በየትኛውም የአገለግሎት ዘርፍ የሚላኩ ሁሉ ለአገልግሎቱ እንዲወጣ ከሚገባው ድምፅ በቀር ሌላ ድምፅ ማሰማት የማይገባ መሆኑን ይገነዘባሉና የማይገባ ምሳሌነትን ለምእመናን እንዳያስተምሩ ልዩ ጥንቃቄ ማድረግ ያስፈልጋል።

ወይበል ንትነሣእ እንከ በመንፈስ ቅዱስ ከመ ለቢወነ ንልሐቅ በጸጋሁ ወንትመካሕ በስመ ዚአሁ ወንትሐነጽ ዲበ መሠረተ ነቢያት ወሐዋርያት

- በመንፈስ ቅዱስ አስነሺነት እንነሣ በቸርነቱ አውቀን ፍጹማን እንሆን ዘንድ፤ በስሙ አምነን እንመካ ዘንድ፤ በነቢያትና በሐዋርያት መሠረት እንታነጽ ዘንድ ማለት ባስተማሩት ትምህርት ባመኑበት ሃይማኖት ጸንተን እንኖር ዘንድ እንነሣ። ፍትሐት ዘወልድ፣ በእንተ ቅድሳትና ጸሎተ ንስሐ ሲደገም ወድቀን ሰግደን እንቆያለንና ንትነሣእ አለ። [135]

---

[135] ሠራዒው ዲያቆን እስከዚህ ድረስ ንባቡን እያነበበ ይቆያል፤ ንፍቁ ዲያቆን ከሠራዒው ካህን ጋር ጸልዩ እያለ ዑደት ያደርጋል፤ ሠራዒው ዲያቆን ንባቡን ጨርሶ ወደመቅደስ ሲገባ ጳውሎስ ይዞ አንድ ጊዜ መንበሩን ይዞራል፤ ንባበ ጸሎቱን እስኪፈጽም ለመጠበቅ ሰዓት ያለ እንደሆነ ግን ንፍቁ ዲያቆን የሚያደርገውን ሠራዒው ዲያቆን ያደርገዋል።

ትእዛዝ፦ *ወካህን የአኅዝ ኅጠታተ ዕጣን በእዴሁ ዘየማን ወማዕጠንተ በእዴሁ ዘጸጋም* [136]

- ካህኑ አምስት ቆቀር ዕጣን በቀኝ እጁ ማዕጠንቱን በግራ እጁ ይዞ ወደሊቀ ጳጳሱ፣ ወደጳጳሱ፣ ወደኤጲስ ቆጶሱ ዘንድ ወይም በማዕርግ ወደሚበልጠው ይሄዳል ወይም ራሱ ባርኮ ሦስቱን በሦስቱ ሐብል ያገባል ሁለቱን ለወንጌልና ለተዘከረነ ያቆያቸዋል። መዓልቱን ሌሊቱን ያዘክራል የአቤልን የሄኖክን የኖኅን የአብርሃምን መሥዋዕት የአሮንን የሳሙኤልን የዘካርያስን ዕጣን ወደህ እንደተቀበልህ የኃጢአት ማስተሥረያ የሕዝቡ በደል ማስወገጃ ይሆን ዘንድ ይህንን ዕጣን ተቀበለኝ ብሎ ጸሎተ ዕጣን ያደርሳል።

ጸሎቱም ይህ ነው። *እግዚአብሔር አብ እግዚአብሔር ወልድ እግዚአብሔር መንፈስ ቅዱስ ተወከፍ ዘንተ ዕጣነ ንጹሐ ወዘንተ ማኅቶተ ወዘንተ መሥዋዕተ ወዘንተ ጸሎተ*

- እግዚአብሔር አብ እግዚአብሔር ወልድ እግዚአብሔር መንፈስ ቅዱስ ሆይ [137] ንጹሕ የሆነ ይህን ዕጣን [138] ይህን መብራት ይህን ጸሎት ይህን መሥዋዕት ተቀበልልን።

እግዝእትነ ማርያም ወላዲተ አምላክ አዕርጊ ዘንተ ዕጣነነ ወዘንተ ጸሎተነ ወዘንተ ማኅቶተነ ወዘንተ መሥዋዕተነ

- አምላክን የወለድሽ እመቤታችን ማርያም ሆይ ይህን ዕጣናችንን ይህን ጸሎታችንን ይህን መብራታችንን ይህን መሥዋዕታችንን አሳርጊልን። [139]

---

136 በጽሑፍ አልተገለጠም እንጂ በተግባር ይህን የሚያደርገው ንፍቁ ካህን ነው፤ ኅጠት ማለት አንኳር ወይም ቆቀር ማለት ነው፤ ኅጠተ ሰናፔ፣ ኅጠተ ሥርናይ እንዲል፤ በአንድ በኩል ማነስን ደቃቅ መሆንን ሲያሳይ አሁን ካለንበት ፅንሰ ሐሳብ አንጻር ደቃቅ ያልሆነ ተለቅ ተለቅ ያለ ዕጣን ለማለት ነው።

137 እግዚአብሔር የሦስቱም ስም ነው "አንሰ ሶበ ዕቤ እግዚአብሔር ዕብል በእንተ አብ ወወልድ ወመንፈስ ቅዱስ - እግዚአብሔር ስል ስለአብ ስለወልድ ስለመንፈስ ቅዱስ ነው" እንዲል። ሃይ አበው ዘባስልዮስ ፲፮፡፮

138 የተሰረቀውን የተቀማውን አይቀበልምና ንጹሕ አለ።

139 ምዕራገ ጸሎት ናትና፤ ያለእሷ አማላጅነት አይሆንምና፤

በነፍስ በሥጋ የሠራሁትን ኃጢአቴን ለሕዝቡም ኃጢአት ማስተሥረያ ሊሆን ንጹሑን ዕጣን መሥዋዕቱንም ተቀበለኝ። እንደ ሐራጊት አድርጌ በሐራጊት አምሳል ዕጣኑን አቀርብልሃለሁ ከርቤ ቀንዓት ስሊሖት የሚባሉ የሽቶ አይነቶች ከልብስህ ይገኛሉ [140] እነዚህን እንደበጎ መዓዛ አድርጌ አቀርብልሃለሁ ጸሎቴን እንደዕጣን በፊትህ ተቀበለኝ ዳግመኛ በነፍስ በሥጋ ለሠራሁት ኃጢአቴ ለሕዝቡም ኃጢአት ማስተሥረያ ሊሆን ንጹሑን ዕጣን አቀርባለሁ አብ ወልድ መንፈስ ቅዱስ ሆይ ክቡር የሚሆን የስምህ ምስጋና ፍጹም ነውና።

መላእክት ስብሐት ለአብ ስብሐት ለወልድ ስብሐት ለመንፈስ ቅዱስ እያሉ የሚያመሰግኑት ምስጋና ፍጹም ነው፤ በባሕርይ በህልውና አንድ ሲሆን በስም በግብር በአካል ሦስት ለሚሆን ለአብ ለወልድ ለመንፈስ ቅዱስ እንሰግዳለን።

ቀዳማዊ ደኃራዊ የምትሆን ጥንትም ፍጻሜም የሌለህ አራቱን ባሕርያት ካለመኖር ወደመኖር አምጥተህ በመፍጠርህ ገናና የምትሆን ይሁን ብለህ ዓለሙን የምታጸና በሥጋ በመከርኸው ምክር ጠቢብ የምትሆን በከሃሊነትህ ጽኑዕ የምትሆን በምልዓት በሁሉ አድረህ የምትኖር በዚች ሰዓት በነፍስ በሥጋ እደርብን ልቡናችንን አንጻልን በነፍስ በሥጋ በደማዊት ነፍስ አክብረን አውቀን በድፍረት ሳናውቅ በስሕተት ከሠራነው ኃጢአት አንጻን ምስጋናህ ወደሚነገርባት ወደቤተ መቅደስ ወደ መንግሥተ ሰማያት የምታገባ መክበሪያ ነባቢ የምትሆነውን መሥዋዕት በባለሚልነት ሆነን እንሠዋ ዘንድ መሠዋቱን ስጠን።

ከዚህ በኋላ መብራት የያዘ ዲያቆን በፊት ሠራዒው ዲያቆን ወንጌል ይዞ በኋላ ሆኖ ሦስት ጊዜ ዑደት ያደርጋሉ፤ መብራት የያዘው ዲያቆን የመጥምቀ መለኮት ቅዱስ ዮሐንስ ምሳሌ ነው፤ ዝንቱ ውእቱ ማኅቶት ዘያበርህ ወያኀቱ - የሚያበራ መብራት ይህ ነው ይለዋልና፤ ዮሐ ፭፥፴፭፤ ሠራዒው ዲያቆን ወንጌል መያዙ መልእክተ ጳውሎስን የሚያነብ ነውና፤ የቅዱስ እስጢፋኖስ ምሳሌ ነውና፤ እሱ ባፍም በመጣፍም አይሁድን ያሳፍራቸው ነበርና፣ ቄሱ የጌታ ምሳሌ ነው።

---

140 የሃይማኖት የተስፋ የፍቅር ምሳሌ ናቸው፤ አልባስ የተባሉ ምእመናን ናቸው፤ አልባሲሁሰ ለክርስቶስ እሙንቱ መኃይምናን እንዳለ ሊቁ ቅዱስ ያሬድ፤ ሃይማኖት ተስፋ ፍቅር በምእመናን ጸንተው ይኖራሉና።

በዑደት ጊዜ የሚጸለይ ጸሎት፤

ይ.ካ ሐዋርያት የሰበሰቧት ከዳርቻ እስከ ዓለም ዳርቻ ያለች ቅድስት የምትሆን አንዲት ቤተ ክርስቲያንን ታስባት ዘንድ እንለምንሃለን እንማልድሃለን። [141]

ይ.ዲ ሐዋርያት ስለሰበሰቧት በእግዚአብሔር ዘንድ የቀናች ስለሆነች አንዲት ቤተ ክርስቲያን ሰላም ጸልዩ።

ይ.ካ ብፁዕ ቅዱስ ሊቀ ጳጳሳችንን፣ ብፁዕ ጳጳሳችንን አስባቸው ሃይማኖታቸው የቀና ኤጲስ ቆጶሳቱን ቀሳውስቱን ዲያቆናቱን አስብ። [142]

ይ.ዲ ስለሊቀ ጳጳሳችን ስለጳጳሳችን ስለ ኤጲስ ቆጶሳቱ ስለ ቀሳውስቱ ስለ ዲያቆናቱ ሃይማኖታቸው ስለቀና ሕዝበ ክርስቲያን ጸልዩ።

ይ.ካ አቤቱ በጸናች በቀናች ሃይማኖት ሆነው የሞቱትንና ያረፉትን አባቶቻችንና እናቶቻችንን ወንድሞቻችንና እኅቶቻችንን አስብ አቤቱ አንድነታችንን አስብ ባርካቸው ያለመከልከል ያለማቋረጥ ለአንተ ይሆኑ ዘንድ ክብርት ፈቃድህን ይሠሩ ዘንድ ስጣቸው የጸሎት ቤት የንጽሕና ቤት የበረከት ቤት አድርጋቸው [143] ለእኛ ለባሮችህ ይህንን ስጥ ከእኛ በኋላ ለሚመጡትም ዘመንን ስጥ።

ይ.ዲ ስለአንድነታችን ስለሁላችንም መጠበቅ ጸልዩ።

---

141 ሐዋርያት በፊልጵስዩስ ጀምረዋት ኋላ ጽንፍ እስከ ጽንፍ ደርሳለችና፤ ቦ ሐዋርያት ያስተማሯት ያሳመኗት ያጠመቋት ምእመንን ታስብ ዘንድ አስብ ብለን እንለምንሃለን። በየመሐሉ ምእመናን አቤቱ ይቅር በለን ይላሉ።

142 በዘመኑ ያረፈ ሊቀ ጳጳሳት ካለ "የአባታችን የዕገሌን ነፍስ አሳርፍ ከጻድቃን ጋር በመንግሥተ ሰማያት አኑረው ጠባቂ እንደሌለው መንጋ ነጣቂ ተኵላ እንዳይነጥቀን ከእኛ የተለዩና የወጡ ወገኖችም እንዳይነቅፉን /መናፍቃን እንዳያስከዱን/ በመንበሩ ላይ በእርሱ ፈንታ ቸር ጠባቂ ተካልን (እነሱ ቢከፉ ባይመለሱ ዓላዊ ንጉሥ መናፍቅ ጳጳስ አስነሳባቸው እንዳይሉ)

143 ጸሎትን ንጽሕናን የያዙ ሰዎች በሚያገኙት ክብር አክብራቸው በረከተ ሥጋ በረከተ ነፍስን ስጣቸው

ይ.ካ አቤቱ አምላኬ ተነሥ ጠላቶችህ ይበተኑ ክቡር ምስጉን ስምህን የሚጠሉ ሁሉ ከፊትህ ይሽሹ ወገኖችህ ግን ሁልጊዜ ፈቃድህን በሚሠሩ በእልፍ አእላፍ ትእልፊተ አእላፋት በሚሆኑ በመላእክት በረከት የተባረኩ ይሁኑ በአንድ ልጅህ በርሱ ያለ ጽንዕ ለአንተ ይገባል ከእርሱ ጋር ከመንፈስ ቅዱስ ጋር ዛሬም ዘወትርም ለዘለዓለሙ አሜን።

ይ.ካ ንስግድ [144]

ይ.ሕ ለአብ ወወልድ ወመንፈስ ቅዱስ እንዘ ሠለስቱ አሐዱ

- ካህኑ እንስገድ ሲል ሕዝቡ በስም በግብር በአካል ሦስት ሲሆን በመለኮት አንድ ለሚሆን ለአብ ለወልድ ለመንፈስ ቅዱስ ሰጊድ ይገባል ብለው ይመልሳሉ። እዚህ ላይ የሚሰገደው ስግደት የመንፈስ ስግደት ነው፤ ይህም በነፍስ ጉልበት የሚሰገድ ስግደት ነው፤ ኵለንታ ሥጋን ኵለንታ ነፍስን ለቃሉ በማስገዛት፣ በዝማሬው በመመሠጥ፣ ቅዱሳን መላእክትን በመምሰል የምናቀርበው ሰጊድ ነው፤ ስናደርገው እየተደነቅን የምንረዳውና የበለጠ የምንመሠጥበት እንጂ በቃላት እንዲህ ነው ብለን የምናስረዳው አይደለም።

ቀደም ሲል ዲያቆኑ “በፍርሃት ሆናችሁ ለእግዚአብሔር ስገዱ” ብሎ ማወጁንና እኛም በፍርሃት ሆነን እንሰግዳለን እናመሰግንሃለንም ማለታችንን እናስታውሳለን፤ አሁን ደግሞ ሠራዒው ካህን ራሱን ከእኛ ደምሮ እንስገድ በማለት ማጠናከሪያ ይሰጥበታል፤ በፈሪሳዊው በስምዖን ቤት ለማዕድ ተቀምጦ ሳለ ሽቱ የመላበት የአልባስጥሮስ ብልቃጥ ይዛ የመጣችው ሴት የነስምዖንን ሐሜትና ግልምጫ ቦታ ሳትሰጥ እያለቀሰች በዕንባዋ እግሩን እያራሰች በጠጕርዋ እያበሰች እግሩን እየሳመች ብዙውን ኃጢአቷን ይቅር ይልላት ዘንድ በተመሥጦ ሆና ትማጸን ነበር፤ በመንፈስ ሆኖ የመስገድ ዓላማውም ይህና ይህ ነው፤ የቆሙበትንና የቆሙለትን ማወቅና ራስን ጥሎ “እጅግ ወዳኛለችና ብዙው ኃጢአቷ ተሠርዮላታል” የሚለውን ቃለ በረከት ስንሰማ በድካማችን ደስታ እንጂ ኀፍረት አይሰማንም።

144 ሥርዐተ ቅዳሴው ንስግድ የሚባለው በዕለተ ሰንበትና በዐበይት በዓላት ብቻ ሆኖ በዘወትር አንተ ውእቱ ማዕጠንት እንዲባል ያዛል፤ አልፎ አልፎ ካልሆነ በቀር ሲባል አይታይም፤አንዳን ቦታ በጸሎተ ፍሐትና በክርስትና ጊዜ አንተ ውእቱ ማዕጠንት ብለው ይጀምራሉ። መምህር በሙሉና ቀሲስ መብራቱ ተመሳሳይ ሐሳብ አንጸባርቀዋል፤ ቀሲስ መብራቱ በኮፕቲክ ቅዳሴ ውስጥ ከንስግድ እስከ ሰአሊ ለነ ያሉት እንደማይገኙ ጽፈዋል አኰቴተ ቍርባን ገጽ 266፤

ይ.ካ ሰላም ለኪ

ይ.ሕ ቅድስት ቤተ ክርስቲያን ማኅደረ መለኮት

- ካህኑ ሰላም ለአንቺ ይሁን ሲል ሕዝቡ አንድነት ሦስትነት የሚነገርብሽ ሥጋው የሚፈተትብሽ ደሙ የሚቀዳብሽ ቅድስት ቤተ ክርስቲያን ሰላምታ ይገባሻል ይላሉ። ማኅደረ መለኮት ያለው የሚፈጸመውን ምሥጢር ሲያይ ነው።

ቅዱስ ጳውሎስ "ረሰዮ ርእሰ ለቤተ ክርስቲያን እንተ ይእቲ ሥጋሁ - የቤተ ክርስቲያን ራስ አደረገው ይህቺውም ሥጋው ናት" ያለውን ይዘን ቤተ ክርስቲያን የሚለውን ቃል ከምእመናን ኅብረትና ከእያንዳንዱ ምእመን ማኅደረ ሥላሴነት አንጻር ስንረዳው የእያንዳንዳችን አካል ያለውን ክብር እንመረምርበታለን፤ ኤፌ ፩፥፳፪፤ እያንዳንዱ ምእመን ማኅደረ መንፈስ ቅዱስ ነውና፤ "ወቤቱስ ለእግዚአብሔር አንትሙ ወቅዱሳን አንትሙ - የእግዚአብሔር ቤት እናንተ ናችሁ ቅዱሳንም ናችሁ" እንዳለ ብፁዕ ሐዋርያ ቅዱስ ጳውሎስ፤ ፩ቆሮ ፫፥፲፯፤

ይ.ካ ሰአሊ ለነ

ይ.ሕ ድንግል ማርያም ወላዲተ አምላክ

- ካህኑ ለምኝልን ሲል ሕዝቡ አምላክን የወለድሽ እመቤታችን አማልጅን ለምኝልን ይላሉ። በእውነት ወላዲተ አምላክ ናትና አንድም በሚገባ ወላዲተ አምላክ ናትና።

ይ.ካ አንቲ ውእቱ

ይ.ሕ ማዕጠንት ዘወርቅ እንተ ፆርኪ ፍሕመ እሳት ቡሩክ ዘነሥአ እመቅደስ ዘይሠሪ ኃጢአተ ወይደመስስ ጌጋየ ዝ ውእቱ ዘእግዚአብሔር ቃል ዘተሰብአ እምኔኪ ዘአዕረገ ለአቡሁ ርእሶ ዕጣነ ወመሥዋዕተ ሥሙረ ንሰግድ ለከ ክርስቶስ ምስለ አቡከ ኄር ሰማያዊ ወመንፈስከ ቅዱስ ማሕየዊ እስመ መጻእከ ወአድኀንከነ

- ቡሩክ [145] ከቤተ መቅደስ የተቀበላት የወርቅ ጽና አንቺ ነሽ፣ የእሳት ፍሕምን የያዝሽ፣ ኃጢአትን የሚያስተሠርይ፤ በደልንም የሚያጠፋ ይኸውም ካንቺ ሰው የሆነው የእግዚአብሔር ቃል ነው ራሱን ያማረ ዕጣንና መሥዋዕት አድርጎ ለአባቱ ያቀረበ። ክርስቶስ ሆይ ከሰማያዊ ቸር አባትህና ማሕየዊ ከሚሆን ቅዱስ መንፈስህ ጋር እንሰግድልሃለን መጥተህ አድኽነናልና።

---

145 አንቲ ውእቱ ማዕጠንት እንተ ፆርኪ ፍሕመ እሳት - እሳትነት ያለው ፍሕምን የያዝሽ ማዕጠንተ ወርቅ አንቺ ነሽ፤ ይህስ እንደምን ነው ቢሉ ጌታ ሙሴን ሽምሽር ሽጢን ከሚባል ከማይነቅዝ እንጨት ቆርጠህ ማዕጠንተ ወርቅ ሥራ ሁለት ክንድ ከስንዝር ቆርጠህ አምጥተህ ክንድ ከስንዝሩን ትተህ ክንድ ሙሉውን እንደ ሙቀጫ ፈልፍለህ በውስጥ በአፍአ በወርቅ ለብጠው መግጠሚያ አብጅለት አንድ ሕለተ ወርቅ ሁለት አቅርንት አውጣለት ስኂን ሰንድሮስ የሚባል ነጭ ዕጣን አለ ያንን አስፈጭተህ አኑር ፍሕሙን አምርተህ በሕለተ ወርቁ አዋሕደህ በብረት ጽና አድርገህ ፈጥነህ ድፋው ብሎታል፤ ለጊዜው ወርቁን እንዳይሰማው ነው ፍጻሜው ግን ጢሱ አምሮ ሠምሮ እንዲያርግ እንዲወጣ ነው፤ ምሳሌ ነው።
ማዕጠንት የእመቤታችን፤ ወርቅ የንጽሕናዋ የቅድስናዋ፤ መግጠሚያ የማኅተመ ድንግልናዋ፤ ሕለተ ወርቅ የመንፈስ ቅዱስ፤ ሁለት አቅርንት የፍቅረ ቢጽና የፍቅረ እግዚአብሔር ወበእላ ክልኤቲ ትእዛዛት ተሰቅሉ ኦሪት ወነቢያት እንዲል ቦ የሥጋ ወደሙ፤ ዕጣን የትስብእት፤ ፍሕም የመለኮት፤ ጢስ የዕርገተ ጸሎተ ቅዱሳን፤ ዐርገ እግዚአብሔር በይባቤ ከመ ያለቡ ዕርገተ ቅዱሳን - የቅዱሳንን ዕርገት ያስረዳ ዘንድ በይባቤ ዐረገ እንዲል።

ቡሩክ ዘነሥአ እመቅደስ - ቡሩክ አሮን ከቤተ መቅደስ መርጦ ይዟት የወጣ ማዕጠንተ ወርቅ አንቺ ነሽ ይህስ እንደምን ነው ቢሉ እስራኤል ከግብጽ ከወጡ በኋላ አባር ቸነፈር ተነሥቶ ይፈጽማቸው ጀመር ተሰብስበው ከሙሴ ዘንድ ሄደው ከእኛ ዘንድ ክፉት ተንኰል ኃጢአት ከእግዚአብሔር ይቅርታ ቸርነት አይታጣምና ወደ እግዚአብሔር አመልክትልን አሉት አመለከተላቸው ጌታም ወንድምህ አሮን ልብሰ ተክህኖውን ለብሶ ማዕጠንተ ወርቁን ይዞ ሕሙማኑን በአንድ ወገን ሕያዋኑን በአንድ ወገን አድርጎ መሐር ሕዝበከ ዘፈጠርከ ተዘከር አብርሃምሃ ይስሐቅሃ ወያዕቆብሃ እያለ እየተመላለሰ ይጠናቸው ከዚህ በኋላ ደዌው ከሕሙማኑ ወደሕያዋኑ አይተላለፍም አለው።

ወነሥአ ኤፉደ ቅኔሁ ዘጸሎት ይላል አሮንም ልብሰ ተክህኖውን ለብሶ ማዕጠንተ ወርቁን ይዞ ሕሙማኑን በአንድ ወገን ሕያዋኑን በአንድ ወገን አድርጎ መሐር ሕዝበከ ዘፈጠርከ ተዘከር አብርሃምሃ ይስሐቅሃ ወያዕቆብሃ እያለ እየተመላለሰ ቢያጥናቸው ደዌው ከሕሙማኑ ወደሕያዋኑ የማይተላለፍ ሆኗል ከተረ መዓተ ወሐስአ መቅሠፍተ ወፈለጠ ፍኖተ ማዕከለ ሕያዋን ወሕሙማን - መዓቱ ተከለከለ መቅሠፍቱ ቆመ በሕሙማኑና በሕያዋኑ መካከል መንገድ ለየ እንዲል። ቀደሞ ይተላለፍ ነበር? ቢሉ አዎ መስሎ ስለተሠራ፤ ዛሬ ግን ቅሉ ቢሠራ በንስሐ የሚሠረይ ሆኗል። ቦ ቡሩክ አብ ከአብርሃም ባሕርይ የመረጣት ማዕጠንተ ወርቅ አንቺ ነሽ መቅደስ አለው አብርሃምን ማኅደረ እግዚአብሔር ነውና፤ ቦ ቡሩክ ዘካርያስ ከቤተ መቅደስ መርጦ ይዟት የወጣ ማዕጠንተ ወርቅ አንቺ ነሽ።

ምሳሌ፡-

ማዕጠንት የእመቤታችን፣ ፍሕም የመለኮት፣ ዕጣን የትስብእት፣ ዕርገተ ዕጣን የጸአተ ነፍስ ምሳሌ፤ አንድም ፍሕም ይያዛል አይያዝም ብሎ የሥግው ቃል ምሳሌ ነው፤ ሦስቱ ሐብል የሥላሴ፣ ከላይ መያዣው አንድ መሆኑ የአንድነታቸው፣ ሻኩራው የቅዳሴ መላእክት ምሳሌ ነው። ንስግድ ከመባሉ በፊት ካህናቱ ታቦቱን ሦስት ጊዜ ይዞራሉ፤ መልእክታቱ ከተነበቡ በኋላ ደግሞ ሦስት ጊዜ ይዞራሉ፤ ወንጌል ከመነበቡ በፊት አንድ ጊዜ፤ በድምር ሰባት ጊዜ ዑደት ይደረጋል። ይህም ኢያሱ ሰባት ጊዜ ዞሮ የኢያሪኮን ግንብ እንዳፈረሰ በሕዝቡ ላይ ያለው የኃጢአት ግድግዳ ይፈርስ ዘንድ ነው።

ንስግድ ካለ በኋላ ስብሐት ወክብር እያለ ያጥናል እግዚአብሔር ይባርካችሁ ፊቱንም ያብራላችሁ እያለ ሕዝቡን ይባርካል። ወደመቅደስ ተመልሶ ሲገባ የኢያሪኮን ግንብ በአገልጋይህ በኢያሱ ቃል ያፈርስህ አቤቱ የእኔንና የወገኖችህን ኃጢአት አፍርስ እያለ ይገባል። ከታቦቱ በስተቀኝ ወጥቶ በስተግራ በደቡባዊው በር ወደመቅደስ ይገባል፤ መንበሩን አንድ ጊዜ ይዞራል፤ ይህ ዑደት ከቁጥር አይገባም። ሁልጊዜም ወጥቶ ሲገባ አንድ ጊዜ ዞሮ ይቆማልና። አንዳንድ አባቶች ዘኮነ ንጹሐ ብለው እጃቸውን ተናጽተው ሲመለሱ መንበሩን ዞረው ነው የሚቆሙት።[146] ከገባ በኋላ "ንስሐን የምትቀበል ኃጢአትን ይቅር የምትል ኢየሱስ ክርስቶስ ሆይ የእኔንና የወገኖችህን ኃጢአት ሁሉ ይቅር በል የወንዶችና ሴቶች አገልጋዮችህን ንስሐ ተቀበል በእኛ ስለተጠራ ስለተመሰገነ ስምህ የጸጋህን ብርሃን አብራላቸው" እያለ በመሠዊያው ላይ ሦስት ጊዜ ያጥናል።[147]

ዘይሠሪ ኃጢአተ ወይደመስስ ጌጋየ ዝ ውእቱ ዘእግዚአብሔር ቃል ዘተሰብአ እምኔኪ - ይኸውም በውስጥ በአፍአ በነፍስ በሥጋ ኃጢአታችንን ይቅር የሚለን በደላችንን የሚደመስስልን ከአንቺ ሰው የሆነው የአብ አካላዊ ቃል ኢየሱስ ክርስቶስ ነው። ዘአዕረገ ለአቡሁ ርእሶ ዕጣነ ወመሥዋዕተ ሥሙረ - ራሱን ለአባቱ ያማረ የተወደደ መሥዋዕት አድርጎ ያቀረበ ወአንከረ አብ እምዝንቱ መሥዋዕት እንዲል።

[146] እግዚአታ ላይ ሠራዒው ዲያቆን በመንበሩ ዙሪያ ዑደት ሲያደርግ አያለሁ በአንዳንድ አድባራት።

[147] ይህም መዓዛ መለኮቱ እንዳልተለየው ለማጠየቅ ነው።

ትእዛዝ፦ *ወእምዝ ይረድ ውስተ አንቀጸ ምዕራብ ወይዕጥን ሠለስተ ጊዜ በአድንኖ ርእስ*
- ከዚህ በኋላ ወደ ምዕራብ ደጅ ከመድረኩ ወርዶ አንገቱን ዘንበል አድርጎ ሦስት ጊዜ ይጠን።

ለእመ ሀሎ ሊቀ ጳጳስ አው ኤጲስ ቆጶስ ይሰድ ኀቤሁ ወይዕጥኖ ሠለስተ ጊዜ በከመ ገብረ ቅድመ ታቦት

- ሊቀ ጳጳስ ወይም ኤጲስ ቆጶስ ቢኖር ወደሱ ሄዶ ታቦቱን እንዳጠነ ሦስት ጊዜ በውደት ወይም በንዝሐት ስሙን እየጠራ አባታችን እገሌን አስበው ሰፊ ወራት ረጅም ዘመናት ሰጥተህ በሃይማኖት በምግባር በፍቅር በሰላም ጠብቀው፤ ጠላቶቹ አጋንንትን የአጋንንት ማደሪያ ሆነው የሚተናኮሉትን በእጁ ጭብጥ በእግሩ እርግጥ አድርገህ አስገዛለት፤ ኃጢአታችንን ይቅር ይለን ዘንድ ወደ እግዚአብሔ እንዲለምንልን እያለ ይጠን። [148]

148 ከዚህ ትእዛዝ ተነሥተን በቤተ መቅደስ ከቀዳስያን በስተቀር ጳጳሳት እንኳ ቢሆኑ የሚያስቀድሱት በቅድስት እንደሆነ እንገነዘባለን፤ አባ ገብረ መስቀል ዘአትላንታ በደብረ ማርቆስ ከተማ በቅዱስ ማርቆስ ቤተ ክርስቲያን ይህ ሥርዐት በተግባር ይደረግ እንደነበር ብፁዕ አቡነ መቃርዮስን የመላው ጎጃም ክፍለ ሀገር ሊቀ ጳጳስን ጠቅሰው አውግተዉኛል። እኔም ቦታው ድረስ ሄጄ በደብሩ ከሚያገለግሉ አበው አንዱን መነኮስ ጠይቄ ቀድሞ እንደመጽሐፉ ይደረግ እንደነበር አሁን ግን እንደቀረ ነግረዉኛል። “ይረድ ውስተ አንቀጸ ምዕራብ” የሚለውን ትእዛዝ ልብ ይሏል። መምህር በሙሉ አስፋውም “ይህ በአፍአ የሚደረግ ሥርዐት ነውና በአራቱ ማዕዘን መንበሩን ማጠን አልታዘዘም” ብለዋል። ሥርዐተ ቤተ ክርስቲያን ገጽ 51፤

ወእምዝ ይዕጥን ካህናተ ለለአሐዱ ምዕረ ጊዜ እንዘ ይብል እስእለከ ኦ አቡየ ቀሲስ ከመ ትዘከረኒ በጸሎትከ ቅድስት - ካህናቱን እያንዳንቸውን አባቴ ክብርት በምትሆን ጸሎትህ ታስበኝ ዘንድ እለምንሃለሁ እያለ በንዝሐት አንድ ጊዜ ይጠን። ካህናቱም "እግዚአብሔር ይትወከፍ መሥዋዕተከ ወያጼኑ መዓዛ ዕጣንከ - መሥዋዕትህን ዕጣንህን ይቀበልህ ከሾመ አይሻርህ ከቀሳፊ መልአክ ይጠብቅህ" ብለው ይመልሱለታል። ሲወጣ ዲያቆኑን በረከተ ጳውሎስ ይኅድር በላዕሌከ ብሎ ይባርከዋል፤ መልእክተ ጳውሎስን የሚያነብ ነውና። [149] እያጠነ ሲዞር ወንዶቹንም ሴቶቹንም ምእመናን ይባርካል። በየበሩ ሲያጥን "ስብሐት ወክብር ለሥሉስ ቅዱስ ይደሉ አብ ወወልድ ወመንፈስ ቅዱስ ሥሉይ ዕሩይ ኩሎ ጊዜ ይእዜኒ ወዘልፈኒ ወለዓለመ ዓለም" እያለ ያጥናል። [150]

---

149 የተጻፈው እጁን በሠራዒው ዲያቆን ላይ ብቻ ጭኖ እንዲባርከው ነው፤ በተግባር ግን ሠራዒው ካህን ሁሉንም ይባርካል። አሁንም ዲያቆናቱን በአንብሮ የሚባርኩ አባቶች በአንዳንድ አድባራት ይታያሉ፤ መነሻቸው ይህ ትእዛዝ ነው፤ ብዙ ጊዜና በየቦታው ሲደረግ ስለማይታይ የሚያደርግ ሲያጋጥም ግርታን ይፈጥራል።

150 በየማዕዘኑ ስብሐት ወክብር ሲባል "አብ ወወልድ ወመንፈስ ቅዱስ ይእዜኒ ወዘልፈኒ ወለዓለመ ዓለም" የሚለው እንደማጠቃለያ አንድ ጊዜ ብቻ ነው የሚባለው፤ ይህንንም በምስካየ ኅዙናን መድኃኔ ዓለም ገዳም መጋቤ ኅሩያን አባ ኤልያስ እንዲሁ ሲያደርጉ አስታውሳለሁ። የምሽጋኑ ሊቀ ብርሃናት አበባው ቀደም ሲል በየአድባራቱ እንዲሁ ይባል እንደነበረ በሂደት እየተለመደ እንደመጣ አውግተውኛል።

ምዕራፍ ፱

ይ.ካ ንፍቅ የእውቀት ባለቤት ጥበብን የሚያናግር በጥልቅ ጨለማ ውስጥ ተሰውሮ የነበረውን የገለጽህልን የኃይልህን ከፍታ (የተአምራትህን ብዛት) ለሚሰብኩ የደስታ ቃል ወንጌልን ለሐዋርያት የሰጠህ፤ ቀድሞ ያሳድድ የነበረ ጳውሎስን በብዙ ቸርነት የጠራኸው የተመረጠ እቃ ያደረግኸው በዚህም የወደድኸው ሐዋርያ ይሆን ዘንድ የወደድኸው የመንግሥትህንም ወንጌል የሚያስተምር ያደረግኸው አምላካችን ክርስቶስ ሆይ ሰውን የምትወድ አንተ ነህ ቸር የምትሆን አቤቱ ያለሥራ እውቀትን ከአንተ የማይለይ ንጹሕ ሕሊናንም ስጠን [151] ከጳውሎስ ተጽፋ ለእኛ [152] የምትነበብ ቅድስት የሆነች የትምህርትህን መጠን እንረዳ ዘንድ የሕይወት ራስ ሆይ እሱ አንተን እንደመሰለ እኛም በምግባር በሃይማኖት እሱን እንመስል ዘንድ የበቃን አድርገን።

ከዚህ ቀጥሎ በሦስት አቅጣጫ በምዕራብ (ሠራዒው ዲያቆን) በሰሜን (ንፍቁ ዲያቆን) በደቡብ (ንፍቁ ካህን) መጻሕፍት ይነበባሉ።

ሠራዒው ዲያቆን መልእክቱን ከማንበቡ በፊት፡-

ኵሉ ዘኢያፈቅሮ ለእግዚእነ ወመድኃኒነ ኢየሱስ ክርስቶስ ወዘኢየአምን ልደቶ እማርያም እምቅድስት ድንግል በክልኤ ታቦተ መንፈስ ቅዱስ እስከ ምጽአቱ ሐዳስ በከመ ይቤ ጳውሎስ ውጉዘ ለይኩን

---

151 “አ ኄር ጸግወነ ልቡና ዘእንበለ ግብር” የንጉሥ ቃል አጠረ ብለው አያስረዝሙት ረዘመ ብለው አያሳጥሩት ነውና ዘእንበለ ግብር አለ፤ አንተን ባለመጋፋት ሲል ነው፤ ይህን አድርገናልና ይህን አድርግልን በማለት አይደለም፤ ገባእተ ነግህና ገባእተ ሠርክ እኩል የተቀበሉት በፈቃዱ ከተገለጠችው ቸርነቱ የተነሣ ነውና።

152 ብንጠብቃት ዋጋ እናገኝባታለን ባንጠብቃት ፍዳ እንቀበልባታለንና ለእኛ የምትነበብ አለ።

- ጌታችን መድኃኒታችን ኢየሱስ ክርስቶስን የማይወደው የመንፈስ ቅዱስ ማደሪያ በሁለት ወገን ድንግል (በድንጋሌ ሥጋ በድንጋሌ ነፍስ) ከምትሆን ከቅድስት ማርያም መወለዱን የማያምን [153] ሰው ሁሉ ሐዲስ/እንግዳ እስከሚሆን ምጽአቱ ድረስ ጳውሎስ እንደተናገረ የተወገዘ ይሁን።

የዚህም ቃለ ግዘት መነሻ ቃል የሚከተለው ነው።

“ወበእንተዝ እሜህረክሙ ከመ አልቦ ዘይነብብ በመንፈሰ እግዚአብሔር ወይብል ውጉዝ ኢየሱስ ወአልቦ ዘይክል ብሂለ እግዚእ ኢየሱስ ዘእንበለ ዘመንፈስ ቅዱስ ላዕሌሁ

- በብዔል ዜቡል ከሚል አይሁዳዊ በቀር አንድም ብዔል ዜቡል አድሮበት ፍጡር ነው ከሚል ሰው በቀር በመንፈስ ቅዱስ ተገልጦለት ኢየሱስ ክርስቶስ ከባሕርይ አባቱ ከአብ ከባሕርይ ሕይወቱ ከመንፈስ ቅዱስ ልዩ ነው የሚል እንደሌለ አስተምራችኋለሁ አንድም ብዔል ዜቡል አድሮበት ኀድረት ከሚል ሰው በቀር በመንፈስ ቅዱስ ተገልጦለት መለኮቱ ከትስብእቱ ትስብእቱ ከመለኮቱ ልዩ ነው የሚል እንደሌለ እነግራችኋለሁ፤ ስለዚህ መንፈስ ቅዱስ ካደረበት ሰው በቀር ኢየሱስ ክርስቶስ የባሕርይ አምላክ ነው ብሎ ማመን የሚቻለው እንደሌለ እነግራችኋለሁ” እንዲል ፩ቆሮ ፲፪፥፫፤ ይህም የተጠራንበትን ምሥጢር ታላቅነት ለመረዳት ከሚያስችለን ብቃት የደረስን ባይሆንም በፈቃዱና በምሕረቱ እንጂ በራሳችን እውቀትና ፈቃድ በቤቱ ያልተሰበሰብን መሆናችንን ከዚህ ክፍለ ንባብ መረዳት ይገባል። እስከ ምጽአቱ ሲል ያን ጊዜ ቢያምኑ ይጠቀማሉ ለማለት አይደለም ፍጻሜ የሌለው እስከ ነው፤ የወጉት ሁሉ ያዩታልና። ዮሐ ፲፱፥፴፯፤ ዘካ ፲፪፥፲፤ ራእ ፩፥፯፤ [154]

---

[153] ዘኢየአምር ይላል የማያውቅ ሲል ነው አይሁድ “ለዝንቱሰ ኢነአምሮ ከመ እምአይቴ ውእቱ - ይህንን ግን ከወዴት እንደሆነ አናውቀውም” ብለዋልና። ዮሐ ፱፥፳፱፤

[154] በሃይማኖት የመኖርና ያለመኖር ምሥጢር በሦስት መንገድ ይገለጣል፤ የመጀመሪያው ከተጠሩበት ጊዜ ጀምሮ እስከ መጨረሻው በሃይማኖት ጸንተው የሚኖሩበት ምሥጢር ነው፤ ሁለተኛው በተለያየ ምክንያት ከቀደመችይቱ ፍኖተ ሃይማኖት የማፈንገጥ ሁኔታ ቢያጋጥም በንስሐና በቀኖና ወደ ቀደመ የሃይማኖት ልዕልና በመመለስ የሚኖሩበት ምሥጢር ነው፤ ሦስተኛው ደግሞ በእንቢታና በክሕደት ጸንቶ በመኖር ማስተካከል ወይም ንስሐ መግባት በማይቻልበት ዘመን ለካ እንዲህ ነበር እውነቱ ብለው የሚጸጸቱበት መንገድ ነው። ከዚሁ ጋር አያይዘን ወደ ሃይማኖት የመጠራትንም ምሥጢር በሦስት መንገድ ልንረዳቸው እንችላለን፤
፩ በሙቀተ ሃይማኖት - እንደ አብርሃም በሙቀተ ሃይማኖት የሚሆን መጠራት አለ፤ ፍጥረታትን መርምሮ እውነተኛውን አምላክ በማወቅ፤ ሥርወ ሃይማኖት ተብሏልና፤

አንብቦ ሲጨርስ “በረከተ አብ ወፍተ ወልድ ወሀብተ መንፈስ ቅዱስ ዘወረደ ላዕለ ሐዋርያት በጽርሐ ጽዮን ቅድስት ከማሁ ይረድ ወይትመክዐብ ላዕሌየ ወላዕለ ኵልክሙ

- በጽርሐ ጽዮን በሐዋርያት ላይ የወረደ (ያደረ) የአብ በረከት የወልድ ፍቅር የመንፈስ ቅዱስ ሀብት በእኔም በእናንተም ላይ ይውረድ (ይደር) እጥፍ ድርብም ይሁን ይላል።

ኢያይዘን “ቅዱስ ሐዋርያ ጳውሎስ ሠናየ መልእክት ፈዋሴ ዱያን ዘነሣእከ አክሊለ ሰአል ወጸሊ በእንቲአነ ያድኅነ ነፍሳተነ በብዝኃ ሣህሉ ወምሕረቱ በእንተ ስሙ ቅዱስ

- መልእክትህ (ተልእኮህ) ያማረ ሕሙማንን የምትፈውስ አክሊልን የተቀበልህ (አክሊለ ሰማዕትን ገንዘብ ያደረግህ) ቅዱስ ሐዋርያ ጳውሎስ በይቅርታ በቸርነቱ ብዛት ስለቅዱስ ስሙ ብሎ (በስሙ ስለተጠራን) ያድነን ዘንድ ስለእኛ ለምንልን” እንላለን።

፪ እመንገለ ፍርሃት - በመንፈሳዊ ፍርሃት፤ እንደ ወቅሪስ፤ መልከ መልካም መልኩ ጽጌ ረዳ የመሰለ ጌጸኛ ነበርና ከአንድ መኰንን ሚስት ጋር ተነጋገረ ነገ እንደሆነ እንጂ ዛሬስ አይሆንም አለችው፤ በዚያች ሌሊት ራእይ ያያል ንጉሥ ከዙፋኑ ተቀምጦ ባለሟሎቹ በወዲህና በወዲያ ከበው አምስት ያልተጋዙ በቀኝ አምስት የተጋዙ በግራ ቆመው እሱ ከወደተጋዙት ሆኖ ንጉሡ በዐይነ መዓት ሲመለከተው ከባለሟሎቹ አንዱ መጥቶ አንተ ንጉሥ በዐይነ መዓት ያይሃል ምን አድርገሃል? እንግዲህ አልደግምም በልና ላስታርቅህ ሲለው አየ። ሄላኒ የምትባል ከነጽሮ የደረሰች ደግ ሴት አለች ሄዶ እንዲህ ያለ ሕልም አየሁ አላት ምን አስበህ ኑሯል ብትለው ነገራት እንኪያስ ንጉሡ ጌታ ነው ባለሟሎቹ መላእክት ናቸው አምስቱ ያልተጋዙ በቀኝ ያሉቱ ሐምስ ጠባባት ናቸው አምስቱ የተጋዙት በግራ ያሉቱ ሐምስ አብዳት ናቸው አንተ ወደተጋዙት መሆንህ ሐምስ አብዳት ከተባሉት ልትቆጠር ነበር አልደግምም በልና ላስታርቅህ ያለህ መልአከ ዑቃቢህ ነው አለችው። እንደምን ልሁን አላት ጥለኸው ሂድ አለችው ሰው ሁሉ ያውቀኛል እንደምን አድርጌ አላት ተርታ ልብስ ለብሰህ አልባሌ መስለህ አገልግለው አለችው እንደነገረችው ሄዶ ከበረሃ ወድቋል ከፍጹምነት ደርሷል።

፫ እመንገለ ተግሣጽ ዘወረደ እምኀቤሁ ለፈጣሪ - ከፈጣሪ በታዘዘ ተግሣጽ፤ እንደ አንጣዎስ አሞራዊ፤ አንጣዎስ አረማዊ ነው የቤተ መቅደሱን ገንዘብ ሲቀማ ይኖራል መቅደሱ የቴዎድሮስ ነው ከዕለታት አንድ ቀን ተረፈ መሥዋዕት እቀማለሁ ብሎ ሲገባ መላእክት እሳት አዝንመዉበታል ቦ ሐፀ እሳት ኲናተ እሳት እየወረወሩ ወግተዉታል በዚህ ምክንያት አምኖ ተጠምቋል።

ፈዋሴ ዱያን አለ? በሀገራቸው ቤተ ሕሙማን ይለያሉ፤ ምክንያቱም ፩ኛ ያልጸናበት የጸናበትን አይቶ ፈጣሪውን እንዲያመሰግን ነው። ፪ኛ ለባዕለ ጸጋው የመጣው ምግብ ልብስ ለድኃው እንዲተርፈው ነው። ፫ኛ ደዌ እንዳይተላለፍ ነው።

ወንጌል እየሰበከ ከሦስት መቶ የሚበልጡ ሕሙማን ካሉበት ደረሰ፤ ለማስተማር የማይመቸው ሆነ ታመምሁ ብሎ ከመሃላቸው ገብቶ ከእህል ከውኃ ተከልክሎ አርባ ቀን ሲጮህ ቆይቷል በአርባኛው ቀን እኔማ የምታመም መድኃኒቴን እያወቅሁ ነው አይሁድ እንጂ ሰቅለው የገደሉት ሞቶ የተነሣ ክርስቶስ አለ በሱ ባምን እድን ነበር አላቸው፤ አንድም ክርስቶስ የሚባል በኢየሩሳሌም ተነሥቶ ነበር በሱ ያመነ ይድናል አሉ አላቸው ከአንተ የባሰ የጸናበት አለ? አምነህ አትድንም? አሉት አመንሁ ብሎ ተነሣ፤ ብዙ ዘመን ታሞ እንደኖረ ሰው ሰውነቱ ቋ ቋ ሲል ተሰምቷል እሱን አብነት አድርገው እኛም እንዳንተ አምነናል እያሉ ተነሥተዋልና ፈዋሴ ዱያን አለ። "ወኮንክዎሙ ለድኩማን ከመ ድኩም ከመ እርብሖሙ ለድኩማን - ደካሞችን እጠቅማቸው ዘንድ እንደ ደካማ ሆንሁ" እንዲል ፩ቆሮ ፱፥፳፪፤

ይ.ካ ቀዳማዊ ደኃራዊ የምትሆን ጥንትም ፍጻሜም የሌለህ (ቅድመ ዓለም የነበርህ ዓለምን አሳልፈህ የምትኖር) በመፍጠርህ ገናና (አራቱን ባሕርያት አዋሕደህ ሰውን የፈጠርህ) በሥራህ ኃያል (ይሁን ብለህ ይህንን ዓለም የሠራህ) በምክርህ አዋቂ (ሰው ሆነህ ሰውን ለማዳን የመከርህ) በኃይልህ ጽኑ የምትሆን በሁሉ አድረህ የምትኖር የዘለዓለም አምላክ ሆይ በዚች ሰዓት ከእኛ ጋር ትሆን ዘንድ እንለምንሃለን እንማልድሃለን ፊትህን ግለጽልን ከእኛ ጋር በመካከላችን ኑር ልቡናችንን አንጻ ሰውነታችንን አክብር ያለፈቃድህ በፈቃዳችን የሠራነውን ኃጢአት አስተሥርይ ንጹሑን መሥዋዕት ነባቢውን ቁርባን መንፈሳዊውን ዕጣን ወዳንተ እንድናቀርብ አድርገን ወደልዩ ምስጋናህ አዳራሽ ይገባ ዘንድ በአንድ ልጅህ በጌታችንና በመድኃኒታችን በኢየሱስ ክርስቶስ ከሱ ጋር ከመንፈስ ቅዱስም ጋር ምስጋና ጽንዕ ያለህ ለዘለዓለሙ አሜን።

ንፍቁ ዲያቆን ከማንበቡ በፊት እንዲህ ይላል፤

ነገር ዘእመልእክተ እገሌ ረድኡ ወሐዋርያሁ ለእግዚእነ ኢየሱስ ክርስቶስ ጸሎቱ ወበረከቱ የሃሉ ምስሌነ

- ልመናው በረከቱ ክብሩ ይደርብንና ረዱ ሐዋርያው ከሚሆን ከጴጥሮስ ከዮሐንስ ከይሁዳ ከያዕቆብ መልእክት ከዮሐንስ ራእይ መጥቶ በዚህ የተነገረ መልእክት ይህ ነው።

አንብቦ ሲጨርስ እንዲህ ይላል፤ አ አኃውየ ኢታፍቅርዎ ለዓለም ወኢዘሀሎ ውስተ ዓለም ዓለሙኒ ኃላፊ ፍትወቱኒ ኃላፊ እስመ ኵሉ ኃላፊ ውእቱ

- ወንድሞቼ ዓለሙንና በውስጡ ያለውን አትውደዱት ዓለሙም ፍላጎቱም ሁሉም ኃላፊ ነውና። አንድም ሥጋችሁን አትውደዱት ማለት ከሳ እናወፍረው ጠቆረ እናቅላው አትበሉ ሥጋችሁ መዋቲ ነው ፈቃዱም ኃላፊ ነው፤ አንድም ወርቅ ብር አትውደዱ ሁሉም ኃላፊ ነውና፤ እንደ ሁለቱ አኃው፤ በአንድነት ይኖራሉ አንዱ ወጥቶ እስኪመለስ ወንድሜ ወዴት ሄደ እያለ ይጨነቃል፤ ሁለተኛውም እንደዚሁ። ከዕለታት በአንድ ቀን ድስት ሙሉ ወርቅ አገኙ አንዱን መድኃኒት/ኮሶ ተጣባው ወንድሜ መድኃኒት አዘጋጅልኝ አለው መርዝ ጨምሮ አዘጋጀው ያም ሰይፉን ሲስል ቆየ ደርሶልሃል ንሳ ጠጣ አለው ከመሬት አስቀምጥልኝ አለው ጎንበስ እንዳለ አንገቱን በሰይፍ ቀላው ወደቀ፤ መድኃኒቱን አንስቶ ሲጠጣ መርዝ የተቀላቀለበት ነውና እሱም ወደቀ፤ ወርቁ በሜዳ ቀርቷልና እንዲህ አለ።

አያይዘን እንዲህ እንላለን፤ ቅዱስ ሥሉስ ዘኅቡር ህላዌከ ዕቀብ ማኅበረነ በእንተ ቅዱሳን ኅሩያን አርዳኢከ ናዝዘነ በሣህልከ በእንተ ቅዱስ ስምከ

- ባሕርይህ አንድ የሚሆን ልዩ ሦስት ሆይ አንድነታችንን ጠብቅ ስለተመረጡ ቅዱሳን ደቀመዛሙርት በይቅርታህ አረጋጋን ስለቅዱስ ስምህ አንድም በስምህ ስለአመንን በስምህ ስለተጠራን።

ይ.ካ ጌታችን አምላካችን ሆይ የመሢሐን ወንጌል ክብር ምሥጢር ንጹሐን ለሚሆኑ ሐዋርያት የገለጥህላቸው አንተ ነህ ከቸርነትህ የምትሆን ስፍር ቁጥር የሌላት ደገኛ ሀብትንም የሰጠሃቸው አንተ ነህ ይህቺውም ከቸርነትህ የተገኘች ናት የማይታወቅ የቸርነትህን ብዛት በዓለሙ ዳርቻ ያስተምሩ ዘንድ የሰደድኻቸው አቤቱ አምላካችን ለዕድላቸውና ለርስታቸው የበቃን ታደርገን ዘንድ እንለምንሃለን፤ በመንገዳቸው እንሄድ ዘንድ ፍለጋቸውንም እንከተል ዘንድ ሁልጊዜም እነሱን እንመስል ዘንድ መምሰሉን ስጠን፤

በፍቅራቸው እንጸና ዘንድ ባማረ አምልኮ በድካማቸው ከነሱ ጋር ጋር የታደልን እንሆን ዘንድ መሆኑን ስጠን ስለነሱ የሠራሃትን ቤተ ክርስቲያንን ጠብቃት [155]የመንጋህንም በጎች ባርክ [156] ጽኑ በሚሆን ቀኝህ የተከልሃትን ይህችንም የወይን ስፍራ አብዛ። [157] በእርሱ ያለ ክብር ጽንዕ ለአንተ ይገባል ዛሬም ዘወትርም ለዘለዓለሙ አሜን።

ንፍቁ ካህን

ከማንበቡ በፊት እንዲህ ይላል፤ ነቅዐ ንጹሕ ዘእምአንቅተ ሕግ ንጹሐን ዝ ውእቱ ዜና ግብሮሙ ለሐዋርያት በረከተ ጸሎቶሙ የሀሉ ምስሌነ ለዓለመ ዓለም

- ንጹሐን ከሚሆኑ ከሕግ ምንጮች የተገኘ ንጹሕ ምንጭ ይህ ነው ይኸውም የሐዋርያት የሥራቸው ነገር ነው ማለት ያደረጉት ተአምራት ያስተማሩት ትምህርት ይህ ነው ሲል ነው [158] በልመናቸው የሚገኝ ክብራቸውና በረከታቸው ይደርብን።

ሲጨርስ፤ መልአ ወዐብየ ወተለዐለ ቃለ እግዚአብሔር በዝጎ ወተወሰከ ውስተ ቤተ ክርስቲያን ቅድስት ወበዝኑ ሕዝብ እለ አምኑ በእግዚእነ ኢየሱስ ክርስቶስ ዘሎቱ ስብሐት ለዓለመ ዓለም

---

155 ምእመናንን ለማገልገል የሾምኸኝ እኔን ጠብቀኝ።

156 ምእመናንን በረከተ ሥጋ በረከተ ነፍስን ሰጥተህ አክብራቸው።

157 በአንተ መምህርነት የሾምሃቸው መምህራኑን አብዛቸው በሃይማኖት በምግባር ፍጹማን አድርጋቸው። መምህራንን ባማረ ነገር ሁሉ ይመስላቸዋልና ዐፀደ ወይን አላቸው፤ የመምህራን ብዛት የዓለም መድኃኒት ነውና ጥበብ ፮፥፳፫፤

158 መጽሐፍ አስገኘውንም የተገኘውንም ምንጭ ማለት ልማዱ ነውና።

- የእግዚአብሔር ቃል ፈጽሞ መላ ከፍ ከፍ አለ በቅድስት ቤተ ክርስቲያንም በዝቶ ተጨመረ ምስጋና ገንዘቡ በሚሆን በጌታችን በኢየሱስ ክርስቶስ ያመኑት ሕዝብ በዙ ለዘለዓለሙ አሜን። [159] ግብ ፩፥፵፫፤ ፮፥፯፤

ይ.ሕ ቅዱስ ቅዱስ ቅዱስ አንተ አምላክ አብ አኃዜ ኵሉ ቅዱስ ቅዱስ ቅዱስ አንተ ወልድ ዋሕድ ዘአንተ ቃለ አብ ሕያው ቅዱስ ቅዱስ ቅዱስ አንተ መንፈስ ቅዱስ ዘተአምር ኵሎ

- ሁሉን የያዝህ/የምትገዛ አብ ንጹሕ ጽኑዕ ክቡር ልዩ ነህ አንድም ንጹሕ ጽኑዕ ክቡር ልዩ የምትሆን አብ ሁሉን የፈጠርህ ሁሉን የምትገዛ አንተ ነህ የሕያው የአብ ቃሉ አንድም የአብ ሕያው ቃሉ የምትሆን ተቀዳሚ ተከታይ የሌለህ ወልድ ንጹሕ ጽኑዕ ክቡር ልዩ አንተ ነህ [160] ሁሉን መርምረህ የምታውቅ መንፈስ ቅዱስ ንጹሕ ጽኑዕ ክቡር ልዩ ነህ።

ይ.ካ የአባታችን የአብርሃምን መሥዋዕት የተቀበልህ ቤዛ ሊሆነው በጉን አዘጋጅተህ ያወረድህለት አምላካችን እግዚአብሔር ሆይ መሥዋዕታችንና የዕጣናችንን መዓዛ ተቀበልልን ስለመሥዋዕቱ ብለህ ካንተ የሚገኝ የይቅርታህን የቸርነትህን ብዛት ላክልን ከክፉ ኃጢአታችን ሸታ ንጹሐን እንሆን ዘንድ፤ [161] ሰውን የምትወድ አቤቱ ባለ በዘመናችን ሁሉ ንጹሐ ባሕርይ ተብለህ በምትመሰገንበት በቤተ መቅደስህ አንድም ንጹሕ ክቡር በሚሆን በሥጋው በደሙ ፊት ደስ ብሎን በምግባር በትሩፋት እናገለግልህ ዘንድ የበቃን አድርገን።

---

159 የተነገረው ቃል ደረሰ ተፈጸመ ወንጌል በቤተ ክርስቲያን በዝቶ ተነገረ፤ መምህራን ሲበዙ ትምህርቱ በዝቶ ይነገራል ትምህርቱ በዝቶ ሲነገር ምእመናን ይበዛሉና።

160 ቦርፎሪኮን አተርጋዎን አአትሪኮን የሚባሉ ዝርዋን ቃላት ቃለ ሰብእ ቃለ መላእክት ቃለ እንስሳ አሉና ከዚያ ሲለይ ነው።

161 ግእዙ ጼና ጺአተ ኃጣውኢነ ይላል፤ ጼአ ማለትም ተላ፤ ሸተተ፤ ገማ፤ ከረፋ፤ ቀረና፤ ዛገ ማለት ነው፤ ትርጓሜያችንም ከጽኑ አንድም ከብዙ ኃጢአታችን ንጹሐን እንሆን ዘንድ ብሎ ይተረጉመዋል። ይህ ሁሉ የሚያሳየው ኃጢአት ምን ያህል አስቀያሚ እንደሆነ ነው።

እዚህ ላይ ሁለተኛ ዑደት ይደረጋል፤ ካለፈው ጋር ስድስት ይሆናል፤ ሰባተኛውን ዑደት ወንጌል ከማለቱ በፊት ያከናውናል፤ ዑደት ሰባት መሆኑ ኢያሱ ሰባት ጊዜ ዞሮ የኢያሪኮን ቅፅር እንዳፈረሰ ካህኑም የሕዝቡን ቅፅረ ኃጢአት የሚንድ የሚያፈርስ የሚያስተሠርይ ነውና። ንፍቁ ካህንም ሦስት ጊዜ ዑደት ያደርጋል፤ ቦታዎቹም የመጀመሪያው ግብረ ሐዋርያት አንብቦ ሲገባ፣ ሁእለተኛው ወንጌል ከተነበበ በኋላ ስብሐት ለከ የሚለውን ጸሎት በንባብ አድርሶ ከንፍቁ ዲያቆን ጋር ሲገባ፣ ሦስተኛው ሠራዊት ከተባለ በኋላ ሲገባ ናቸው። በአትናቴዎስና በባስልዮስ የንፍቅ ካህን ዑደት ያለ ቢሆንም በሁሉም ቅዳሴያት የሌለ ስለሆነ ከቍጥር አይገባም። ሠራዊው ካህን ከዑደት ቀጥሎ የሚከተለውን ይጸልያል።

ይ.ካ ደኅንነትን የምንለምንሽ ክብርን የተመላሽ ቅድስት ሆይ ደስ ይበልሽ። [162] ሁልጊዜ ድንግል የምትሆኚ [163] አምላክን የወለድሽ የክርስቶስ እናቱ ሆይ ኃጢአታችንን ያስተሠርይልን ዘንድ ወደልጅሽ ወደወዳጅሽ ወደላይ ጸሎታችንን አሳርጊልን። [164]

በእውነት የጽድቅ ብርሃን የሚሆን [165] አምላክችን ክርስቶስን የወለድሽልን ንጽሕት ድንግል ሆይ ደስ ይበልሽ። ንጽሕት ድንግል ሆይ ለነፍሳችን ይቅርታን ያደርግልን ኃጢአታችንንም ያስተሠርይልን ዘንድ ወደጌታችን ለምኚልን።

---

162 ድኅነተ ሥጋን ድኅነተ ነፍስን አሰጪን ብለን የምንለምንሽ ንጽሕት ጽንዕት ክብርት ልዩ የምትሆኚ እመቤታችን ደስ ይበልሽ።

163 ቅድመ ወሊድ ጊዜ ወሊድ ድኅረ ወሊድ ድንግል የሆንሽ፤

164 ምዕራገ ጸሎት ናትና፤ አልቦ ጸሎት ወአልቦ ትንባሌ እንበሌኪ ማርያም ዘየዐርግ ሉዓሌ - ማርያም ሆይ ያለአንቺ ወደላይ የሚያርግ ጸሎትም ምልጃም የለም እንዲል።

165 የዚህን ዓለም ብርሃን ጠፈር ደፈር ይጋርደዋል ጨለማ ይፈራረቀዋል ኅልፈት ውላጤ ይስማማዋል በሱ ግን ይህ ሁሉ የለበትምና የጽድቅ ብርሃን አለ፤ እስመ ጽልመትኒ ኢይጸልም በኀቤከ - ጨለማ በአንተ ዘንድ አይጨልምም እንዲል።

በእውነት ለሰው ወገን አማላጅ የምትሆኚ አምላክን የወለድሽ ንጽሕት ቅድስት ድንግል ማርያም ሆይ ደስ ይበልሽ የኃጢአታችንን ሥርየት ይሰጠን ዘንድ በልጅሽ ፊት ለምኚልን። [166]በእውነት ንግሥት የምትሆኚ ንጽሕት ድንግል ሆይ ደስ ይበልሽ፤ የባሕርያችን መመኪያ ሆይ ደስ ይበለሽ፤ አምላካችን አማኑኤልን የወለድሽልን ሆይ ደስ ይበልሽ። [167]

በጌታችን በኢየሱስ ክርስቶስ ፊት እውነተኛ አስታራቂ ሆነሽ ታስቢን ዘንድ እንለምንሻለን፤ ለነፍሳችን ይቅርታን ያደርግልን ዘንድ ኃጢአታችንንም ያስተሠርይልን ዘንድ።

ትእዛዝ፦ ወእምዝ ይጸዑ ኅቡረ ኀበ ገጸ መንጦላዕት ወይበሉ በተባርዮ

- ከመጋረጃው በአፍአ ሆነው እየተቀባበሉ ይበሉ። ይህም ነቢያት የአምላካችንን መምጣት በተስፋ ሲጠባበቁ መኖራቸውን ለማሳየት ነው። የሁሉም ፊታቸው ወደምሥራቅ ነው። [168] "ይእቲኬ መድኃኒት እንተ ኀሠሥዋ ወያድዋ ነቢያት - ነቢያት ተግተው የፈለጓት የዞሯት መድኃኒት ይህች ናት" እንዲል ፩ጴጥ ፩፥፲፤

---

[166] ከዚህ ዓለም ሰው አማላጅነት ሲለይ በአማን አለ፤ የዚህ ዓለም ሰው አማልደኝ ብለው የሰደዱት እንደሆነ የሚደረግለትም የሚቀርበትም አለ እሷ ግን የእናት ልመና ፊት አያስመልስ አንገት አያስቀልስ እንዲሉ ለምና ሳይደረግላት የሚቀር የለምና ቦ ሰው የነገሩትን ትቶ ያልነገሩትን ነግሮ ቦ እንዲህ እንዲህ እንጂ ቢያደርገኝ ነው ብሎ በደሉን ዘርዝሮ ሲነግረው እንዲህማ ከሆነ ምን ታደርግ ብሎ ጸብ አጽንቶ ይመለሳልና፤ እሷ ግን በእውነት የምሕረት አማላጅ ናትና፤

[167] አማኑኤል ማለት አምላክ ወሰብእ ሰው የሆነ አምላክ ማለት ነው፤ ወዝ ስም ዘውእቱ አማኑኤል ዐቢይ ውእቱ ወኢይደሉ ፈሊጦቱ - አማኑኤል የሚለው ስም ታላቅ ስም ነው ሊለያዩትም አይገባም እንዲል።

[168] በከተሞች የሚታየው ካህናቱ ወደምሥራቅ ዲያቆናቱ ወደምዕራብ ሆነው ነው፤ ወደምዕራብ የነበሩት ዲያቆናት ሱራፌል ሲባል ወደምሥራቅ ይዞራሉ፤ የተሻለው ሁሉም ወደምሥራቅ ፊታቸውን መልሰው መቆማቸው ነው። ለምሥጢሩ ግልጽ መልእክት የሚያስተላልፈው እሱ ነውና።

ምዕራፍ ፲

በተባርዮ/በመቀባበል

ዝ ውእቱ ጊዜ ባርኮት ወዝ ውእቱ ጊዜ ዕጣን ኅሩይ ጊዜ ሰብሖቱ ለመድኃኒነ መፍቀሬ ሰብእ ክርስቶስ [169]

- የማመስገን ጊዜ ይህ ነው ማለት ጌታችንን እመቤታችንን በዕጣን እየመሰሉ የሚያመሰግኑበት ዘመን ሥጋዌ ዘመን ወንጌል ይህ ነው የተመረጠ የዕጣን ጊዜም ይህ ነው ሰውን የሚወድ መድኃኒታችን ክርስቶስን ማመስገኛ ጊዜ ይህ ነው። [170]

ዕጣን ይእቲ ማርያም ዕጣን ውእቱ እስመ ዘውስተ ከርሣ ዘይትሜዓዝ እምኵሉ ዕጣን ዘወለደቶ መጽአ ወአድኃነነ

---

[169] ይህ ክፍለ ጸሎት የኮፕቲክ ቅዳሴ አካል የነበረ ቢሆንም አሁን እንደቀረ ቀሲስ መብራቱ አስረድተዋል አኰቴተ ቊርባን ገጽ 270፤ መምህር በሙሉ አስፋው ይህን ክፍለ ጸሎት የሚያልፉ እንዳሉ አውስተው ትክክል አለመሆኑን ጽፈዋል ሥርዐተ ቤተ ክርስቲያን ገጽ 57፤ በፍትሐትና በክርስትና ጊዜ አልፎ የመሄድና ሱራፌል ከሚለው የመጀመር ልምድ አልፎ አልፎ ይታያል፤ ይህም ሰዓት ለመቆጠብ ተብሎ ይመስላል።

[170] የምስጋና ጊዜ ይህ ነው ሲል መጀመሪያ ያለንበትን የቅዳሴውን ጊዜ ያሳያል፤ ሁለተኛ አጠቃላይ ዘመነ ሥጋዌን ዘመነ ወንጌልን ያሳያል፤ ሦስተኛ እዚህ ሆነን በምንሰጠው አገልግሎት በመንግሥተ ሰማያት የሚዘጋጅልንን ጸጋ ያሳያል።

- ማርያም ዕጣን ናት ማለት ዕጣን የተባለች በዕጣን የተመሰለች እመቤታችን ናት፤ ዕጣን እርሱ ነው ማለት የወለደችው ክርስቶስ መዓዛ እንዲኖረን አድርጎናልና እመቤታችን ዕጣን ናት በማኅፀኗ ያደረው ከተመረጠ ዕጣን ሁሉ የሚሸት ነውና ማለት ከአሮን ከዘካርያስ ዕጣን የተለየ የተመረጠ ዕጣን ነውና የወለደችው ኢየሱስ ክርስቶስ መጥቶ አዳነን።

ዕፍረት ምዑዝ ኢየሱስ ክርስቶስ ንዑ ንስግድ ሎቱ ወንዕቀብ ትእዛዛቲሁ ከመ ይሥረይ ለነ ኃጣውኢነ

- ኢየሱስ ክርስቶስ መዓዛ ያለው ሽቱ ነው ማለት ምዑዝ ዕፍረት የተባለ ኢየሱስ ክርስቶስ ነው ኑ እንስገድለት ትእዛዛቱንም እንጠብቅ፤ ኃጢአታችንን ይቅር ይለን ዘንድ።

ተውህቦ ምሕረት ለሚካኤል ወብሥራት ለገብርኤል ወሀብተ ሰማያት ለማርያም ድንግል

- ለሚካኤል ምሕረት ተሰጠው [171] ለገብርኤል ማብሠር ተሰጠው [172] ለድንግል ማርያም ሰማያዊ ሀብት ተሰጣት ማለት መንግሥተ ሰማያት የምታገባበት ሥልጣን ተሰጣት።

ተውህቦ ልቡና ለዳዊት ወጥበብ ለሰሎሞን ወቀርነ ቅብዕ ለሳሙኤል እስመ ውእቱ ዘይቀብዕ ነገሥተ

171 ሀብተ ምሕረት ተሰጠው እስመ በዲበ ሥናይቱ ለሰብእ ተአዛዚ - በትሕትናው ለሰው ታዛዥ ነው ይለዋልና ሄኖክ ፮፡፳፤ ሚካኤል ማለት መሐሪ ወመስተሣህል ማለት ነው፤ መሐሮሙ እግዚአ ወተሣሃሎሙ - አቤቱ ይቅር በላቸው እያለ ይጸልያልና።

172 ተረብሾ የነበረውን የመላእክት ከተማ በያለንበት እንጽና በማለት አረጋግቷል በዚህም ምክንያት እመቤታችንን የማብሠር ሥልጣን ተሰጥቶታል፤ ገብርኤል ማለት ብእሲ ወአምላክ ገብር ወአግአዚ ማለት ነው፤

- ለዳዊት ልቡና ተሰጠው [173] ለሰሎሞን ጥበብ ተሰጠው [174] ለሳሙኤል ቀርነ ቅብዕ ተሰጠው ነገሥታቱን የሚቀባ እርሱ ነውና። [175]

ተውህቦ መራኁት ለአቡነ ጴጥሮስ ወድንግልና ለዮሐንስ ወመልእክት ለአቡነ ጳውሎስ እስመ ውእቱ ብርሃና ለቤተ ክርስቲያን

- ለአባታችን ለጴጥሮስ ቁልፍ ተሰጠው [176] ለዮሐንስ ድንግልና ተሰጠው [177] ለጳውሎስ መልእክት ተሰጠው [178] የቤተ ክርስቲያን ብርሃኗ ጠበቃዋ ጠባቂዋ ታዳጊዋ አለቃዋ እሱ ነውና።

ዕፍረት ምዕዝት ይእቲ ማርያም እስመ ዘውስተ ከርሣ ዘይትሌዓል እምኵሉ ዕጣን መጽአ ወተሠገወ እምኔሃ

- ማርያም መዓዛ ያላት ሽቱ ናት ማለት ዕፍረት የተባለች በዕፍረት የተመሰለች እመቤታችን ናት በማኅፀኗ ያለው ከዕጣን ሁሉ የሚበልጥ ነውና ማለት ምዑዘ ባሕርይ ነውና መጥቶ ከሷ ሰው ሆነ።

ለማርያም ድንግል ንጽሕት ሠምራ [179] አብ ወአሠርገዋ ደብተራ ለማኅደረ ፍቁር ወልዱ

---

173 ሀብተ አእምሮ - ትንቢተ ሥጋዌን የሚናገርበት ሀብት ተሰጠው፤ ዳዊት ማለት ልበ አምላክ፣ ኅሩይ፣ ፍቁር ማለት ነው፤ በአምላክ ልቡና ያለውን የተወደደውን አውቆ ይናገራልና።

174 ሀቡ መንፈቆ ለዛቲ ወመንፈቆ ለእንታክቲ ከሁለት ከፍላችሁ ግማሹን ለዚች ግማሹን ለዚያች ስጡ ብሎ እውነተኛይቱን እናት በጥበብ ለይቷልና ፩ነገ ፫፥፲፮ _ ፍ፤

175 ወቀብዖ ለዳዊት ማዕከለ አኀዊሁ - ዳዊትን በወንድሞቹ መካከል ቀብቶ አነገሠው ይለዋልና ፩ሳሙ ፲፮፥፲፫፤ አንድም ከቤተ ይሁዳ የተወለዱ ቀኝ አካላቸውን ተቀብተው መንግሥትን ከቤተ ሌዊ የተወለዱ ቀኝ አካላቸውን እየተቀቡ ክህነትን ገንዘብ የሚያደርጉበትን ቅብዓ መንግሥት ወክህነት አዘጋጅቷልና።

176 ወእሁበከ መራኁተ ዘመንግሥተ ሰማያት - የመንግሥተ ሰማያትን ቁልፍ እሰጥሃለሁ እንዲል ማቴ ፲፮፥፲፱፤

177 ጌታችን በታጠቀበት ዝናር ቢታጠቅ ፍትወት እንስሳዊት ከባሕርዩ ጠፍታለት እንደ መላእክት የማይወጣ የማይወርድ የማይናወጥ ሆኗልና።

178 ዐሥራ አራት ክታብ ጽፏልና አንድም አስተዋጽኦ የማወጣጣት ሀብት ተሰጠው በአራቱ ማዕዘን ካሉ ምእመናን እያሰባሰበ በኢየሩሳሌም ላሉ ምእመናን ይልክ ነበርና “ወበእንተ አስተጋብኦሰ ለቅዱሳን በከመ ሠራዕክዎሙ ለቤተ ክርስቲያን ዘገላትያ ከማሁ አንትሙሂ ግበሩ በበእሑድ - ስለ ቅዱሳን አስተዋጽኦ ለገላትያ ሰዎች እንደሠራሁላቸው/እንደጻፍሁላቸው እናንተም በየእሑዱ እንደዚሁ አድርጉ” እንዲል ፩ቆሮ ፲፮፥፩፤ አንድም ዞሮ የማስተማር ሀብት ተሰጠው፤ የእግሩ ጫማ ሦስት ጊዜ እንደ ሸንኩርት እየተላጠ እስኪወድቅ ድረስ ዞሮ አስተምሯልና

179 አፍቀራ ኃረያ ሲል ነው

- ንጽሕት ድንግል ማርያምን አብ መረጣት ወደዳት ለተወደደ ልጁ ማደሪያ ልትሆን በንጽሕና በቅድስና አስጌጣት። "እስመ ኃረያ እግዚአብሔር ለጽዮን ወአብደራ ከመ ትኩኖ ማኅደሮ - እግዚአብሔር ጽዮንን መርጧታልና ማደሪያውም ትሆነው ዘንድ ወዷታልና" እንዲል መዝ ፻ሠ፩፥፲፫፤

ተውህቦ ሕግ ለሙሴ ወክህነት ለአሮን ተውህቦ ዕጣን ኅሩይ ለዘካርያስ ካህን

- ለሙሴ ሕግ ተሰጠው እነዚህም ዐሥሩ ቃላት ናቸው፤ ለአሮን ሀብተ ክህነት ተሰጠው ለካህኑ ለዘካርያስም የተመረጠ ዕጣን ተሰጠው ማለት የተመረጠውን ዕጣን የሚያጥንበት ጊዜ ተሰጠው። [180]

ደብተራ ስምዕ ገብርዋ በከመ ነገረ እግዚእ ወአሮን ካህን በማዕከላ የዓርግ ዕጣነ ኅሩየ

- የምስክር ድንኳን አደረጓት [181] ጌታ እንደተናገረ ማለት ዝየ አኃድር እስመ ኅረይክዋ - መርጫታለሁና በሷ አድራለሁ እንዳለ፤ ካህኑ አሮንም በመካከሏ የተመረጠውን ዕጣን ያሳርጋል። [182]

ሱራፌል ይሰግዱ ሎቱ ወኪሩቤል ይሴብሕዎ ይጸርሑ እንዘ ይብሉ

- ሱራፌል ይሰግዱለታል ኪሩቤልም እየጮሁ እንዲህ እያሉ ያመሰግኑታል። [183]

ቅዱስ ቅዱስ ቅዱስ እግዚአብሔር በኀበ አእላፍ ወክቡር በውስተ ረበዋት

180 "ወአመ ይገብር ግብረ ክህነት በዕብሬቱ ቅድመ እግዚአብሔር በከመ ይገብሩ ካህናት በጽሐ ጊዜ የዐጥን - ካህናት እንደሚያደርጉት በእግዚአብሔር ፊት የክህነት ሥራ በሚሠራበት ጊዜ የሚያጥንበት ጊዜ ደረሰ" እንዲል ሉቃ ፩፥፰፤

181 የምስክር ድንኳን አሏት ሙሴ አሮን በደብተራ ኦሪት አምልኮቱን ይመሰክሩ እንደነበረ በእመቤታችንም አንድነት ሦስትነት ታውቋልና አንድም ከምስሐል ከአዕናቍ ድምጽ ይሰማ እንደነበረ በእመቤታችን ማኅፀንም መላእክት ሲያመሰግኑ ድምጻቸው ይሰማ ነበር።

182 ካህኑ አሮን በመካከሏ ዕጣን ያሳርጋል ማለት ራሱ ባለቤቱ ሊቀ ካህናት ሆኖ ያገለገለባት አማናዊት ቤተ መቅደስ መሆኗን ለመግለጥ ነው፤ አ መቅደስ ዘኮነ ባቲ እግዚአብሔር ካህነ - እግዚአብሔር ካህን የሆነባት መቅደስ ኦ ወዮ እንደምን ያለች ናት እንዳለ ኤራቅሊስ ሃይ አበው ፵፰፥፲፯፤

183 አንዱ የሚሰግድ የማያመሰግን አንዱ የሚያመሰግን የማይሰግድ ነው ማለት አይደለም ሁሉም ይሰግዱለታል ያመሰግኑታል።

- በአእላፍ መላእክት ዘንድ በአለቆችም ዘንድ ንጹሕ ጽኑዕ ክቡር ልዩ ተብሎ ይመሰገናል።

አንተ ውእቱ ዕጣን አ መድኃኒነ እስመ መጻእከ ወአድኃንከነ ተሣሃለነ

- መድኃኒታችን ሆይ በዕጣን የተመሰልህ ዕጣን የተባልህ አንተ ነህ መጥተህ አድነኸናልና ይቅር በለን። እስመ እምዘርዐ ዳዊት ዘመጽአ ምጽአተ ይሰሚ ሥጋዌሁ - ከዳዊት ወገን የተወለደ ሰው መሆኑን መምጣት ብሎ ይጠራዋል እንዲል። ከመሳፍንት ሙሴን ሳሙኤልን፤ ከነገሥታት ዳዊትን ሰሎሞንን፤ ከካህናት አሮንን ዘካርያስን፤ ከሐዋርያት ጴጥሮስን ዮሐንስን አነሣ፤ ጳውሎስንም አነሣው፤ በኋላ ተነሥቶ ከሐዋርያት መዐርግ የደረሰ እንደእሱ ያለ የለምና። ዘመነ አበውን አላነሣም፤ ቅዱስ ሚካኤል መጋቤ ብሉይ ነው፤ ቅዱስ ገብርኤል መጋቤ ሐዲስ ነው፤ በምግብናው ከተናገርሁት ብሎ አላነሣውም። በአራቱ ክፍለ ዘመን ይወርዳል ይወለዳል ተብሎ የተነገረለት ጌታ ሐዋርያት ወረደ ተወለደ ብለው ያስተማሩለት እሱ እንደሆነ ለማጠየቅ እነዚህን አነሣ።

በዘመነ ትንሣኤ ህየንተ ዝ ውእቱ፡-

ክርስቶስ ተንሥአ እሙታን ሞተ ወኬዶ ለሞት ለእለ ውስተ መቃብር ወሀበ ሕይወተ ዘለዓለም ዕረፍተ

- ከሙታን ተለይቶ ተነሣ ሞቶ ሞትን ረገጠው/አጠፋው በመቃብር ላሉ የዘለዓለም ዕረፍት የሚሆን ሕይወትን ሰጠ። [184]

[184] እዚህ ላይ ዑደት ሲደረግ ይታያል፤ ለበዓሉ ክብር መደረጉ ተገቢ ቢሆንም መጽሐፋዊ ትእዛዝ ግን የለውም፤ ለምሳሌ በጎርጎርዮስ ቅዳሴ "ይ.ሕ ከማሁ እንዘ የዐውዱ - ሕዝቡም እየዞሩ እንደ ካህኑ ይበሉ" ይላል። ትርጓሜያችን ደግሞ ሕዝቡ ቅድስቱን ካህናቱ መቅደሱን እየዞሩ እንዲህ ይበሉ ይላል፤ አንድም ቅዳሴ ነውና መቅደሱ ይበቃል ይላል፤ ይህም በዓለ ሆሣዕና ስለሆነ የሕዝብ ብዛት አለና መጨናነቅ እንዳይኖርና ሰዓት እንዳይገፋ ነው። በዮሐንስ አፈ ወርቅ ቅዳሴም ተመሳሳይ ገቢር ቢኖርም ትእዛዝ ግን የለውም። ይሁን እንጂ ነገረ መስቀሉ በሁሉም ዙሪያ የተነገረ መሆኑን ለማስረዳት የሚደረግ ስለሆነ የሚያፋልሰው ምሥጢር የለም። ይልቁንም ፬ ፬ ፬ የሚለው ቃል ሲቆጠር የካህኑ ዐሥራ ሁለት ይሆናል፤ ይህም ዘጠኙ የዘጠኙ ነገደ መላእክት፣ ሦስቱ የሴም የያፌትና የካም ምሳሌ ነው፤ ከእመቤታችን የነሣው ሥጋ በነዚህ ሁሉ የሚመሰገን መሆኑን የሚያስረዳ ምሥጢር ነው፤ ፬ የሕዝቡ ዘጠኝ ከካህኑ ጋር ሲደመር ሃያ አንድ ይሆናል፤ ይህም የሃያ አንዱ ቡራኬ አምሳል ነው።

አያይዞ ኪዳን ይደርሳል። ሊደርስ የሚገባው ኪዳን ሙሉው ቢሆንም ለሰዓት ሲባል ጠዋት ሲሆን ጸጋ ዘእግዚአብሔር ከሰዓት ሲሆን ጸጋሁ ለእግዚአብሔር ይሏል። [185]

ይ.ካ ቅዱስ

185 የተለያየ የኪዳን አደራረስ አለ፤ አንዱ ይህ ከቅዳሴው መሐል የሚደርሰው ነው፤ ሁለተኛው በማኅሌት ጌዜ ዘጠኙም ኪዳን የሚደርስበት ሥርዐት ነው፤ ሦስተኛው የመዝሙር የኪዳን አደራረስ ሥርዐት ነው፤ እሱም በሦስት ክፍል በተለያየ ጊዜ ተከፋፍሎ እንዲደርስ የራሱ ሥርዐት ያለው አደራረስ ነው። አንዳንድ ቦታዎች ላይ በነግህ የኪዳን አደራረስ የመሐሉን ሦስቱን ለቅዳሴ የማቆየት ሥርዐት ይታያል፤ ይህንንም አንዳንድ አበው ሳይደሰቱበት ሲቀሩ ታዝቤያለሁ፤ ይህን የሚያደርጉ ካህናት አንዱ ምክንያተቸው ሰዓት መቆጠብ ሲሆን ሌላኛው ምክንያታቸው በትንሣኤ ከሚነበቡት ወንጌላት የመነጨ ይመስለኛል፤ ሦስቱን ወንጌል አንብበህ ዮሐንስን ለቅዳሴ አቆይ ይላልና የትንሣኤ ሥርዐተ ማኅሌት። መምህር በሙሉ አስፋው እዚህ ላይ እንዲደረስ የታዘዘው ኪዳን ቦታው አለመሆኑን አጽንኦት ሰጥተው አሳስበዋል። ልዩ ስሙንም ጸሎተ ቅድስና /ትሪስ አጊዮስ/ ሦስቱ ቅዱስ ብለው ገልጠዉታል። ቅዱስ እግዚአብሔር ቅዱስ ኃያል ቅዱስ ሕያው … እያለ ስለሚሄድና እስከ ፍጻሜው ስለሚል ኪዳን ሳይሆን አይቀርም በማለት በነግህ የተደረሰው ኪዳን እንደገና በድጋሜ በቅዳሴ ጊዜ ይደርሳል እንጂ በዚህ ጊዜ ኪዳን አድርሱ የሚል ትእዛዝ የለም። የጥንቱ የእኛ የራሳችን ቅዳሴ እንኳ በመላ ሁሉን "ቅዱስ እግዚአብሔር" የሚለውን በል ሳይል ጨርሶ ጽፎ ይእዜኒ ወዘልፈኒ ወለዓለመ ዓለም አሜን ለይኩን ለይኩን" ካለ በኋላ "ቅዱስ ሥሉስ እግዚአብሔር ሕያው ተሣሃለነ" ብሎ "አ ሥሉስ ቅዱስ" በቀጥታ ያዛል። መምህር በሙሉ ሐሳባቸውን ሲቀጥሉ "ምን ጊዜም ቢሆን የሥርዐተ ቅዳሴ ኪዳን ሙሉ እንጂ ጎደሎ አይደለም፤ ይህም ቢሆን ኪዳን ደረሰ አይባልም፤ እንደ ሌሎቹ የሥርዐተ ቅዳሴ ጊዜያት ደግሞ ከዚህ ላይ ሙሉውን ኪዳን ለማድረስ በዕዝል ወይም በግእዝ መጀመር ነበረበት ነገር ግን ከዚህ ቦታ ላይ ይህንን ዜማ ማዜም የሥርዐተ ቅዳሴው አካሄድ ስለማይፈቅድ በቍርባን ጊዜ የሚፈጸመው የሥርዐተ ቅዳሴ ኪዳን ሙሉው ጠዋት በነግህ ከቅዳሴ በፊት ይደርሳል። ይህ የጠዋቱ ኪዳን የቅዳሴው አካል በመሆኑ ኪዳን ያላደረሰ ካህን መግባት አይችልም" ብለዋል። ሥርዐተ ቤተ ክርስቲያን ገጽ 57፤
ቀሲስ መብራቱም ተመሳሳይ ሐሳብ አላቸው፤ "ይህ ዝማሬ በጥንቷ ቤተ ክርስቲያን ሲዘመር የነበረ ምስጋና ሲሆን ከኬልቄዶን ጉባኤ በኋላ በነገረ ክርስቶስ ላይ አለመግባባት ተፈጥሮ አንዲቱ የክርስቶስ ቤተ ክርስቲያን ስትከፈል የመዝሙሩም ይዘት ተቀየረ" አኰቴተ ቍርባን ገጽ 270፤
ዲያቆን ዳንኤል ክብረትም "ዘተወልደ ከሚለው አንሥቶ ለዓለመ ዓለም አሜን እስከሚለው ያለው በኋላ ኬልቄዶናውያን ባልሆኑ አብያተ ክርስቲያናት የተጨመረና እንደ እምነት መግለጫ የሚያገለግል ነው" ብሏል ኢትዮጵያዊ ሱራፌ ገጽ 380፤

መላእከት ተናግረውታል ቢሉ ለይኵን ብርሃን ባለ ጊዜ ነውና የተመቸ። ዮሴፍ ኒቆዲሞስ ተናግረዉታል ቢሉ ደከምከኑ መጽንዒሆሙ ለድኩማን ሞትከኑ መንሥኢሆሙ ለሙታን - የደከሙትን የምታጸናቸው ደከምህን ሙታንን የምታነሣቸው ሞትህን እያሉ ሲገንዙት ወአንበስበሰ እግዚእ ኢየሱስ አዕይንቲሁ ወተሰምአ ቃል እምሥጋሁ እንዲል ዐይኖቹን ግልጥልጥ አድርጎ ቢያያቸው እንደሻሽ ተነጠፉ እንደ ቅጠል ረገፉ አቤቱ ጌታችን ምን እያልን እንገንዝህ አሉት ቅዱስ እግዚአብሔር ቅዱስ ኃይል ቅዱስ ሕያው ዘኢይመውት እያላችሁ ገንዙኝ ብሏቸው ገንዘውታል። ቦ እንዲህ ሳይሉ ዝም ብለው ሲገንዙት እንደ ዕሩቅ ብእሲ ዝም ብላችሁ ትገንዙኛላችሁን ቅዱስ እግዚአብሔር ቅዱስ ኃያል ቅዱስ ሕያው ዘኢይመውት እያላችሁ ገንዙኝ ብሏቸው ያን ጊዜ ተናግረዉታል። ቦ ዘመነ ወንጌልን ነግሀ እያለ ይሄዳልና ነግሀ አለ። ቦ እስመ ንቅወተ ዶርሆ ይሰብከ ምጽአተ ብርሃን - የዶሮ ጩኸት የብርሃንን መምጣት ይሰብካልና/ያበሥራልና እንዲል ካህናት በንቅወተ ዶርሆ ይጸልዩበታልና አያይዞ የሚነጋ ስለሆነ ነግሀ አለ። ቦ በቁሙ በነግሀ ይጸልዩበታልና ነግሀ አለ። ቦ በእናቱ በመጽሐፈ ኪዳን ጉሐተ ሙቀተ ይላል እንዲሁ ያስተረጒማል።

ቅዱስ እግዚአብሔር

- ልዩ ገዥ፤ ጌትነቱ እንደ ነገሥታት በጉልበት እንደ ካህናት በሀብት እንደ ጣዖታት በሐሰት አይደለምና ልዩ አለ።

ቅዱስ ኃያል

- ልዩ ኃይል፤ (ኃያል) ኃይል ሥጋዊ ኃይል መንፈሳዊ ኃይል መልአካዊ አለና ከዚያ ሲለይ ነው። **ኃይል ሥጋዊ፡-** የነሶምሶን የነባርቅ የነጌዴዎን የነዮዲት ኃይል ነው። **ኃይል መንፈሳዊ**፡- የነአብርሃም የነኢዮብ ኃይል ነው። "ወይቤ ዝኩ አብርሃም ኢሞዓኒ ሰይፈ ጸላኢ - ይህ አብርሃም የጠላት ሰይፍ ድል አላደረገኝም አለ" እንዲል። የጠላት ሰይፍ የተባለው የሰይጣን ፈተና ነው፤ የልጁ ፍቅር አሸንፎት ከአምላኩ ጋር የሚጣላ መስሎት የቻለውን ያህል ደክሞ ነበርና። **ኃይል መልአካዊ፡-** የመላእክት ኃይል ነው፤ ለመላእክት በጥንተ ተፈጥሮ ኃይል ክብር ተሰጥቷቸዋል ዛሬም በየጊዜው ሲጨመርላቸው ይኖራል። እንደ አንድ መልአክ፤ "ወነሥአ አሐዱ መልአክ ኃያል ወጽኑዕ ዕብነ ዐቢየ ከመ እንተ ማሕረጽ ወወገረ ውስተ ባሕር እንዘ ይብል ከመዝ ትትገደፍ ባቢሎን ዐባይ ሀገር - አንድ ብርቱ መልአክ እንደ ወፍጮ ያለ ታላቅ ድንጋይ ፈነቀለና ወደ ባሕር ወረወረው፤ ታላቂቱ ከተማ ባቢሎን እንዲህ ትወድቃለች ብሎ" እንዲል ራእ ፲፰፥፳፩፤

ቅዱስ ሕያው

- ልዩ ሕይወት፤ ሕይወት እንስሳዊ፣ ሕይወት ሰብአዊ፣ ሕይወት መልአካዊ አለና ከዚያ ሲለይ። ሕይወት እንስሳዊ በተፈጥሮ ይሰጣል በሞት ይነሣል እንደተነሣ ይቀራል። ሕይወት ሰብአዊ በተፈጥሮ ይሰጣል በሞት ይነሣል በትንሣኤ ዘጉባኤ ይመለሳል። ሕይወት መልአካዊ በተፈጥሮ ይሰጣል እንደተሰጠ ይቀራል/ይኖራል።

አንድም ቅዱስ እግዚአብሔር

- ልዩ ንጹሕ፤ ልዩ አለ? ምእመናንን በወርቀ ደሙ ዋጅቶ የሚገዛ ከሱ በቀር ሌላ የለምና "ወኢኮንክሙ ለርእስክሙ በሤጥ ተሣየጠክሙ - ለራሳችሁ አይደላችሁም በዋጋ ገዝቷችኋል" እንዲል ፩ቆሮ ፮፥፳፤

ንጹሕ አለ? ሰውን ንጹሕ ቢሉት እንደ አዲስ/ነጭ ጨርቅ ነው ጽድቅም ኃጢአትም ይስማማዋል፤ ነጭ ጨርቅ ጥቁር ቀለም ቀይ ቀለም ቢቀቡት ይስማማዋል በእንዶድ በሳሙና ቢያጥቡት ይለቃል ይነጣል። ሰውም አንድ ጊዜ ወደ ኃጢአት አንድ ጊዜ ወደ ጽድቅ ሲል ይኖራልና። ወኢለሐኰከ ዘእንበለ ጽነት ወዘእንበለ ተሀውኮ ከመ ኢትኩን በአምሳለ ጠባይዓት እለ አልቦን ነፍስ ወኢይኩን ሠናያቲከ ዘአልቦ በቍዔት ወዘእንበለ ፍዳ - አእምሮ እንደሌላቸው እንደ ፀሐይና ጨረቃ እንዳትሆን በጎ ሥራህም ጥቅም የሌለበት እንዳይሆን ያለጽነት[186] አልፈጠረህም እንዲል። ማር ይስሐቅ ፱ ገጽ ፵፪፤

ለእሳት ባሕርይ ውዕየት እንጂ ቁረት ለውኃ ባሕርይ ቁረት እንጂ ውዕየት እንዳይስማማው ለጌታ ባሕርይም ጽድቅ እንጂ ኃጢአት አይስማማውም “እስመ ጠባይዑ ንጹሐት ዘእንበለ ነውር ወርኍቅ እምኃጢአት - ንጹሐ ባሕርይ ነውና ከኃጢአትም የራቀ ነውና” እንዲል። ድር አፈወርቅ ዮሐንስ ፲፫፥፻፴፩፤

ጽኑዕ አለ? ሰውን ጽኑዕ ቢሉት ለጊዜው ነው ሕማም ድካም ይስማማዋል በሞት ይለወጣል “ንሕነሰ ንጠፍዕ ወኢንሄሉ እስመ ቅሩብ ሙስናሃ በዲበ አንቀጽ - እኛ ግን እንጠፋለን እንጂ አንኖርም ጥፋቷ ከደጅ የቀረበ ነው ማለት ፈጥኖ ይደረጋል” ድርሳነ ቄርሎስ ፲፫፥፲፰፤ እማንቱሰ ይትኃጐላ - እነሱ ግን ይጠፋሉ እንዲል። መዝ ፻፩፥፳፩፤

እርሱ ግን ሕማም ድካም የለበትም በሞት አይለወጥም። አንተሰ አንተ ክመ ወዓመቲከኒ ዘኢየኃልቅ - አንተ ግን ያው አንተ ነህ ዓመትህም ከቶ አያልቅም መዝ ፻፩፥፳፪፤ እስመ ስምከተ መለኮት ዘዲበ ህላዌሁ ሠናይ ኢይተነተን እምዘሀሎ - በጽኑ ባሕርይ ያለ የመለኮት ጽንዕ ከባሕርዩ አይናወጥምና፤ ድርሳነ ቄርሎስ ፲፫፥፱፤ እስመ አነ አምላክ ዘኢይትዌለጥ - እኔ የማልለወጥ አምላክ ነኝና እንዲል፤ ሚል ፫፥፮፤

---

186 ጽነት ማለት መጽነን፣ ማዘንበል፣ ማጎንበስ፣ መጥመም፣ መጣመም፣ ጠማማነት ማለት ነው፤ መጽሐፈ ሰዋስው ወግስ ገጽ ፪፻፰ ይህም “እሳተ ወማየ አቅረብኩ ለከ ደይ እዴከ ኀበዘፈቀድከ - እሳትና ውኃ አቀረብሁልህ እጅህን ወደፈለግኸው ጨምር” እንዳለ መጽሐፍ እያንዳንዱ ሰው በምርጫው የሚያደርገውን ሁናቴ ያሳያል፤ ሲራክ ፲፫፥፲፮፤

ክቡር አለ? ሰውን ክቡር ቢሉት ከአፍአ በመጣለት/ባገኘው ክብር ነው እንጂ የባሕርይ ክብር የለውም ምንት ብከ ዘኢነሣእከ እምካልዕከ ወምንት ብከ ዘኢኮነ ውሁብ ለከ - ከባልንጀራህ ያልተቀበልኸው ምን አለህ ያልተሰጠህስ ምን አለ እንዲል፤ ፩ቆሮ ፬፥፯፤ ጌታ ግን ክብር የባሕርዩ ነው፤ ክቡር ዘባዕድ ኢይሁቦ ባዕል ዘኢይሌቅሕዎ እግዚእ ዘኢይግእዝዎ ንጉሥ ዘኢይሠይምዎ - ባዕድ የማያከብረው ክቡር፣ የማያበድሩት ባዕለጸጋ፣ ጌትነትን የማይሰጡት ጌታ፣ የማይሾሙት ንጉሥ ነው እንዲል፤ ቅዳሴ ዘዮሐንስ አፈወርቅ፤

ልዩ አለ? ከአብርሃም ከይስሐቅ ከያዕቆብ ሲለይ ነው እነሱ የስም የአካል ሦትነት ቢኖራቸው የባሕርይ አንድነት የላቸውምና፤ ሥላሴ ግን በስም በግብር በአካል ሦስት ሲሆኑ በባሕርይ በህልውና በሥልጣን አንድ ናቸው።

ቅዱስ ኃይል

- ኃያል ዘአልቦ ድካም - ድካም የሌለበት ኃያል ይለዋልና።

ቅዱስ ሕያው

- እስመ ለግሙራ ሕያው ውእቱ - ፈጽሞ ሕያው ነው ይለዋልና፤ ዕብ ፯፥ ፳፭። በርሱ ያመነ ሁሉ ቢሞትም ሕያው ነውና። "ወይቤላ እግዚእ ኢየሱስ አነ ውእቱ ትንሣኤ ወሕይወት ዘየአምን ብየ እመኒ ሞተ የሐዩ - ትንሣኤም ሕይወትም እኔ ነኝ የሚያምንብኝ ቢሞትም ሕያው ነው አላት" እንዲል ዮሐ ፲፩፥፳፭፤

ዘኢይመውት

- በባሕርዩ ሞት የሌለበት። ንጉሡ ጲላጦስ የጌታችንን መሞት ከአርማትያሱ ዮሴፍ በሰማ ጊዜ ለማመን ተቸግሮ እንደነበር ቅዱስ መጽሐፍ ይነግረናል። ለሙታን ሕይወትን የሰጠውንና የሚሰጠውን እሱን ሞተ ብሎ መናገርም ሆነ መስማት እጅጉን ከባድ ነበርና።

“ወአንከረ ጲላጦስ ወይቤ እፎ ሞተ ወጸውዖ ለሐራዊ ወተስእሎ ወይቤሎ ወድአኑ ሞተ ወይቤ እወ ሞተ - ጲላጦስ አደነቀ እንዴት ሞተ ብሎ ወታደሩን ጠርቶ ጠየቀው ፈጽሞ ሞተ? አለው ወታደሩም አዎ ሞተ አለው” እንዲል ማር ፲፭፥፵፬፤ [187] ቅዱስ ጳውሎስም “ውእቱ ባሕቲቱ ዘኢይመውት - የማይሞት እርሱ ብቻ ነው” በማለት በባሕርዩ ሞት የሌለበት መሆኑን አስምሮበታል ፩ጢሞ ፮፥፲፮፤

አቡሊዲስ የተባለው ሊቅ “ወነአምን ከመ ውእቱ ሞቱ ለክርስቶስ መላኬ ሕይወትነ አፍለሰ ሞተነ ኀበ ትንሣኤ ወክርስቶስ አብጠለ ሞተ ወአብርሃ ለሕይወት ዘለዓለም - የሕይወታችን መገኛ የክርስቶስ ሞት የእኛን ሞት ወደ ትንሣኤ እንደለወጠ እናምናለን ክርስቶስ ሞትን አጥፍቶ የማታልፍ ትንሣኤን ገለጠ” በማለት የተናገረው የርሱ ሞት የእኛ ሕይወት መሆኑን ለማስረዳት ነው። ሃይ አበው ፵፪፥፮፤ እንዲህ ብለን ማመናችንም ሕይወት መሆኑን ሲናገር አቡሊዲስ “ሃይማኖትነ በክርስቶስ ይሁብ መንፈሰ ሕይወት - በክርስቶስ ማመን የሕይወት መንፈስን ይሰጣል” ብሏል ፵፬፥፲፪፤

ቅዱስ አግናጥዮስ ደግሞ “ሞተ” የሚለውን ቃል ሰምተን እንዳንጠራጠር እንዲህ ብሎ ይመክረናል።

187 ሞተኑ? ብሎ ጲላጦስ ይጠይቃል መቶ አለቃውም እወ ሞተ አዎ ሞተ ብሎ ይመልሳል፤ ወድአኑ ሞተ ፈጽሞ ሞተ? ይለዋል፤ እወ ሞተ ይለዋል፤ እፎ ሞተ እንዴት ሞተ? ብሎ ይጠይቀዋል፤ ከመ ከመዝ ግዒሮ ሞተ ሰማይና ምድርን በልዩ ልዩ ተአምራት እንዲህ እንዲህ አድርጎ አስጨንቆ ድምፅ አሰምቶ ሞተ ብሎ ይመልስለታል። ጌታችን በመቃብር የቆየው ሦስት መዓልት ሦስት ሌሊት ነው፤ ይህም ከሆነባቸው ምክንያቶች ጥቂቶቹ የሚከተሉት ናቸው፤ ፩ ለአዳም ለሔዋን ለሕፃናቱ፤ ለሥጋ ለነፍስ ለደመ ነፍስ እንደካሰ ለማጠየቅ። ፪ ኃጢአትን ሞትን ፍዳን እንዳጠፋ ለማጠየቅ። ፫ በእውነት እንደሞተ ለማጠየቅ፤ ፈላስፎች ነፍስ ከሥጋ ሳትለይ ደም ከልቡ ወድቆ እስትንፋሱን ይከለክለዋል ብለው ከሞተበት ሰዓት ጀምረው እስከ ሞተበት ሰዓት ድረስ አቆይተው ነው የሚቀብሩ፤ የሚድን አለ የሚሞትም አለ፤ ፈጥኖ ተነሥቶ ቢሆን አልሞተም ባሉ ነበርና በእውነት እንደሞተ ለማጠየቅ ነው።

፩ ወለእመ ሰማዕከ ከመ እግዚአብሔር ቃል ሐመ በእንቲአነ ወሞተ እግዚአብሔር ቃል በእንተ ቤዛ ለቡ እስመ ንሕነ ንሬስዮ አሐደ ህላዌ ለመለኮት ምስለ ትስብእት ወንሰምዮ በዝንቱ ስም አሐዱ ዘይደሉ ለእግዚአብሔር - እግዚአብሔር ቃል ስለእኛ እንደታመመ እግዚአብሔር ለእኛ ቤዛ ሆኖ እንደሞተ ብትሰማ እኛ መለኮትን ከትስእብት ጋር አንድ አካል አንድ ባሕርይ አድርገን ለእግዚአብሔርነቱ በሚገባ በአንድ ስም እንደምንጠራው እወቅ።

፪ ኢተአምርኑ ከመ ለእመ ትቤ ከመ መለኮት ሞተ አንተ ቀታሊሆሙ ለሥሉስ ቅዱስ ወለሥጋ እግዚእነሂ ረሰይኮ ውስተ መቃብር ከመ አብድንተ ሙታን ወፈለጥኮ እመለኮቱ እስመ ባሕርየ ሥላሴ አሐዱ ውእቱ ዘውእቱ መለኮት - መለኮት ሞተ ካልህ የሥሉስ ቅዱስ ገዳያቸው/ሦስቱ ሞቱ እንዲያሰኝብህ፤ የጌታችንንም ሥጋ በመቃብር ውስጥ እንደ ሙታን በድን እንዳደረግኸው፤ ከመለኮቱም እንደለየኸው አታውቅምን የሥላሴ ባሕርይ አንድ ነውና ይኸውም አንዱ መለኮት ነው። ሃይ አበው ፲፩፥፲፩፤ ቤዛ ስንልም ልንሆነው ወይም ልናደርገው የማንችለውን/ያልቻልነውን የሆነ ያደረገ ማለታችን ነው። ሰው በራሱ ሰው መሆን አልቻለም ነበርና እሱ ሰው ሆነ። ሰው መሆኑ ለእኛ ቤዛነት ነውና። ቅዱስ ያሬድ "ከዊኖ ሰብአ በዮርዳኖስ ተጠምቀ - ሰው ሆኖ በዮርዳኖስ ተጠመቀ" ብሎ እንደዘመረ።

እለእስክንድሮስ ደግሞ በመገረም እንዲህ ይላል "ወዘኢየሐምም ሐመ ወኢተበቀለ ወዘኢይመውት ሞተ እንዘ ይትዔገሥ ወሰማያዊ ሰከበ በውስተ መቃብር በትዕግሥት አንከሩ ኵሉ ፍጥረት እስመ በእንተ ሰብእ ሐመ ዝንቱ ዘኢየሐምም ወኰነንዎ ለመኰንነ መኳንንት ወነጸርዎ ለዘኢይትኔጸር ወአሞትዎ ለዘኢይመውት ወሰማያዊ ተወድየ ውስተ መቃብር - የማይታመመው ታመመ ግን አልተበቀለም የማይሞት እርሱ በፈቃዱ ሞተ ይሁን ብሎ በመቃብር አደረ ፍጥረት ሁሉ አደነቁ የማይታመም እርሱ ለሰው ብሎ መከራ ተቀብሏልና በመኳንንት በሚፈርድ በርሱ ፈረዱበት የማይታይ እርሱን እርቃኑን ሰቅለው አዩት የማይሞተውን ይሙት አሉት እርሱ በመቃብር ተቀበረ" ሃይ አበው ፸፮፥፱፤

ዘተወልደ እማርያም እምቅድስት ድንግል

- ንዕድ ክብርት ልዕልት ጽንዕት ከምትሆን ከእመቤታችን የተወለደ ብሎ ቅዱስ ሕያው ላለው ይቀጥላል። እመቤታችን ቅድስት ድንግል ማርያም ድንግል በክልኤ - በሁለት ወገን ድንግል ናት። በሥጋም በሕሊናም። ድንግል ወእም እያልን እንደምንጠራት እሱንም አምላክ ወሰብእ እያልን እንጠራዋለን። እናትነትዋ ድንግልናዋን እንዳልለወጠው ሰው ሲሆን አምላክነቱ አልተለወጠምና።

ተሣሃለነ እግዚኦ

- መላእክት ተናግረዉታል ቢሉ አቤቱ ራርተህ ክብርህን ስጠን ዮሴፍ ኒቆዲሞስ ተናግረዉታል ቢሉ አቤቱ ራርተህ ሥርየተ ኃጢአታችንን ስጠን ከአካሉ ተሰምቷል ቢሉ አቤቱ ራርተህ አድነን ማለት ነው።

ዘተጠምቀ በዮርዳኖስ

- በዮርዳኖስ የተጠመቅህ አቤቱ ይቅር በለን። የዕዳ ደብዳቤያችንን እንደሰውነቱ ተረግጦ እንደ አምላክነቱ አቅልጦ አጥፍቶልናልና።

ወተሰቅለ ዲበ ዕፀ መስቀል

- በመስቀል የተሰቀልህ፤ ዘተጠምቀንና ዘተሰቅለን አሳልፎ ለወልድ ይቀጥላል። የዕፀ መስቀልን ነገር ከዚህ ይናገሩታል ሳኦል ልጁ ታመመበት ፈላስፎችን / ጥበበኞችን ሰብስቦ ልጄን አድኑልኝ አላቸው የማይቻላቸው ሆነ እኛስ አልተቻለንም የንስር ዕንቍላል አስፈልገህ አስመጣና ከግንብ አግብተህ ዝጋበት ንስሩ ዕንቍላሉ ከዚያ እንዳለ አውቆ ከገነት ዕፅ ቆርጦ አምጥቶ ከግንቡ ላይ ይጥለዋል ግንቡ ይሰነጠቃል ዕንቍላሉን ይዞ ይሄዳል ዕፁ ከዚያ ይቀራል በዚያ ልጅህ ይፈወስልሃል አሉት ንጉሥ ከሆነ የሚቸግረው የለምና የንስሩን ዕንቍላል አስፈልጎ አምጥቶ ከግንብ አግብቶ ዘግቶ ተቀመጠ ንስሩ ዕንቍላሉ ከዚያ እንዳለ አውቆ ከገነት ዕፅ ቆርጦ አምጥቶ ከግንቡ ጣለበት ግንቡ ተሰነጠቀ ዕንቍላሉን ይዞ ሄደ ዕፁ ከዚያ ቀረ በዚያ ልጁ ድኖለታል።

ይህ ዕፅ ገባሬ ተአምር ነው ነጋድያን ወደ ዮርዳኖስ ሲሄዱ አግኝተው በዮርዳኖስ ዳርቻ ተክለዉታል፤ ሰሎሞን ቤተ መቅደስን ሲሠራ ጥበበኞች ቆርጠው አምጥተው መቃን እንዳያደርጉት አጥሮባቸው ጉበን/መድረክ እንዳያደርጉት ረዝሞባቸው እንዳይቆርጡት አሳዝኗቸው ከደጅ ወድቆ ይኖር ነበር ንግሥተ አዜብ ይላታል የሀገራችን ንግሥት ናት የሰሎሞንን ዜና ምክሩን ዜና ጥበቡን እያመጣ የሚነግራት ታምሪን የሚባል ነጋዴ ወዳጅ ነበራት በስሳ ግመል ያስነግዳል በጆሮዬ የሰማሁትን በዐይኔ አይቼ ልረዳው ብላ መቶ ሃያ መክሊተ ወርቅ ተንከራ ዘኢትዮጵያ ይለዋል በወዲያ ሀገር የማይገኝ በሀገራችን የሚገኝ አንድ ለአንድ ዕንቍ የሚያላውጥ ሉል ዝባድ ሽቱ ገጸ በረከት ይዛ ሄዳለች፤ ስትሄድም በየመንገዱ እያዘራች ሄዳለች ስትመለስ ስንቅ ሊሆናት ሀገር እንዳትፈጅ/እንዳትዘርፍ ነው።

ከእግሯ እንደሚዳቋ ቀንድም እንደ አህያ ሰኰናም ያለ ቢሉ ነውር ነበረባት ከሰሎሞን አደባባይ ተቀምጣ ሳለ ብላቴናው ዓይቶ ገብቶ ንጉሥ ከቶ በዘመንህ የማይመጣ የለም እንዲህ ያለች ሴት መጥታለች አለው ግቢ በላት አለው ወጥቶ ነገራት ስትገባ ብትራመደው ደህና ሆናለች ቦ ስትራመደው ቢያንቅፋት ወልቆ ወድቆላታል ደህና ሆናለች ሰሎሞን ደህንነቷን ዓይቶ ብላቴናውን በዐይነ መዓት አየው፤

ንጉሥ አይቻለሁና ጠይቀህ ቅጣኝ አለው ቢጠይቃት አዎን ነበረብኝ ነገር ግን ከደጅህ የወደቀ ገባሬ ተአምር ዕፅ አለ እሱ አዳነኝ እንጂ አለችው እሱ አንድ ብር እሷ አንድ ብር ሸበውበታል ከሰሎሞን እስከ ጌታ የተነሡ ነገሥታት ሃያ ስምንት ናቸው በየዘመናቸው ተአምራት እያደረገላቸው አንዳንድ ብር ሸበውበታል ሠላሳ ይሆናል። አይሁድ ብሩን ለይሁዳ ሰጥተው በዕንጨቱ ጌታን ሰቅለዉበታል ሐረገ ወይን ኮነ መድኃኒትየ ዘእምኃሚሦን ይትገዘም ወበኀልኀታ ይተከል - የወይን ሐረግ መድኃኒቴ ሆነ ከኃሚሦን ተቆርጦ በኀልኀታ ይተከላል እንዳለ ሰሎሞን መኃ ፩፥፩፤

ቦ ሰሎሞን አዋጅ ነግሮ ዘመተ ሁሉ ሲረዳው ንስር ሳይረዳው ቀረ በበቀል የንስሩን ግልገል ከግንብ አግብቶ ዘጋበት ንስሩ ግልገሉ ከዚያ እንዳለ አውቆ ከገነት ዕፅ ቆርጦ አምጥቶ ከግንቡ ጣለበት ግንቡ ተሰነጠቀ ግልገሉን ይዞ ሄዷል ያንን ዕፅ ሰሎሞን ቤተ መቅደስን ሲያሠራ ሠረገላ አድርጎ አሠርቶታል በዚህ ምክንያት ልቡሳነ ሥጋ አጋንንትን ግንድ ያስግዛቸው ነበረ። ይህ ሁለት ይሆናል። ሦስተኛ ታቦተ ጽዮንን ይሸከሙበት የነበረ ዕፀ ድንባዝ፤ አራተኛ ሎጥ በዕንባው ያለመለማት ዕፀ ከርካዕ፤ አምስተኛ ከመቃብረ አዳም የበቀለ ዕፀ ዘይት፤ ስድስተኛ ዘኬዎስ የወጣባት ዕፀ ሰግላ፤ ሰባተኛ ጌታ በፍና ቢታንያ የረገማት ዕፀ በለስ፤ ጌታ የተሰቀለባቸው ዕፀዋት እሊህ ናቸው። እንዲህ ከሆነ እንደምን አድርገው ይሰቅሉታል ቢሉ ቆሙ አንድ ነው ግድሙን ግን እነዚህን ሰብስበው በሙሻ ዘር አጣብቀው በችንካር ቸንክረው ሰቅለዉታል። ይህም በግብጻውያን የእጅ መስቀል ይታወቃል፤ የእጅ መስቀል ሲይዙ ከብዙ ዕፀዋት ሰብስበው በሙሻ ዘር አያይዘው ነውና።

ጌታችን በስንት ክንድ መስቀል ተሰቀለ?

ጌታ የተሰቀለበት መስቀል ሰባት ክንድ ነው ያሉ እንደሆነ ጌታ የያዘው ሦስት ክንድ ከስንዝር ከራሱ በላይ የቀረው አንድ ክንድ ከእግሩ በታች የቀረው አንድ ክንድ ከፍልፍሉ የገባው አንድ ክንድ ከስንዝር ነው። ዘጠኝ ክንድ ነው ያሉ እንደሆነ ጌታ የያዘው ሦስት ክንድ ከስንዝር ከራሱ በላይ የቀረው ሁለት ክንድ ከእግሩ በታች የቀረው አንድ ክንድ ከስንዝር ከፍልፍሉ የገባው ሁለት ክንድ ነው።

ዘተንሥአ እሙታን አመ ሣልስት ዕለት

- በሦስተኛው ቀን ከሙታን ተቀድመህ ተለይተህ የተነሣህ አቤቱ ይቅር በለን። ሦስት ቀን ያለው ወዴት አለ ቢሉ?

፩ ዐርብ ጠዋት ብርሃን ነበር፤ ከቀትር እስከ ተስዓት ጨለማ ሆኗል፤ በሠርክ ብርሃን ሆኗል፤ ይህ ሁለት መዓልት አንድ ሌሊት ተብሎ ይቆጠራል። የቅዳሜ ሌሊት (ሁለተኛ ሌሊት) የቅዳሜ መዓልት (ሦስተኛ መዓልት) የእሑድ ሌሊት (ሦስተኛ ሌሊት) ይህ ሲቆጠር ሦስት ይሆናል።

፪ የዐርብ መዓልት የዐርብ ሌሊትን፣ የእሑድ ሌሊት የእሑድ መዓልትን ስቦ ሦስት መዓልት ሦስት ሌሊት ይሆናል።

፫ ከርሠ ሐዋርያትን እንደ መቃብር ቆጥሮ ሦስት መዓልት ሦስት ሌሊት ይሆናል።

ዐርገ በስብሐት ውስተ ሰማያት

- በአርባ ቀን በክብር በሥልጣን በቅዳሴ በብርሃን በጌትነት ወደ ባሕርይ አባትህ ያረግህ አቤቱ ይቅር በለን።

ወነበረ በየማነ አቡሁ

- በአባትህ ቀኝ የተቀመጥህ፤ ነበረ ሲልም ቦታ ተወስኖለት አይደለም በምልዐት በክብር ሲል ነው "እስመ ነቢር በየማን በዕሪና ይኤምር ኅበ ተዋሕዶቶሙ በክብር - ተካክሎ መቀመጥ በክብር አንድነታቸውን ያስረዳልና" እንዲል ድርሳን ዘዮሐንስ አፈወርቅ ፪፥፪የሮ፩፤ ቅዱስ ጳውሎስ "ወሀሎ ይነብር በየማነ እግዚአብሔር - በእግዚአብሔር ቀኝ ይቀመጣል" ያለውን ይዘን ሌላ ሐሳብ ውስጥ መውደቅ ተገቢ አይደለም። የማነ እግዚአብሔር የተባለው ተካክሎ መቀመጥንና በክብር፣ በሥልጣን፣ በመመስገንና በሌሎችም ነጥቦች አንድ መሆንን የሚያስረዳ ነውና። ሮሜ ፰፥ ፴፬፤

ዳግመ ይመጽእ በስብሐት

- ዳግመኛ በክብር በሥልጣን በቅዳሴ በብርሃን ይመጣል (ትመጣለህ)

ይኰንን ሕያዋነ ወሙታነ

- በኃጥአን ልትፈርድባቸው ለጻድቃን ልትፈርድላቸው የምትመመጣ እግዚአብሔር ወልድ ይቅር በለን። ቦ ሙታን ኃጥአንን ሕያዋን ጻድቃንን ልትገዛ ዳግመኛ የምትመጣ አቤቱ ይቅር በለን።

ስብሐት ለአብ

- ለአብ ወላዲ ተብሎ መመስገን ይገባዋል ቦ ልጁን በሥጋ ለላከ ለአብ መመስገን ይገባዋል።

ስብሐት ለወልድ

- ለወልድ ተወላዲ ተብሎ መመስገን ይገባዋል ቦ ሰው ለሆነ ሥጋ ለለበሰ ለወልድ መመስገን ይገባዋል።

ስብሐት ለመንፈስ ቅዱስ

- ለመንፈስ ቅዱስ ሠራፂ ተብሎ መመስገን ይገባዋል ቦ ለከፈለ ላነጻ ላዋሐደ ለመንፈስ ቅዱስ መመስገን ይገባዋል።

ይእዜኒ

- ከዛሬ ጀምሮ እስከ ዕለተ ሞት

ወዘልፈኒ

- ከዕለተ ሞት እስከ ዕለተ ምጽአት

ወለዓለመ ዓለም

- ይህ ዓለም አልፎ በሚመጣው ዓለም

አሜን ወአሜን

- በእውነት ያለሐሰት፤ አሜን በየአባባሉ ይፈታል ሃይማኖት ቢሉ አዎ፤ ታሪክ ቢሉ እውነት፤ በረከት ቢሉ ይደረግልን ማለት ነው።

ለይኩን ለይኩን

- ይኹውም ይሁን ይደረግ ይጽና።

ቅዱስ ሥሉስ እግዚአብሔር ሕያው ተሣሃለነ - ልዩ ሦስት የምትሆን እግዚአብሔር ይቅር በለን። ዘጠኙን ቅዱስ ከዚያ ተናግሮ አሥረኛውን ቅዱስ ከዚህ ተናገረው። ዘጠኙ የዘጠኙ መዓርጋት፤ አሥረኛው የአሥረኛው መዓርግ ምሳሌ፤ ቦ በአሥረኛው ቦታ የገባን እኛ ነንና ዘጠኙ የመላእክት ከተማ ምሳሌ፤ ቦ ሦስቱን አንድ ወገን አድርጎ የሦስትነት፤ አሥረኛው የአንድነት ምሳሌ፤

ልዩ አለ? አብርሃም ይስሐቅ ያዕቆብ ጳውሎስ ጢሞቴዎስ ስልዋኖስ ቢኗቸው የስም የግብር የአካል ሦስትነት ቢኖራቸው የባሕርይ የህልውና አንድነት የላቸውም። ሥላሴ ግን በባሕርይ በህልውና አንድ ቢሆኑ የስም የግብር የአካል ሦስትነት አላቸው። ቦ ለፀሐይ ለቀላይ ለእሳት የግብር ሦስትነት ቢኖራቸው የአካል ሦስትነት የባሕርይ የህልውና አንድነት የላቸውም። ሥላሴ በአካል ሦስት በባሕርይ በህልውና አንድ ናቸውና።

ጸጋ ዘእግዚአብሔር የሀሉ ምስሌክሙ

- ሀብተ ወልድና ሕይወተ ልቡና ገቢረ ተአምራት ወመንክራት ወኃይላት ሥርየተ ኃጢአት ተስፋ መንግሥተ ሰማያት ሐዪው ከመ መላእክት ይደረግላችሁ።

ተአምራት፡- ድውይ መፈወስ ነው።

መንክራት፡- አጋንንት ማውጣት ነው።

ኃይላት፡- ሙት ማስነሣት ነው።

ሐዪው ከመ መላእክት፡- እንደ መላእክት ሆኖ መኖር ነው

ይ.ሕ - ይበሉ ሕዝብ

ምስለ መንፈስከ

- እንደ ቃልህ ይደረግልን። አንድም ቢመርቃቸው ይመርቁታል ብሎ ካንተ ጋር እንዳንተ ይደረግልን። አንድም ባንተ ያደረ መንፈስ ቅዱስ ይደርብን። “ወብነ አሐዱ መንፈስ ዘሃይማኖት - አንድ የሃይማኖት መንፈስ አለን” እንዲል ፪ቆሮ ፬፥፲፫

ይ.ካ - ይበል ካህን

ንሰብሖ ለአምላክነ

- አምላካችን እግዚአብሔርን እናመስግነው።

ይ.ሕ - ይበሉ ሕዝብ

ርቱዕ ይደሉ

- እውነት ነው በአንድነቱ ምንታዌን በሦስትነቱ ርባዔን ሳይቀላቅሉ ለእግዚአብሔር ምስጋና ይገባዋል ይበሉ። አንድም ለእርሱ እንደሚገባ ምስጋና ይገባል።

ሰውን ንጹሕ ቢሉት ኃጢአት፤ ጻድቅ ቢሉት ሐሰት፤ ባዕል ቢሉት ንዴት፤ ኃያል ቢሉት ድካም ይስማማዋል። እሱ ግን ንጹሕ ዘአልቦ ኃጢአት - ኃጢአት የሌለበት ንጹሕ፤ ጻድቅ ዘአልቦ ሐሰት - ሐሰት የሌለበት ጻድቅ፤ ባዕል ዘአልቦ ንዴት - ድህነት የሌለበት ባለጸጋ፤ ኃያል ዘአልቦ ድካም - ድካም የሌለበት ኃያል ነውና። አንድም እኛ ማመስገን ይገባናል። ሰውና መላእክትን መፍጠሩ ለምስጋና ነውና። "እስመ እግዚአብሔር ረሰዮ ለሰብእ ሥሉጠ ላዕለ ኵሉ ዘፈጠረ መትሕተ ሰማይ ወወደየ ውስቴቱ መንፈስ ቅዱስ ወረሰዮ ድልወ ይትቀነይ ሎቱ ወይትለአኮ ከመ መላእክት - እግዚአብሔር ሰውን ከሰማይ በታች በፈጠረው ሁሉ ላይ ገዥ አደረገው መንፈስ ቅዱስንም አሳደረበት ይገዛለትና እንደ መላእክትም ያገለግለው ዘንድ ዝግጁ አደረገው" እንዲል ሃይ አበው ዘአትናቴዎስ ፷፫፥፴፩፤ ሄኖክ ፲፱፥፳፬፤

ይ.ካ - ይበል ካህን

አጽንዑ ሕሊና ልብክሙ

- ልቡናችሁን በሃይማኖት ሕሊናችሁን በአንክሮ በተዘክሮ በአንቃዕድዎ አጽኑ ይበል። "ለእመ ኢትክል ሰፊሐ እዴከ ስፉሕ ሕሊናከ በአምጣነ ትክል - እጅህን መዘርጋት ባትችል የተቻለህን ያህል ሕሊናህን ዘርጋው" እንዲል ተግሣፅ ዘዮሐንስ አፈወርቅ ፷፪

ይ.ሕ - ይበሉ ሕዝብ

ብነ ኀበ እግዚአብሔር አቡነ ዘበሰማያት (ሦስት ጊዜ)

- ልቡናችንን በሃይማኖት ሕሊናችንን በአንክሮ በተዘክሮ በአንቃዕድዎ ብናጸና ከእግዚአብሔር ዘንድ ባለሟልነት (ዋጋ) አለን።

ኢታብአነ እግዚአ ውስተ መንሱት

-ወደ ኃጢአት ወደ ክህደት ወደ መከራ ዘለዓለማዊ ሥቃይ ወዳለበት ወደ ገሃነም አታግባን። አንድም ንስሐ ሳንገባ በድፍረት ሥጋህን ደምህን ከመቀበል አድነን። “እስመ ዘበልዖ ወሰትዮ እንዘ ኢይደልዎ ደይኖ ወመቅሠፍቶ በልዐ ወሰትየ ለርእሱ ለእመ ኢያእመረ ሥጋ እግዚእነ ወኢኮነ ንጹሐ ነፍሱ - ሳይገባው የጌታችን ሥጋ እንደሆነ ሳያውቅ ሰውነቱንም ሳያነጻ የሚበላና የሚጠጣ ለራሱ ፍርዱንና መቅሠፍቱን ይበላል ይጠጣልም” ፩ቆሮ ፲፩፥፳፱፤

መንሱትኬ ውእቱ ነሢአ ሥጋሁ በድፍረት ወተመጥዎተ ደሙ ዘእንበለ ኃፍረት እንዘቦ ላዕሌሁ ነውረ ኃጢአት - የኃጢአት ነውር እያለበት በድፍረት ሥጋውን መውሰድ ያለ ኃፍረት ደሙን መቀበል ጥፋት ነው” እንዲል ቅዳሴ ዘዮሐንስ አፈወርቅ ቁ ፺፬፤ አንድም አዳምና ልጆቹ ከወጡበት ዲያብሎስና ሠራዊቱ ከቀሩበት ሥፍራ አታግባን።

አንድም ሌሊት ከተመከረበት ቀን ከተወረወረበት ወንበዴ ከሸመቀበት ሥፍራ አታድርሰን። አንድም ከምድር እንደ ዘንዶ ከሰማይ እንደ በረዶ ከታዘዘ መቅሠፍት አድነን። ከምድር እንደ ዘንዶ ያለው የነዳታንን ስጥመት ያስተረጉማል። [188] ከሰማይ እንደ በረዶ ያለው የኢዮብን ፈተና ያስተረጉማል። [189]

ይ.ሕ ኦ ሥሉስ ቅዱስ መሐረነ ኦ ሥሉስ ቅዱስ መሐከነ ኦ ሥሉስ ቅዱስ ተሣሃለነ

- ልዩ ሦስት የምትሆን አቤቱ እዘንልን ራራልን ይቅር በለን፤ ኦ ሥሉስ ብሎ ሦስትነቱን፤ መሐረነ ብሎ አንድነቱን ተናገረ።

ይ.ካ ተፈሥሒ ተፈሥሒ ተፈሥሒ ኦ ማርያም ምልዕተ ጸጋ

188 ከምድር እንደ ዘንዶ ያለው እንደምን ነው ቢሉ ሌዊ ሦስት ልጆች ይወልዳል ቀዓትን፣ ጌድሶር፣ መራሪን፤ ቀዓት እንበረምን፣ እንበረም ሙሴና አሮንን ይወልዳል፤ ጌድሶር ዳታንና አቤሮንን ይወልዳል፤ መራሪ ቆሬን ይወልዳል፤ ቆሬ መቶ ሃምሳ ልጆች ወልዷል፤ በዚያን ጊዜ ምስፍና ከሙሴ ክህነት ከአሮን እጅ ነበር ዳታንና አቤሮን ለነገር አያርፉምና ቆሬ አሉት አቤት አለ የአሮንን ሊቀ ካህናትነት በሙሴ ዳኝነት አስለቅቀህ አንተ ተሾመው፤ የሙሴን ምስፍና በአንተ ዳኝነት እንሾመዋለን አሉት፤ ቆሬም ሄዶ ከሙሴ ዘንድ አቤት አለ ሙሴም ምነው ምን ሆነሃል አለው ሹመት በተርታ ሥጋ በገበታ እንዲሉ የአሮንን ሊቀ ካህንነት አስለቅቀህ ስጠኝ እኔ ልሾም አለው ምነው ምን አለህ አለው፤ አሮን ለሙሴ ወንድሙ ነው ይህማ እንዳይሆንብኝ እሱም ያገኘው ከእግዚአብሔር ዘንድ፤ እናንተም ከእግዚአብሔር ዘንድ እንድታገኙ ዐሥራ ሁለት በትር ቆርጣችሁ ከታቦተ ጽዮን አግብታችሁ ጸልዩበት አላቸው እነሱም ዕለት የሚያብበውን ዕለት የሚያፈራውን እርጥብ እርጥብ ቆርጠው ይዘው ገቡ አሮን ግን የአያቱ በትር ነበረችና ይዞ ገባ የእነሱ ተተክሎ የነበረው ወድቆ እርጥበት የነበረው ደርቆ ነቅዞ ቆንቁኖ ተገኝቷል፤ የአሮን በትር ግን ሳይተክሏት ተተክላ ውኃ ሳያጠጧት ለምልማ አብባ ለውዝ ገውዝ ትርንጎ ወይን አፍርታ ተገኝታለች ፤ ይህ ሁሉ እንደዚህ መሆኑ ሹመት ከአሮንና ከሙሴ እጅ ይሁን ሲላቸው ነው። እነዚያም ይህን አይተው ሳያዝኑ ሳይጸጸቱ ይህችማ የእኛስ የአያታችን በትር አይደለችም ብለው የወርቅ ጽና አሠርተው ቁና ዕጣን እየጨመሩ ከሁለት መቶ የሚበልጡ ካህናት ሆነው ገብተው ሲያጥኑ ቆሬ እነዚያንም አስገብቻቸው መጣሁ እናንተም በያላችሁበት ጽኑ ብሎ ሲናገር ሄደ በዚያን ጊዜ ከጽናው የወጣው ዕጣን ጢሰ ቅታሬው ነበልባል ሆኖ ልብሰ ተክህኖውን ሳይነካ አፈር ዱቄት አድርጓቸዋል፤ አሮን በከረጢት ያለ ዱቄት እንዲቋጠር በልብሰ ተክህኖው እያፈሰ እየቋጠረ እያወጣ ሲያፈስ ዳታንና አቤሮን ቆሬ ከሰፈር ዳር ሆነው ማን ተሻረ ማን ተሾመ ሲሉ ሰማቸው፤ አቤቱ የእስራኤል አምላክ ይህን ሹመት ባርከኽልኝ እንደሆነ ምድር ተከፍታ ትዋጣቸው ብሎ ሲባርክ ምድር ተከፍታ ውጣቸዋለች "አብቀወት ምድር ወውኀጠቶ ለዳታን ወደፈነቶሙ ለተአይነ አቤሮን" እንዲል፤ ፈረሰኛው ሳይቀር ዐሥራ ስምንት ዕልፍ ነበሩ ተሰጥመው ቀርተዋል፤ ከምድር እንደዘንዶ ያሰኘው ይህ ነው።

[189] ከሰማይ እንደ በረዶ ያለው ምንድን ነው ቢሉ በኢዮብ ታውቋል ኢዮብ የሚባል ደግ ሰው ነበር በነግህ ዐሥራ ሁለት በሠርክ ዐሥራ ሁለት በዕለት ሃያ አራት ፍሪዳ እያረደ ስመ እግዚአብሔርን ያዘክር ነበር ጌታ የሚናገረውን መላእክት የሚመልሱትን ኅሡር መልአክ እስከ ሰባተኛው ሰማይ ወጥቶ ሲሰማ ይውል ነበር ወየዐርግ ኅሡር መልአክ እስከ ሳብዕ ሰማይ እንዲል፤ ይኸውም ዲያብሎስ ነው ጌታም በዚህ ዓለም ኢዮብ ወዳጄ ነው በነግህ ዐሥራ ሁለት በሠርክ ዐሥራ ሁለት ፍሪዳ እያረደ ስሜን ያዘክራል አለ፤ መላእክትም አቤቱ ጌታ ሆይ እውነት ነው በምድር ያለህ ወዳጅ ኢዮብ ነው አሉት፤ ዲያብሎስም ይህን ሰምቶ ለአንተ አዝኖ አይደለም ገንዘቡ ቢበዛለት ንብረቱ ቢሰፋለት ነው እንጂ አለው፤ ጌታም እንግዲያውማ ሄደህ ገንዘቡን ፈጅተህበት እደር አለው ዲያብሎስም ገንዘቡን ፈጅቶበት አደረ፤ በነጋታው ሰይጣን አንዱን ዘመዱን መስሎ ሄዶ ኢዮብ እንደምን ሆነህ አደርህ አለው፤ ኢዮብም ገንዘቡ የእግዚአብሔር ነው የእኔ መስሎሃል? እግዚአብሔር ወሀበ ወእግዚአብሔር ነሥአ ገንዘብ ምን ቁም ነገር ነው አለው፤ ጌታ ከወደደ አይጠላምና የት አለ ያማኝ አለው፤ ዛሬማ ምን ብሎ ያማሃል ሰባት ወንዶች ሦስት ሴቶች ዐሥር ልጆች አሉት ከአለቃቸው ከጭፍራቸው ጋር እየወጡ እየገቡ እየበሉ እየጠጡ እየተደሰቱ እነዚያን እያየ ደስ አይለውምን? ምን ብሎ ያማሃል እነዚያን ብትነሣው ነበረ እንጂ አለው፤ ጌታም ሄደህ ፈጅተህበት እደር አለው ፈጅቶበት አደረ፤ በበነጋው ኢዮብ ልጆቹን ሲያስቀብር ዋለ ዲያብሎስም አንዱን ዘመዱን መስሎ ራሱን ተላጭቶ ማቅ ለብሶ አምታቶ ሄደ ኢዮብ እግዜር ያጥናህ አለው፤ ምን እግዜር ያጥናህ ትለኛለህ ልጆቹ የእግዜር አይደሉምን አለው፤ ጌታም ምሉዕ በኵለሄ ነውና የት አለ ያማኝ አለው ዛሬማ ምን ያማሃል አካሉን ሰጥተኸው ሮጦ ይቀድማል ታግሎ ይጥላል ሠርቶ ያመርታል አካሉን ብትነሣው ነበር እንጂ አለው፤ ጌታም ነሥተኸው እደር አለው አካሉን አራግፎት አንድዶት አደረ፤ ኅሡር መልአክ በበነጋው ከዘመዱ አንዱን መስሎ ኢዮብ እንደምን አደርህ አለው እግዚአብሔር ይመስገን አለው፤ በፊት ገንዘብህን አጠፋብህ ከብቶችህን ፈጀብህ ልጆችህን ገደለብህ ዳግመኛ ዛሬ አካልህን ነሣህ ምን አደረገልኝ ብለህ ታመሰግነዋለህ አለው፤ ኢዮብም አካሉ የእግዚአብሔር እንጂ የእኔ መስሎሃልን "ቅድመ ወጻዕኩ እራቅየ እምከርሠ እምየ ወድኅረ እገብእ ውስተ መሬት ዕራቅየ" አለው፤ ያንጊዜ ዲያብሎስ የሚናገረው የሚመልሰው ጠፍቶት አሮ ከስሎ ድል ተነሥቶ ከፊቱ ገለል አለለት፤ ኢዮብም ሰባት ዓመት ዕዬያት እየፈሉበት ደም እየፈሰሰው በአልጋ ኖረ። በሰባተኛው ዓመት ያው ኅሡር መልአክ ከወንዝ ወርዶ ድንኳን ተክሎ ግራ ቀኝ መከዳ ግምጃ አድርጎ በዚያ መካከል ተቀምጦ በምትሐቱ እንዲህ አድርጎ ሳለ የኢዮብ ሚስት ውኃ ልትቀዳ መጣች አስጠርቶ የማን ሴት ነሽ አላት የኢዮብ ሚስት ነኝ አለችው የዚያ የድውዩ የመግላሙ አላት አዎ አለችው እኅቴ ብርታቱን ጽናቱን እንደምን ሰጠሽ? ሰባት ዓመት ሙሉ አንቺን የመሰልሽ ሴት መግል ታቅፈሽ ትኖሪ? እንደ እኔ ካለ መዘዞ ጌታ ተጠግተሽ አትኖሪምን? አላት፤ እሺ አለችው እንግዲያውማ ተቀመጪ አላት ውኃ ጠምቶት ጥላው መጥታ ነበርና ግፍ እንዳይሆንብኝ ውኃ ሰጥቼው ልምጣ አለችው እንዳልተቀመጠችለት አይቶ ሂጂና ፈጥነሽ ተመለሽ አላት "ሴት ስሑት" እንዲል እሺ ብላ ሄደች፤ ወደቤቷ ስትመለስ ሰባት ዓመት ሙሉ እንደ ለውዝ ገውዝ እንደ ሎሚ ትርንጎ እየሸታት ትኖር የነበረችው ገና ከበሩ ስትደርስ ከረፋት ሸተታት ተቆጥታ ተበሳጭታ ከቤት ገብታ እቃዋን አኑራ ወንድሜ አሰናብተኝ አለችው እኅቴ አንዳች ሰው በመንገድ አግኝቶሽ ኖሯል አላት አዎን አለችው በዘመኑ ስመ አምላክ የተጻፈባት የወርቅ ቀለበት ነበረችው ማስታወሻ ያቺን አውጥቶ ሰጣት እሺ በጄ ብላ ተቀብላ ስትሄድ ገና ከእርሱ ሳትደርስ አርባ ክንድ ሲቀራት አንቺ የዚያን የድውይ ገንዘብ ይዘሽበት መጣሽ ሸጦ

- በነቢያት ትንቢት በመላእክት ተልእኮ ክብርሽ የተገለጠ ጸጋን የተመላሽ እመቤታችን ፈጽሞ ደስ ይበልሽ።

ይ.ሕ እግዚአብሔር ምስሌኪ

- እግዚአብሔር ከሥጋሽ ሥጋ ከነፍስሽ ነፍስ ነስቶ አንድ አካል አንድ ባሕርይ ሆኗልና ደስ ይበልሽ።

ይ.ካ ቡርክት አንቲ እምአንስት

- መርገመ ሥጋ መርገመ ነፍስ የሌለብሽ እያማለድሽ በረከተ ሥጋ በረከተ ነፍስን የምታሰጪ ነሽ።

ይ.ሕ ወቡሩክ ፍሬ ከርሥኪ

- የማኅፀንሽ ፍሬ በረከተ ሥጋ በረከተ ነፍስን የሚያድል ነው ቦ በባሕርዩ ምስጉን ነው ቦ የባሕርይ አምላክ ነው።

ይ.ካ ተንብሊ/ሰአሊ ለነ - ለምኝልን

ይ.ሕ ኀበ ፍቁር ወልድኪ - ከተወደደ ልጅሽ

ይ.ካ ኢየሱስ ክርስቶስ

ይ.ሕ ከመ ይሥረይ ለነ ኃጣውኢነ - ኃጢአታችንን ይቅር ይለን ዘንድ ከልጅሽ ከወዳጅሽ ለምኝልን።[190]

ለአንድ ቀን ራት እንዳይሆነው? አሁንም ጥለሽለት ነዪ እያለ ጮኸ የሰጠኝን ማስታወሻስ አልጥልም ብላ ብትቀርበው እንደ ጢስ ተኖ እንደ ጉም በኖ ጠፍቷል ለካ ዲያብሎስ ነህ ቀድሞ እናቴ ሔዋንን አስቶ ከእሳት ከመከራ የጣላት ዛሬም አስቶ ከመከራ ሊጥለኝ ነበር ብላ እያዘነች እየተከዘች ወደቤቷ ስትመለስ ቅዱስ ሚካኤል ከመንገድ ቆይቶ እኅቴ እንዴት ዋልሽ አላት እርሷም እግዚአብሔር ይመስገን አለችው ባልሽ ኢዮብን አዝለሽ ከዮርዳኖስ አውርጂው አላት አዝላ አወረደችው ቅዱስ ሚካኤል ከወደቡ ቆይቶ ቢያጠምቀው የሠላሳ ዓመት ጎልማሳ ሆኖ ተነሥቷል ገንዘቡ ሁሉ እጥፍ ሆኖ ተመልሶለታልና እንዲህ አለ።

190 በበዓለ ሃምሳ በዚህ ምትክ ክርስቶስ ተንሥአ እሙታን የሚለው ይገባል፤ በመጽሐፈ ቅዳሴው የተሰጠ ትእዛዝ ግን የለም፤ ብፁዕ አቡነ ዘካርያስም ልማድ ሆኖ ነው እንጂ ከመጽሐፍ መረጃ ስለሌው ባይለወጥ የሚል መልእክት ሲያስተላልፉ ሰምቻለሁ። ሊቀ ጠበብት ተክሌም በዚሁ ሐሳብ ይስማማሉ።

ይ.ካ ጸሎተ ወንጌል፤

ሐዋርያትን ኑ ተከተሉኝ ብለህ የጠራህና ከዚህ ዓለም ግብር የለየሃቸው፤ እናንተስ ንጹሐን ናችሁ ያልሃቸው ፈጣሪያችን እግዚአብሔር ኢየሱስ ክርስቶስ ሆይ የምታዩትን ሊያዩ የምትሰሙትን ሊሰሙ የወደዱ ግን ያላዩ ያልሰሙ ብዙ ነቢያት ጻድቃን ናቸው እናንተ ግን ብፁዓን ናችሁ በአጭር ቁመት በጠባብ ደረት ተወስኜ አይታችኋልና በቃል ሰብአዊ ሳስተምር ሰምታችኋልና ያልሃቸው አንተ ነህ እኛንም እንደ ሐዋርያት በቅዱሳን (በካህናት) ጸሎት የወንጌልን ቃል እንድንሰማ ሰምተንም እንድንሠራ የበቃን አድርገን።

ነቢያት ያላቸው በቁሙ ነቢያት ናቸው፤ ጻድቃን ያላቸው እነአብርሃም ናቸው፤ ቦ ነቢያት ያላቸው እነሙሴ እነኢሳይያስ እነኤርምያስ ናቸው ትንቢተ ሥጋዌን ተናግረዋልና፤ ጻድቃን ያላቸው መላውን ነው እንደየመጠናቸው የአባርን የቸነፈርን ነገር ተናግረዋልና።

አባ ሕርያቆስ "ንሕነሰ ርኢናሁ ወገሠሥናሁ" ያለውን መተርጒማን ሊቃውንት "እኛ ግን በኅብስትነት አየነው፤ ዳሠሥነው በሥጋነት በደምነት ተቀበልነው ብለው አመሥጥረዉታል። ይህንን የቅዳሴ ተልእኮ የሚያዩ ዐይኖችና የሚሰሙ ጆሮዎች ይህንን ቅዱስ ምሥጢር የሚሳተፉ ሕዋሳት ንዑዳን ክቡራን ናቸውና። ቅዱሳን ሐዋርያት በደብረ ዘይት ተራራ ከአምላካቸው ጋር ተቀምጠው ሳለ ከጠየቋቸው ጥያቄዎች አንዱ "የመምጣትህና የዓለም መጨረሻ ምልክቱ ምንድን ነው" የሚል ነበር፤ ማቴ ፳፬፥፫፤

ይህንን ጥቅስ እዚህ ላይ ማንሣት የተፈለገው "ምልክቱ ምንድን ነው" ለሚለው መጠይቃዊ ቃል ትኩረት እንድንሰጥ ከማሰብ ነው። ይህም ቅዳሴው ሲጀምር "ይህች ሰዓት ምን ያህል የምታስፈራ ናት ይህች ዕለት ምን ያህል የምታስጨንቅ ናት መንፈስ ቅዱስ ይወርድባታልና ይህንን መሥዋዕቱን ይጋርድባታልና ያከብርባታልና" የሚል አዋጅ መታወጁን እናስታውሳለን።

አዎ የመምጣቱና የመጨረሻው ምልክት የካህናቱ ከቤተ ልሔም ወደቤተ መቅደስ የሚያደርጉት ጉዞና የመሥዋዕተ ሕይወት ኢየሱስ ክርስቶስ መሠዋት ነው። በቅዳሴ ጊዜ በቤተ መቅደስ የምንሰባሰበው ይህንን ለማየትና ለመስማት ለመንካትና ለመዳሰስ ለመብላትና ለመቀደስ ነው። ይህን እድል ለማግኘት የተመኙ ብዙ ቢሆኑም ዓረፍተ ዘመን እየገታቸው ሳይሆንላቸው ቀርቷል፤ እኛ በሥራችን ሳይሆን በብዙ ምሕረቱ ሌሎች ያላዩትን ለማየት ያልሰሙትን ለመስማት በቤተ መቅደሱ ሰብስቦ በፊቱ አቆመን። አቤት የምሕረቱ ብዛት! አቤት የልግስናው ስፋት! አቤት የፍቅሩ ጽናት! አቤት የትዕግሥቱ ከፍታ! አቤት የአጠራሩ ጥበብ!

ይ.ዲ ጸልዩ በእንተ ወንጌል ቅዱስ

- የወንጌሉን ቃል ለመስማት ሰምተን ለመሥራት የበቃን አድርገን ብላችሁ ጸልዩ። ቀጥሎ በሚገኘው ክፍለ ጸሎት "ልንሰማ ብቻ ሳይሆን እንደሰማን ልንሠራም ጭምር ነው" የሚል ኃይለ ቃል አለ። በሰዓታት አገልግሎት ውስጥ "ይረስየነ ድልዋነ" ከተባለ በኋላ "አኮ ዘንሰምዕ ባሕቲቱ አላ ንግበር በከመ ሰማዕነ ከመ ይፍረይ ላዕሌነ ፍሬ ሠናየ ህየንተ አሐዱ ሠላሳ ወስሳ ወምዕተ ከመ ትሥረይ አበሳነ ለሕዝብከ ወንኩን ድልዋነ ለመንግሥተ ሰማያት - እንድንሰማ ብቻ አይደለም እንደሰማን በእኛ ስለአንዱ ፈንታ ሠላሳ ስሳ መቶ ያማረ ፍሬ ያፈራ ዘንድ ነው የወገኖችህን በደል ይቅር ትል ዘንድ ነው ለመንግሥተ ሰማያት የበቃን እንሆን ዘንድ ነው" የሚለው ተያይዞ እንዲጸለይ ሥርዓት ተሠርቷል።

ይ.ሕ ይረስየነ ድልዋነ ለሰሚዐ ወንጌል ቅዱስ - ቅዱስ የሆነውን የወንጌል ቃል ለመስማት የበቃን ያድርገን ይበሉ።

ይ.ካ የታመመውን ፈውስልን የሞተውን አስነሣልን ብለን ስለምንሻው ነገር አንተን በምንለምንበትና ወዳንተ በምንጸልይበት ጊዜ አትርሱን አስቡን ብለው የተማጸኑትን አስብልን አትርሳብን አቤቱ አምላካችን እግዚአብሔር ሆይ ከእኛ አስቀድመው ያረፉትን ዕረፍተ ነፍስ ሰጥተህ አሳርፍልን የታመሙትን ፈጥነህ አድንልን የሁላችን ሕይወት የሁላችን ተስፋ ብንታመም የምትፈውሰን ብንሞት የምታነሣን አንተ ነህና ለአንተ ብዙ ምስጋናን እናቀርባለን ለዘለዓለሙ አሜን።

ምስባክ፦

ከወንጌል አስቀድሞ ለበዓሉ የሚስማማውን ምስባክ ከዳዊት መዝሙር አውጥቶ ይሰብካል፤ ሁልጊዜም የመስመሩ ብዛት ሦስት መስመር ብቻ ነው። ሦስት መስመር የማይሆነበት ሁናቴ ሲያጋጥም የመጀመሪያውን መስመር መድገም ነው። ለምሳሌ፡- "ዘያነብራ ለመካን ውስተ ቤቱ ወያስተፌሥሓ ለእመ ውሉድ ዘያነብራ ለመካን ውስተ ቤቱ"

ዳዊት ለምስባክ የተመረጠበት ምክንያት፡-

- ዳዊት ሣህሉ ለእግዚአብሔር መልዐ ምድረ - የእግዚአብሔር ይቅርታ ምድርን መላ ብሎ ምሥጢረ ሥላሴን ይናገራል። ወንጌልም ወእንዘ ታጠምቅዎሙ በሉ በስመ አብ ወወልድ ወመንፈስ ቅዱስ - ስታጠምቋቸውም በስመ አብ ወወልድ ወመንፈስ ቅዱስ በሉ፤ አነ ወአብ አሐዱ ንሕነ - እኔና አብ አንድ ነን፤ ዘርእየ ኪያየ ርእዮ ለአብ - እኔን ያየ አብን አየ ብላ ትናገራለችና።
- ዳዊት ቀዳማዊነቱን ደኃራዊነቱን ሰው መሆኑን ሕማሙን ሞቱን ትንሣኤውን ዕርገቱን ዳግም ምጽአቱን ይናገራል፤ ወንጌልም ይህን ሁሉ ትናገራለችና።
- ዳዊት የነቢያትን የሐዋርያትን የእመቤታችንን የሰማዕታትን የመነኮሳትን የመላእክትን ነገር ይናገራል፤ ወንጌልም ይህን ሁሉ ትናገራለችና።
- ዳዊት አነ አቀብኩ ፍናወ ዕፁባተ - እኔ ጭንቅ መንገዶችን ጠበቅሁ ብሎ አፍቅሮ ጸላዕትን ይናገራል፤ ወንጌልም አፍቅሩ ጸላእተክሙ ወጸልዩ በእንተ እለ ይሰድዱክሙ - ጠላቶቻችሁን ውደዱ ስለሚያሳድዷችሁ ጸልዩ ትላለችና።
- ዳዊት የትሕትናን ነገር አንሰ ዕፄ ወአኮ ሰብእ - እኔ ትል ነኝ ሰው አይደለሁም ብሎ ይናገራል፤ ወንጌልም ተመሐሩ እምኔየ እስመ የዋህ አነ ወትሑት ልብየ - ከእኔ ተማሩ እኔ የዋህ ልቤም ትሑት ነው ትላለችና።
- ዳዊት የምጽዋትን ነገር ዘረወ ወወሀበ ለነዳይ - በተነ ለነዳይ ሰጠ ብሎ ይናገራል፤ ወንጌልም እመሰ ትፈቅድ ፍጹመ ትኩን ሑር ወሢጥ

ኵሎ ዘብከ ወሀብ ለነዳያን - ፍጹም ልትሆን ብትወድ ሂድ ያለህን ሸጥና ለነዳያን ስጥ ትላለችና።

❖ ዳዊት ከክፉ ነገር መጠበቅ እንዲገባ ተገኀሥ እምእኩይ ወግበር ሠናየ - ከክፉ ተጠበቅ በጎውን አድርግ ይላል፤ ወንጌልም ኢትትቃወምዎ ለእኩይ በእኩይ - ክፉውን በክፉ አትቃወሙት ትላለችና ስለዚህ ነው።

ዲያቆን ልብሰ ተክህኖ ለብሶ መስቀል ይዞ መስበኩ ነቢያት ለአዳም የሰጠውን ተስፋ በየጊዜው የመናገራቸው ምሳሌ ነው። ምስባኩን ዲያቆኑ ሁለት ጊዜ ሕዝቡ ሦስት ጊዜ ማለታቸው አምስት ሺህ አምስት መቶ ዘመን ትንቢቱ ሲነገር ለመኖሩ ምሳሌ፤ በስድስተኛው ወንጌል መባሉ በስድተኛው ሺህ ጌታ ሰው ሆኖ ወንጌል የማስተማሩ ምሳሌ ነው። ዲያቆኑ ከአዳም እስከ ዮሐንስ ያሉ ነቢያት ምሳሌ ነው፤ ቄሱ የጌታ ምሳሌ ነው።

ይ.ካ ልዑል እግዚአብሔር ሁላችንንም ይባርከን ያከብረን መንፈሳዊ በረከትን ያሳድርብን ወደ ቤተ ክርስቲያን መግባታችንን በፍርሃት በረዓድ ሆነው ከሚያገለግሉትና በየሰዓቱ ከሚያመሰግኑት ከመላእክት ጋር አንድ ያድርግልን ብሎ አራቱን ማዕዘን ይባርካል፤ ቡራኬው ከቁጥር አይደመርም የማዕዘንና የጸሎተ ዕጣን ቡራኬ ከቁጥር አይገባምና።

ኢያይዞ፡- ሰውን የምትወድ አምላካችን መድኃኒታችን እግዚአብሔር ሆይ ንጹሐን ቅዱሳን ሐዋርያትህን ወደ ዓለም ዳርቻ የሰደድሃቸው አንተ ነህ፤ ወንጌለ መንግሥትህን ያስተምሩ ዘንድ፣ በሕዝቡ ውስጥ ያለውን ደዌውን ሕማሙን ሁሉ ያስወግዱ ዘንድ፣ ከጥንት ጀምሮ በሰው ዘንድ ኅቡዕ የነበረውን ምሥጢረ ሥጋዌን ያስተምሩ ዘንድ የሰደድሃቸው አንተ ነህ።

አሁንም ብርሃንህንና ጽድቅህን ላክልን፤ ዐይነ ልቡናችንን አብራልን፤ የከበረ ወንጌልን ወደን (በጥብዓት) እንድንሰማ አድርገን እንሠራዋለን በማለት ለመስማት አብቃን ልንሰማ ብቻ አይደለም፤ እንደሰማን እንሠራ ዘንድ ነው እንጂ፤ ፍሬ ትሩፋት ፍሬ ክብር ያፈራልን ዘንድ፣ ጥቂት ሰምተን ብዙ እንሠራ ዘንድ፣ ጥቂት ሠርተን ብዙ ክብር እናገኝ ዘንድ፣ የወገኖችህን ኃጢአት ይቅር ትለን ዘንድ፣ መንግሥተ ሰማያትን ለመውረስ የበቃን እንሆን ዘንድ ብሎ ይጸልያል።

ትእዛዝ፡- ወእምዝ ይውግር ዕጣነ - ስለክብረ ወንጌል አንዲቱን ቆቆር ዕጣን ወግሮ መንበሩን አንድ ጊዜ ይዞር የቄሱ ሰባት ዑደት ተፈጸመ። መብራት የያዘ ዲያቆን ከፊት ቀጥሎ ንፍቁ ካህን ወንጌሉን ይዞ ከኋላ ሠራዒው ካህን ሆኖ ዑደት ያደርጋሉ። ንፍቁ ካህን ወንጌል ይዞ ከሠራዒው ካህን ፊት ፊት መሄዱ ዮሐንስ ከጌታችን መንፈቅ ተቀድሞ የማስተማሩ ምሳሌ ነው፤ ቦ ነዋ በግዑ ለእግዚአብሔር ዘየዐትት ኃጢአተ ዓለም የማለቱ ምሳሌ ነው። ሠራዒው ካህን የጌታ፣ ዲያቆኑ የእስጢፋኖስ ምሳሌ ነው። [191]

ያለ ቡራኬ ማዕጠንቱን እየነዛ ሠራዒው ካህን ቡሩክ እግዚአብሔር አብ አኀዜ ኵሉ - ሁሉን የፈጠረ እግዚአብሔር አብ ክቡር ምስጉን ነው ሲል ንፍቁ አእኰትዎ ለአምላክነ አብን አመስግኑ ይላል፤ ሠራዒው ወቡሩክ ወልድ ዋሕድ እግዚእነ ኢየሱስ ክርስቶስ - ተቀዳሚ ተከታይ የሌለው ወልድ ዋሕድ ኢየሱስ ክርስቶስ ክቡር ምስጉን ነው ይላል። ንፍቁ ወልድ ዋሕድ ኢየሱስ ክርስቶስን አመስግኑ ይላል። ሠራዒው ወቡሩክ መንፈስ ቅዱስ ጰራቅሊጦስ - መንጽሒ መጽንዒ መብርሂ ከሣቲ አርኃዊ ናዛዚ የሚሆን መንፈስ ቅዱስ ክቡር ምስጉን ነው ሲል ንፍቁ አእኰትዎ ለመንፈስ ቅዱስ መንፈስ ቅዱስን አመስግኑ ይላል።

ሠራዒው ካህን ከንፍቁ ካህን ወንጌሉን ሲቀበል ዲያቆኑ የሚከተለውን አዋጅ ያውጃል። ይ.ዲ ሃሌ ሉያ ቁሙ ወአጽምዑ ወንጌለ ቅዱስ ዜናሁ ለእግዚእነ ወመድኃኒነ ኢየሱስ ክርስቶስ - ጌታችን መድኃኒታችን ኢየሱስ ክርስቶስ የተናገረውን ዜና ተአምራቱን የሚናገር ቅዱስ ወንጌልን ቁማችሁ ነቅታችሁ ተግታችሁ ስሙ። ድውይ መፈወሱን ሙት ማንሣቱን ለምጽ ማንጻቱን ኅብስት ማበርከቱን ሥጋውን ደሙን መስጠቱን ትናገራለችና ዜና አለ።

ይ.ካ እግዚአብሔር ምስለ ኵልክሙ

ይ.ሕ ምስለ መንፈስከ

ይ.ካ ወንጌል ቅዱስ ዘዜነወ ... ቃለ ወልደ እግዚአብሔር

---

191 በአንዳንድ አጥቢያዎች ሠራዒው ካህን ወደኋላ እየዞረ የሚያጥንበት ሁናቴ ይታያል ከዚህ ይልቅ ዑደቱን ፈጽሞ ከመንበሩ ፊት በንዝኀት ሥርዐቱን መፈጸሙ የተሻለ ይሆናል፤ በመጽሐፉም ያለው ይህ ስለሆነ።

ወንጌል ማለት የምሥራች ማለት ነው። ዲያብሎስ ድል እንደተነሣ ሞተ ሥጋ ሞተ ነፍስ እንደጠፋ ወልደ አብ ወልደ ማርያም በመስቀል እንደነገሠ አዳም ከሲኦል ወደገነት እንደተመለሰ ትናገራለችና። የትምህርተ ኅቡዓት ትርጓሜ መቅድምም "ጌታችን በሕይወተ ሥጋ ሳለ ያስተማረው ወንጌል፣ ሞቶ ተነሥቶ ያስተማረው ኪዳን ይባላል" በማለት ወንጌል ማለት ስብከት ብሥራት ማለት መሆኑን ያትታል።

በማቴዎስ በማርቆስ በሉቃስ ዘዜነወ ይላል ያደረገውን ተአምራት ያስተማረውን ትምህርት ጽፈዋልና፤ በዮሐንስ ዘሰበከ ይላል አካል ከህልውና ተገልጦለት ንጽሐ ሥጋ ንጽሐ ነፍስ ንጽሐ ልቡና ተሰጥቶት ቀዳሚሁ ቃል ብሎ ጽፏልና።

ይ.ሕ ስብሐት ለከ ክርስቶስ እግዚእየ ወአምላኪየ ኵሎ ጊዜ - ጌታዬ አምላኬ ሆይ ሁልጊዜ ለአንተ ምስጋና ይገባል። ይህንን የምስክርነት ቃል በዜማ ስንጮኸውና በንባብ ስናነበው ሐዋርያው ቅዱስ ቶማስን መስለንና አህለን ሊሆን ይገባል፤ ከሌሎቹ ሐዋርያት በተለየ መንገድና ጥሪ ተጠርቶ "ጣትህን አምጣና እጆቼን እይ እጅህንም አምጣና በጎኔ አግባው" የተባለበትን ምሥጢር ስናስተውል አለማመንና ጥርጥር ከእኛ እንዲወገዱ ይረዳናልና። ዮሐ ፳፥፳፫፤ ሆሴዕ ፪፥፳፫፤

ሥርዐተ ቅዳሴን በማስተዋል እየተከታተለ ያለ ሰው በየስሙ እየተጠራ ጣትህን፣ እጅህን፣ ሙሉ አካልህን፣ ልብህን ወደዚህ አምጣ፤ እይ፤ ንካ፣ ዳስ እየተባለ በታላቅ ክብር እየተጠራና እየተጋበዘ ነው፤ ይህንን ግብዣና ጥሪ አቃሎ በአካልም ሆነ በመንፈስ ከቤተ መቅደስ ውጭ መመልከትና መሄድ ይህንን የከበረ መለኮታዊ ጥሪ ያለመስማት ችግር ውስጥ መውደቃችንን የሚያሳይ ስለሚሆን የቆምንበትን ሥፍራ ማስተዋል ያስፈልጋል።

በሌላ በኩል የጌታችን የመድኃኒታችን የኢየሱስ ክርስቶስን ስም ባለን አገልግሎት ሁሉ የማንጠራና በቅዱሳኑ ስም የሱን ስም የሸፈንን መስሏቸው የማይገባ ድካም ለሚደክሙ ሰዎች ይህንንና እንዲህ የመሰለውን የምስክርነት ቃል ተርድቶ ማስረዳት "ወደሞት የሚነዱትን መታደግ፣ በመጥባሕተ ኑፋቄ የሚታረዱትን ማዳን" ነው። ምሳ ፳፬፥፲፩፤

አረጋዊ መንፈሳዊ ይህንን ምሥጢር በምስጋናና በአንክሮ ሲገልጠው እጅጉን ያስደምማል "ለከ ስብሐት ኦ እግዚእየ ወአምላከ ሕይወትየ ዘረሰይከኒ ማኅደረ ለኵሉ ፍጥረት ወኵሎሙ አንጋድ ብየ ያዐርጉ ስብሐተ - ለፍጥረት ሁሉ ማደሪያ ያደረግኸኝ የሕይወቴ ፈጣሪ አቤቱ ጌታዬ ለአንተ ምስጋና ይገባል እንግዶች ሁሉ በእኔ ምስጋና ያቀርባሉ" አረጋዊ መንፈሳዊ መልእክት ፵፫ ገጽ ፫፻፺፯፤

ብየ ሲል ምንም እንኳ ምሥጢረ ቃሉ ፈጽሞ የረቀቀና በፍጡራን ቅጥነተ ሕሊና የሚመረመርና የሚደረስበት ባይሆንም ጌታችን በማኅፀነ ማርያም ሳለ ቅዱሳን መላእክት ማኅፀኗን ዓለም አድርገው ሲያመሰግኑ የመላእክትን ምስጋና ትሰማ ነበርና ያንን ምሥጢር ለመግለጥ ነው፤ በሌላ በኩል በአንድ ኃጥእ በንስሐ መመለስ በሰማይ ታላቅ ደስታ ስለሆነና የመላእክት ደስታ ደግሞ የሚገለጠው በምስጋና ስለሆነ በንስሐ ሕይወቱን አድሶ መንፈሱን ቀድሶ ሰውነቱን አበርትቶ ልቡናውን አንጽቶ ከምሥጢረ ቊርባን በሚሳተፍ ጊዜ መንበረ ሥጋሁ ወደሙ ሆኗልና በመንበሩ ዙሪያ ያሉ መላእክት ሁሉ በምስጋና ይተጋሉ። አያይዞ "ብፁዕ ውእቱ ዘይጸውር ውስተ ልቡ አንክሮተከ እስመ ይሬእየከ ዘልፈ በውሳጤ ልቡ - አንክሮን በልቡ የያዘ ብፁዕ ነው በልቡ አድረህ ዘወትረህ ያይሃልና" ብሎ ቃለ ብፅዕናን ይናገራል። ነቢየ እግዚአብሔር ዳዊት "ቅዱስ ጽርሕከ ወመንክር በጽድቅ - ቤተ መቅደስህ ቅዱስ ነው በእውነትም ድንቅ ነው" ብሎ የዘመረው ቃለ ዝማሬ በምሥጢር ሲተረጐም ኅብስቱ ተለውጦ ሥጋ መለኮት ወይኑ ተለውጦ ደመ መለኮት ይሆንበታልና መንክር አለው ተብሎ ተመሥጥሯል።

ይ.ሕ ተፈሥሑ በእግዚአብሔር ዘረድአነ ወየብቡ ለአምላከ ያዕቆብ ንሥኡ መዝሙረ ወሀቡ ከበሮ መዝሙር ሐዋዝ ዘምስለ መሰንቆ

- በረዳን በእግዚአብሔር ደስ ይበለን የያዕቆብን አምላክ አመስግኑ መዝሙርን ያዙ ከበሮን ስጡ መዝሙር ከበገና ጋር የተስማማ ነው።

አንድም በመከራችን ጊዜ በረዳን በእግዚአብሔር አምናችሁ የእግዚአብሔርን ስም ጠርታችሁ ደስ ይበላችሁ ለያዕቆብ ፈጣሪ እልል እያላችሁ ምስጋና አቅርቡ በገናውን ደርድሩ ከበሮውን ለሌላ ስጡ [192]

---

[192] በገናና ከበሮ ለአንድ ሰው በአንድ ጊዜ አይመችምና።

አንድም በገናውን ደርድሩ ከበሮውን ለአዋቂ ስጡ [193] በገና ከመሰንቆ ጋር ያማረ የተወደደ የተስማማ ነው። አንድም በመከራ ነፍሳችን ጊዜ በረዳን በእግዚአብሔር አምናችሁ ስሙን ጠርታችሁ ደስ ይበላችሁ በይባቤ መላእክት በቅዳሴ መላእክት ዐረገ እያላችሁ ዘምሩ ሃይማኖትን ተማሩ (ወሀቡ ከበሮ) ተምራችሁ ላልተማረ አስተምሩ፤ [194] ምግባር ከሃይማኖት ጋር የተስማማ ነው።

<u>በጾም ህየንተ ተፈሥሑ፡-</u> ግእዝ በብዛት የሚቀደሰው በጾም ነውና በጾም አለ። ግእዝ፣ ዕዝልና ዓራራይ በየዜማቸው ጣዕምና ወዝ የሚለዩ ቢሆንም እዚህ ላይ ግን መለያው ዜማ ሳይሆን ምሥጢር ነው። ወበነቢያት ናዘዝከነ" የሚለው ግእዙን የሚያሳይ ሲሆን "መዝሙር ሐዋዝ ዘምስለ መሰንቆ" የሚለው ዕዝሉን ያሳያል። [195]

በወንጌል መራሕከነ ወበነቢያት ናዘዝከነ ዘለሊከ አቅረብከነ ስብሐት ለከ

---

193 ሠልሰሽ ምችው እንዲል ትግሬ፤ አጫብር በሚባለው የዜማ ሥርዓት ውስጥም እንዲሁ የከበሮ አመታት ቁጥር አለ።

194 ብዙዎቹ የቤተ ክርስቲያን ሊቃውንት አንዱን ሙያ ከቀሰሙ በኋላ ያንን ለሌላው እያስተማሩ እነሱ ደግሞ ሌላ ይማራሉ፤ ለምሳሌ የኔታ በትረ ማርያም ገብረ መድኅን ዘደብረ ሊባኖስ አቋቋም እያስተማሩ ዝማሬ ወመዋሥዕት ይማሩ ነበር፤ አቋቋም እያስተማሩ ከአቋቋም ደቀመዝሙራቸው ከየኔታ ይኄይስ ትርጓሜ ይማሩ ነበር።

195 ከግእዝ ወደ ዕዝል የሚደረገውን ሽግግር መምህር በሙሉ እንዲህ ገልጠዉታል። "በዕዝል ወቅት ከወንጌል ፍጻሜ ላይ ጀምሮ የዕዝል ዜማ ማስገባት የተለመደ ሆኖ ቆይቷል ይህ አባባል ከልምድ እንጂ ከእውቀትና ከሙሉ ግንዛቤ የመጣ አይመስልም፤ ምክንያቱም ፩ኛ የወንጌል ዘርፎች ማለት ምልጣኖች ማለት ነው። በዚህ ሂደት ሲታይ አንድ ምልጣን መመልጠን የሚገባው እንደ እናቱ እንጂ ያለ እናቱ ዜማ መመልጠን አይችልም። ማለትም እናቱ ዕዝል ከሆነ በዕዝል፣ ዓራራይ ከሆነ በዓራራይ ማለት ነው። ወንጌል ላይ የሚታየው ግን እንደዚህ ሳይሆን በዓራራይ ዜማ የሚባለው የወንጌል ምልጣን ዕዝል ሲሆን ነው። ፪ኛ በዲያቆኑ ትእዛዝ ተንሥኡ ተብሎ የተጀመረው ንዑሰ ክርስቲያኑን ያቀፈው ሥርዐተ ቅዳሴ ንዑሰ ክርስቲያኑን ለማሰናበት አሁንም በዲያቆኑ ትእዛዝ ፃዑ ንዑሰ ክርስቲያን ተብሎ ይደመደማል። ስለዚህ ይህም ትእዛዝ የታችኛው ክፍል መደምደሚያ በመሆኑ ሊባል የሚገባው በታችኛው ዜማ ማለትም በዓራራይ ዜማ ነበር" ሥርዐተ ቤተ ክርስቲያን ገጽ 61 እና 62፤

- በወንጌል መራኸን በነቢያት አጽናናኸን ወዳንተ ያቀረብኸን አንተ ነህ ምስጋና ይገባሃል። [196] ዘለሊከ አቅረብከነ አለ ቀድሞ በባዕድ ሊቀ ካህናት በበግ መሥዋዕት ነበር ዛሬ ግን በእሱ ሊቀ ካህናትነት በሱ ሥጋ በሱ ደም ነውና። “አኮ በመልአክ ወአኮ በተንባል አላ ለሊሁ ይመጽእ ወያድኅነነ - በመልአክ አይደለም በአማላጅም አይደለም ራሱ መጥቶ ያድነናንል እንጂ” እንዲል ኢሳ ፷፫፥፱፤

ይ.ካ *ነዋ ወንጌለ መንግሥት*

- ጌትነቱን የምትናገር አንድም በጌትነቱ የተሠራች አንድም መንግሥተ ሰማያትን የምትሰብክ ወንጌል ወደ መንግሥተ ሰማያት የምታገባ ወንጌል ይህች ናት ብሎ ለንፍቁ ካህን ይሰጠዋል።

ይ.ካ *ንፍቅ መንግሥቶ ወጽድቆ ዘአወፈየኒ አወፈይኩከ*

---

[196] የሚነጻጸሩት ኦሪትና ነቢያት ናቸው በወንጌል መራኸን ሲል በኦሪት መራኸን ማለቱ ነው፤ ኦሪት የወንጌል ምሳሌ ስለሆነች፤ “ኦሪትሰ ቅድስት ይእቲ ወትእዛዝኒ ጽድቅ ውእቱ - ኦሪት ቅድስት ናት ትእዛዟም ጽድቅ ነው” ይላታልና ሮሜ ፯፥፲፪፤ በተያያዘ ምሥጢር ይኸው ብፁዕ ሐዋርያ እንዲህ ይላል “ወዘእንበለ ይብጻሕ አሚን ዐቀበተነ ኦሪት ወመርሐተነ ውስተ አሚን ዘይመጽእ ኦሪት መርሐ ኮነተነ ለኀበ ክርስቶስ ከመ ንጽደቅ በአሚን ቦቱ - እምነት ሳይመጣ ኦሪት ጠበቀችን ወደሚመጣውም እምነት መራችን ኦሪት በእርሱ አምነን እንጸድቅ ዘንድ ወደክርስቶስ መሪ ሆነችን” ገላ ፫፥፳፫፤ እዚህ ላይ ልብ ይሏል በግእዙ “አሚን” በአማርኛው “እምነት” ተብሎ የተገለጠው ሕገ ወንጌልና የሕገ ወንጌል ባለቤት የሆነው ጌታችን መድኃኒታችን ኢየሱስ ክርስቶስ ነው። አሁን አሁን ሃይማኖትና እምነት እንደሚለያዩ ሲነገር እየሰማን ነው፤ ኦርቶዶክሳዊነትን ለመንቀፍ ይህን ቋንቋ መጠቀም የነቃፊዎች ድርሻ ሆኖ በየዋህነት ያሉትን ለማደናገር ቃላቱን ማዘበራረቅ ግን ተገቢ አይሆንም፤ ለምሳሌ “ዘየአምን በወልድ ቦ ሕይወት ዘለዓለም - በወልድ የሚያምን የዘለዓለም ሕይወት አለው” የሚለውን ንባበ ወንጌል ግሱን ለብቻ ብናየው “ዘየአምን” ብሎ ነው የሚጀምረው፤ ይህ ደግሞ ቀዳማይ ግሱ “አምነ” የሚለው ነው፤ የዚህ ዐቢይ አንቀጸ ግስ ንኡስ አንቀጽ ደግሞ “አሚን” የሚለው ነው፤ ብፁዕ ሐዋርያ ቅዱስ ጳውሎስ ይህኑ ንባበ ወንጌል በሌላ አገላለጥ እንዲህ ይገልጠዋል፤ “ሃይማኖትሰ ጥይቅት ይእቲ ለዘይሴፈዋ ሀለዉ እለ ተአመኑ ንዋየ ዘኢያስተርኢ ዘበእንቲአሁ ሰማዕተ ኮኑ ሊቃውንት በሃይማኖት ነአምር ከመ ተፈጥረ ዓለም በቃለ እግዚአብሔር ወአስተርአየ ዘኢያስተርኢ - ሃይማኖት ተስፋ ለሚያደርጋት የተረዳች ናት የማይታየውን ገንዘብ ተስፋ አድርገው የታመኑ ነበሩ ስለእሱም ሊቃውንት በሃይማኖት ምስክር ሆኑ” ዕብ ፲፩፥፬፤ አያይዞ በተአምኖ ኀየሰ መሥዋዕተ አቤል እምዘቃየል - የአቤል መሥዋዕት ከቃየል በመታመን ተሻለ” በማለት የግሱን ተወራራሽነት ይገልጣል።

- ጌትነቱን ቸርነቱን የምትናገር ቂሱ የሰጠኝን ወንጌል ሰጠሁህ ብሎ ለዲያቆኑ ይሰጠዋል። "አስቀድማችሁ መንግሥቱንና ጽድቁን ሹ" ትላለችና። ማቴ ፮፥፴፫፤ ንፍቁ መቀበሉ ከጌታችን ቀጥሎ ጴጥሮስ ወንጌል ለማስተማሩ ምሳሌ ነው። ይህም በይበልጥ በበዓለ ጰራቅሊጦስ የሆነውን የሚያስረዳ ነው፤ ግብ ፪፥፲፬፤ ለዲያቆኑ መስጠቱ ዲያቆኑ የእስጢፋኖስ ምሳሌ ነው፤ ከጌታችን ቀጥሎ ከሐዋርያት አስቀድሞ ክርስቶስን በአብ ዕሪና አየሁት ብሎ ወንጌልን በመከራ ውስጥ ሆኖ የሰበከ እስጢፋኖስ ነውና። ግብ ፯፥፶፮፤

ይ.ዲ ነሥሑ (ወእመኑ) እስመ ቀርበት መንግሥተ ሰማያት

- ወንጌል የምትነገርበት ጊዜ ቀርቧልና ነቅታችሁ ተግታችሁ ስሙ አንድም ልጅነት የምትሰጥበት ጊዜ ቀርቧልና አንድም መንግሥተ ሰማያት የምትሰጥበት ጊዜ ቀርቧልና ንስሐ ግቡ መንግሥተ ሰማያት በልጅነት ልጅነት በሃይማኖት ሃይማኖት በጥምቀት ይሰጣልና። ካህኑ ፊቱን ወደ ምሥራቅ መልሶ ያነባል። አራት ማዕዘን ደረሰ ማለት ይህ ነው። ጳውሎስ በምዕራብ ሐዋርያ በሰሜን ግብረ ሐዋርያት በደቡብ ወንጌል በምሥራቅ። እነዚህ መጻሕፍት የአራቱ አፍላጋት ምሳሌ ናቸው። ከአንድ ዕፀ ሕይወት ሥር መንጭተው ዓለምን አጠጥተው አዝርዕትን አትክልትን ከይብሰት ወደልምላሜ ከልምላሜ ወደጽጌ ከጽጌ ወደፍሬ ያደርሳሉ። እነዚህም መጻሕፍት ሰውን ከይብሰተ ኃጢአት ወደልምላሜ ንስሐ ከልምላሜ ንስሐ ወደጽጌ ትሩፋት ከጽጌ ትሩፋት ወደፍሬ ክብር ያደርሳሉና።

ይ.ካ አውሎጊዮስ ኪርዮስ[197] ባርክ እግዚኦ ነገረ ዘእምወንጌል እገሌ ረድኡ ወሐዋርያሁ ለእግዚእነ ኢየሱስ ክርስቶስ ወልደ እግዚአብሔር ሕያው ሎቱ ስብሐት ወትረ እስከ ለዓለም

---

197 አውሎግዮስ ማለት ባርክ፣ ቡሩክ፣ ክቡር ማለት ነው፤ ኪርዮስ ማለት እግዚአ ማለት ነው። ከወደኋላም "አውሎግዮስ ጌርዮስ አግዮስ ማንጦን ታንዋማንጦን አላቲኖን" የሚሉ ቃላትን ማየታችን ይታወሳል። ገጽ ፺፮

- ከዘለዓለም እስከ ዘለዓለም ክብር ምስጋና የሚገባህ የሕያው እግዚአብሔር አብ የባሕርይ ልጁ ኢየሱስ ክርስቶስ ሆይ ሐዋርያህና ደቀመዝሙርህ ከሚሆን ከእገሌ ወንጌል ወጥቶ የሚነበበውን ቃል ለመስማት የበቃን አድርገን የሰማነውንም ምሥጢሩን ግለጥልን። ለመጸለይ ጸሎት ያስፈልጋል የሚባለው እንዲህ ካለው ቃል የተነሣ ነው፤ ብዙ አበው ለቅዳሴ መጥተው ቃለ ወንጌሉ ሲነበብ ሰምተው መንነው ሄደዋልና፤

ወንጌሉን አንብቦ ሲጨርስ፡-

<u>በማቴዎስ</u>፡- ሰማይ ወምድር የኀልፍ ወቃልየሰ ኢየኀልፍ ይቤ እግዚእ ለአርዳኢሁ

- ሰማይና ምድር ያልፋል ቃሌ ግን አያልፍም አለ ጌታ ለደቀመዛሙርቱ። ማቴ ፳፬፥፴፫፤ አንድም የኔን ቃል ያልያዘ/ያልጠበቀ ያልፋል ማለት በነፍሱ ይሞታል ወደ እቶነ እሳት ይጣላል፤ የኔን ቃል የያዘ/የጠበቀ ግን አያልፍም ማለት በመንግሥተ ሰማያት በሕይወት ይኖራል፤ "የሚያምንብኝ ቢሞትም ሕያው ነው" እንዲል ዮሐ ፲፭፥፳፫፤ አንድም እኔ እለፍ ያልሁት ያልፋል፤ ይህም ሰማይና ምድር በውስጡ ያለው ሁሉ ነው፤ እኔ እለፍ ያላልሁት አያልፍም፤ እነዚህም ሰውና መላእክት ናቸው፤ የሰው ልጅ በትንሣኤ እንደ እግዚአብሔር መላእክት ሆኖ ለዘለዓለም ይኖራልና ማቴ ፳፪፥፴፤

ይ.ሕ ነአምን አበ ዘበአማን ወነአምን ወልደ ዘበአማን ወነአምን መንፈሰ ቅዱሰ ዘበአማን ህልወ ሥላሴሆሙ ነአምን

- አብን በእውነት ወላዲ አሥራፂ ብለን እናምናለን ወልድንም በእውነት ተወላዲ ብለን እናምናለን መንፈስ ቅዱስንም በእውነት ሠራፂ ብለን እናምናለን የማይለወጥ ሦስትነታቸውን እናምናለን ይህም አንድነት ያለው ሦስትነታቸውን ሦስትነት ያለው አንድነታቸውን እናምናለን ማለት ነው።

<u>በማርቆስ</u>፡- ዘቦ ዕዝን ሰሚዐ ለይስማዕ - ዕዝነ ልቡና ያለው ያስተውል ማር ፬፥፳፫፤

ይ.ሕ እሉ ኪሩቤል ወሱራፌል ያዓርጉ ሎቱ ስብሐተ እንዘ ይብሉ ቅዱስ ቅዱስ ቅዱስ አንተ እግዚአብሔር አብ ወወልድ ወመንፈስ ቅዱስ

- እሊህ ኪሩቤልና ሱራፌል ምስጋናን ያቀርቡለታል፤ አብ ወልድ መንፈስ ቅዱስ ቅዱስ ቅዱስ ቅዱስ ቅዱስ አንተ እግዚአብሔር ነህ እያሉ። ሥጋ ወደሙ ከሚፈተትበት ስሙ ከሚጠራበት ወንጌሉ ከሚሰበክበት መላእክት አይለዩም በመዓልት ስድስት መቶ በሌሊት ስድስት መቶ መላእክት ይጠብቋታል በቅዳሴ ጊዜ እንደሻሽ ይነጠፋሉ እንደግንድ ይረበረባሉ እንደቅጠል ይረግፋሉና። አብ ወልድ መንፈስ ቅዱስ ብሎ ሦስትነትን አንተ ብሎ አንድነትን ተናገረ።

<u>በሉቃስ</u>፡- ይቀልል ኀልፈተ ሰማይ ወምድር እምትደቅ አሐቲ ቃል እምኦሪት ወእምነቢያት

- ከኦሪትና ከነቢያት አንዲት ቃል ከምትወድቅ የሰማይና የምድር ማለፍ ይቀላል ማለትም ኦሪት ነቢያት ካዘዙት ከተናገሩት አንዲቱ ከምትወድቅ ሰማይ ምድር ቢያልፍ ይቀላል ማለት ነው ሰማይ ምድር ጥንቱንም የተፈጠሩ ለኅልፈት ነው፤ ሕጉ ግን አያልፍምና ሉቃ ፲፮፥፲፯፤

ይ.ሕ መኑ ይመስለከ እምነ አማልክት እግዚኦ አንተ ውእቱ ዘትገብር መንክረ አርአይኮሙ ለሕዝብከ ኃይለከ ወአድኅንኮሙ ለሕዝብከ በመዝራዕትከ ሖርከ ውስተ ሲኦል ወአዕረገ ፄዋ እምህየ ወጸጎከነ ምዕረ ዳግመ ግዕዛነ እስመ መጻእከ ወአድኅንከነ በእንተ ዝንቱ ንሴብሖከ ወንጸርሕ ኀቤከ እንዘ ንብል ቡሩክ አንተ እግዚኦ ኢየሱስ ክርስቶስ እስመ መጻእከ ወአድኅንከነ

- አቤቱ ከአማልክት ወገን የሚመስልህ ማነው? ተአምራትን የምታደርግ አንተ ነህ ለወገኖችህ ኃይልህን አሳየሃቸው ወገኖችህንም በክንድህ አዳንሃቸው ወደሲኦል ሄደህ ከዚያ ምርኮን አወጣህ ዳግመኛ አንድ ጊዜ ነጻነትን ሰጠኸን መጥተህ አድነኸናልና ስለዚህ እናመሰግንሃለን አቤቱ ኢየሱስ ክርስቶስ ሆይ ቡሩክ ነህ እያልን እንጮኻለን መጥተህ አድነኸናልና።

አማልክት ከተባሉት በአማልክት ከተመሰሉት በመፍጠር በማሳለፍ አንተን የሚመስል ማነው? "ከአማልክት ልጆች እግዚአብሔርን ማን ይመስለዋል" እንዲል መዝ ፹፰፥፮፤ ልዑለ ቃል ኢሳይያስም "አነ ቀዳማዊ ወአነ ደኃራዊ አልቦ ባዕድ አምላክ ዘእንበሌየ ማኅየዊ ወመኑ መድኅን ዘከማየ ይቁም ወይጸውእ ወይንግር ወያስተዳሉ ሊተ ዘእምአመ ፈጠርክዎ ለሰብእ ለዓለም ወይንግሩክሙ ዘይመጽእ ዘእንበለ ይብጻሕ - ቅድመ ዓለም የነበርሁ ዓለምን አሳልፌ የምኖር እኔ ነኝ ከእኔ በቀር የሚያድን ሌላ አምላክ የለም እንደኔ ያለ መድኅን ማነው? አለ እንደሆን ይቁም አምላክነቱን ይናገር ሰውን ከፈጠርሁ ጀምሮ ለዘለዓለም የሚሆነውን አከናውኖ ይናገር የሚመጣውን ሳይሆን አስቀድመው ይንገሯችሁ" ይላል ኢሳ ፵፬፥፮፤

ተአምራትን የምታደርግ አንተ ነህ ሲል፦ አንደኛ ሁልጊዜ የሚደረገውን ተአምር ይለዋል። ሁለተኛ የሥጋ ወደሙን መለወጥ ተአምር ይለዋል፤ ሲለወጥ አይታይምና።

<u>በዮሐንስ</u>፦ ዘየአምን በወልድ ቦ ሕይወት ዘለዓለም - በወልድ ያመነ ለዘለዓለም ሕያው ሆኖ ይኖራል ዮሐ ፫፥፴፮፤

ይ.ሕ ቀዳሚሁ ቃል ውእቱ ቃል ቃለ እግዚአብሔር ውእቱ ቃል ሥጋ ኮነ ወኀደረ ላዕሌነ ወርኢነ ስብሐቲሁ ከመ ስብሐተ አሐዱ ዋሕድ ለአቡሁ ቃለ አብ ሕያው ወቃል ማሕየዊ ቃለ እግዚአብሔር ተንሥአ ወሥጋሁኒ ኢማሰነ

- ቃል በቅድምና ነበረ ይህ ቃል የእግዚአብሔር ቃል ነው ያ ቃል ሥጋ ሆነ በእኛም አደረ ለአባቱ እንደ አንድ ልጅ የሚሆን ክብሩን አየን የሕያው የአብ ቃል ነው ቃልም ማሕየዊ ነው የእግዚአብሔር ቃል ተነሣ ሥጋውም አልጠፋም ይህም ማለት የአብ ቃል ሕያው ነው የሚያድን ቃል ነው ሕያው የሆነ የእግዚአብሔር ቃል ከሙታን ተለይቶ ተነሣ ሥጋውንም ሙስና መቃብር አላገኘውም ማለት ነው።

ትርጓሜ ወንጌል እንደሚያስረዳን ወንጌላዊው ቀዳሚሁ ቃል ሲል ሦስት መሠረታዊ ሐሳቦችን ለማንሣትና ለማስረዳት ነው፤ ይኸውም ህልውናቸውን ለመንገር፤ ቅድምናቸውን ለማመሥጠርና በወልድ ቃልነት ፍጥረት ተፈጠረ ለማለት ነው። ጌታ ወንጌላውያንን ሲያጽፍ በመዋቅር ጀምረው በመሠረት እንዲጨርሱ አድርጓቸዋል፤ ቤት ከመዋቅሩ እስከ መሠረቱ ከመሠረቱ እስከ መዋቅሩ የተያያዘ ነው እንጂ የተለያየ አይደለም። ተጠመቀ ለማለት ተወለደ ማለት ጥንቱ ነው ተወለደ ለማለት ተፀነሰ፤ ተፀነሰ ለማለት በቅድምና ነበረ ማለት ጥንቱ ነው። ለዚህ ነው ያ ቃል በቅድምና የነበረ ነው ያለው።

ህልውናቸውን ለመንገር ማለትም እንደሚከተለው በምሳሌ ይገለጣል፤ ከልብ ከእስትንፋስ ተለይቶ የሚገኝ ቃል የለም፤ ልብ ቃል እስትንፋስ አይለያዩም፤ ስለዚህ ወልድ በአብ በመንፈስ ቅዱስ ህልው ነው ማለት ነው። ቅድምናቸውን ለመንገር ማለትም በምሳሌ ሲገለጥ እንደሚከተለው ነው፤ ልብ እስትንፋስ ቀድመዉት ወደኋላ የሚገኝ ቃል የለም፤ የልብ የቃል የእስትንፋስ መገኘት አንድ ጊዜ ነው፤ ይህም ማለት ሥላሴ የተገኙበት ዘመን ይታወቃል ወይም መገኛ አለው ማለት አይደለም፤ ከእኛ አንጻር ነገሮችን ስናስረዳ ልብ ቃል እስትንፋስ አንድ ጊዜ የሚገኙ መሆናቸውን ለማስረዳት እንጂ። ስለዚህ ወልድ እንደ አብ እንደ መንፈስ ቅዱስ ቀዳማዊ ነው።

ፈጠረበት የሚለው ብሂል የአርዮስን ሐሳብ የሚደግፍና የሚከተል አይደለም፤ አብኒ ፈጠረ በቃሉ - አብ በቃሉ ፈጠረ ቢልም መጽሐፍ ፈጠረበት ሲል በቃልነቱ መናገሩን ለመግለጥ ነው፤ ለምሳሌ "ብርሃን ይሁን አለ ብርሃን ሆነ" ሲል በአብ ልብነት የታሰበው በድምፅ የተሰማው በወልድ ቃልነት ነው ለማለት ነው። ቃል ከልብ ተገኝቶ በልብ ህልው ሆኖ ይኖራል ልገለጥ ባለ ጊዜ በአንደበት ይገለጣል ወልድም በአብ ህልው ሆኖ ሲኖር ልገለጥ ባለ ጊዜ በሥጋ ማርያም ተገልጧልና። ለቃል አርምሞ ጽርዓት የለውም በልቡና ሲወጣ ሲወርድ ይኖራል። ጸሐፊ ቀለም በጥብጦ ብዕር ቀርጦ ብራና ዳምጦ በጻፈ ጊዜ ረቂቁ ቃል ከልቡና ሳይለይ በቀለም ገዝፎ ይታያል አካላዊ ቃልም ከአብ ከመንፈስ ቅዱስ አንድነት ሳይለይ በሥጋ ገዝፎ ታይቷልና።

በሌላ ምሳሌ ለማስረዳት ከምናየው አንድ እንጥቀስ፤ ዛፍ ከሥሩ ሳይነቀል ጫፉ መሬት ነክቶ ይመለሳል፤ በዚህ ጊዜ ከዛፉ የሚቀነስም ሆነ በዛፉ ላይ የሚጨመር ምንም የለም። ምሥጢራትን በተመለከተ ልዩ ጥንቃቄ ማድረግ እንዲገባን ቅዱስ ባስልዮስ ሲመክር እንዲህ አለ፤ "ቃልሂ ኢይክል ይክሥት ዘኢክህለ ነጽሮቶ ሕሊና - ሕሊና መርምሮ ሊያውቀው የማይችለውን ቃል ሊናገረው አይችልም" በማለት፤ ሃይ አበው ፴፫፥፫፤ ነገረ ሃይማኖትን ነገረ ምሥጢራትን መርምሬ እደርስበታለሁ ብሎ ማሰብ ድፍረትም ኃጢአትም ነው፤ አእምሯችን ደካማ ነውና፤ ሕፃንን እንደተወለደ እግር ስላለህ ሩጥ ብንለው ስንኳን ሊሮጥ ምን እንዳልነውም አይረዳንም፤ ከሕፃኑ አቅምና እውቀት የእኛ አቅምና እውቀት የሚበልጥ መሆኑን ለማወቅ ማስረጃ የሚሆኑ መጻሕፍትን ማገላበጥ አይጠበቅብንም። ስፍሐ ሰማይን ዕመቀ ቀላይን ከዚህ እስከዚህ ብሎ ለክቶ መንገር የሚቻለው ማነው?

ለዚህ ነው አባ ሕርያቆስ በቅዳሴው "ይስዕን ወይገብእ ኀበ ዘትካት ህላዌሁ - ይደክማል ወደቀደመ አኗኗሩ ይመለሳል" በማለት የእውቀቱን ውሱንነት የገለጠው፤ መተርጒማንም ወደቀደመ ድንቁርናው ይመለሳል ብለው ተርጒመዉታል፤ ስንፈጠር ወይም ስንወለድ የምናውቀው ምንም አልነበረንምና።

ወንጌል ከተነበበ በኋላ ትምህርት ትምህርተ ወንጌል ይሰጣል?

ወሶበ ፈጸሙ አንብቦተ ወንጌል ለእመ ሀሎ ኤጲስ ቆጶስ የአኀዝ በእዴሁ ወንጌለ ወይንግሮሙ ለሕዝብ ትርጓሜሁ በምዕራፋቲሁ ወለእመ ኢሀሎ ኤጲስ ቆጶስ ይግበር ዘንተ ቀሲስ ዘየአምር ተርጕሞቶ - ወንጌል አንብበው ከፈጸሙ በኋላ ኤጲስ ቆጶሱ ቢኖር ወንጌሉን ከፍቶ ኃይለ ቃሉን ለይቶ ምሥጢሩን አካቶ በየምዕራፉ የተነበበውን ለሕዝቡ ተርጕሞ ይንገራቸው። ኤጲስ ቆጶሱ ባይኖር ትርጓሜውን የሚያውቅ ካህን ተርጕሞ ይንገራቸው ተብሎ በፍትሕ መንፈሳው በአንቀጸ ቅዳሴ ታዟል። ስለሆነም የተነበበውን ተርጕሞ አብራርቶ አመሥጥሮ ማስተማር ይገባል ማለት ነው። የፍትሐ ነገሥት መተርጕማንም "በሀገራችን ግን የተጣላችሁ ሳትታረቁ የሰው ገንዘብ የወሰዳችሁ ሳትመልሱ ሥጋ ወደሙን ብትቀበሉ ሥጋው እሳት ሆኖ ይፈጃችኋል ደሙ ባሕር ሆኖ ያሰጥማችኋል ብሎ ይነግራቸዋል" ብለው ዘኮነ ንጹሐ ላይ ከሚታወጀው አዋጅ ጋር የተያያዘ መልእክተ ትርጓሜ አስተላልፈዋል።

ምዕራፍ ፲ወ፩

ንፍቁ ካህን በለ-ኖሳስ የሚደግመው ርኁቀ መዓት በማለት የሚጀምረው ጸሎት በእንተ ቅድሳትን የመሰለ አካሄድ አለው፤ ተራው ወንጌል ከተነበበ በኋላ ነው፤ ተራ ገብቶ እንዳያነበው ጊዜ ይሄዳል፤ ድምፁን አሰምቶ እንዳያነበው ወንጌሉን የሚሰሙት ይታወካሉ ስለዚህም በለ-ኖሳስ እንዲደግመው ሥርዐት ተሠራ።

መዐትህ የራቀ ምሕረትህ የቀረበ አንድም መዐትህ ያነሰ ምሕረትህ የበዛ እውነተኛ የባሕርይ አምላክ [198] ዘወትር የምንለምነውን የምንጸልየውን ልመናችንን ጸሎታችንን ተቀበልልን በድለን ስንመለስ መመለሳችንን ተዋርደን ንስሐ ስንገባ መዋረዳችንን ልዕልት በምትሆን በቤተ መቅደስ ክቡር በሚሆን በታቦቱ ፊት ያቀረብነውን ምስጋናችንን አገልግሎታችንን ተቀበልልን፤ ነውር ነቀፋ የሌለበት አድርገን ያቀረብነውን ነውር ነቀፋ የሌለበት አድርገህ ተቀበልልን፤ ክቡር የሆነ የወንጌልህን ቃል ለመስማት ትእዛዝህን ለመጠበቅ ዘጠኙ ቃላትን ኢታምልክን አንድ አድርጎ ለመጠበቅ አብቃን፤ በረከተ ሥጋ በረከተ ነፍስን ሰጥተህ አክብረን የክብር ፍሬ እናበዛ ዘንድ የትሩፋት ፍሬ እናፈራ ዘንድ ቦ ጥቂት ሠርተን ብዙ ክብር እናገኝ ዘንድ በጌታችን በኢየሱስ ክርስቶስ ሰጪነት ስጠን፤ [199]

---

[198] መዐቱንም ምሕረቱንም በእውነት እንጂ በሐሰት አያደርገውምና ጻድቅ ዘበአማን አለ።

[199] ገጸ ንባቡ ወልድ ከአብ ተቀብሎ እንዲሰጠን የሚጠይቅ ይመስላል፤ ነጥቡ እኛ በእጃችን ለሌላው እንደምንሰጠው ነው፤ ልንሰጥ የፈለግነውን ነገር በእጃችን መስጠታችን የእገሌ እጅ ሰጠኝ እንደማያስብል እገሌ ሰጠኝ እንደሚባል ማለት ነው። ይልቁንም ደግሞ የክብራችንን መጠን ለመግለጥና ለማሳየት ስንፈልግ "እገሌ እኮ በእጁ ነው የሰጠኝ ከእጁ እኮ ነው የተቀበልሁት" እንላለን፤ ይህም እንደዚያ ነው፤ አብ በልጁ የሚያስፈልገንን ሁሉ ሰጠን፤ እዱ መዝራዕቱ እያልን እንመሰክራለንና።

ከወገኖችህ የታመሙትን ቦ የታመሙ ወገኖችህን አስባቸው በይቅርታህ ጎብኛቸው አድናቸው፤ ንግድ ለመነገድ የሄዱትን አባቶቻችንን ወንድሞቻችንን አስባቸው በሕይወት በጤና ወደቦታቸው መልሳቸው፤ ዝናም ለዘር ጠል ለመከር ስጠን፤ ፍሬውን አብዛልን ከበረድ ከአንበጣ ከቀቅ ከዋግ ጠብቅልን፤ ዝናሙን የምሕረት ዝናም አድርግልን ቦ ዝናሙን በጊዜው አዝንምልን፤ ወንዙን ፈሳሹን ምላልን፤ [200]

አቤቱ ዘሩን መከሩን ስጠን፤ በየዓመቱ የሚያፈራውን የምድሩን ፍሬ አብዛልን ምግብ ሆኖ ለዘር እንዲተርፍ አድርግልን፤ ክብርት የምትሆን የቤተ ክርስቲያንን ደኅንነት አስብ ማለት የአንተ ማደሪያ መመስገኛ ለምትሆን ለቤተ ክርስቲያን ቦ ለምእመን ድኅነትን ስጥ፤ ሃይማኖታቸው የቀና አባቶቻችን ሐዋርያት ባስተማሩበት ሀገር ላሉት ሁሉ ድኅነትን ስጥ፤

አቤቱ ለሰው በሥጋው በደሙ ድኅነትን ስጥ፤ እንስሳቱን ከሚጎዳ ነገር ሁሉ ጠበቅ፤ [201] ከጻጋ ከምግባር ድኃ የምሆን እኔን ባርያህን አስበኝ ከቀሳፊ መልአክ ጠብቀኝ፤ እግዚአብሔርን የሚወድ ንጉሣችንን አስብልን ሰፊ ወራት ረጅም ዓመታት ስጥተህ በሕይወት በሰላም፣ በጤናና በፍቅር ጠብቅልን፤ አቤቱ በቀናች ሃይማኖት ሆነው ያረፉትን አባቶቻችንን እናቶቻችንን ወንድሞቻችንን እኅቶቻችንን አስባቸው ይህን መሥዋዕት ያቀረቡልህን ሰጪዎቹን ምእመናንን ስለእነሱ ያቀረቡ ካህናቱን ከሰጪዎቹ ተቀብለው ያመጡትን ለሁሉም ዋጋቸውን ስጣቸው በሰማይ በክብር አኑራቸው ከመከራ አድናቸው ቦ በመከራ ጊዜ እንዲጸኑ አድርጋቸው ከወገኖችህ የተማረኩትን አስብ በሥጋ የተማረኩትን ወደቦታቸው መልሳቸው በነፍስ የተማረኩትን ወደሥርየት ወደሃይማኖት መልሳቸው፤ በፀዋትወ መከራ የተጨነቁትን በጽኑ ኅዘን የተከፉትን አስብ፤

200 ማያት የሚለው እንደ ጣና እንደ ምጥዋ ያለውን ነው፤ አፍላግ የሚለው እንደ ዐባይ እንደ በሽሎ ያለውን ነው።
201 በኖኅ ዘመን ከእርሱ ጋር ከመርከብ ገብተው ከጥፋት ድነዋልና።

አቤቱ ወገኖችህ ንዑሰ ክርስቲያንን አስብ ማራቸው ይቅር በላቸው ራራላቸው እዘንላቸው በቀናች ሃይማኖት አጽናቸው በልባቸው ውስጥ የማይጠቅም ነገር ቢኖር አርቅላቸው [202] ሕግህን ትእዛዝህን አንተን መፍራትን ክብርት የምትሆን የወንጌልህን ሥርዓት በልቡናቸው አጽናላቸው፤ መናፍቃን በተነሡ ጊዜ ለመርታት የተማሩትን ኃይለ ቃሉን ያውቁ ዘንድ ቦ በሚማሩበት በሚያስተምሩበት ጊዜ የተማሩትን የሚያስተምሩትን ምሥጢሩን ያውቁ ዘንድ፤

አዲስ ልጅነት ለሚገኝበት ለዳግም ልደት አብቃቸው የመንፈስ ቅዱስ ማደሪያ አድርጋቸው፤ በጽኑ አገዛዝ ያሉ ነዳያነ አእምሮ የሚሆኑ ባሮችህን አስበህ ማራቸው፤ በቀናች ሃይማኖት አጽናቸው፤ የመንፈስ ቅዱስ ማደሪያ በመሆን ደስ ብሏቸው አማኒ መናፍቅ ኃጥእ ጻድቅ ሳይሉ ሁሉን በመውደድ አጽናቸው፤ ለእሱ ያለው ለአንተ ያለህ ተቀዳሚ ተከታይ በሌለው በአንድ ልጅህ ባደረግኸው ፍቅር አጽናቸው ዛሬም ዘወትርም ለዘለዓለሙ አሜን።

ይ.ካ ንፍቅ፡- ክቡር የሚሆን የወንጌልህን ቃል እንሰማው እንሳለመው ዘንድ በርሱም ማለት በመስማታችን ደስ ይለን ዘንድ ለዚህ የበቃን ያደረግኸን ሁሉን የያዝህ አምላካችን እግዚአብሔር ሆይ ለአንተ ምስጋና ይገባል ዳግመኛ ክቡር የሆነ የወንጌልህን ቃል በልቡናችን ትጽፍልን ዘንድ እንለምንሃለን እንማልድሃለን ጌታችን ኢየሱስ ክርስቶስ በኅብስትነት በገባበት በቤተ መቅደስህ ልመናችንን ተቀበልልን ለእኛም ለሕዝቡም ይቅርታህን ቸርነትህን ላክልን በአንድ ልጅህ ላንተ ኃይል ጌትነት ይገባል ለዘለዓለሙ አሜን።

ትእዛዝ፡-

፩. በጊዜ ጸሎት ወቅዳሴ እንዘ ይትነበቡ ቃላቲሁ ለእግዚአብሔር ይደሉ ከመ ይኩን አርምሞ ወተደሞ ውስቴቶሙ

---

202 የማይጠቅም ነገር የሚለው አምልኮ ጣዖቱን ሟርቱን ጥንቈላውን ምትሐቱንና የመሰለውን ሁሉ ነው።

- መላው ጸሎት በሚጸለይበት በቅዳሴ ጊዜ ቅዱሳት መጻሕፍት ሲነበቡ አርምሞ ተደሞ ሊሆን ይገባል። ከአፍአዊ ዝምታ ይልቅ የውስጥ ዝምታ መሠረት ነው፤ መሥዋዕቱ ይለወጥ ይሆን አይለወጥ ይሆን እያሉ አለመጨነቅ፤ ኅብስቱ ተለውጦ ሥጋ መለኮት ወይኑ ተለውጦ ደመ መለኮት መሆኑን አምኖ ቅዳሴውን በተደሞ መከታተል ይገባል። ምንም እንኳ ሁልጊዜ በየትም ስፍራ የሚቀርብ ጸሎትና ምስጋና በፍጹም ዝግጅትና ጥንቃቄ ሊቀርብ የሚገባው ቢሆንም በቅዳሴ ጊዜ ግን የተለየ ዝግጅትና ጥንቃቄ አስፈላጊ ነው። ሊል ዘሊል ሰነፍ ሆኖ ማገልገል አግባብ አይደለም። "እለሰ ይዜምሩ በውስተ ምሥዋዕ ኢይዘምሩ በትፍግዕት አላ በልባዌ - በቤተ መቅደስ የሚያገለግሉ በሥጋዊ ደስታ ውስጥ ሆነው አይዘምሩ አያገልግሉ በማስተዋል እንጂ" ተብሎ እንደተጻፈ።

አርምሞ ተደሞ ማለት ኅብስቱ ተለውጦ ሥጋ መለኮት ወይኑ ተለውጦ ደመ መለኮት መሆኑን እያሰቡና ምሥጢሩን እያደነቁ ቅዳሴውን በፍጹም ጸጥታ መከታተል ማለት ነው። ይህም ከዘይቤው ተነሥተን ስንረዳው ሐሳብን ሳይበትኑ ከቦታ ቦታ ያልተፈቀደ እንቅስቃሴ ሳያደርጉ ካህኑ ዘካርያስ በቤተ መቅደስ በዘገየ ጊዜ እንደሆነው በጸሎት መትጋት ማለት ነው፤ "ሕዝቡም ዘካርያስን ይጠብቁት ነበር በቤተ መቅደስም ውስጥ ስለዘገየ ይደነቁ ነበር" እንዲል ሉቃ ፩፥፳፩፤

"ውስቴቶሙ" የሚለው ቃል የሚያመለተክተው በቅዳሴ ጊዜ የሚነበቡት መጻሕፍተ ሐዲሳትን ነው፤ በቅዳሴ ጊዜ እንደ ገድል እንደ ተአምር ያለ መጽሐፍ አይነበብምና፤ [203]

ከብሉያት መጻሕፍትም የዳዊት መዝሙር ብቻ ነው በዜማ የሚሰበከው። ይህ ማለት ግን መጻሕፍተ ብሉያት በመጻሕፍተ ሐዲሳት ውስጥ የሉም ማለት አይደለም፤ ብሉይ ኪዳን ለሐዲስ ኪዳን ንባብ ሲሆን ሐዲስ ኪዳን ደግሞ የብሉይ ኪዳን ትርጓሜ ነውና።

ዘእንበለ ሰብሐ ወቀድሶ እምጥንቶሙ እስከ ተፍጻሜቶሙ

---

203 ቀሲስ መብራቱ ኪሮስ (ዶ/ር) በኮፕቲክ ቤተ ክርስቲያን የሐዋርያት ሥራ ከተነበበ በኋላ ከመጽሐፈ ስንክሳር በአጭሩ እንደሚነበብ ጠቁመውናል። አኰቴተ ቊርባን ገጽ 267፤

- ጸሎተ ሌሊት ነው ቢሉ መላው ጸሎት ተጀምሮ እስኪፈጸም ጸሎተ ቅዳሴ ነው ቢሉ አሐዱ ተብሎ እትዉ እስኪባል ድረስ ጸሎት እንኳ ቢሆን ጸሎት ሳይቀር አርምሞ ተደሞ ሊሆን ይገባል፤ ይህም የንጉሠ ሰማይ ወምድር የኢየሱስ ክርስቶስ ክታብ የምትሆን የወንጌልን ቃል ለመስማት ምሥጢሩንም ለማወቅ ነው።

፳. ወሶበ ይፌጽም ካህን ይትአምኆ ካህናት ወዲያቆናት ወኵሉ ሕዝብ እምድኅሬሆሙ እንዘ ይብሉ ነአምን በቃለ ወንጌልከ ቅዱስ - ወንጌሉን አንብቦ በጨረሰ ጊዜ ቃሉን እናምናለን ለትእዛዙ እንገዛለን እያሉ ካህናት ዲያቆናት ከነሱ ቀጥለው ሕዝቡ በየመዓርጋቸው ወንጌልን ይሳለሙ። በወንጌል አንድ ነን ሲሉ። [204]

፫. ወእንዘ ይትአምኍ ይክሥት ርእሶ አሐዱ አሐዱ እምኔሆሙ - ከእነርሱ ወገን አንዱም እያንዳንዱም ወንጌሉን ሲሳለም ራሱን ይግለጥ ማለት ሴት ብትሆን ሰርመዴዋን ከንብንቧን ትግለጥ ታውርድ ካህን ቢሆን ህባኔውን ቀጸላውን መጠምጠሚያውን ንጉሥ ቢሆን ዘውዱን ያውርድ።

ይህም የትሕትና ምልክት ነው። እንደ ገድል እንደ ትሩፋት አድርጎ እንደ አክሊለ ሦክ ከራሱ ያደረገ ቢሆን ዘወር አድርጎ ይሳለም ዘንድ ሥርዓታችን ያዛል። [205]

---

204 ቅድመ ወንጌለ ንባብ ወንጌሉን ማሳለምና መሳለም ተለምዷል፤ ሥርዐተ ቅዳሴው የሚያዘው ግን ከተነበበበ በኋላ ነው፤ አልፎ አልፎ በመጽሐፍ የተቀመጠውን ሥርዐት ጠብቀው የሚፈጽሙ አሉ፤ በደብረ ሊባኖስ ሁለቱም ሲሆን አይቻለሁ፤ የቀደመው ሥርዐት እንደተጻፈው የሚፈጸም የነበረ ሲሆን በሂደት ግን ሁለተኛው ሥርዐት ተለምዶ ይሆናል።
205 ወንጌል ሲነበብ ከንብንብ መውለቅ አለበት የለበትም የሚል አስተያየት የሚነሣበት አጋጣሚ አለ፤ ቃለ መጽሐፉን ተከትለን ስንሄድ ካህናት ህባኔያቸውን ቀጸላቸውን ምእመናን ከንብንባቸውን እንዲያወልቁ የታዘዘው ወንጌሉን ሲሳለሙ ነው በሚነበብበት ጊዜ አይደለም "ሴት ትከናነብ ወንድ አይከናነብ" ተብሎ በመጽሐፍ ቅዱስ ሥርዐት ተሠርቷልና፤ ፩ቆሮ ፲፩፥፲፫፤ ካህናትን በተመለከተ ቀሳውስት ኪዳን ሲደግሙ፣ ወንጌል ተአምርና ሌሎች መጻሕፍትን ሲያነቡ ህባኔያቸውን ይፈታሉ፤ በተአምር መጽሐፋችን ደግሞ "ሴቶች ግን ራሳቸውን ይከናነቡ ጳውሎስ እንደተናገረ" ብሎ በንባብ ጊዜ ሴቶች ማድረግ የሚገባቸውን ያዛል።

፲. ወኢይጻእ አሐዱሂ እምቤተ ክርስቲያን ዘእንበለ በግብር ዕፁብ እምድኅረ ተነበ ወንጌል ቅዱስ እምቅድመ ይትፈጸም ዕርገተ ቁርባን ወበረከተ ካህን ወሠርሖት - ቅዱስ ወንጌል ከተነበበ በኋላ በጭንቅ ካልሆነ በቀር አንድ ስንኳ ከቤተ ክርስቲያን አይውጣ ድርገት ሳይወርዱ ካህኑ ቡራኬውን ሳይጨርስና ሳያሰናብት።

ጀርባውን ተሰምቶት፣ ሐሞት ዞሮበት፣ ሰው ጥሎት የሚሄድ ቢሆን፣ ሰው ታሞ ለማሰናበት ቢሆን ነው እንጂ ካልሆነ አይውጣ። ይህም አዋጅ በዚህ መልክ እንዲገለጥ ያስፈለገበት ምክንያት ወንጌል ከተነበበና ፃው ከተባለ በኋላ ንዑሰ ክርስቲያን ወጥተው ከዐፀደ ቤተ ክርስቲያን ሆነው ይስሙ ይላልና ለነዚያ ከተፈቀደላቸው አብሬ ልውጣ እንዳይል ነው።

ምዕራፍ ፲ወ፪

ይ.ዲ ፃው ንዑሰ ክርስቲያን - ንዑስ ክርስቲያን የሆናችሁ ውጡ። ንዑሰ ክርስቲያን የሃይማኖትና የምግባር ነው። **የሃይማኖት ሲሆን**፡- ወንዱ ካደገ ከጐለመሰ በኋላ የመጣ እንደሆነ፤ ሴቲቱ ካደገች ከቈነጀች በኋላ የመጣች እንደሆነ ፈጥነው አያጠምቋቸውም ሦስት ዓመት አምስቱን አዕማደ ምሥጢር እያስተማሯቸው ቆይተው ሃይማኖት ሲረዳቸው ምግባር ሲፈጸምላቸው ያጠምቋቸዋልና። **የምግባር ሲሆን**፡- ኃጢአታቸውን ለመምህረ ንስሐቸው ነግረው መምህረ ንስሐቸው እስከዚህ ድረስ በበረሃ ሁናችሁ እስከዚህ ድረስ ከዐፀደ ቤተ ክርስቲያን ገብታችሁ ምዕዳኑን ሰምታችሁ ፃው ሲል እየወጣችሁ እስከዚህ ድረስ እያስቀደሳችሁ ቅዳሴ ሲፈጸም እየወጣችሁ በዚህ ጊዜ ተቀበሉ ብሎ የሚወስንባቸው ናቸው።

ይ.ካ በሉኖሳስ የሚጸልየው ጸሎት፡- ሰው ሲሆን አምላክነቱን መርምሮ ያወቀ የሌለ መሆኑን ለማስረዳት በሉኖሳስ አለ፤ "ሙሴም እግዚአብሔር ወዳለበት ወደጨለማው ቀረበ" የሚለው ቃለ ኦሪት ሰው ሲሆን ማንም ያወቀ የሌለ መሆኑን ያስረዳል ዘጸ ፳፥፳፩፤ ቅዱስ ኤጲፋንዮስም "መልአክኒ ኢያእመረ ዕለተ ልደቱ ለቃል ወአልቦ ዘአእመረ እምእለ ሀለዉ ውስተ አርያም ምሥጢረ ምጽአቱ ለቃል ወሥርዓተ ዘገብሮ - መልአክ እንኳ የቃልን የልደት ቀን አላወቀም በአርያም ካሉት የመምጣቱን ምሥጢርና ያደረገውን ሥርዓት ያወቀ የለም" ብሏል ሃይ አበው ፶፫፥፴፱፤

የጠፋውን በግ ወዳንተ ይመልስ ዘንድ በማትነገር ሰውን መውደድህ አንድ ልጅህን ወደ ዓለም የሰደደህ መምህራችን ይቅር ባያችን አምላካችን እግዚአብሔር ሆይ ወደዚህ ወደሚያስፈራ (ነውር ነቀፋ ወደሌለበት) ቁርባን በቀረብን ጊዜ ወደኋላ አትመልሰን አድሮ አነስ አድጎ አነስ አታድርገን ብለን ወዳንተ እንማልዳለን፤

ይህችን ባሕርያችንን የወደድሃት አቤቱ በሥራችን የምንታመን አይደለም በምሕረትህ ነው እንጂ ሰውን የምትወድ ሆይ እኛን ለማዳን ያደረግኸው ይህ ምሥጢር ለእኛ ለአገልጋዮችህ ለወገኖችህም ሁሉ ለመፈራረጃ እንዳይሆንብን (ሑሩ እምኔየ ለመባል እንዳይሆንብን) ከቸርነትህ እንለምናለን እንማልዳለን እኛን ለማዳን በደላችንን ለማጥፋት አውታታነታችንንም ለማስተሥረይ (ንዑ ኀቤየ ለመባል) የተገባ ይሁን እንጂ አብ ወልድ መንፈስ ቅዱስ ሆይ ለቅዱስ ስምህ ክብርና ምስጋና ይገባል ዛሬም ዘወትርም ለዘለዓለሙ አሜን።

ይ.ካ ሰውን የምትወድ አቤቱ ከቸርነትህ ስጠን ብለን እንለምናለን ከዳርቻ እስከ ዓለም ዳርቻ ያለች የቅድስት ቤተ ክርስቲያንን ሰላም አስብ። ይህም አስበህ ተው ማለቱ አይደለም ለቤተ ክርስቲያንና ለአገልጋዮቿ የሚያስፈልገውን ሁሉ አድርግላት፤ መንፈሳዊ ተልእኮዋን በሰላም እንድትፈጽም አድርጋት ማለት ነው።

ይ.ዲ ጸልዩ በእንተ ሰላመ ቤተ ክርስቲያን አሐቲ ቅድስት ጉባኤ እንተ ሐዋርያት ርትዕት በኀበ እግዚአብሔር - ሐዋርያት ለሰበሰቧት በእግዚአብሔር ዘንድ ለቀናች ማለት በእግዚአብሔር በማመመን ለቀናች አንድም ቀንታ/የቀናች ሆና በእግዚአብሔር ላመነች ለአንዲት ቅድስት ቤተ ክርስቲያን አንድም ለምእመን መስማማትን ስጣት ብላችሁ ጸልዩ።

ይ.ካ ሕዝቡን ሁሉ በረከተ ሥጋ በረከተ ነፍስን ሰጥተህ አክብራቸው (ቡራኬ)

ከሰማይ የሚገኝ ሰላምን ወደልባችን ላክ ተስማምተን የምንኖርበትን ሰላም ስጠን ለንጉሡ ለቤተ ሰቡ ለሠራዊቱ ለመኳንንቱ ለመሳፍንቱ ሰላምን ስጥ በውስጥ በአፍአ ያሉ ጎረቤቶቻችንን በሰላም የተጌጡ አድርጋቸው በሃይማኖት ውስጥ ከሃይማኖት ውጭ ያሉትን በሰላም ጠብቃቸው የሰላም ንጉሥ ሆይ ሁሉን ሰጥተኸናልና ማለት ሥጋ ወደሙን ንስሐን ሰጥተኸናልና ሰላምን ስጠን የአንተ ገንዘብ አድርገን ዋጋችንን ስጠን ከአንተ በቀር የሚሰጥ የሚነሣ ሌላ የምናውቀው የለምና፤

ሰው የሚሰጥ ከአፍአ ያገኘውን ገንዘብ ነው እሱ ግን የባሕርዩን ነውና፤ ሰው የሚሰጥ ያንዱን ላንዱ ነው እሱ ግን የራሱን ነውና ቦ ራሱን ነውና፤ ሰው ቢሰጥ ማፍጀት መስልቸት አለበት እሱ ግን ይህ ሁሉ የለበትምና፤ በእኛ በአገልጋዮችህ የኃጢአት ሞት [206] እንዳይበረታብን ሰውነታችን በመንፈስ ቅዱስ ትከብር ዘንድ ክቡር የሚሆን ስምህን ጠርተን እናመሰግናለን ለዘለዓለሙ አሜን።

ይ.ካ ንፍቅ፤ አምኖ የሾመውን የሹመቱን ወራት እስኪፈጽም ድረስ ሰፊ ወራት ረጅም ዘመናት ሰጥቶ ይጠብቅልን ዘንድ ንዑድ ክቡር የሚሆን ሊቀ ጳጳሱን ይጠብቅልን ዘንድ ጠብቅልን ብለን እንማልዳለን ስለእኛ የሚጸልየውን ይቀበለው ዘንድ የበረከትን መዝገብ ይከፍትለት ዘንድ ከመንፈስ ቅዱስ የሚገኘውን ምሥጢር አብዝቶ ይገልጥለት ዘንድ ሕዝቡን ያከብር ዘንድ በረከትን ይልክለት ዘንድ የሚታየውንና የማይታየውን (ሥጋዊውንና መንፈሳዊውን) ጠላት ከእግሩ በታች ያስገዛለት ዘንድ አስገዛለት ብለን እንለምናለን።

ይ.ዲ ንፍቅ፤ ደገኛ በምትሆን በሀገራችን በኢትዮጵያ ስለተሾመው ለጳጳሳቱ አለቃ ስለ አባ ዕገሌ ስለ ጳጳሱ ስለ አባ ዕገሌ ስለ ኤጲስ ቆጶሳቱ ስለ ቀሳውስቱና ስለዲያቆናቱ ጸልዩ። [207]

ይ.ካ ንፍቅ፤ አምነህ የሾምኸውን የሹመቱን ወራት እስኪፈጽም ድረስ ከኤጲስ ቆጶሳቱ ከቀሳውስቱ ከዲያቆናቱ ጋር ከፍጹም የቤተ ክርስቲያን አንድነት ጋር ትጠብቅልን ዘንድ ጠብቅልን ብለን እንማልዳለን፤ ስለእኛ ወደአንተ የሚጸልየውን ጸሎት ተቀበለው የበረከትን መዝገብ ክፈትለት ማለት በእሱ ጸሎት ለእኛ በረከትን አብዝተህ ስጠን፤ ዳግመኛ ከመንፈስ ቅዱስ የሚገኘውን ምሥጢር ግለጥለት አብዛለት፤ ሕዝቡን በበረከተ ሥጋ በበረከተ ነፍስ ያከብር ዘንድ ከአንተ ዘንድ የሚገኘውን ሰማያዊ በረከት ከሰማይ ወደእሱ አፍስሰው ማለት አብዛው፤ የሚታዩና የማይታዩ ጠላቶቹን አስገዛለት ከእግሩ በታች ቀጥቅጠህ ጣልለት፤ ለቤተ ክርስቲያን ክብር ለምእመናን አንድነት ስትል በእውነት በሰላምና በክብር ጠብቅልን ዛሬም ዘወትርም ለዘለዓለሙ አሜን።

---

206 ሞተ ኃጢአት ያለው የነፍስን ሞት ቦ የዲያብሎስን አሠራር ሁሉ ነው።

207 ርእስ አኵሱም ስትሆን ሀገር መላ ኢትዮጵያ ናት፤ አሁን ርእሰ መዲናችን አዲስ አበባ መሆኑ ሳይዘነጋ፤ በተለያየ ጊዜ ትዕይንተ ሀገር ሆነው ያገለገሉ ስፍራዎች አሉ፤ ይሁን እንጂ አሁንም ድረስ አኵሱም ርእሰ አድባራት መሆኗ የታወቀ ነው።

ይ.ካ ሰውን የምትወድ አቤቱ ከቸርነትህ ስጠን ብለን እንለምናለን፤ አንድነታችንን አጽና አክብር ጉባኤያችንን አስፋ አብዛ (ቡራኬ)

ይ.ዲ ጸልዩ በኀበ ዛቲ ቤተ ክርስቲያን ቅድስት ወማኅበርነ በውስቴታ - ቅድስት ስለምትሆን ስለዚች ቤተ ክርስቲያን በውስጧም ስላለ አንድነታችን ጸልዩ። የእኛ አንድነት የቤተ ክርስቲያን አገልግሎት እንደ ብዙ ውኃ ድምፅ በአንድነት በዝቶ እንዲፈስና የተጠሙትን ሁሉ እንዲያረካ ይሆናል።

ይ.ሕ ማኅበረነ ባርክ ዕቀብ በሰላም - አንድነታችንን ጉባኤያችንን ባርክ አክብር አብዛ በሰላም ጠብቅ በአንድነት በመስማማት ጠብቀን። ያልተባረከ አንድነት አይከብርም ያልከበረ አንድነት አይበዛም ለጸጋና ለክብር አያበቃም። ካህናቱ በመሩትና ቡሩክ በሆነው አንድነት የኢያሪኮ ግንብ የፈረሰ መሆኑ በቅዱስ መጽሐፍ ተገልጧል በቅዳሴውም ዐቢይ የጸሎት ክፍል ሆኖ ተካቷል። ስለአንድነታችን ደግመን ደጋግመን አጥበቀን የምንጸልየው እጅግ አስፈላጊና ጠቃሚ ስለሆነ ነው።

ትእዛዝ፡- ወይነሥእ ቀሲስ ማዕጠንተ እምንፍቅ ወያዑድ ዲበ ርእሰ ምሥዋዕ ሠለስተ ጊዜ

- ሠራዒው ካህን ከተራዳኢው ካህን ማዕጠንቱን ተቀብሎ በመሥዋዕቱ ላይ ከነጥናው ሦስት ጊዜ ይጠን፤ ይህም የመዓዛ መለኮቱ ምሳሌ ነው። ዳግመኛ ካለበት ላይ ሆኖ ራሱን ዘንበል አድርጎ በአራቱ ማዕዘን ይጠን፤ እንደሙሴ። ሙሴ ጉዞ ከመጀመሩ በፊት በታቦቱ ፊት በአድንኖ ጸሎት ያደርስ ነበርና፤ "ታቦቱ ባረፈ ጊዜ አቤቱ ወደ እስራኤል እልፍ አእላፋት ጊዜ ተመለስ ይል ነበር" እንዲል ዘኍ ፲፥፴፭፤

ይህንን የሚያደርገው ለሁለተኛ ጊዜ ነው፤ የመጀመሪያው "ንስግድ" ካለ በኋላ ዐጥኖ ሲመለስ ነው፤ የሚጸልየውም ጸሎት "ንስሐን የምትቀበል ኃጢአትን ይቅር የምትል ኢየሱስ ክርስቶስ ሆይ የእኔንም የወገኖችህንም ኃጢአት ይቅር በል" የሚለውን ነው። ሁለተኛው እዚህ ላይ ነው፤ እዚህ ቦታ ላይ የሚጸልየው ጸሎት ደግሞ "ተንሥእ እግዚኦ አምላኪየ ወይዘረዉ ፀርከ - አቤቱ ተነሥ ጠላቶችህ ይበተኑ" የሚለውን ከላይ የጠቀስነውን የሙሴን ጸሎት ነው።

ምዕራፍ ፲ወ፫

ይ.ዲ ንበል ኵልነ በጥበበ እግዚአብሔር ጸሎተ ሃይማኖት - በእግዚአብሔር ጥበብ (በፈሪሃ እግዚአብሔር) ሆነን ጸሎተ ሃይማኖት እንበል፤ የጥበብ መጀመሪያው እግዚአብሔርን መፍራት ነውና። ይህም አምኖ የሚጸልዩትን ጸሎት እንናገር ማለት ነው፤ ሳያምኑበት ለተርእዮ ለጊዜያዊ ጥቅም የሚጸልዩ አሉና፤ ማቴ ፮፥ ፫፤ አንድም የሃይማኖትን ነገር እንናገር "ጸሎት ብሂል ተናግሮ ምስለ እግዚአብሔር - ጸሎት ማለት ከእግዚአብሔር ጋር መነጋገር ማለት ነው" እንዲል አንድም በሃይማኖት የሚገኘውን ዋጋ እንናገር "ወይሁቦ ጸሎቶ ለዘጸለየ - ለለመነ ዋጋውን ይሰጠዋል" እንዲል።

አመክንዮ ዘሐዋርያት፡-

አመክንዮ የተባለበት ምክንያት፡- ባሕርዩ የተገኘበት ጊዜ የለምና፤ ቦ በውስጡ ምክንያት አለና። ቅዳሴ ሐዋርያት፣ ቅዳሴ እግዚእ፣ ቅዳሴ ወልደ ነጐድጓድና ቅዳሴ ማርያም ሲቀደስ አመክንዮ ይባላል። በሌሎቹ ቅዳሴያት ጸሎተ ሃይማኖት ይባላል። ጸሎተ ሃይማኖት በቅዳሴ ማርያምም ይባላል። አባ ሕርያቆስ ቁጥሩ ከሊቃውንት ስለሆነ።

ሲሞን መሠርይ ሐዋርያት እጃቸውን በጫኑበት ሰው ላይ መንፈስ ቅዱስ ሲወርድ አይቶ ይህ ተአምራት የሥራይ መስሎት እኔም እጄን የምጭንበት መንፈስ ቅዱስ እንዲያድርበት ተአምራት እንዲደረግልኝ አድርጉኝ ብሎ በሥራይ የሰበሰበውን ብዙ ወርቅ አምጥቶ ለሐዋርያት ሰጣቸው ወርቅከ ወብሩርከ ይኩንከ ለኀርትምና ይመስለከኑ ዘበወርቅ ትሣየጦ ለጸጋ እግዚአብሔር - ወርቅህ ብርህ ለጥፋትህ ይሁን አንዱን አካል ወልድን ይሁዳ እንደሸጠው እኛ ደግሞ አንዱን አካል መንፈስ ቅዱስን ሸጠንልህ በወርቅ የምትገዛው ይመስልሃልን አልብከ ክፍል ውስተ ዝ ነገር መንፈስ ቅዱስን የማሳደር ጸጋ ቦ ከእኛ ጋር አብሮ የመኖር እድል ፈንታ የለህም በጽኑ ክህደት ተይዘህ አይሃለሁና አለው ቅዱስ ጴጥሮስ።

አንጾኪያ ወርዶ እያሳተ ያስተምር ጀመር ቅዱስ ጴጥሮስ ቅዱስ ዮሐንስን አስከትሎ ወረደ፤ ሲሞን መከራከር መቋቋም የማይቻለው ቢሆን ሮም ወርዶ ያስት ጀመር፤ ሐዋርያት ሮም ሲወርዱ በአንቀጸ ሮም ቅብውን (ሆዱ ተነፍቶ የታመመ ሰው) አግኝተው ፈውሰዉት ገቡ ተአምራትስ ይህታ ብለው ሕዝቡ ወደእነሱ ተመለሱ፤ ለመሥዋዕት የቀረበ ላም ነበር በጆሮው እፍ ቢልበት ከሁለት ተከፈለ ከሚዛን ቢያገቡት ትክክል ሆነ ሚዛኑ የዐይን ነው ተአምራትስ ይህታ ብለው ወደሲሞን ተመለሱ፤

ቅዱስ ጴጥሮስ ባርኮ አስነሥቶ ሲሞንን ጠርተህ አምጣው አለው በቃል ሰብአዊ ጠርቶ እያዳፋ እያጋፋ ይዞት መጣ ወደሐዋርያት ተመለሱ፤ ላም አስነሥቶ ማስቀባጠር ምን ቁም ነገር ነው ብሎ አጋንንትን ስቦ ያንተ ሀብት ይህ ነው አንተን ዲቁና አንተን ቅስና ሾሜሃለሁ ብሎ ዐረግሁ አለ፤ ዮሐንስ አበ ዓለም አበ ዓለም ዝም ትላለህ? ሄደ እኮ አለው ተወው በእምር ከፍ ይበል አለው ቢያማትብበት ይዘዉት የነበሩ አጋንንት ጥለዉት ሸሹ ወድቆ ተንቆጫቁጬ ሙቷል።

የእሱ ደቀመዛሙርት ለአብ አስገኝ አባት አለው ሁለት ማዕርግ (ጳጳስ ንጉሥ) ሦስት ሹመት (ሊቀ ጳጳስ፣ ጳጳስ፣ ኤጲስ ቆጶስ፤ ንጉሥ፣ ራስ፣ ቢትወደድ)፤ ፍጥረተ እግዚአብሔር ርኩስ፤ ኃጢአት የባሕርይ ነው፤ ነፍስ በባሕርይዋ ፈርሳ በስብሳ ትቀራለች፤ አውስቦ ርኩስ ነው፤ ትንሣኤ ሙታን የለም፤ ነፍስ አልነሣም ኀድረት ምትሐት ብለው አስተምረው ስለነበር ለነሱ መልስ ይሆን ዘንድ ዐሥራ ሁለቱ ሐዋርያት ሰባ ሁለቱ አርድእት ንዋይ ኅሩይ ጳውሎስ ያዕቆብ እኁሁ ለእግዚእነ በኢየሩሳሌም ተሰብስበው አርባ ሦስት አንቀጽ ዲድስቅልያን ተናግረዋል ከአርባ ሦስቱ አንዱ ይህ አመክንዮ ነው። አመክንዮ የተባለውም ከላይ የተዘረዘረውን የስሕተት ትምህርት ለማረም የተዘጋጀ ስለሆነ ነው።

ነአምን በአሐዱ አምላክ ገባሬ ኵሉ ፍጥረት አብ ለእግዚእነ ወአምላክነ ወመድኃኒነ ኢየሱስ ክርስቶስ

- አቡሁ ሲል ነው የጌታችን የፈጣሪያችን የመድኃኒታችን የኢየሱስ ክርስቶስ አባት የሆነ ሃያ ሁለቱን ሥነ ፍጥረት በፈጠረ አንድ አምላክ በሚሆን በአብ እናምናለን። ለአብ አስገኝ አለው ብለው ነበርና።

የአብ አባትነት ለወልድ ብቻ ነው፤ ይህም ውሳጣዊ ግብር ይባላል፤ ሥላሴ በግብር ሦስት ነው፤ የአብ ግብሩ መውለድ ማሥረፅ ነው፤ የወልድ ግብሩ መወለድ ነው፤ የመንፈስ ቅዱስ ግብሩ መሥረፅ ነው፤ ውሳጣዊ ግብር የምንለው ይህንን ነው፤ [208] በውስጥ ያለ ነገር እንደማይታይና ምን እንደሆነ እንደማይታወቅ ባሕርየ ሥላሴም አይመረመርምና።

እስመ አልቦ ውስተ ህላዌሁ አመክንዮ

- በባሕርዩ አስገኝ ምክንያት የለውምና ቦ የተገኘበት ጊዜ የለምና። ይህንን በተመለከተ ልዑለ ቃል ኢሳይያስ እንዲህ አለ፤ "እኔም ምስክር እሆናችኋለሁ ከእኔ በፊት አምላክ አልነበረም ከእኔም በኋላ አይኖርም እኔ እግዚአብሔር ነኝ ... እኔ እግዚአብሔር እንደሆንሁ እናንተ ራሳችሁ ምስክሮች ናችሁ ከጥንት ጀምሮ እኔ እግዚአብሔር ነኝ" ኢሳ ፵፫፥፲፤

[208] በአማን ነጸረ፤ ተጎሥሦ ገጽ 97፣ 98፤

አይሁድ አንተ ስለራስህ ስለምትመሰክር ምስክርነትህ እውነት አይደለም ባሉት ጊዜ "እኔ ስለራሴ ብመሰክር ከወዴት እንደመጣሁ ወዴት እንድሄድ አውቃለሁና ምስክርነቴ እውነት ነው" ብሎ በነቢዩ አድሮ ያናገረውን ደግሞ ነግሯቸዋል ዮሐ ፰፥፲፫፤

በከመ አቅደምነ ነጊረ

- አስቀድመን እንደተናገርን፤ ነአምን በአሐዱ አምላክ ብለን። ቦ በዲድስቅልያ በቀረው እንደተናገርን።

አላ ባሕቱ ህልው በኲሉ መዋዕል - በዘመን ሁሉ ይኖራል ቦ ብቻውን በዘመኑ ሁሉ ይኖራል።

አልቦቱ ጥንት ወኢተፍጻሜት

- ጥንትም ፍጻሜም የለውም ቦ አስገኝ አሳላፊ የለውም ቦ እንደ ሮቤል በኲር እንደ ብንያም እሳሽ መቁረጫ የለውም። ወአልቦ ማኅለቅት ለመንግሥቱ - ለመንግሥቱ ፍጻሜ የለውም እንዲል ሉቃ ፩፥፴፫፤ ናቡከደነፆር ወደ አእምሮው በተመለሰ ጊዜ ያቀረበው ምስጋና እግዚአብሔር የዘለዓለም ንጉሥ መሆኑን የሚያስረዳ ነው፤ "ልዑሉን ባረክሁ ለዘለዓለም የሚኖረውንም አመሰገንሁ አከበርሁትም ግዛቱ የዘለዓለም ግዛት ነውና መንግሥቱም ለልጅ ልጅ ነውና" ብሎ ዳን ፬፥፴፬፤

ወቦቱ ብርሃን ዘኢይጠፍዕ

- የማይጠፋ ብርሃን አለው ማለት ካደረ የማይለይ ከተሰጠ የማይነሣ እውቀት አለው፤ [209] ቦ የማይጠፋ ባሕርይ የማይለይ ክብር አለው። በጸሎተ ኪዳንም "ወብርሃነ ለነ ዘኢይጠፍእ አሰፎከነ" ብለን እንጸልያለን። ይህም የማይመረመር ክብርን አንድም ካደረ የማይለይ ሀብትን ከተሰጠ የማይነሣ/የማይወሰድ እውቀትን እሰጣችኋለሁ ያልኸን አንተን እናመሰግናለን ማለት ነው። "አኮ በከመ ይሁብ ዓለም ዘእሁበክሙ አነ ኢይደንግጽክሙ ልብክሙ ወኢትፍርሁ - እኔ የምሰጣችሁ ዓለም እንደሚሰጠው አይደለም ልባችሁ አይደንግጥ አትፍሩም" እንዲል ዮሐ ፲፬፥፳፯፤

---

[209] ካደረና ከተሰጠ የሚሉት ቃላት እኛን የሚመለከቱ ናቸው፤ ከእኛ የአያያዝ ችግር ካልሆነ በቀር የሰጠውን ጸጋ የሚነሣ ያሳደረውን ሀብት የሚቀማ አይደለም ለማለት ነው፤ ይህም በቀጣዩ ትርጓሜ ግልጥ ሆኗል፤ "የማይጠፋ ባሕርይ የማይለይ ክብር" ተብሎ።

ወአልቦ ዘይክል ቀሪበ ኀቤሁ - ወደእሱ መቅረብ የሚችል የለም ማለት በመመርመር ባሕርዩን መርምሮ ማወቅ የሚችል የለም። "እግዚአብሔርን ከቶ ያየው የለም በአባቱ እቅፍ ያለ አንድ ልጁ እርሱ ገለጠልን እንጂ" እንዲል ዮሐ ፩፥፲፰፤ ቅዱስ ኤፍሬምም "ዘየኀድር ውስተ ብርሃን ኀበ አልቦ ዘይቀርቦ - የሚቀርበው በሌለ ብርሃን ውስጥ የሚኖር" በማለት ይገልጠዋል።

ኢኮነ ክልኤተ ወኢሠለስተ - ሁለተኛም ሦስተኛም አይደለም ማለት ሁለት ማዕርግ ሦስት ሹመት ያለው አይደለም፤ ሁለት ማዕርግ የሚባለው ንጉሥ ጳጳስ የሚለው ነው፤ ሦስት ሹመት የሚባለው ሊቀ ጳጳስ፣ ጳጳስ፣ ኤጴስ ቆጶስ፤ ንጉሥ፣ ራስ፣ ቢትወደድ እንደማለት ነው።

ወኢይትዌሰክ - ጭማሪ የሌለበት ነው፤ ይህም እንደ አርዮስ አባባል አይደለም ሲል ነው፤ አርዮስ ፍጡርና ፈጣሪ ብሏልና። እንደ ዮሐንስ ተዓቃቢ ሦስት ባሕርይ ሦስት ህላዌ አይደለም፤ እንደ ጳውሎስ ሳምሳጢ ኃዳሪ አይደለም፤ ቦ የስም ተውሳክ የለበትም፤ ይህም ሰባልዮስ እንዳለው አይደለም ሲል ነው፤ አብ አብ ነው እንጂ ወልድ መንፈስ ቅዱስ አይደለምና።

ቦ አባት ኖሮት ሁለተኛ አያት ኖሮት ሦስተኛ ቅድመ አያት ኖሮት አራተኛ አይደለም። ቦ እንደ አዳም እንደ ሔዋን ሁለት አይደለም፤ እንደ አብርሃም እንደ ይስሐቅ እንደ ያዕቆብ ሦስት አይደለም።

አላ አሐዱ ውእቱ ባሕቲቱ ዘይነብር ለዓለም - ብቻውን ለዘለዓለም ጸንቶ የሚኖር ነው።

እስመ ኢኮነ ሥውረ ዘኢይትአመር - የማይታወቅ ሥውር አይደለም ማለት በሥነ ፍጥረት ይታወቃል ሲል ነው፣ ሥነ ፍጥረት በየጊዜው በየቦታውና በየምክንያቱ እግዚአብሔርን አውቆ ለማምለክ የሚነበብ መጽሐፍ ነውና። "ሰማያት ይነግራ ስብሐተ እግዚአብሔር - ሰማያት የእግዚአብሔርን ክብር ይናገራሉ" እንዲል መዝ ፲፰፥፩፤

ዳዕሙ ጥዩቀ አእመርናሁ በኦሪት ወበነቢያት - በኦሪትና በነቢያት አወቅነው ማለት ፈጣሬ ፍጥረታት መሆኑን አወቅን ማለት ነው፤ ሙሴ በቀዳሚ ገብረ እግዚአብሔር ሰማየ ወምድረ - በመጀመሪያ እግዚአብሔር ሰማይና ምድርን ፈጠረ ባለው፤ ኢሳይያስ እዴየ ሣረረታ ለምድር ወየማንየ አጽንዐቶ ለሰማይ - እጄ ምድርን መሠረተቻት ሥልጣኔ ሰማይን አጸናችው ባለው፤ ዕዝራ አኮኑ አንተ ትቤ አመ ፈጠርካሃ ለምድር ከመ ታውጽእ ለአዳም በሥጋ - ምድርን በፈጠርኻት ጊዜ አዳምን በሥጋ ታስገኘው ዘንድ አዘሃልና ባለው አወቅነው።

ከመ ውእቱ አኃዜ ኵሉ ወመልዕልተ ኵሉ ወሥሉጥ ላዕለ ኵሉ - ሁሉን እንደ ጥና እንደ እንቁላል የያዘ፤ ከሁሉ በላይ ያለ፤ በፍጥረት ሁሉ ላይ የሠለጠነ እንደሆነ አወቅን።

አሐዱ እግዚአብሔር አብ ለእግዚእነ ወመድኃኒነ ኢየሱስ ክርስቶስ ዘተወልደ እምቅድመ ይትፈጠር ዓለም ወልድ ዋሕድ ዘዕሩይ ምስሌሁ - ዓለም ሳይፈጠር አካል ዘእምአካል ባሕርይ ዘእምባሕርይ የተወለደ ተቀዳሚ ተከታይ የሌለው በዘመን በክብር ከአብ ጋር አንድ የሚሆን የጌታችን የመድኃኒታችን የኢየሱስ ክርስቶስ አባት የባሕርይ አባት አንድ ነው። ለአብ አባት አለው ያሉ ነበሩና።

ገባሬ ኵሉ ሠራዊት ወሚመታት ወሥልጣናት - ሠራዊትን ሚመታትን ሥልጣናትን የፈጠረ፤ ስመ ነገድ ነው፤ ቦንታ ጭፈንታ ዳንስር ቅሰር እንዲሉ፤ ቦ ስመ ማዕርግ ነው፤ ሊቀ ጳጳስ፣ ጳጳስ፣ ኤጲስ ቆጶስ፤ ንጉሥ፣ ራስ፣ ቢትወደድ እንደማለት።

ዘሠምረ ይኩን ሰብአ በደኃሪ መዋዕል - አምስት ሺህ አምስት መቶ ዘመን ሲፈጸም ሰው ይሆን ዘንድ የወደደ፤

ወነሥአ ሥጋ እምእግዝእትነ ማርያም ቅድስት ድንግል ዘእንበለ ዘርዐ ብእሲ - ዘር ምክንያት ሳይሆነው ንዕድ ክብርት ከምትሆን ከእመቤታችን ሥጋን ነሣ።

ወተሐፅነ ከመ ሰብእ ዘእንበለ ኃጢአት ወአበሳ - ኃጢአት በደል ሳይኖርበት አምላክ ነኝና ዕለቱን ተወልጄ ዕለቱን ልደግ ሳይል ጥቂት በጥቂት አደገ።

ወአልቦ ጕሕሉት ውስተ አፉሁ - በነገሩ ሐሰት በአንደበቱ ጕሕሉት በረኃቡ ስስት በሕማሙ ኃጢአት የለበትም። *ተሳተፈ ሕማመ ዚአነ ዘይደሉ ለህላዌነ ወተወከፈ ረኃበ እስመ ለረኃብሰ አልቦቱ ኃጢአት* - ለኛ ባሕርይ የሚስማማ መከራን ገንዘብ አደረገ ረኃብን ተቀበለ በረኃቡ ኃጢአት የለበትምና ማለት ስስት የለበትምና እንዲል ሃይ አበው ዘሳዊሮስ ፷፫፥፫

ወእምዝ ሐመ ወሞተ በሥጋ

- ተሐፅነ ብሎ ነበርና ከዚህ በኋላ መከራ ተቀብሎ በሥጋ ሞተ።

ወተንሥአ እሙታን በሣልስት ዕለት

- በሦስተኛው ቀን መቃብር ከፈቱልኝ መግነዝ ፍቱልኝ ሳይል ከሙታን ተለይቶ ተነሣ።

ወዐርገ ሰማያተ ኀበ አብ ዘፈነዎ

- ወደላከው ወደ አብ በብርሃን በሥልጣን በይባቤ መላእክት በአርባ ቀን ዐረገ።

ወነበረ በየማነ ኃይል - ኃይል ባለው ቀኝ ተቀመጠ ማለት በአብ ዕሪና ኖረ፤ በ ኃይል ባለው ዕሪና ኖረ፤ በ በኃይል ኖረ፤ በዚህ ዓለም የአምላክነትን የሰውነትን ሥራ ይሠራ ነበር ከዚህ በኋላ ግን የትሕትና ሥራ የለበትምና በኃይል አለ።

ወፈነወ ለነ ጰራቅሊጦስሃ መንፈሰ ቅዱሰ ዘወጽአ እምአብ ወአድኀነ ኵሎ ዓለመ ዘህልው ምስለ አብ ወወልድ - ከአብ አካል ዘእምአካል የሠረፀ፤ ሰውን ሁሉ ከንዴተ አእምሮ ያዳነ፤ በአብ በወልድ ህልው የሆነ ጰራቅሊጦስ መንፈስ ቅዱስን ሰደደልን። ጰራቅሊጦስ ማለት ናዛዚ ከሣቲ አርኃዊ መንጽሒ መጽንዒ መስተፍሥሒ መስተሥርዪ ማለት ነው፤ ናዛዚ ማለት የሚያረጋጋ ማለት ነው፤ ከሣቲ ማለት የተሠወረውን የሚገልጥ ማለት ነው፤ አርኃዊ ማለት የተዘጋውን የሚከፍት ማለት ነው፤ መንጽሒ ማለት ከኃጢአት የሚያነጻ ማለት ነው፤ መጽንዒ ማለት በመልካም ሥራ የሚያጸና ማለት ነው፤ መስተፍሥሒ ማለት በመንፈሳዊ ደስታ ደስ የሚያሰኝ ማለት ነው፤ መስተሥርዪ ማለት ኃጢአትን ይቅር የሚል ማለት ነው።

ንብል እንከ ከመ ኵሉ ሠናይ ፍጥረተ እግዚአብሔር ወአልቦ ግዱፍ - እኛ ግን ፍጥረተ እግዚአብሔር ንጹሕ እንደሆነ ርኩስ ተብሎ የሚጣል እንደሌለ እንናገራለን ማለት ፍጥረተ እግዚአብሔር የበቃ እንደሆነ የተናቀ እንደሌለ እንናገራለን። ሥነ ፍጥረት ርኩስ ነው ያሉ ነበሩና።

ወመንፈስሰ ሕይወተ ሥጋ ይእቲ ንጽሕት ወቅድስት በኵሉ - ክብርት ንጽሕት የምትሆን ነፍስ የሥጋ ሕይወት ናት፤ ነፍስ ትሞታለች ያሉ ነበሩና፤ [210] ቦ የሥጋ ሕይወት የምትሆን ነፍስ ንጽሕት ክብርት ናት፤ ኃጢአት የባሕርይ ነው ያሉ ነበሩና።

ንሕነሰ ንብል ከመ ሰብሳብ ንጹሕ ወልደት አልቦቱ ርኵሰት - እኛ ጋብቻ ንጹሕ እንደሆነ ለሚወለዱትም ልደት ርኵሰት እንደሌለበት እንናገራለን፤ አውስቦ ርኩስ ያሉ ነበሩና።

እስመ ፈጠሮሙ እግዚአብሔር ለአዳም ወለሔዋን ከመ ይብዝኁ - አዳምና ሔዋንን ብዝኁ ወተባዝኁ ብሎ ፈጥሯቸዋልና።

ንለቡ እንከ ከመ ቦ ውስተ ሥጋነ ነፍስ እንተ ኢትመውት ወኢትማስን - በውስጣችን የማትሞትና ከሥጋ ጋር ፈርሳ በስብሳ የማትቀር ነፍስ እንዳለችን እናስተውላለን እናስተውል።

---

210 የነፍስና የሥጋ ተፈጥሮ አንድ ጊዜ መሆኑን የብሉይ ኪዳን መተርጒማን "ወነፍሐ ውስተ ገጹ ለአዳም" ያለውን መሠረት አድርገው አብራርተዋል፤ ሰው በፊት ኀተራውን ሠርቶ በኋላ እህሉን እንዲያኖርበት ሥጋን ፈጥሮ ኋላ ነፍስን አምጥቶ አሳደረበት ማለት አይደለም፤ ሥጋን ከአራቱ ባሕርያት ነፍስንም እምኀበ አልቦ አምጥቶ ሲፈጥርም ሲያዋሕድም አንድ ጊዜ ነው፤ የነፍስና የሥጋ ተዋሕዶ በተአቅቦ ነውና ነፍሐ አለ፤
በዳዊት ትርጓሜም ይህንኑ የሚያጠናክር ማብራሪያ እናገኛለን፤ "ሥጋን ከነፍስ አስቀድመህ ፈጠርህ፤ ንግበር ሰብአ በአርአያነ ወበአምሳሊነ እንዲል፤ የነፍስና የሥጋ ተፍጥሯቸው አንድ ጊዜ አይደለምን ቢሉ የነፍስ ተፈጥሮ እምኀበ አልቦ ነው ያሉ እንደሆነ የተመቸ፤ ምንም ሥጋ የተፈጠረ በዕለተ ዓርብ ቢሆንም የሥጋ ምክንያት የሚሆኑ አራቱ ባሕርያት የተፈጠሩ እሑድ ነውና፤ ግብር እምግብር ነው ያሉ እንደሆነ ለነገር፤ ከነገር አካል ይቀድማልና" ትርጓሜ ዳዊት ዘየኒታ ጥበቡ አስናቀ የእጅ ጽሑፍ፤
ቅዱስ ዮሐንስ አፈወርቅም የዕብራውያንን መልእክት በተረጐመበት ድርሳኑ ከባሕርይ ስም ጋር አያይዞ እንደሚከተለው አስተምሯል "ለመልአክኒ ጥቀ ኢይትረከብ ስመ ባሕርይሁ ወበእንተ ነፍስኒ ከማሁ ይመስለኒ እስመ ብሂለ ነፍስ ኢይኤምር ኀበ ስመ ባሕርይሃ በከመ እትኄዘብ አነ አላ ኀበ ብሂለ ነፍስ ባሕቲቱ ወአልቦ እንከ ስም ዘይትአወቅ ለባሕርይሃ እስመ ይእቲ ነፍስ ወካዕበ ትሰመይ መንፈስ በውስተ ብዙኅ መካን - የመልአኩ ስንኳ የባሕርይ ስሙ አይታወቅም ስለነፍስም እንዲሁ ይመስለኛል /እንዲህ ማለቱ መጠራጠሩ አይደለም እንዲህ እንደሆነ ይረዳኛል ሲል ነው/ ለእኔ እንደሚመስለኝ መጠን ነፍስ ማለት የባሕርይ ስሟን አያስረዳምና የሥጋ ሕይወት መሆኗን ብቻ ያስረዳል እንጂ ነፍስ ትባላለችና፤ ዳግመኛ በብዙ ቦታ መንፈስ ትባላለች" ብሎ፤ ድርሳን ዘዮሐንስ አፈወርቅ ፱፥ የ፫፻፤

ንሕነሰ ናስቌርር ኵሎ ግብሮሙ ለዕልዋነ ሃይማኖት ወኵሎ ፍልጠተ ወዐሊወ ሕግ - የሃይማኖት ለዋጮች ክህደታቸውን ከምእመናን መለየታቸውን ሕግ መለወጣቸውን እንጸየፋለን አለ እንነቅፋለን። እንነቅፋለን ሲል ነቀፋ ተገቢ ነው ማለት አይደለም፤ የክህደት ትምህርታቸውን አንተባበርም ሲል ነው፤ "ወአንተሰ ብእሴ እግዚአብሔር ጉየይ እምዝ ወዴግን ጽድቀ - አንተ የእግዚአብሔር ሰው ከዚህ ሸሽ እውነትን ተከተል" እንዲል ፩ጢሞ ፮፥፲፩፤

እስመ ርኵሳን እሙንቱ በኅቤነ - እነሱ በእኛ ዘንድ የረከሱ ናቸውና። መጽሐፍ "ዘይወጽእ እምአፍ ያረኵሶ ለሰብእ - ከአፍ የሚወጣው ሰውን ያረክሰዋል" እንዳለ በልብ የታመቀ ክሕደት በአንደበት ወጥቶ ሲነገር ተናጋሪውንና ሰምቶ የተቀበለውን የሚያረክስ ይሆናል ማቴ ፲፫፥፲፩፤

ወካዕበ ነአምን ትንሣኤ ሙታን ጻድቃን ወኃጥአን ወዕለተ ኵነኔ አመ ይትፈደይ ኵሉ በከመ ምግባሩ - ዳግመኛ የጻድቃንና የኃጥአን ትንሣኤ እንዳለ፤ ሁሉም እንደሥራው የሚቀበልበት የፍርድ ቀን እንዳለ እናምናለን፤ ትንሣኤ ሙታን የለም ያሉ ነበሩና።

ዓዲ ነአምን ከመ ክርስቶስ ኢኮነ ሕፁፀ እምትስብእት ወኢምንተኒ - ክርስቶስ ሰው ቢሆንም ምንም ምን ሕፀፅ እንደሌለበት እናምናለን።

አላ ውእቱ እግዚአብሔር ቃል ዘኮነ ሰብአ በጽድቅ

- በእውነት ሰው የሆነ የባሕርይ አምላክ ነው እንጂ። ኮነ ያለውን ይሻል፤ ኅድረት ያሉ ነበሩና። ቦ ሰው በመሆኑ ምንም ምን ሕፀፅ እንደሌለበት እናምናለን፤ የባሕርይ አምላክ እሱ በእውነት ሰው የሆነ ነው እንጂ፤ ሰብአ ያለውን ይሻል፤ ነፍስ አልነሣም ያሉ ነበሩና። ቦ ሰው ከመሆኑ የተነሣ ምንም ምን ሕፀፅ እንደሌለበት እናምናለን፤ የባሕርይ አምላክ የሚሆን አካላዊ ቃል ሰው የሆነው በእውነት ነው እንጂ፤ በጽድቅ ያለውን ይሻል፤ ምትሐት ያሉ ነበሩና። ቦ ክርስቶስ በሰውነቱ ሕፀፅ እንደሌለበት እናምናለን፤ በእውነት ሰው የሆነ የባሕርይ አምላክ ነው እንጂ፤ ውላጤ ያሉ ነበሩና።

ለብቻ አውጥተን ስናያቸው "ኅድረት፣ ውላጤ፣ ነፍስ አልነሣም፣ ምትሐት ነው" ብለው የሚያስተምሩ መናፍቃንን ለማስረዳት ነው። ቃል ሥጋ ሆነ እንጂ ሳይዋሐድ አድሮ አልወጣም፤ ሰው ስለሆነ ምንም ጉድለት የለውም፤ ከእመቤታችን ከሥጋዋ ሥጋን ከነፍሷ ነፍስን ነሥቷል፤ ሰው የሆነው በማስመሰል ወይም በምትሐት አይደለም፤ ሰው ሲሆን አምላክነቱ አልተለወጠም።

ወዐረቀ ትዝምደ ሰብእ ምስለ እግዚአብሔር ሊቀ ካህናቲሁ ለአብ

- የአብ ሊቀ ካህናት የሚሆን እርሱ ኅሩይ ማዕከለ እግዚአብሔር ወሰብእ ሆኖ ሰውን ከእግዚአብሔር ጋር አስታረቀ ማለት አስማማ፤ ራሱን በመስቀል ላይ ሠውቷልና ሊቀ ካህናት አለው። ከእግዚአብሔር ጋር አስታረቀ ሲል በውይይት በድርድር በልመና ማለት አይደለም፤ ድኅነታችን የተፈጸመው በአብ በወልድ በመንፈስ ቅዱስ አንዲት ፈቃድ ነውና። ሞቱ ሕይወታችን ነው፤ ቍስሉ ፈውሳችን ነው፤ ግርፋቱ ክብራችን ነው። ብፁዕ ሐዋርያ ቅዱስ ጳውሎስ "እስመ ተዋለጠ እግዚአብሔር ዓለመ በክርስቶስ አናሕስዮ ኃጢአቶሙ ወኢነጺሮ ጌጋዮሙ - ኃጢአታቸውን በማቅለል በደላቸውን ባለማየት እግዚብሔር በክርስቶስ ዓለሙን ዋጅቶታልና" በማለት ያስተማረው አካላዊ ቃል ኢየሱስ ክርስቶስ ባደረገልን የማዳን ሥራ ሁሉ አብም መንፈስ ቅዱስም ያሉበት መሆኑን ለማስረዳት ነው ፪ቆሮ ፭፥፲፱፤ "ተዋለጠ" የሚለውን ግስ በዘይቤ ብቻ እንረዳው ብንል "ዓለምን ተላወጠ ወይም ተለዋወጠ" የሚል ትርጉም ብቻ ነው የሚሰጠን፤ ሊቁ "ተወልደ በአምሳሊከ ከመ ይለድከ በአምሳሊሁ - እሱን አስመስሎ ይወልድህ ዘንድ አንተን መስሎ ተወለደ" ያለው እንዲህ ያለውን ምሥጢር ለማጉላት ነው፤ ሰው ሆኖ ሰውን ሰው አድርጎታልና፤

ኢንትገዘር እንከ ከመ አይሁድ

- እንደ አይሁድ ግዝረት ይረባናል ይጠቅመናል አንበል። ቦ እንደ አይሁድ አንገዘርም። እንደ አይሁድ ግዝረት የግድ አስፈላጊ ነው ባንልም ያልተጠመቀ ሰው ግን ምሥጢራትን መካፈልና ወደ እግዚአብሔር መንግሥት መግባት አይችልም፤ ዮሐ ፫፥፭፤

ነአምር ከመ መጽአ ዘይፌጽም ኦሪተ ወነቢያተ

- ኦሪትን ነቢያትን የሚፈጽም እሱ መጥቷልና በእሱ ፈጻሚነት እንከብራለን እንላለንና፤ ቦ ኦሪትን ነቢያትን የሚያሳልፋቸው እሱ እንደመጣ እናውቃለንና፤ "የሚያሳልፋቸው" ሲል አሁን በዘመነ ሐዲስ የማንፈጽማቸው የሥርዐት አይነቶች አሉና እነሱን ለማሳየት ነው፤ ለምሳሌ አስከሬን የነካ ሰው እስከ ማታ ድረስ ርኩስ ነበር፤ አሁን ግን አጥብን ስመን ገንዘን ቤተ ክርስቲያን አስገብተን ጸሎት አድርሰን በክብር እንሸኛለን እንጂ አስከሬን በመንካት እንረክሳለን አንልም።

በሌላ አገላለጥ የሚያሳልፋቸው ማለት ከኦሪት ወደወንጌል ከነቢያት ወደሐዋርያት የሚያመጣቸው እሱ እንደመጣ እናውቃለን ማለትም ይሆናል። አልፎን ሄደ ወይም አልፈነው ሄድን ብንል ቀድሞን ሄደ ወይም ቀድመነው ሄድን ማለት እንደሚሆን ማለት ነው።

የኦሪቱ ንባብ የወንጌሉ ትርጉም፣ የነቢያቱ ትንቢት የሐዋርያቱ ስብከት ስለሆነ "የሚያሳልፋቸው" ሲል የሚሽራቸው ማለት ብቻ እንዳልሆነ ከቀዳማዊው ሕግ ወደሁለተኛው ሕግ ያሻገራቸው ማለትም እንደሆነ እንረዳለን።

ዘኪያሁ ይሴፈዉ ምጽአቶ ኵሎሙ አሕዛብ - አሕዛብ ሁሉ መምጣቱን ተስፋ የሚያደርጉት። ቀዳማዊ ምጽአቱን ቢሉ የአባቶቻቸውን ነው፤ ደኃራዊ ምጽአቱን ቢሉ የተመቸ። ሁላችንም ዳግም ምጽአቱን በተስፋ እንጠብቃለንና።

ኢየሱስ ክርስቶስ ዘሠረፀ እምይሁዳ እምሥርወ ዕሤይ - ከነገደ ይሁዳ የተወለደ ከዕሤይ ልጅ ከሐና ከኢያቄም የተገኘ ኢየሱስ ክርስቶስ፤ መጽሐፍ አባትን በአጽቅ ልጅን በሥር ይመስላል አጽቅ እየተቆረጠ ሥር እንዲቀር አባት እየሞተ ልጅ ይተካልና። ቦ አባት ከሚሆን ከነገደ ይሁዳ የተወለደ። መጽሐፍ አባትን በሥር ልጅን በአጽቅ ይመስላል ከአጽቅ ሥር እንዲቀድም ከልጅ አባት ይቀድማልና። [211]

ዘሥልጣኑ ዲበ መትከፍቱ - ሥልጣኑ የባሕርዩ የሆነ። ወቅድመት ዲበ መትከፍቱ - አለቅነት በትከሻው የሆነ እንዲል ኢሳ ፱፥፮፤ ቦ ጽንዐ ነፍስ የባሕርዩ የሆነ፤ ኖላዊ የተሰበረውን በግ ተሸክሞ ወስዶ እንዲያጸናው ጽንዐ ነፍስ አጥቶ ከዘጠና ዘጠኙ ነገደ መላእክት ተለይቶ የነበረ አዳምን ጽንዐ ነፍስ ሰጥቶ ከነገደ መላእክት አንድ አድርጎታልና፤ ወሶበ ረከቦ ያሮ ዲበ መትከፍቱ - ባገኘው ጊዜ በትከሻው ተሸከመው እንዲል፤ ሉቃ ፲፭፥፭፤ ቦ መስቀል በጫንቃው የሆነ ማለት መስቀል ተሸክሞ ወደ ቀራንዮ የሄደ ሲል ነው።

---

211 ዘሠረፀ የሚለው ግስ እዚህ ዘተወልደ ዘተረክበ የተወለደ የተገኘ ተብሎ ነው የተገለጠው፤ ብዙ ጊዜ በመጻሕፍት ዘሠረፀ የሚለው ለመንፈስ ቅዱስ ሲነገር ነው የሚታየው፤ ይሁን እንጂ እንደየአገባቡ መረዳት ይገባል። ከሐና ከኢያቄም የተገኘ የሚለውም ትርጓሜ የተገኘበትን የዘር ሐረግ ለማሳየት እንጂ እነሱ ከተገኙ በኋላ እሱ ከእነሱ ተገኘ ማለት አይደለም።

ሰብአ ሰገል ካቀረቧቸው እጅ መንሻዎች አንዱ ከርቤ ነው፤ ይህም ለሰው ልጅ ሲል መራራ ሞትን የሚሞትና በዕለተ ዓርብ የሚቀምሰው መሆኑን የሚያስረዳ ሲሆን የነፍስ ጽናትን በማጣት በኃጢአት ባሕር ተዘፍቆ የኖረውን የሰውን ልጅ ጽንዐ ነፍስ ሰጥቶ ወደ ቀደመ ክብሩ ሊመልሰው የመጣ መሆኑን ለማስረዳት ነው።

ቅዱስ ኤፍሬም "ወያግብአ ኀበ ዘትካት መንበሩ - ወደ ቀደመ ቦታው ወደ ቀደመ ክብሩ ይመልሰው ዘንድ ወደደ" እንዳለ። ልጅነትን ያህል ክብር ገነትን ያልህ ርስት በመስጠት።

ሎቱ ስብሐት ወአኰቴት ዕበይ ወባርኮት ውዳሴ ወማኅሌት - ስቡሕ እኩት ዐቢይ ቡሩክ ተብሎ በልብ በቃል በንባብ በድጋም በዜማ መመስገን ይገባዋል።

ይእዜኒ ወዘልፈኒ ወለዓለመ ዓለም - ዛሬም ዘወትርም ለዘለዓለሙ አሜን።

ጸሎተ ሃይማኖት

- ነገረ ሃይማኖት ምሥጢረ ሃይማኖት አንቀጸ ሃይማኖት ሲል ነው፤ ይህን ጸሎተ ሃይማኖት የተናገሩት ሠለስቱ ምዕት ናቸው፤ ጥንተ ነገሩ እንደምን ነው ቢሉ ለእስክንድርያው ሊቀ ጳጳሳት ለተፍጻሜተ ሰማዕት ጴጥሮስ አርዮስ አኪላስ እለእስክንድሮስ የሚባሉ ደቀ መዛሙርት ነበሩት ነገር ያለባቸውን ለይቶ ለመንገር ነው እንጂ ደቀ መዛሙርቱስ ስፍር ቁጥር ልክ መጠን የላቸውም።

የዚህ የአርዮስ ግብሩ መጽሐፍ መመልከት ነበርና ከዕለታት በአንድ ቀን ከቤተ መጻሕፍት ገብቶ መጽሐፈ ሰሎሞንን ሲመለከት ትቤ ጥበብ ፈጠረኒ የሚል ጽሑፍ አገኘ፤ መልካም! ጥበብ የሰም አነጋገር ነው ፈጠረኒ ማለቱ ፍጡር ቢሆን ነው ብሎ ካደ፤ መናፍቃን እጅግም ዝቅ እጅግም ከፍ ሳይሉ ቀንጨብ አድርጎ መነሣት ልማዳቸው ነውና እንዲህ አለ እንጂ አንብብዋ ለመልእክት እምጥንታ እስከ ተፍጻሜታ እንዲል ዝቅ ብሎ ቢመለከት እምቅድመ አድባር ወአውግር ወለደኒ የሚል ጽሑፍ ባገኘ ነበር፤ እሱም ይህንን ይዞ ወጥቶ ከበላዮቹ ይጨዋወተው ከባልንጀሮቹ ይከራከረው ከበታቹ ላሉት ያስተምረው ጀመር፤ ጴጥሮስም ይህን ሰምቶ እንዲህ ያለውን ነገር ከምን አገኘኸው ከመምህር አልተማርኸው ከመጽሐፍ አላገኘኸው አስበኸው እንደሆነ አትናገረው ተናግረኸውም እንደሆነ አትድገመው አለው፤ ይሁን ብሎ ወጥቶ ያስተምር ጀመር፤ በሌላ ጊዜ ቢያስጠይቅ እሱስ አልተወውም ያስተምራል አሉት አስጠርቶ አውግዞ ከምእመናን ለየው ከሥጋ ወደሙ ከለከለው ከቤተ ክርስቲያን አስወጣው፤ እሱም አስታራቂ ሽማግሌ ይሰዳል ቀን አይጥለው የቀለም ሠረገላ አያስነካከለው ጠጅ ጠጥቶ አያሰክረው የለ፤ ይሆናል መስሎኝ ነበር ካልሆነም እመለሰላሁ በዚያውስ ላይ እንዲህ እንዳወገዘኝ ወይ በእሱ ወይ በእኔ ሞት ቢመጣብን መልካም ነውን እያለ ይዘብታል።

በምን አውቆ ቢሉ ከዕለታት በአንድ ቀን ዲዮቅልጥያኖስ እሊህ ክርስቲያን ምን ይበዙ እኔ ዕለት ዕለት ሺህ ሁለት ሺህ እልፍ ሁለት እልፍ ሳልገድል ውዬ አድሬ አላውቅም እነሱ ግን ቢበዙ እንጂ አያንሱም አለ፤ እንዲያው መስሎሃልን አሥራው ካሉ አዕፁቅ መምህራን ካሉ ምእመናን ይገዳሉን አንተ ሺህ ሁለት ሺህ እልፍ ሁለት እልፍ ብትገድል እንደዚሁም ሁሉ ዕለት ዕለት ሺህ ሁለት ሺህ እልፍ ሁለት እልፍ መክሮ አስተምሮ አሳምኖ አጥምቆ የሚውል የእስክንድርያው ሊቀ ጳጳሳት ጴጥሮስ እንጂ አለ አሉት፤ እሱንስ አሁን ጋላትን ሰድጄ አስገድለዋለሁ ሲል ሰምቶ ነበርና፤

የጠላትን ወሬ ከራስም ከወዳጅም አስቀድሞ ጠላት ይሰማዋልና። ሄደው የፈራ ማርልን አሉት ማነው አርዮስ ነው? አላቸው አዎን አሉት፤ እመለሳለሁ ብሏችኋል? አላቸው እሱማ ብሎናል አሉት፤ ይሁን ብሎ ቀን ቀጥሮ ሰዓት ሰፍሮ ይሰዳቸዋል በዚያች ሌሊት በትጋት ያድራል የዕለት ተግባሩን ፈጽሞ አንገቱን ከጉልበቱ ላይ ጣል አድርጎ አርፎ ሳለ ጌታችን የተቀደደ ቀሚስ ለብሶ ታየው፤ አ እግዚእየ ኢየሱስ ክርስቶስ መኑ ሰጠጣ ለልብስከ አለው አርዮስ ሰጠጣ ለልብስየ ወፈለጠኒ እምአቡየ ወእመንፈስ ቅዱስ ሕይወትየ - አርዮስ ከባሕርይ አባቴ ከአብ ከባሕርይ ሕይወቴ ከመንፈስ ቅዱስ አንድነት ለየኝ አሁንም የማይመለስ መናፍቅ ነውና የሚመለስ መስሎህ ከውግዘቱ አትፍታው ወደሹመቱ አትመልሰው አንተም ጊዜ ሞትህ ደርሷል ከአንተ ቀጥሎ አኪላስ ይሾማል እሱንም በውዳሴ ከንቱ ይጠልፈዋል በውዳሴ ከንቱ ተጠልፎ አብሮ የማደግ የባልንጀርነት ፍቅር አገብሮት ከውግዘቱ ይፈታዋል ወደሹመቱ ይመልሰዋል ወዲያው በመንፈቁ ይቀሠፋል ከእርሱ ቀጥሎ እለእስክንድሮስ ይሾማል በእርሱም ጊዜ ተደርጎ የማያውቅ ጉባኤ ይደረጋል በጉባኤ ተከራክሮ የሚረታውም እሱ ነው ብሎ ከዚህ አያይዞ እስከ ዕለተ ምጽአት የሚሆነውን ነግሮታል።

እነሱም በቀጠራቸው ቀን ይዘዉት መጡ አንድ እግሩን ከውስጥ አንድ እግሩን ከአፍአ አድርጎ ሳለ አርዮስ አላወቀብኝ መስሎሃል ውጉዝ በሰማይ ወበምድር አለው ግንባሩን እንደመቱት ውሻ ይግባኙን ወጥቶ ሄደ እነሱም ደንግጠው ደንግጠው ቆሙ፤ ምን ያስደነግጣችኋል? አላቸው ምን እናድርግ እናስታርቃለን ብለን ስናጣላ ጠብ እናበርዳለን ብለን ስናጸና አሉት፤ እንዲያው መስሏችኋልን አርዮስ የማይመለስ መናፍቅ ነውና የሚመለስ መስሎህ ከውግዘቱ አትፍታው ወደሹመቱ አትመልሰው ብሎ ፈጣሪየ ነግሮኝ እንጂ ነው ብሎ የነገረውን ሁሉ ነገራቸው፤ እነሱም ፈጣሪህ ከነገረህማ ምን እናደርጋለን ብለው ተመልሰዋል።

ወዲያው ዲዮቅልጥያኖስ ጋላትን ሰዶ ያስከብበዋል ምእመናንም ሌት በዘብ ቀን በአጀብ እንዲሉ ተሰብስበው ይጠብቁታል እሱም እንዴት አክሊለ ሰማዕት ትከለክሉብኛላችሁ እያለ ያዳኛል በዚህም ምክንያት ከመቃብረ ማርቆስ እየሄደ አ እግዚእየ ረስያ ለደምየ ደመ ማኅተመ ኵሎሙ ቅዱሳን ሰማዕታተ አንጾኪያ እያለ ሲጸልይ አሜን የሚል ድምፅ ይሰማ[212] ነበር፤ ምነው በሰማዕታት ቀንቶባቸው ተመቅኝቷቸው ነውን ቢሉ ቀንቶባቸውስ አይደለም ከመከራው ጽናት የተነሣ እንዳይክዱ ብሎ ነው እንጂ።

ቀን ቢረዝም ልብ ይደክም እንዲሉ ከዕለታት በአንድ ቀን ምእመናን ጥለዉት ከየቤታቸው ሄደው አደሩ ሌት ጋላት መጡ ደጃፉን ከፍቶላቸው ገብተው ቸብቸቦውን ቆርጠው ጥለዉት ሄደዋል ይህስ ለጥቅሱ አይመችም "አስሐወ ሎሙ ፈቃሮ ቅድስተ ወመጠዎሙ ክሣዶ ክብርተ ለጋላት" ይላል ብሎ አንገቱን በመስኮት አዝልቆ ለሠያፊ እንዲመች አድርጎ ሰጥቷቸው ቸብቸቦውን ቆርጠዉት ሄደዋል።

212 "ሰ" ጠብቆ ይነበባል።

ለልማዱ ተግባሩን ሲፈጽም ደጃፉን ከፍቶ ድምፅ ያሰማቸዋል ደቀ መዛሙርቱ ገብተው ይማሩ ነበር በዚች ቀን ግን ድምፅ አጡ ደጃፉን ከፍተው ቢገቡ አንገቱ የቅል ግንዱ የቁልቁል ወድቆ አገኙ አንሥተው ቢያገናኙት እንደነበረ ሆኗል ወኢተረክበ አሠረ ምትረት ወኢምንትኒ - ምንም ምን የመቆረጥ ምልክት አልተገኘም እንዲል፤ ወስደው ከመንበሩ ላይ አስቀመጡት ከአንድ ቀን በቀር ተቀምጦበት አያውቅም ነበርና፤ ስለምን ቢሉ ከዕለታት በአንድ ቀን ሲያስተምር ጌታችን ተቀምጦበት አይቶ ጌታየ በተቀመጠበት እቀመጣለሁን አልቀመጥም ሲል ነው፤ ስለዚህ ከእስክንድርያው ሊቀ ጳጳሳት ብትበልጥ እንጂ አታንስም ሲሉ። ከዚህ በኋላ ወቀበርዎ በዝማሬ ወበማኅሌት ይላል እሱን ቀብረው መንበር ያለ መምር ሀገር ያለሹም አያድርምና አኪላስን ሾመዉታል፤ እሱንም በውዳሴ ከንቱ ይነድፈዋል መማርማ መምራችን ጴጥሮስ አልተማረም ይባላልን ነገር ግን ትዕግሥት ቢያንሰው ብስጭት ቢያግዘው በሆነ ባልሆነው ያወግዝ ነበር እንጂ ዛሬ ግን የተማረ ግብረ ገብ ፈሊጥ አዋቂ ደግ ሰው ተሾመ እያለ፤ እሱም በውዳሴ ከንቱ ተጠልፎ አብሮ የማደግ የባልንጀርነት ፍቅር አገብሮት ከውግዘቱ ፈታው ወደሹመቱ መለሰው ወዲያው በመንፈቁ ተቀሠፈ።

ከእሱ ቀጥሎ እለእስክንድሮስ ተሾመ በአዳራሽ ያወጡትን በእልፍኝ የሚያገባ ማነው? እንደዚሁስ ሁሉ መምህሬ አውግዞ የለየውን የሚፈታ ማነው? ብሎ አወገዘው፤ እሱም ጠያቂ ሽማግሌ ይልካል፤ ጴጥሮስ በማይገባ' ቢያወግዘኝ አኪላስ በሚገባ' ፈታኝ ከእለእስክንድሮስ ጋር አብሮ ከማደግ ከባልንጀርነት በቀር ጠብ የለንም ብሎ። ሄደው ነገሩት እንዲያው መስሏችኋልን አርዮስ የማይመለስ መናፍቅ ነውና የሚመለስ መስሎህ ከውግዘቱ እንዳትፈታው ወደሹመቱ እንዳትመልሰው ብሎ መምህሬ እንጂ ነግሮኝ ነው እያለ ወወሰከ ግዘተ በዲበ ግዘት ይላል በውግዘት ላይ ውግዘት ጨመረ፤ እሱም የተጠማ ከፈሳሽ የተበደለ ከነጋሽ እንዲሉ ከቈስጠንጢኖስ አደባባይ ሄዶ ከመጽሐፍ ያገኘሁትን ባስተምር አውግዞ ለየኝ ብሎ ለዳኛ ጮኸ ዳኛም ባላጋራህ ሲመጣ እገጥምሃለሁ ማለት ልማድ ነውና ባላጋራህ ሲመጣ እገጥምሃለሁ አለው።

የዚህ የቆስጠንጢኖስ ነገዱ ትውልዱ ብሔረ ሙላዱ እንደምን ነው ቢሉ አባቱ የበራንጥያ ሰው አረማዊ ቍንስጣ፣ እናቱ የሮሐ ሴት አይሁዳዊት ዕሌኒ ናቸው፤ እንዲህ ከሆነ ከወዴት ተገናኝተው ይወልዱታል ቢሉ ምክንያቱን ከዚህ ይናገሩታል። ለዕሌኒ ተርቢኖስ የሚባል ነጋዴ ባል ነበራት በሀገራቸው ንግድ ሲሄዱ አምስት ዓመት ስድስት ዓመት ብለው ነውና ሰው እንዳያያት ፀሐይ እንዳያገኛት የናስ ቤት ሠርቶላት የምታገለግላት አንዲት አገልጋይ ሰጥቷት ሄደ፤ በአምስት ዓመት በስድስት ዓመትም ቢሉ ነጋድያን ተመለሱ ባሕር ተሻገሩ የብስ ረገጡ ከማዕበል ሞገድ ዳኑ፤ እኛስ በእግዚአብሔር ቸርነት ባሕር ተሻገርን የብስ ረገጥን ከማዕበል ሞገድ ዳን እንደዚሁም ሁሉ ሚስቶቻችን ሌላ ወንድ ሳይለምዱ ሳይወዱ ብናገኛቸው መልካም ነበር ተባባሉ፤

ተርቢኖስ እኔ ሚስቴን በዚህ አልጠረጥራትም አለ ከእነዚያ አንዱ የአንተ ሚስት ከሔዋን ልጆች ልዩ ናትን እነሆ እኔ ሄጄ ወዳኝ ወድጃት ለምዳኝ ለምጃት ብመጣስ፤ ባትመጣስ፤

ወረቴን፣ ወረቴን ተባብለው ተወራርደው ሄዶ የተርቢኖስን ሚስት አዝልቁልኝ አለ እሷንስ ስንኳን ሰው ፀሐይም አያያት አሉት ባይሆንም ገረዷን አዝልቁልኝ አለ አዘለቁለት ላግኝሽ የሚል ሰው አለ በዱልኝ አላት ገብታ ነገረቻት ዛሬን ወትሮን እንዲህ ያለ ግብር የምታውቂብኝ! አለቻት ተመልሳ ሄዳ አልሆነልህም አለችው ይህን ያህል ወርቅ እሰጥሻለሁ ብሷል ብለሽ ንገሪልኝ አላት ገብታ ነገረቻት የተርቢኖስን ሚስት በከብት! ብላ ትሰፋም ትፈትልም ነበር ቢሉ በያዘችው ግንባሯን መታቻት ደሟን እያዘራች ሂዳ አልሆነልህም ስልህ አስመታኸኝ ሂድልኝ ወግድልኝ አለችው፤ ይህንን ወርቅ ለአንቺ ልስጥሽ ሌላ ሰው የማያውቀው እሷና እሱ ብቻ የሚያውቁት ምልክት እንዳለ እሱን ስጪኝ አላት። ይህንስ አደርግልሃለሁ አንተም ከከተማ ገብተህ ነጋድያን ተመለሱ ባሕር ተሻገሩ የብስ ረገጡ ከማዕበል ሞገድ ዳኑ አሉ እያልህ አውራ ብላ ገብታ እመቤቴ ነጋድያን ተመለሱ ባሕር ተሻገሩ የብስ ረገጡ ከማዕበል ሞገድ ዳኑ አሉ ገላሽን አትታጠቢም ሽቱ አትዘግቢም ፀጕርሽን አትታሽቢም? አለቻት ይህን ሁሉ እንጂ የምታደርጊልኝ አንቺ አልነበርሽምን አለቻት፤

ከደረቷ ላይ እንደ ጎሽ ፀጕርም ያለ ቢሉ ነበረባት ቦ ባሏ ዕንቍ ገዝቶ በሐር አድርጎ ከአንገቷ ላይ አስሮላት ነበር ባልና ሚስት ያን እያዩ ተድላ ደስታ የሚያደርጉበት ነው፤ ከተክል ቦታ ገብታ ገላዋን ስትታጠብ ከዚያው ረስታው ሄዳ አንስታ ሰጥታው ይዞ ሄደ፤ እንደምን ሆነህ መጣህ? አለው መጠርጠሩ! ወዳ'ኝ ወድጃት ለምዳኝ ለምጃት መጣሁ አለው አብለህ! አለው እሱልህ ብሎ ጣለለት የሞኝን ሚስት በምልክት እንዲሉ ቢደርስባት ነው እንጂ ባይደርስባትማ ይህን ማን ይሰጠው ነበር ብሎ ወረቱን ለቆለት ከቤቱ ገብቶ እያዘነ እየተከዘ ተቀመጠ።

እሷም ቀድሞ እየወጣህ እየገባህ ትጫወት ነበር ባልንጀሮችህ እየወጡ እየገቡ ይጫወታሉ አንተ አዝነሃል ምነው? አለችው፤ እነሱ ከነወረታቸው ቢገቡ ነው እኔማ ወረቴን ማዕበል ሞገድ አስጥሞብኝ ምን ላድርግ አላት የተማረች ናትና ትጠቅሳለች እግዚአብሔር ወሀበ ወእግዚአብሔር ነሥአ - ያየነውን ቢነሣን ያላየነውን ይሰጠን የለምን በዚያውስ ላይ ከአንተ ሃምሳ ስሳ ከእኔ ሃምሳ ስሳ ዘመድ ብናገኝ ተረጥበን ወጥተን ወርደን እንደወትሯችን እንኖር የለምን አለችው፤

እሱም በነገር ይነካታል አንቺን ሁሉ ይወድሻል ያከብርሻልና ከወደድሽው ጋር ኑሪ እኔ ግን በሰጠሁበት ሀገር ለምኜ ባበደርሁበት ሀገር ተበድሬ አልኖርም ሀገሬ እገባለሁ ብሎ ተነሣ፤ ብእሲ ወብእሲት አሐዱ አካል እሙንቱ በክርስቶስ ዘእግዚአብሔር አስተፃመረ ሰብእ ኢይፍልጥ ይል የለምን አንዱ አካል ሲሄድ አንዱ አካል ይቀራልን እኔም አብሬህ እሄዳለሁ ብላ ተነሣች ይሁን ብሎ በሣጥን ቆልፎ በግመል ጭኖ ይዟት ሄደ በሀገራቸው ከየብሱ ባሕሩ ይበዛልና ከባሕር ሲደርሱ መርከብ ተከራይቶ ይዟት ገባ ከማዕከለ ባሕር ሲደርሱ መንፈሰ ቅንዓት ተነሳበት ሣጥኑን ከፍቶ አንቺ ሳምንሽ የከዳሺኝ ስወድሽ የጠላሽኝ ምን ይሁን ብለሽ ነው አላት አንተን ከጄ ማንን ላምን አንተን ጠልቼ ማንን ልወድ አለችው፤ እሱልሽ ብሎ ጣለላት፤ ይህስ እውነት ነው መጥታ ነገረችኝ አይሆንም አልኳት ከተክል ቦታ ገብቼ ገላዬን ስታጠብ ከዚያው ረስቼው ሄጄ ወስዳ ሰጥታዋለች እንጂ የዚያን ሰው ስንኳን ግብሩን መልኩንም አላውቀው አለችው።

ዝ ግብርኪ ለይትሉኪ ወዝ ግብርኪ ለያድኅንኪ ሥራሽ ያጥፋሽ ሥራሽ ያልማሽ ብሎ አውጥቶ ጣላት፤ መልአኩ ቀዛፊ መንፈስ ቅዱስ መጋቢ ሆኖ ወስዶ በጽንፈ ብራንጥያ ጣላት ቍንስጣ ከዚያ ነበርና፤ ስለምን ቢሉ አኬድከ ውስተ ባሕር አፍራሲከ እንዲል ፈረስ በቅሎ ለመግራት፤ ዓሣ ለማሥገር፤ ቦ ዓሣ አንበሪ አዞ ጉማሬ ያመልክ ነበርና ለማምለክ። አሻግሮ አይቶ ማዕበል ሞገድ ከነጋድያን ነጥቆ የጣለው ወርቅ ብር ይሆናል ብሎ አስመጥቶ ከፍቶ ቢያይ እንደ ፀሐይ የምታበራ መልከ መልካም ሴት ወይዘሮ አገኘ የክርስቲያን እመቤት እግዝእትነ ማርያም የሚሉሽ አንቺ ነሽን አላት፤ እኔስ የገረዷ ገረድ የማልሆን የእግሯን እጣቢ የማላህል ወራት የባሰኝ ልብስ ያነሰኝ ሴት ነኝ አለችው፤ አሕዛብ ለዝሙት አይቸኩሉምና መንፈቅ አፍአዊ ርስሐት የሚያጠራ ሽቱ እየቀባ መንፈቅ ውሳጣዊ ርስሐት የሚያጠራ መጠጥ እያጠጣ ዓመት አኖራት በዓመቱ በግብር አወቃት ቈስጠንጢኖስ ተፀንሶ ተወለደ። በአባቱ በቍንስጣ ቈስጠንጢኖስ ተብሏል በአባት ስም መጠራት ልማድ ነውና፤ በፋሲል ፋሲል በዮሐንስ ዮሐንስ ይባሉ እንደነበር።

ቈስጠንጢኖስ ማለት ኅብረ ሐመልሚል ማለት ነው እናቱ ከውኃ ዳር ተገኝታለችና፤ ኅብረ ጥበቡ ብዙኅ ማለት ነው ጥበብ ሥጋዊ ጥበብ መንፈሳዊ ተሰጥቶታልና፤ ኅብረ ነገዱ ብዙኅ ማለት ነው አባቱ አረማዊ ቍንስጣ እናቱ አይሁዳዊት ዕሌኒ ናቸውና። በተወለደ በአራት ዓመቱ ወደሀገሯ ይዛው ሄዳለች የወሰደችበት ምክንያት አልታወቀም ስለወሰደችውም አላስጠመቀችውም ስለምን ቢሉ አይሁድ ጥምቀት በሠላሳ ዘመን ይሉ ነበርና፤ ይህስ የኒቆላዎስ ፈላሲ ዘሀገረ አንጾኪያ ትምህርት ነው ብሎ አባቱ አረማዊ ነውና ይጸየፋዋል ብላ ነው፤ ስላላስጠመቀችው ግን የጌታን ሕማሙን ስቅለቱን ሞቱን ትንሣኤውን እያስተማረች አሳድጋዋለች እሱም ማደግ አለማደጉን ዘንግ እየሰደደ ያስለካው ነበር፤ ኃይሉን ጥበቡን ሰምቶ አስጠርቶ ሀገር ከፍሎ ሰጥቶታል፤ ዓፄ ዮሐንስ ለዓፄ ኢያሱ ሰሜንን አጋፋሪነት ሰጥተዋቸው እንደነበረ፤ አባቱ ከሞተ በኋላ ሁሉንም አንድ አድርጎ ይዟል። ዲዮቅልጥያኖስን መክስምያኖስን ሁለት ዓመት ይናገሣቸዋል።

የዚህ የዲዮቅልጥያኖስ ነገዱ ትውልዱ ብሔረ ሙላዱ እንደምን ነው ቢሉ ሀገሩ ላዕላይ ግብፅ ግብሩ ረዓዬ አጣሊ ነው፤ ጥንተ ስሙ አግሪጳዳ ይባላል ረዓዬ አጣሊ ማለት ነው ኋላ ዲዮቅልጥያኖስ ተብሏል ኃያል አንበሳ ዓይ ዓመፃ ዘኢተገብረ በመዋዕሊሁ ማለት ነው፤

ወራት የባሰው ልብስ ያነሰው የጨዋ ልጅ ለጌታ ማደር ልማድ ነውና ሮም ወርዶ ለኑማርያኖስ ከጌታ አደረ እሱም የፈረሱን ባልደራስ ባልደረባ አድርጎ ሰጠው፤ የዚህ የዲዮቅልጥያኖስ ቃሉ ከዜማ ጣቱ ከበገና የተስማማ ነውና በቃሉ ሲያንጎራጉር በጣቱ በገና ሲደረድር ስንኳን ሰዉ ፈረስ በቅሎው ያሽካካ ነበር፤ ለኑማርያኖስ ጎንብጥርያ ፍንጥርብያ የሚባሉ ሁለት ሴቶች ልጆች ነበሩት ታላቂቱ ጎንብርጥያ ሲወጣ ባቱን ሲገባ ደረቱን እያየች በሐፀ ዝሙት ተነደፈች አባቴ መቼ ሞቶልኝ እንበለ ምክረ ካህናት ምክረ መኳንንት ይህን ሰው አግብቼ እያለች ስትመኝ ኖራለች አባቷ ሞቶላት እንበለ ምክረ ካህናት እንበለ ምክረ መኳንንት አግብታ በሮም ዐሥራ ሁለት ዓመት ነገሠች። ታናሽቱ ፍንጥርብያ እኔንስ አባቴ አይወልደኝምን ለእኔስ መንግሥት አይገባኝምን አለቻት ሕፃን ነሽ ብዬ ነው እንጂ ምን ከፋኝ አንዱን አግብተሽ አትነግሽምን አለቻት እሷም የአባቴን መንግሥት ስንኳን የጨዋ ልጅ የፍየል እረኛ ይዞታል ብላ መክስምያኖስን አግብታ በአንጾኪያ ስምንት ዓመት ነገሠች፤ የዲዮቅልጥያኖስ ሃያ የመክስምያኖስ ስምንት ሲሆን ቈስጠንጢኖስ በሀገሩ ሁለት ዓመት ነግሧል፤ ሁለት ዓመት ይናገሣቸዋል ያልነው ይህ ነው።

የዲዮቅልጥያኖስ ሃያ ሁለት፣ የመክስምያኖስ ዐሥር፣ የቈስጠንጢኖስ አራት ዓመት ሲሆን በአባ አጋግዮስ ምክንያት አብያተ ክርስቲያናት ይትዐፀዋ አብያተ ጣዖታት ይትረኃዋ ተብሎ አዋጅ ተነገረ፤ አብያተ ክርስቲያናት ተቃጠሉ መጻሕፍት ተቈነጻጸሉ የምእመናን አንገታቸው እንደ በግ ታረደ ደማቸው እንደ ጎርፍ ወረደ ሥጋቸው እንደ ሽንኩርት ተቀረደደ፤ በልዳ አንዲት የቅዱስ ጊዮርጊስ ቤተ ክርስቲያን ስትቀር። እሷንም ቀርታለች ብለው ነገሩት፤ ቢትወደዱ አህይዎስ ይባላል ሄደህ አጥፍተህ ና ብሎ ሰደደው ከመንገድ ሲደርስ ቅዱስ ጊዮርጊስ በተአምራት አጠፋው፤ በተአምራት አጠፋው ብለው ነገሩት እሊህ ክርስቲያኖች በሥራያቸው አጥፍተዉታል እንጂ ተአምራት የሚያደርጉበት ምን ሃይማኖት አላቸው ምታ ነጋሪት ክተት ሠራዊት ብሎ ሄዶ ይህን አፍርስ ይህን አፍርስ እያለ ሲያሳይ መቅረዙ ተሰብሮ ዘይቱ ቢፈስበት ሁለት ዐይኑ ጠፍቷል ቦ ቅዱስ ሚካኤል ቀኝ ዐይኑን ቅዱስ ጊዮርጊስ ግራ ዐይኑን አጥፍተዉት ሲወጣ ደወሉ ወርዶ አናቱን ቢመታው ናላው ዞሮ ሰባት ዓመት የዕውር እብድ ሆኖ ኖሯል፤ የክርስቲያን ልጆች እየመጡ ዲዮቅልጥያኖስ እኛ እኮ የክርስቲያን ልጆች ነን ይሉታል እማታለሁ ብሎ ሲነሣ ከእሾሁ ከደንጊያው ላይ ይወድቃል።

በሰባተኛው ዓመት ቶቤል “ር” የሚባል ሰይጣን መጥቶ ዲዮቅልጥያኖስ ዐይንህን ባበራልህ መንግሥትህን ብመልስልህ ምን ታደርግልኛለህ አለው አንዳንድ የክርስቲያን ዘሮች ቀርተው እንደሆነ እነሱን ፈጽሜ አጠፋልሃለሁ አለው፤ ከእንግዲህስ ወዲህ ወዮልህ ጊዜ ሞትህ ደርሷል ኑሮህም ከእኔ ጋር በገሃነም ነው ብሎ ፍጻሜውን ነግሮት ተሠውሯል፤ እሱም ወዲያው አርፏል። ከዚህ በኋላ መክስምያኖስ ሁሉንም አንድ አድርጎ ይዞ በምእመናን ላይ መከራ አጸናባቸው ከዚያ በፊት መክስምያኖስ መከራ ሲያጸናባቸው ወደ ዲዮቅልጥያኖስ ዲዮቅልጥያኖስ መከራ ሲያጸናባቸው ወደ መክስምያኖስ እያሉ መከራው ይቀልላቸው ነበር፤ እነሱም የቈስጠንጢኖስ ፍርድ መጠንቀቁን ድሀ መጠበቁን ነገር ማወቁን እየሰሙ አንተ መጥተህ እርዳን እኛ ለአንተ እንገዛለን እያሉ የጳሕሉን የጽዋውን የመስቀሉን ስባሪ የግምጃውን ቅዳጅ ይልኩለት ነበር፤ እሱም በዚህ ያዝን ነበር ማዘኑም ግዛት ጠበበኝ መንግሥት ተከፈለብኝ ብሎ አይደለም እንዴት ፍጡር በፍጡር ይጨክናል ብሎ ነው እንጂ።

ከዕለታት በአንድ ቀን ንቁስጣጣን የሚል ጽሑፍ በጸፍጸፈ ሰማይ በሰሌዳ ብርሃን ተጽፎ አየ ከበላው አብልቶ ከጠጣው አጠጥቶ የሚያኖራቸው ጠበብት መፈክራን ነበሩት አስጠርቶ ተርጉሙልኝ አላቸው የሚያውቁት በልግም የማያውቁት በድንቁርና ዝም አሉት፤

አውስግንዮስ ይለዋል ሕፅው ነው እግዚአብሔር የገለጠውን ምሥጢር መሠወር አይገባም ብሎ ዝንቱ ትእምርተ መስቀል ትርጓሜውም በዝ ትእምርተ መስቀል ትመውዕ ፀረከ ማለት ነው ይህን ትእምርተ መስቀል ከፈረሱ አንገት ከጦሩ አንደበት ከጋሻው ጎንብርት ያላደረገ ብለህ አዋጅ ንገር ይህን አድርገህ የዘመትህ እንደሆነ ጠላትህን ድል ትነሣለህ አለው፤ እንዳዘዘው አድርጎ ሄደ ቈስጠንጢኖስ መጣብህ አሉት እኛ ባንሄድበት እሱ መጣ? ብሎ ከበታቹ ዐሥራ ሁለት ነገሥታት አሉ እነዚያን ይዞ ገጠመው ቀድሞ ከመክስምያኖስ ሠራዊት እያደሩ ድል ያደርጉ የነበሩ አጋንንት ከትእምርተ መስቀል ፊት መቆም አይቻላቸውምና ጥለዉት ሸሹ ድል ተነሣ፤ ሰባት ራሱን ዐሥራ አራት ራሱንም ሆኖ ቢሉ ሲሸሽ መርከብ ነው ቢሉ ሰጥሞ ድልድይ ነው ቢሉ ተሰብሮ ሙቶ ቀርቷል።

ከዚህ በኋላ ቈስጠንጢኖስ ሮም ገብቶ ሁሉንም አንድ አድርጎ ይዟል ዘመክስምያኖስ ዕልው ድኅረ ኅልቀ ዕድሜ ቈስጠንጢኖስ ቦአ ወነግሠ በሮሜ - የዕልው መክስምያኖስ ዕድሜ ካለቀ በኋላ ቈስጠንጢኖስ ሮም ገብቶ ነገሠ እንዲል፤ ምእመናንም የጸሐሉን የጽዋውን የመስቀሉን ስባሪ የግምጃውን ቅዳጅ ይዘው መስቀል ኃይልነ መስቀል ጽንዕነ መስቀል ቤዛነ መስቀል መድኃኒተ ነፍስነ እያሉ ተቀብለዉታል፤ በሕፃንነቱ እናቱ የነገረችው፣ ምእመናን ይዘው የተቀበሉት፣ እሱ በራእይ ያየው ተመሳስሎ አንድ ሆኖ ቢያገኘው ከሀገሩ ሶል ጴጥሮስን አስመጥቶ ተጠምቋል።

ሰኔ ዐሥር ቀን አብያተ ክርስቲያናት ይትረኃዋ አብያተ ጣዖታት ይትዐፀዋ ብሎ አዋጁን በአዋጅ መልሶታል ይህች ቀን ደገኛ ቀን ናት ቀድሞ በሐዋርያት ጊዜ ፍልሐተ ሚሮን ተደርጎባታል [213] እሱ ይህን አዋጅ አውጀባታል በሀገራችንም ፋሲል ይነገሥ አሚን ይመለስ ተብሎባታልና ጠንቅቀው ሊያከብሯት ይገባል።

ይህ ቈስጠንጢኖስ ንጉሠ ትሕትና ነውና የደከሙትን እሱ እየሄደ ይጠይቃቸዋል የበረቱት እየመጡ ይጠይቁታል ያገኙታል፤ እለእስክንድሮስ ገና ሕፃን ነበርና ሊጠይቀው መጥቶ ሳለ ሲጨዋወቱ አባቴ የከሰሰህ ሰው አለ' አለው ማነው? አለው አርዮስ አለው ግጠመኝ አለው ለጊዜው ቢያስፈልገው አጣው ኋላ ግን አውደልዳይ ነውና መንደር ለመንደር ሲያውደለድል ተገኘ።

አስመጥቶ ገጠመው ሲከራከሩ የአርዮስ ሐሰት የእለእስክንድሮስ እውነት እንደሆነ አውቆ አባቴ ጉባኤ ላቁምልህ አለው ወተፈሥሐ በእንተ ማኅበረ ጉባኤ ይላል ደስ አለው በምን አውቆ ቢሉ በጺጋ ተገልጾለት እንዲረታው አውቆ፤ ቦ ይህ መናፍቅ አቅሙን አውቆ ይኖራል ከእንግዲህ ወዲህ ፈጣሪየ በዚህ መናፍቅ አንደበት ሲሰደብ አይኖርም ብሎ፤ ቦ መምህሩ የተናገረለት ትንቢት ቢደርስለት። ቦ ተፈሥሐን ለንጉሡ ይሰጧል ከአንድ ሰው ይህን ያህል ጥበብ ያገኘሁ ከብዙ ሊቃውንትማ ምን ያህል ጥበብ አገኝ ይሆን ብሎ።

---

213 ጌታ ወደግብጽ ሲወርድ ወዛ' ወዙ ከነጠበበት በለሳን የሚባል ዕፅ በቀለ፤ ሐዋርያት ያንን ቆርጠው ከትፈው አይሁድ በዕለተ ዓርብ ጌታን እጁን እግሩን በቀኖት ሲቸነክሩት የፈሰሰ ደሙ የነጠበበት መሬቱን ጨምረው ቢጸልዩበት ያለ እሳት ፈላ፤ ይህን በየጠርሙሳቸው እየተካፈሉ በየሀገረ ስብከታቸው ሲሄዱ በዘይት ዘኢጽሉይ ከቍራኝነት ያስለቅቁበታል፤ በዘይት ዘጽሉይ/በሜሮን ሐዲስ ታቦት ሐዲስ ቤተ ክርስቲያን ያከብሩበታል ልጅነት ያሰጡበታል፤ ዛሬም ሊቃነ ጳጳሳት ይህንን ያደርጋሉ፤ የዚህ ሥርዓት መሠረቱ ይህ ቀን ነውና ፍልሐተ ሜሮን አለ።

ጉባኤ በኒቅያ ይሁን ብሎ አዋጅ ነገረ ስለምን ቢሉ ሰፊ ሜዳ ናትና፤ ሰፊ ሜዳ እንደወግዳ ምርጥ ሜዳ እንደፀዳ እንዲሉ፤ ቦ አማካይ ቦታ ናትና፤ እንደይባባ፣ እንደሐሬንጎ፣ እንደሐሙሲት ወንዝ፤ ቦ ምግቧ መልካም ነውና፤ እንደድሮው ጎንደር፤ የሚሻው ሁሉ ከአራቱ ማዕዘን ይመጣለት እንደነበር። ከሚያዝያ ሃያ አንድ ጀምሮ እስከ መስከረም ሃያ አንድ ድረስ ሁለት ሺህ ሦስት መቶ አርባ ዘጠኝ ሊቃውንት ተሰበሰቡ፤ ከመስከረም ሃያ አንድ እስከ ኅዳር ዘጠኝ ድረስ ጉባኤ ሆነ ጉባኤውስ አንድ ቀን ነው ብሎ ሱባኤ ሆነ፤ ሃይማኖቴን የምረዳ ነኝና ሱባኤ ገብታችሁ ሃይማኖታችሁን ጽፋችሁ ስጡኝ አላቸው የሠለስቱ ምዕት ዘዕሩይ ምስለ አብ በመለኮቱ በማለት አንድ ሆነ፤ የአርዮስ ልዩ ሆነ፤ ሐሰት መሆኑ በዚህ ታውቋል፤ ሃይማኖት በሠለስቱ ምዕት ይጽና ብሎ አዋጅ ነገረ ስለምን ቢሉ ብዙ ናቸውና፤ ብዛትስ ለመናፍቃንም አላቸው ብሎ አራቱ ሊቃነ ጳጳሳት ከእነሱ ውስጥ ናቸውና፤ ጌታም ከእነሱ አይለይምና፤

ይኸውም በቈስጠንጢኖስ አደባባይ ታውቋል ቈስጠንጢኖስ ለሁሉም መንበር ሰጥቶ ያከራክራቸዋል ጌታችን በአንድ ወንበር ተቀምጦ ሊቃውንቱ ሦስት መቶ ዐሥራ ስምንት ናቸው ቢሉ ዐሥራ ዘጠነኛ ዐሥራ ሰባት ናቸው ቢሉ ዐሥራ ስምንተኛ ሆኖ ሲከራከር ይውል ነበር ወተመሲሎ አሐደ ኢጲስ ቆጶስ አወፈዮሙ ሃይማኖተ ርትዕተ እንዲል፤ ማታ በእነዚያ ልክ መሶብም አገልግልም ቢሉ ይልክላቸዋል አንዱ ይመለሳል፤ ያ ቀን ከጉባኤ አለመለየቱ መንፈሳዊ ቢሆን ነው ማታ ከማዕድ መታጣቱ ሥጋዊ ባይሆን ነው ብሎ ሃይማኖት በሠለስቱ ምዕት ይጽና አለ።

ከእነዚህም መከራ ያልተቀበለ የለም ከዚያውም ዘንድ መቃርዮስ ኤጲስ ቆጶስ ዘኢየሩሳሌም ነው ሁለቱን ዲያቆናት አስከትሎ አመክንዮ ሐዋርያትን ይዞ ሲሄድ አርዮሳውያን በምእመናን መከራ ሲያጸኑባቸው አየ እሊህን ዲያቆናት ይህን መጽሐፍ ይዞልኝ የሚሄድ የለም እንጂ እኔስ እዚህ በሰማዕትነት ብሞት በወደድሁ ነበር አለ፤ መልአኩ ተገልጦ እነሱን እኔ እወስድልሃለሁ ብሎት ከዚያው በሰማዕትነት አርፏል፤

መልአኩ ሁለቱን ዲያቆናት መጽሐፉን ይዞ ከቄስጠንጢኖስ አደባባይ ሄዶ አጋፋሪ ከልክሎት ሰባት ቀን ሰነበተ በሰባተኛው ቀን እየተንገራሰሰ ገባ ጌታችን/አባታችን ዛሬስ የማናውቀው ሰው እየተንገራሰሰ መጣብን አሉት የተበደለ ድኃ ይሆናል ተዉት ይግባ አላቸው ገብቶ ከእንጨት መርጦ ለታቦት ከሰው መርጦ ለሹመት እንዲሉ መርጦ ቢያነግሥህ ሰው አስመልሰህ ከእልፍኝ ተከተህ ልትኖር ነውን አሁንም ይህን የመሰለውን ተቀበል ይህን የመሰለውን አትቀበል ብሎ ጥሎለት መልአክ እንደሆነ ለማጠየቅ ያሉበትን ግንብ ሰንጥቆ ወጥቶ ዐርጓል።

ከእነዚህም እጅ እግሩ ያልተቈረጠ ዐይኑ ያልፈረጠ የለም ይኸውም ቶማስ ዘመርዓስ ነው፤ ዐፅቅ ዐፅቁን እየቆረጡ ሃያ ሁለት ዓመት ለጣዖት አጢሰዉታልና። ከእነዚህም ተአምራት ያላደረገ የለም ይኸውም ቶማስ ዘመርዓስ ነው፤ አካሉ አልቆ ቢጋሩ ቀርቶ ነበርና ደቀመዛሙርቱ በብረት ቀፎ አድርገው በአህያ ጭነው ሲሄዱ ሌት ከአደሩበት ቦታ አርዮሳውያን የአህዮቹን አንገት አንገታቸውን ቆርጠው ጥለዋቸው ሄዱ እሱም በጸጋ ተገልጾለት ተነሡ ጫኑ እንሂድ አላቸው ሊጭኑ ቢነሡ አንገታቸውን ተቆርጠው አገኙ አባታችን ምኑን እንጭናለን አንገት አንገታቸውን ቆርጠው ጥለዋቸዋል አሉት፤ በየአንገታቸው አቅርቡልኝ አላቸው ጊዜው ጨለማ ነበርና የጥቁሪቱን ከነጪቱ የነጪቱን ከጥቁሪቱ አድርገው አቀረቡለት ቢባርካቸው ተነሥተዋል ለአህዮቹም ጌጥ ሆኗቸዋል።

አፈ ጉባኤ እለእስክንድሮስን አደረጉ ስለምን ቢሉ ለነገሩ ሁነኛ ለጦሩ አርበኛ እንዲሉ ባለዘንጉ ባለዛቢያው እሱ ነውና፤ ቦ የህገሩን ሥርዶ በህገሩ በሬ እንዲሉ ባሕሉን የሚያውቀው ተከራክሮ የሚረታው እሱ ነውና። አርዮስ ትቤ ጥበብ ፈጠረኒ ያለውን ይዞ ተነሣ እምቅድመ አድባር ወአውግር ወለደኒ ይልብሃልሳ አለው ይወልደዋል ይፈጥረዋል አለ፤ እንኪያ እንዲህ ከሆነ እኛ የምንወልደውን አንፈጥረውም የምንፈጥረውን አንወልደውምሳ ብሎ በዚህ ረትቶታል።

ቦ ወቦቱ ፈጠሮ ለኵሉ ባለው ሸክላ ሠሪ መኖሪያዋን ሠርታ ለሰው እንድትሠራ አንጥረኛ መዶሻውን ሠርቶ በዚያ ለሰው እንዲሠራ ፈጥሮ ፈጠረበት አለ፤ ወኢምንትኒ ይልብሃልሳ ብሎ ረትቶታል። ከዚህ በኋላ አርዮስ አትመለስምን አሉት መናፍቅ አዋቂ ተብሎ አላዋቂ ከመባል ሰይፍ ይሻለኛል ይላልና አልመለስም አለ፤ ውኑብሩ ሊቃውንት ለመቲሮቱ ይላል ሠለስቱ ምዕት አንድ ሆነው አውግዘው ለይተዉታል።

በዚህም አርዮስ ብቻ አይደለም ብዙ መናፍቃን ተረትተዉበታል። ከዚህ በኋላ በቈስጠንጢኖስ ሁከት መንፈሳዊ ተነሣሣበት እናንተ እንዲህ ሆናችሁ የምትገቡባትን መንግሥተ ሰማያት እኔ የአሪትን ፍርድ እየፈረድሁ ልገባባት ነውን ሌላ ታነግሡ እንደሆነ አንግሡ እንጂ እኔ አልነግሥም ብሎ አከሊለ ወርቁን ሕለተ ወርቁን ሕልቀተ ወርቁን ሰጣቸው፤ ምእመናን ጥቂት ቀን አረፉ ስንል እንዲህ ያለ ነገር አመጣ? የመንፈስ ቅዱስ ይሆን ብለው ሱባኤ ገቡ ጌታ ተገልጾ ቈስጠንጢኖስ በወንጌል ሕግ ጸንቶ መኖርን ከወደደ ከብሉይ ከሐዲስ አውጣጥታችሁ ጠስ መከ መጅ መግ ብላችሁ ጽፋችሁ ስጡት በዚህ ጸንቶ ከኖረ መንግሥተ ሰማያት አገባዋለሁ ብሏቸዋል።

ነአምን በአሐዱ አምላክ እግዚብሔር አብ አኃዜ ኵሉ

- ሁሉን እንደጥና እንደዕንቁላል በመሐል እጁ ጭብጥ አድርጎ በያዘ በእግዚአብሔር አብ እናምናለን። መሠረተ እምነት የሚሆን ቃል በአንድ ሰው አንደበት እንኳ ተደጋግሞ ቢገለጥ ጭብጥ መልእክቱ አንድ አይነት ነው የሚሆነው፤ ለአብነትም የሊቀ ሐዋርያቱን የቅዱስ ጴጥሮስን ቃል እንጠቅሳለን፤ በማቴ ፲፮፥፲፮ እና በዮሐ ፮፥፷፱ የተመዘገበውን ወንጌላዊ ቃል ስናነበብ ተመሳሳይ ቃለ ስምዕ እናገኛለን፤ ቃሉም እንዲህ ይነበባል፤ "አንተ ውእቱ ክርስቶስ ወልደ እግዚአብሔር ሕያው - አንተ የሕያው እግዚአብሔር ልጅ ክርስቶስ ነህ" የሚል ነው።

በዮሐንስ ወንጌል የተገለጠውም "አመነ ወአእመርነ ከመ አንተ ውእቱ ክርስቶስ ወልደ እግዚአብሔር ሕያው - የሕያው እግዚአብሔር ልጅ ክርስቶስ አንተ እንደሆንህ አውቀን አምነናል" የሚል ነው።

ይህን ሐሳብ በዚህ መልኩ ማንሣት ያስፈለገው “አመክንዮ ዘሐዋርያት” [214] በማለት ከላይ የተመለከትነውን አሁን ከምናየው ጋር አዛምዶ ማየት እንዲያስችለን ነው። ቅዱሳን አበው ሐዋርያት በአንድ ቃል “ነአምን በአሐዱ አምላክ” እንዳሉ ሠለስቱ ምዕትም አባቶቻቸው ሐዋርያትን መስለውና አህለው ይህንኑ ቃል ደግመዉታል፤ የኦሪትም መሪ ቃል ይኸው ቃል ነው፤ “ስማዕ እስራኤል እግዚአብሔር አምላክከ አሐዱ ውእቱ - እስራኤል ሆይ ስማ አምላክህ እግዚአብሔር አንድ ነው” የሚለው፤ ዘዳ ፮፥፬፤ ቀደምት አበውን ምሳሌ ማድረግ የታዘዘና የተለመደ ነው።

214 በተለያዩ ጸሐፍት አመክንዮ ቀደም ሲል ያልነበረ መሆኑ ተግልጧል፤ አቡነ መልከ ጼዴቅ “ይህ አመክንዮ የተባለው መቼ ለምን በማን እንደገባ አይታወቅም በአንዳንድ ቅዳሴ መጽሐፍ ውስጥ ፈጽሞ አይገኝም በአንዳንድ መጻሕፍት ውስጥ ቢገኝም ከመልክአ ቍርባን ቦታ ላይ እንደ ሃይማኖተ አበው እንዲነበብ እንጂ በጸሎተ ሃይማኖት እግር ገብቶ የርሱንም ቦታ ወስዶ እንዲገኝ አልነበረም እውነት ነው ስለ ዶክትሪን የሐዋርያትም የሊቃውንትም ውሳኔ ቀደም ብሎ ኑሮ ቢሆን አርዮስና መሰሎቹ ኑፋቄ አመንጭተው ባልተነሱ ነበር” ብለዋል። ሊቀ ሊቃውንት ስምዐ ኮነ መልአክና መምህር በሙሉ አስፋው ይህንኑ ሐሳብ አውስተዉታል። የቅዳሴያችን ይዘት ገጽ 125 2003 ኦክላንድ ካሊፎርኒያ፤ ተንከተም የግርጌ ማስታወሻ ገጽ 67፤ መምህር በሙሉ አስፋው ቅዱስ ያሬድን ጠቅሰው “በየምዕራፉ ፍጻሜ እንዲባል በዜማ የደረሰው የኒቅያውን ጸሎተ ሃይማኖት ብቻ እንጂ ሌላ እንዳለ አንድም ጊዜ አልገለጸም” ብለዋል ሥርዐተ ቤተ ክርስቲያን ገጽ 66 2005 አዲስ አበባ፤ አሁን እየታተሙ ባሉ የምዕራፍ መጻሕፍት ግን አመክንዮ አብሮ እየታተመ ነው። ሊቀ ሊቃውንት ስምዐ ኮነ የጠቀሱት የመጽሐፍ ቅዱስ መዝገበ ቃላት “የሃይማኖት ውሳኔ” በሚለው ሥር ተራ ቁጥር አንድ ላይ “የሐዋርያት የሃይማኖት ውሳኔ (ጸሎተ ሃይማኖት) ፤ ይህ የሐዋርያትን ትምህርት ይይዛል እንጂ በሐዋርያት አልተጻፈም” የሚል ጽሑፍ አስፍሯል፤ ገጽ 11፤

ልዩ ማሳሰቢያ፦ ተንከተምን ማንበብ በጸሎተ ሃይማኖትና በምሥጢረ ሥጋዌ ዙሪያ ለሚነሡ ጥያቄዎች የማያዳግም መልስ ለማግኘት ሁነኛ መፍትሔ ነው።

ቅዱሳን መላእክት በአንድ ቃል ቅዱስ ቅዱስ ቅዱስ ብለው እንዳመሰገኑ፣ እስራኤል ባሕረ ኤርትራን ተሻግረው አንድ ሆነው ንሴብሖ ብለው እንዳመሰገኑ፣ ቅዱሳን ሐዋርያት አንድ ሆነው ነአኵተከ ብለው በቅዳሴ እንዳመሰገኑና አመክንዮን እንደደረሱ ሠለስቱ ምዕትም አንድ ሆነው የአንድነት የሦስትነት ምሥጢር የተብራራበትን ጸሎተ ሃይማኖትን ደርሰዋል ወይም ተናግረዋል። የዚህም ዐቢይ ዓላማ የምናመልከውን እንድናውቀው ነው፤ ቅዱስ ጳውሎስ በአርዮስፋጎስ የተሰበሰቡ የአቴና ሰዎችን "ርእዩ ከመ ኢተአምሩ ዘታመልኩ - የምታመልኩትን እንደማታውቁ አስተውሉ" እንዳላቸው ሳያውቁ በልምድ ወይም በተሳሳተ መንገድ ማምለክ አለና የምናመልከውን ማወቅ የክርስትናችን አንዱ መገለጫ ነው፤ ግብ ፲፯፥፳፫፤ ለዚህም ነው ጌታችን "እናንተስ ማን ትሉኛላችሁ" በማለት የጠየቃቸው። ከላይ "አመነ ወአእመርነ" ማለታችንም ይታወሳል።

ነአምን በአሐዱ አምላክ ማለትን ሊቀ ሊቃውንት ስምዐ ኮነ እንዲህ ገልጠዉታል፤ "አሚን በአብ፣ አሚን በወልድ፣ አሚን በመንፈስ ቅዱስ ማለት ነው። አሚን በአብ ማለትም የሃይማኖት መጀመሪያ ነው፤ ወላዲ አሥራፂ ሳይሉ ማመን አይጀመርምና። አሚን በወልድም ማለት ከአብ አካል ዘእምአካል ባሕርይ ዘእምባሕርይ አብን አህሎ መንፈስ ቅዱስን መስሎ በዘመን በክብር ከአባቱ ሳይለይ በስም በግብር የተለየ ሆኖ ተወለደ ማለት ነው። አሚን በመንፈስ ቅዱስም ማለት ከአብ የሠረፀ በባሕርይ በህልውና ከአብ ከወልድ ያልተለየ ነው ብሎ ማመን ነው" በማለት። [215]

ገባሬ ሰማያት ወምድር

- ሰማይና ምድርን በፈጠረ በእግዚአብሔር አብ እናምናለን፤ ምነው አኀዜ ኵሉ ያለው ባልበቃም ነበርን ቢሉ ሰማይን አብ ምድርን ወልድ ዳርና ዳሩን መንፈስ ቅዱስ ፈጠረ የሚሉ አሉና።

ዘያስተርኢ - የሚታየውን፤

ወዘኢያስተርኢ - የማይታየውን በፈጠረ በእግዚአብሔር አብ እናምናለን፤

ቦ ዘያስተርኢ፤ በግዘፍ በርህቀት ያሉትን እነዓራራትን እነቀርዱን እነብሔሞትን እነሌዋታንን፤

---

215 ተንከተም ገጽ 79፤

ወዘኢያስተርኢ፤ በርቀት ያሉ ነፍሳትን ነፋሳትን መላእክትን በፈጠረ በእግዚአብሔር አብ እናምናለን፤ ብሔሞት ኑሮው በየብስ ነው፤ እልፍ እልፍ ዝሆን ሲመገብ ይኖራል፤ ሌዋታን ኑሮዋ በወርቅ አሸዋ ነው ሺህ ሺህ ዓሣ አንበሪ ስትመገብ ትኖራለች። ሄኖክ ፲፫፥፲፪፤ ቅዱሳን ከንጽሐ ሥጋ መዐርግ መድረሳቸው ከሚገለጥባቸው መንገዶች አንዱ እነዚህን ግዙፋንና ግሩማን ፍጥረታትን ማየት መቻል ነው፤ እነዚህን ማኖር መመገብ የተቻለው ለእኛ ምግብ መጠለያ መስጠት አይሳነውም ብለው የበለጠ በእምነት ጸንተው ገድል ትሩፋት እንዲያበዙ ይሆናሉና።

ቦ ዘያስተርኢ፤ እሱ የሚያይ፤

ወዘኢያስተርኢ፤ ለሌላው የማይታይ፤

ቦ በዘይርኢ ይላል ሲጠብቅ የማይታይ፤ እኛ አላየነውም ማለት እግዚአብሔር በጥበቃው በመግቦቱ ከእኛ ጋር አይደለም ማለት አይደለምና፤ ያማ ባይሆን ኖሮ እንደ ሰይጣን ክፋትና ተንኰል ስንኳን ይህን ያህል ጊዜ ለአንድ ቀን እንኳ ጊዜ ባልሰጠን ነበር፤

ሰይጣን ያሰበውን ሁሉ እንዳሰበብን ያላደረገብን የእግዚብሔር መግቦት ስላልተለየን ነው፤ ወደ እሪያ መንጋ መግባባት ቢፈልግ እንኳ ያለ እግዚአብሔር ፈቃድ መግባት እንዳልተቻለው በቅዱስ መጽሐፍ ተመዝግቧልና፤ ማቴ ፰፥ ፴፩፤

ወነአምን በአሐዱ እግዚእ ኢየሱስ ክርስቶስ ወልደ አብ ዋሕድ ዘህልው ምስሌሁ እምቅድመ ይትፈጠር ዓለም - ዓለም ሳይፈጠር ከእርሱ ጋር በህልውና በነበረ ተቀዳሚ ተከታይ በሌለው የእግዚአብሔር አብ የባሕርይ ልጁ በሚሆን በእግዚአብሔር ወልድ እናምናለን። ቅዱስ ዮሐንስ በወንጌሉ “ቀዳሚሁ ቃል” ብሎ መጻፍ የጀመረው ይህንን ምሥጢር ለመግለጥ ነው።

ብርሃን ዘእምብርሃን - ከብርሃን የተገኘ ብርሃን ነው፤

አምላክ ዘእምአምላክ ዘበአማን - ከእውነተኛ የባሕርይ አምላክ የተገኘ እውነተኛ የባሕርይ አምላክ ነው፤

ዘተወልደ - የተወለደ ነው፤

ወአኮ ዘተገብረ - ለይኩን ሲባል በቃል ያልተፈጠረ ነው፤ [216]

ቦ ዘተወልደ፤ አምላክ ወልደ አምላክ የሆነ ነው፤

ወአኮ ዘተገብረ፤ እሩቅ ብእሲ ወልደ ዮሴፍ ያይደለ የባሕርይ ልጅ/አምላክ ነው፤

ዘዕሩይ ምስለ አብ በመለኮቱ - በአብ ዕሪና ያለ አብን በመልክ የሚመስለው የሚተካከለው ነው፤

ዘቦቱ ኵሉ ኮነ - ሁሉ በእርሱ ህልውና በእሱ አንድነት በእሱ ቃልነት የሆነ ነው፤

---

216 ሊቀ ሊቃውንት ስምዐ ኮነ ተንከተም በተሰኘው መጽሐፋቸው የሚከተለውን ማብራሪያ አስነብበውናል "የያዝነው አንቀጽ የልደት መለኮታዊ ስለሆነ ዘተወልደ እያልነው ያለነውም በልደት ቀዳማዊ ያውም ከአብ ያለእናት የተወለደውን ልደት ነው፤ በልደት *ሥጋዊ* የሆነ እንደሆነ ግን ዘተወልደ ወአኮ ዘተገብረ አንልም በልደት *ሥጋዊ* ገንዘብ ያደረገው *ሥጋ* ፍጡር ግቡር ይባላልና" ብለው፤ ሊቁ ያሉት እንደተጠበቀ ሆኖ **አንደኛ፡-** ፍጡር ግቡር *ሥጋን* ቢዋሐድም የተዋሐደው *ሥጋ* አሁንም ፍጡር ነው ማለት አይደለም፤ *ሥጋ* አምላክ ሆኗልና፤ "በሰውነቱ ቅሉ አመት ይላታል *ሥጋ* አምላክ ሆኗልና" የሚል የትርጓሜ ሐተታ አለ፤ የውዳሴ ማርያም ትርጓሜ የእጅ ጽሑፍ። **ሁለተኛ፡-** ከላይ "እሩቅ ብእሲ ወልደ ዮሴፍ ያይደለ የባሕርይ ልጅ ነው" ብለን የተረጐምነው ትርጓሜ የአይሁድን ክሕደት የሚያረክስ መድኃኒት መሆኑን ከግንዛቤ ማስገባት ተገቢ ይሆናል። ሊቁ አያይዘው "ይህ አንቀጽ በተረቀቀ ጊዜ ወአኮ ዘተገብረ ለአርዮስ መልስ እንዲሆነውና ምእመናን በጉባኤ የጸና በመንፈስ ቅዱስ የቀና ሃይማኖት እንዲኖራቸው ለማድረግ ነው፤ ርጉም አርዮስ ይወልደዋል ይፈጥረዋል ብሏልና በመለኮቱ ከወለደው ከአብ ባሕርይ ከአብ አካል ተገኝቷልና አብንም ፍጡር አድርጎ ዓለምን ያለ ፈጣሪ የሚያስቀር ከሰይጣን የተገኘ ቀለም ነው" ብለዋል። ስለሆነም አንድ ቦታ ላይ ያለ መልእክተ ጽሑፍን መሠረት አድርጎ ድምዳሜ ላይ ከመድረስ በላዕያነ መጻሕፍት መምህራን በተለያየ ምሥጢር የሚያጣልፏቸውን የትርጓሜ ስልት አጣርቶ ተመልክቶ ከመርሶ ሃይማኖት ላይ ማረፍ ይገባል። ተንከተም ገጽ 168
ልደት *ሥጋዊን* በተመለከተም የሊቃውንት አስተምህሮ የሚገለጠው እንዲህ ነው፤ "ወኮነ አሐደ አካለ ወአሐደ ገጸ ወአሐደ ህላዌ ምስለ *ሥጋ* በተዋሕዶ ከመ ተዋሕዶተ ብርሃን ምስለ ዐይን ወሰሚዕ ምስለ ዕዝን ወጸዳል ምስለ ፀሐይ ወዋዕይ ምስለ እሳት - ብርሃን ከዐይን መስማት ከጆሮ እንዲዋሐድ *ሥጋን* በመዋሐድ፣ ጸዳል ከፀሐይ ዋዕይ/ሙቀት ከእሳት እንዳይለይ ባለመለየት አንድ አካል አንድ ገጽ አንድ ባሕርይ ሆነ" ዘካርያስ ዘእስክንድርያ ሃይ አበው ፸፰፥፱፤ ይህም ምሳሌ ዘየሐፅፅ እንደሚባል ልብ ይሏል።

ዘተወልደ ከሚለው ጀምሮ ዘዕሩይ እስከሚለው ድረስ ያለው ቃል በቃልም ይሁን በጽሑፍ በሐሳብም ይሁን በተመስጦ የማይደረስበት ጥልቅ ምሥጢር ነው፤ የተነገረበት ወቅታዊ ጉዳይ የአርዮስን የተሳሳተ ትምህርት ለማረም ቢሆንም ምሥጢሩ ግን ከዚህም የሚረቅና የሚጠልቅ ነው፤ እኽ! ከዚህ በላይ የሚረቅና የሚጠልቅ ምን ትምህርት አለ? እንዴታ! አለ እንጂ፤ ግን ምን ይሆናል? መኖሩ ይታወቃል እንጂ ዘርዝሮ ማስረዳትም ሆነ መረዳት አይቻልም፤ በቃ የፍጡር አቅም እዚህ ድረስ ብቻ ነው፤ አይሁድ ይህ የዮሴፍ ልጅ አይደለምን ይህን ሁሉ ጥበብ ከወዴት አገኘው ብለው ጠይቀው ነበር፤ ጠየቁ እንጂ ከወዴት እንዳገኘው መልስ አላገኙም፤ ከወዴት ያገኘዋል እሱ፤ የራሱን ለሚገባቸው ይገልጥላቸዋል ይሰጣቸዋል እንጂ፤

አንባቢ ሆይ! ዘተወልደ የሚለውን ቃል ሲያነቡ አምነው የሚቀበሉት ልደት እንጂ መርምረው የማይደርሱበት መሆኑን አስቀድመው ይገንዘቡ፤ እመረምራለሁ ቢሉ መድረሻዎትን ሳያውቁ ጠፍተው ይቀሩ ይሆናል እንጂ ይህን አገኘሁ ብለው የሚያስረዱት አንዳች ቃል ሊኖርዎት አይችልም። ይልቁንስ መንፈሳዊ አባትዎን ቅዱስ ጎርጎርዮስን መስለው "ንእመን ዘእንበለ ተኀሥሦ - ያለመመራመር እንመን" ይበሉ።

ወዘእንበሌሁስ አልቦ ዘኮነ ወኢምንትኒ - ያለእርሱ ግን ምንም ምን የሆነ የለም።

ዘበሰማይኒ ወዘበምድርኒ - በሰማይም ቢሆን፤ በምድርም ቢሆን፤

ዘበእንቲአነ ለሰብእ ወበእንተ መድኃኒትነ ወረደ እምሰማያት

- ስለእኛ ብሎ እኛን ለማዳን ከሰማየ ሰማያት ወረደ። በዮሐንስ ወንጌል ፲፪፥ ፴ "አኮ በእንቲአየ ዘመጽአ ዝ ቃል አላ በእንቲአክሙ - ይህ ስለእኔ የመጣ አይደለም ስለእናንተ ነው እንጂ" የሚል ቃል ተመዝግቧል፤ ይህም ከሰማይ የሰሙትን የአብ ድምፅ ነጐድጓድ ነው፤ መልአክ ተናገረው ያሉ ነበሩና ለእነሱ መልስ ሲሰጥ የተናገረው ቃል ነው። በዚያ ሰዓት የተሰማው ድምፅ ሰዎች እንደመሰላቸው የነጐድጓድ ድምፅ ወይም የመልአክ ንግግር ሳይሆን እነሱ በወልድ የባሕርይ ልጅነት በአብ የባሕርይ አባትነት እንዲያምኑ የመጣ ቃል እንደሆነ ሁሉ ጌታችን ሰው የሆነውም ስለእኛ ነው እንጂ እሱ ሰው በመሆን የሚያገኘው ነገር ስለነበረ አይደለምና "ዘበእንቲአነ" አለ።

ተሰብአ ወተሠገወ እመንፈስ ቅዱስ ወእማርያም እምቅድስት ድንግል

- ንዕድ [217] ክብርት ከምትሆን ከእመቤታችን በግብረ መንፈስ ቅዱስ ከሥጋዋ ሥጋ ከነፍሷ ነፍስ ነሥቶ ሰው ሆነ፤ ከሥጋዋ ንጽሕና የተነሣ።

ወሶበ ረከበ ሥጋሃ ቅዱሰ ወነፍሳ ቅድስተ ፈጠረ ሎቱ በመንፈስ ቅዱስ ሕያወ መቅደሰ - ነፍሷን ቅድስት ሆና ሥጋዋንም ቅዱስ ሆኖ ባገኘ ጊዜ በመንፈስ ቅዱስ ሕያው መቅደስን አዘጋጀ እንዲል፤

ኮነ ብእሴ ወተሰቅለ በእንቲአነ በመዋዕለ ጲላጦስ ጰንጤናዊ - በጴንጤኑ በጲላጦስ ዘመን ስለእኛ ሰው ሆኖ ተሰቀለ፤ እንደ ሰማዕታት ዋጋ ሽቶ እንደ ሌባ እንደ ወንበዴ ሰርቆ ቀምቶ አይደለምና በእንቲአነ አለ። [218]

ሐመ ወሞተ ወተቀብረ - ታሞ ሞተ፤ ተቀበረ።

ወተንሥአ እሙታን አመ ሣልስት ዕለት - በሦስተኛው ቀን ከሙታን ተለይቶ ተነሣ።

አንባቢ ሆይ! ሰው የሆነው፣ የታመመው፣ የተሰቀለው፣ የሞተው፣ የተቀበረው፣ በሞቱ ሞትን ድል አድርጎ የተነሣው ከሰማያት የወረደው ከድንግል ማርያም የተወለደው ኢየሱስ ክርስቶስ ነው። ይህንን ለቅጽበት እንኳ ሊያጠራጥር የሚችል መንፈስ እንዳይዋጋዎ ሕሊናዎትን በጸሎት ተግተው ይጠብቁ።

በከመ ጽሑፍ ውስተ ቅዱሳት መጻሕፍት - በቅዱሳት መጻሕፍት እንደተጻፈ፤ ቅዱሳት አለ? ምኑናት መጽሐፈ ጥንቈላ መጽሐፈ ደብዳቤ መጽሐፈ ፈላስፋ አሉና። መጽሐፈ ጥንቈላ ርኩስ ነው የእኛ ግን ቅዱስ ነውና፤ መጽሐፈ ደብዳቤ ለጊዜው ክቡር ነው ኋላ ግን ተቀዶ ይወድቃል የእኛ ግን ከብሮ ገኖ ይኖራልና፤ መጽሐፈ ፈላስፋ ላዩ ረቂቅ ውስጡ ግዙፍ ነው የእኛ ግን ላዩ ግዙፍ ውስጡ ረቂቅ ነውና።

---

217 "ድ" ጠብቆ ይነበባል፤ ለሴት የሚቀጸል ቅጽል ስለሆነ፤ አመል ያላቸው ግሶች አካሄዳቸው እንደሌሎቹ ግሶች አይደለምና።

218 ተሰብአ፣ ተሠገወ፣ ኮነ የሚሉት ግሶች በግስነታቸው የተለያዩ ቢሆኑም የሚያስተላልፉት መልእክት ግን አንድ ነው፤ የዕለት ፅንስ መሆንን ገንዘብ አድርጎ ሠላሳ ሦስት ዓመት በምድር ተመላልሶ በጴንጤኑ ሰው በጲላጦስ ዘመን ተሰቅሎ እኛን ማዳኑን ለመግለጥ ነው፤ ትውልድ ዘመን የሚቈጠር፣ መጽሐፍ የሚጻፍ በንጉሥ ነውና የወቅቱን ገዢ ጲላጦስን አነሣ።

ዐርገ በስብሐት ውስተ ሰማያት - በአርባኛው ቀን በጌትነት ወደሰማይ ዐረገ። [219]

ወነበረ በየማነ አቡሁ

- በአባቱ ቀኝ ተቀመጠ፤ ለሥላሴ ምን ቀኝና ግራ አላቸውና ቢሉ ዕሪናቸውን መናገር ነው እስመ ነቢረ የማን ያኤምር ኀበ ተዋሕዶቶሙ በክብር ለአብ ወወልድ ወመንፈስ ቅዱስ - በቀኝ መቀመጥ የአብ የወልድ የመንፈስ ቅዱስን በክብር አንድ መሆን ያስረዳል እንዲል፤ ነበረ አለ ስለ ሥጋ እንግድነት። በእነዚህም ተነግሮባቸዋል ተነግሮላቸዋል፤ ሐመ ባለው ነአምን ሕማሞ ለዘኢየሐምም - የማይታመመውን ሕማሙን እናምናለን፤ ሐመ ከመ ሕሙማነ ያድኅን - የታመሙትን ያድን ዘንድ ታመመ፤ ውእቱ ነሥአ ደዌነ ወፆረ ሕማመነ - ደዌያችንን ወሰደ ሕማማችንን ተሸከመ ተብሎ። ሞተ ባለው ሞትከኑ ዘኢትመውት - የማትሞተው ሞትህን? ቅዱስ ሕያው ዘኢይመውት - የማይሞት ልዩ ሕይወት ተብሎ። ተቀብረ ባለው አሰሰለ ሙስና በውስተ መቃብር - ጥፋትን ከመቃብር አጠፋ ተብሎ። ተንሥአ ባለው ይትነሣእ እግዚአብሔር ወይዘረዉ ፀሩ - እግዚአብሔር ይነሣ ጠላቶቹ ይበተኑ፤ ወተንሥአ እግዚአብሔር ከመ ዘንቃህ እምንዋም - እግዚአብሔር ከእንቅልፍ እንደሚነቃ ተነሣ ተብሎ። [220]

ዳግመ ይመጽእ በስብሐት ይኰንን ሕያዋነ ወሙታነ

- ዳግመኛ በኃጥአን ሊፈርድባቸው ለጻድቃን ሊፈርድላቸው በጌትነት ይመጣል፤ ሙታን ያላቸው ኃጥአን ሕያዋን ያላቸው ጻድቃን ናቸው፤ ሙታን አላቸው ኃጥአንን በነፍስ ሙታን ናቸውና፤ የምውት የዲያብሎስ ማደሪያ ናቸውና፤ ሕያዋን አላቸው ጻድቃንን በነፍስ ሕያዋን ናቸውና፤ የሕያው የመንፈስ ቅዱስ ማደሪያ ናቸውና።

---

219 ወረደ፣ ተሰብአ፣ ተሠገወ፣ ሐመ፣ ሞተ፣ ተቀብረ፣ ተንሥአ እንዳልን ሁሉ ዐርገ እንላለን፤ ወረደ ብለን ዐርገ ሳንል ቀርተን ቢሆን በጌታ ሰው መሆን የተረባነው የተጠቀምነው ነገር ከወዴት አለ? መውረዱ እኛን ወደሰማይ ለማሳረግ ነውና፤ ዕርገት ሁለት ጊዜ ነው፤ እሱም በዕለተ ፅንስና በአርባ ቀን ተብሎ ይታወቃል፤ የዕለተ ፅንስ ዕርገት የሚባለው የሥጋ ዕርገት ነው፤ የአርባ ቀን ዕርገት የተባለው ደግሞ የመለኮት ዕርገት ነው፤ ተንከተም ገጽ 251

220 ሐመ፣ ሞተ፣ ተቀብረ፣ ተንሥአ የሚሉት ግሶች ከፅንስ እስከ ዕርገት ለእኛ የተደረገውን የአድኅኖት ሥራ የሚያስረዱ ቊልፍ የሥጋዌ ግሶች ናቸው፤ ለዚህ ነው ተነግሮባቸዋል ተነግሮላቸዋል የተባለው።

ቦ ኃጥአንን ሕያዋን ይላቸዋል ጸላእትየሰ ሕያዋን ወይኄይሉኒ - ጠላቶቼ ሕያዋን ናቸው ይበረቱብኛል እንዲል ወርቁ ለዝና እህሉ ለቀጠና ልብሱ ለእርዝና ይሆነናል ብለው ተደላድለው ተቀማጥለው ይኖራሉና። ጻድቃንን ሙታን ይላቸዋል፤ ምውት አነ በኀበ ዓለም ወዓለምኒ ምውት በኀቤየ - እኔ በዓለም ዘንድ የሞትሁ ነኝ ዓለምም በእኔ ዘንድ የሞተች ናት እንዲል ጤዛ ልሰው ደንጊያ ተንተርሰው ግርማ ሌሊቱን ድምፀ አራዊቱን ታግሠው ይኖራሉና። ቦ ኃጥአንን ሙታን ይላቸዋል በዚህ ዓለም በሠሩት ክፉ ሥራ በወዲያኛው ዓለም በነፍስ ሙታን ናቸውና፤ ጻድቃንን ሕያዋን ይላቸዋል በዚህ ዓለም በሠሩት በጎ ሥራ በነፍስ ሕያዋን ናቸውና። ቦ ኃጥአንን ሕያዋን ሙታን ይላቸዋል በዚህ ዓለም በሠሩት ክፉ ሥራ ጨለማ ለብሰው ጨለማ ተጐናጽፈው ከቀኙራ ሰባት እጅ ጠቁረው አበጋዛቸው ዲያብሎስን መስለው ወደገሃነም የሚገቡ ሙተው ተነሥተው ነውና። ጻድቃንን ሕያዋን ሙታን ይላቸዋል በዚህ ዓለም በሠሩት በጎ ሥራ ብርሃን ለብሰው ብርሃን ተጐናጽፈው ፈጣሪያቸው ኢየሱስ ክርስቶስን መስለው መንግሥተ ሰማያት የሚገቡ ሙተው ተነሥተው ነውና።

ወአልቦ ማኀለቅት ለመንግሥቱ

- ለጌትነቱ ፍጻሜ የለውም በዚህ ጊዜ ያልፋል በዚህ ጊዜ ይጠፋል አይባልም ወርኢኩ በራእየ ሌሊት ወመጽአ ወልደ ዕጓለ እመሕያው ወበጽሐ ኀበ ብሉየ መዋዕል መንግሥቱኒ መንግሥት ዘለዓለም ወምኵናኑኒ ለትውልደ ትውልድ - በሌሊት ራእይ አየሁ የሰው ልጅ መጣ በዘመን ወደሸመገለው ደረሰ መንግሥቱ የዘለዓለም መንግሥት ነው ግዛቱም ለልጅ ልጅ ነው እንዲል ዳን ፯፥፲፫፤

ወነአምን በመንፈስ ቅዱስ እግዚእ ማሕየዊ ዘሠረፀ እምአብ

- አብን መስሎ ወልድን አህሎ ከአብ በሠረፀ በመንፈስ ቅዱስ እናምናለን፤ ይህን መቶ ሃምሳ እለ በቍስጥንጥንያ ደርሰዉታል እንጂ ሠለስቱ ምዕት አልደረሱትም ስለምን ቢሉ በዘመናቸው ወልድ ፍጡር በመለኮቱ የሚል አርዮስ ተነሥቷል እንጂ መንፈስ ቅዱስ ሕፁፅ የሚል መቅዶንዮስ አልተነሣም ነበርና፤ ቦ የኋላ ሊቃውንት ይድረሱት ብለው ትተዉታል "ኀደጉ ሊቃውንት ለሊቃውንት ፈሊጠ ምግባራት በውስተ አህጉር - ሊቃውንት የሥራዎችን መለየት በየሀገሩ ላሉ ሊቃውንት ተዉ" እንዲል።

ንስግድ ሎቱ ወንሰብሖ - የባሕርይ ስግደት እንስገድለት እናመስግነው።

ምስለ አብ ወወልድ ዘነበበ በነቢያት - ከአብ ከወልድ ጋር በነቢያት አድሮ ትንቢት ያናገረ/የተናገረ እሱ ነውና።

ወነአምን በአሐቲ ቅድስት ቤተ ክርስቲያን እንተ ላዕለ ኵሉ ጉባኤ ዘሐዋርያት

- ከሁሉ በላይ ባለች የሐዋርያት መሰብሰቢያ የመንፈስ ቅዱስ መከማቻ በምትሆን በአንዲት ቤተ ክርስቲያን እናምናለን፤ አሐቲ አለ ቤተ መንግሥት ቤተ መኳንንት ቤተ መሳፍንት በጭቃ በጨፈቃ በወርቅ በዕንቍ ብትሠራ ልዩ ልዩ ናት ቤተ ክርስቲያን ግን በጭቃ በጨፈቃ በወርቅ በዕንቍ ብትሠራ አንዲት ናትና። በቤተ መንግሥት በቤተ መኳንንት በቤተ መሳፍንት መብል መጠጥ ዘፈን ጨዋታ ይደርግባታል በቤተ ክርስቲያንም ቅዱስ ሥጋው ይፈተትባታል ክቡር ደሙ ይቀዳባታልና።

ወነአምን በአሐቲ ጥምቀት ለሥርየተ ኃጢአት

- የኃጢአት መደምሰሻ የመንግሥተ ሰማያት መውረሻ በምትሆን በአንዲት ጥምቀት እናምናለን፤ አሐቲ አለ በአርባ በሰማንያ ዓመት ቢጠመቁ፣ እንደ ዐባይ እንደተከዚ ባለ ፈሳሽ ውኃ በእፍኝ ውኃ ቢጠመቁ፣ በሊቀ ጳጳስ በጳጳስ በኤጲስ ቆጶስ በቆሞስ በቄስ እጅ ቢጠመቁ አንዲት ናትና። [221]

ወንሴፎ ትንሣኤ ሙታን - ትንሣኤ ሙታንን ተስፋ እንደርጋለን እናምናለን አለ ሰዱቃውያንን ሲሻ። ሰዱቃውያን ትንሣኤ ሙታን የለም ይላሉና።

ወሕይወተ ዘይመጽእ ለዓለመ ዓለም - ለዘለዓለሙ የሚመጣ የሚሰጥ ሕይወትን ተስፋ እናደርጋለን።

---

221 ጥምቀት የውኃ ጥምቀት፣ የደም ጥምቀት፣ የዕንባ ጥምቀት የሚሉ ክፍሎች አሉት።

ዘኮነ ንጹሐ

ይ.ካ ዘኮነ ንጹሐ ይንሣእ እምቍርባን ወዘኢኮነ ንጹሐ ኢይንሣእ ከመ ኢየዓይ በእሳተ መለኮት ዘተደለወ ለሰይጣን ወለመላእክቲሁ ዘቦ ቂም ውስተ ልቡ ወዘቦ ውስቴቱ ሕሊና ነኪር ወዝሙት ኢይቅረብ በከመ አንጻሕኩ እደውየ እምርስሐት አፍአዊ ከማሁ ንጹሕ አነ እምደመ ኵልክሙ በድፍረትክሙ ለእመ ቀረብክሙ ኀበ ሥጋሁ ወደሙ ለክርስቶስ አልቦ ላዕሌየ ትኀላፍ ለተመጥዎትክሙ እምኔሁ ንጹሕ አነ እምጌጋይክሙ ዳእሙ ይገብእ ኃጢአትክሙ ዲበ ርእስክሙ ለእመ በንጹሕ ኢቀረብክሙ

- ንጹሕ የሆነ ከቁርባኑ ይቀበል ንጹሕ ያልሆነ ግን አይቀበል ለሰይጣንና ለመልእክተኞቹ በተዘጋጀ በመለኮት እሳት እንዳይቃጠል ማለት በጌትነቱ ፈርዶ በሚያመጣው ፍዳ እንዳይያዝ፤ በልቡናው ቂምን የያዘ ልዩ ሐሳብ ማለትም ሥጋ ወደሙ እንዲለወጥ የማያምን ሕሊና ያለው እና ዝሙት ያለበት አይቅረብ እጄን ከአፍአዊ እድፍ ንጹሕ እንዳደረግሁ እንደዚሁ ከሁላችሁ ደም ንጹሕ ነኝ ደፍራችሁ ወደ ክርስቶስ ሥጋና ደም ብትቀርቡ ከርሱ ለመቀበላችሁ መተላለፍ የለብኝም ኃጢአታችሁ በራሳችሁ ይመለሳል እንጂ በንጽሕና ሁናችሁ ባትቀርቡ እኔ ከበደላችሁ ንጹሕ ነኝ። የተጣላችሁ ሳትታረቁ የቀማችሁ ሳትመልሱ የበደላችሁ ሳትከሱ መንፈሳዊ ዝግጅት ሳታደርጉ በመቀበላችሁ ከሚመጣባችሁ ፍዳ ንጹሕ ነኝ ይህን መልእክት ሰምታችሁ እንደ ዋዛ ተመልክታችሁ በድፍረት ብትቀበሉ ሥጋው እሳት ሆኖ ይበላችኋል ደሙ ባሕር ሆኖ ያሰጥማችኋል ሲል ነው።

በፍትሐ መንፈሳዊም ተለይቶ የተቀመጠው ቃል እንዲህ ይነበባል "ዘኢኀደገ መኑሂ ማዕከሌሁ ወማዕከለ ቢጹ ጽልሑተ ወኢአድልዎ ኢይቅረብ - በእርሱና በባልንጀራው መካከል ሽንገላን አድልዎን ያልተወ አይቀኑረብ" ተብሎ። [222] ይሁዳ ወደጌታችን ዘንድ ሲቀርብ በእንዲህ አይነት መንፈስ ነበር የቀረበው፤ ካህናት አበው አጽንኦት በመስጠት ይህንን የአዋጅ ቃል የሚያውጁት ፈርተን ወደኋላ እንድንመለስ ሳይሆን ራሳችንን መርምረን አስፈላጊውን ጥንቃቄና ዝግጅት አድርገን እንድንቀርብ ነው። የቤተ ክርስቲያን መልእክትና ማብራሪያ ይህና እንዲህ ከሆነ ከዚህ ዐውድ ወጥቶ ሌላ ትርጉም መስጠት ከቤተ ክርስቲያን በላይ ለመሆን መንጠራራት ሊሆን ይችላል። መጽሐፍ "ራሱን ከፍ የሚያደርግ ይዋረዳል" የሚለውን ማስታወስ እጅጉን ጠቃሚ ይሆናል።

ቅዱስ ዮሐንስ አፈወርቅ የዕብራውያንን መልእክት በተረጐመበት ድርሳኑ "ንቅረብ በገጽ ብሩህ ኀበ መንበረ ጸጋሁ" ያለውን ሲያብራራ እንዲህ ብሏል፤ "ወእመ ትቤለኒ እፎ ይትከሃለነ ንቅረብ በሞገስ ኀበ መንበረ ጸጋሁ እብለከ አነሂ እስመ መንበረ ጸጋሁ ኢኮነኬ መንበረ ፍትሕ ወበእንተዝ ይቤ ንቅረብ በሞገስ ከመ ንርከብ ሣህሎ ወኵሎ ዘነኀሥሥ እስመ ዝንቱ ሀብት ውእቱ ወገቢረ ምሕረት እምኀበ ንጉሥ ሰማያዊ - ወደጸጋው ዙፋን በሞገስ መቅረብ እንዴት ይቻለናል ትለኝ እንደሆነ የጸጋው ዙፋን የፍርድ ዙፋን አይደለም ብዬ እመልስልሃለሁ ስለዚህ የምንፈልገውን ሥርየተ ኃጢአትና ይቅርታውን እናገኝ ዘንድ በሞገስ እንቅረብ አለ ከሰማያዊ ንጉሥ የሚሰጥ ሀብት ነውና ምሕረት ማድረግ ከሰማያዊ ንጉሥ ዘንድ ነውና" ድር ዘዮሐንስ አፈወርቅ ፺፥ ፻፸፪፤

ይህ አዋጅ ሲታወጅ የሚሰሙ ሁሉ ይህንን የሊቁን ቃል በማስተዋል ቢሰሙ ከድፍረትም ከማይገባ ፍርሃትም ራሳቸውን መጠበቅ ይችላሉ፤ አጽንኦት ለመስጠት ደግመን እናንብበው፤ መንበረ ጸጋሁ ኢኮነ መንበረ ፍትሕ - የጸጋው ዙፋን የፍርድ ዙፋን አይደለም። ይህንንም ሊቁ ዝቅ ብሎ እንዲህ ይገልጠዋል፤ "ዝ ብሂል ንቅረብ በልብ ርቱዕ ወዘሰ ይናፍቅ ኢይረክብ ሞገሰ - ይህ ማለት በቅን ልቡና በትሑት ሰብእና እንቅረብ ማለት ነው የሚጠራጠር ግን ሞገስን አያገኝም" በማለት፤

222 ጽልሑት ማለት ሽንገላ፣ ክዳት፣ ተንኰል ማለት ነው፤ አድልዎ ማለትም በዐይን፣ በሐሳብ፣ በንግግር፣ በጥቅምና በሌሎች ጉዳዮች ላይ ለራስና ለእኔ ለሚሉት ሰው ማድላት ማለት ነው።

ይ.ዲ እመቦ ዘአስተሐቀረ ዘንተ ቃለ ቀሲስ አው ዘሰሐቀ ወዘተናገረ አው ዘቆመ በእከይ ውስተ ቤተ ክርስቲያን ለያእምር ወይጠይቅ ከመ አምዕዖ ለእግዚእነ ኢየሱስ ክርስቶስ ወአንሳሕስሐ ላዕሌሁ ህየንተ ቡራኬ መርገመ ወህየንተ ሥርየተ ኃጢአት እሳተ ገሃነም ይረክብ እምኀበ እግዚአብሔር

- ይህን የቄሱን ቃል ያቃለለ ወይም የሳቀና የተነጋገረ ወይም በቤተ ክርስቲያን ውስጥ በክፋት የቆመ [223] ቢኖር ጌታችን ኢየሱስ ክርስቶስን እንዳሳዘነው በርሱም ላይ እንደተነሣሣ ይወቅ ይረዳ ስለበረከት ፈንታ መርገምን ስለ ኃጢአት ሥርየት ፈንታም ገሃነመ እሳትን ይቀበላል። [224]

ይህንን አዋጅ እንደ ማስፈራሪያ አድርጎ የማሰብ ሁናቴ ይታያል፤ ዓላማው ማስፈራራት ሳይሆን ማንቃት ማትጋት ማዘጋጀት ማሳሰብ ማስታወስ ነው፤ አምላካችን በወንጌል "ጌታቸው በመጣ ጊዜ ሲተጉ የሚያገኛቸው እነዚያ ባሮች ብፁዓን ናቸው እውነት እላችኋለሁ ታጥቆ በማዕድ ያስቀምጣቸዋል ቀርቦም ያገለግላቸዋል ከሌሊቱ በሁለተኛው ወይም በሦስተኛው ክፍል መጥቶ እንዲሁ ቢያገኛቸው እነዚያ ባሮች ብፁዓን ናቸው" ካለ በኋላ "ይህን ግን እወቁ ባለቤት በምን ሰዓት ሌባ እንደሚመጣ ቢያውቅ ኖሮ በነቃ ቤቱም እንዲቆፈር ባልፈቀደ ነበር እናንተ ደግሞ ተዘጋጅታችሁ ኑሩ የሰው ልጅ በማታስቡበት ሰዓት ይመጣልና" ብሎ አስተምሯል፤ ሉቃ ፲፪፥፴፯፤ ይህ ማለት ተገቢ ዝግጅት አድርጉ ማለት እንጂ ማስፈራራት አይደለም። የበረራ አስተናጋጆች፣ የሕክምና ባለሙያዎች ለበረራው ስለሚያፈልግ ዝግጅት፣ ስለመድኃኒት አወሳሰድ ማብራሪያ፣ ማሳሰቢያና ማስጠንቀቂያ ይሰጣሉ፤ ያ ማለት ግን ተጓዡን ወይም መድኃኒት ወሳጁን እያስፈራሩ ነው ማለት አይደለም።

---

223 ሥጋ ወደሙ አይለወጥም በማለት የጸና

224 እንደ ደረቅ ሴት፤ በትር አንሥታ ንሣ/እንካ በለኝ እንድትል

ይ.ካ ለሁሉም ሥርዓትን የሠራህ [225] ለሁሉ አንድነትን መስማማትን የምትሰጥ አቤቱ ጌታየ አምላኬ ሆይ ስረቅ አመንዝር የሚል ክፉ ሕሊናን አርቅልኝ ቂም በቀልን ቅንዓትን ሥጋዊ ፈቃድን አርቅልኝ፤ [226] በበጎ ሥራቸው ፍቅር አንድነት በተሰጠበት ወራት ደስ ካሰኙህ ከሐዋርያት ጋር እድል ፈንታዬን ጽዋ ተርታዬን አንድ አድርግልኝ ቦ ደስ ካሰኙህ ከምእመናን ጋር በመንግሥተ ሰማያት አንድ አድርገኝ፤ ሰውና መላእክትን በምስጋና አንድ ያደረግህ አንተ ነህና፤ [227] ሕዝብና አሕዛብን አንተን ያመሰግኑ ዘንድ በልጅነት በሃይማኖት አንድ ያደርግሃቸው አንተ ነህና፤ ምስጋና ይገባሃልና አመሰግንሃለሁ ለዘለዓለሙ አሜን።

---

[225] ለበጎ ሥራ ሁሉ በኵራችን አብነታችን ነው፤ ኮነነ በኵረ ወጥንተ ለኵሉ ምግባረ ሠናይ - ለበጎ ነገር ሁሉ በኵርና መሠረት ሆነን እንዲል።

[226] ሰድቦኛልና ልስደበው ተጣልቶኛልና ልጣላው እገሌ በለጠኝ ማለትን ከዚህ ሀገር ሄጄ እገሌን እንዲህ አድርጌ እከብራለሁ ሀብት አፈራለሁ ማለትን አርቅልኝ።

[227] በዕለተ ልደት ኖሎትና መላእክት አንድ ላይ አመስግነዋልና፤ ንጉሥ የተጣላውን ሁሉ እንዲጣላው ሰው ከእግዚአብሔር ጋር ሲጣላ ፍጥረታት ሁሉ ተጣልተዉት ነበርና ሲታረቀው ሁሉም ታርቀዉታል አክብረዉታልና።

ምክንያተ ተሐጽቦተ እድ - እጅን የመታጠብ ምክንያት

ሥርዐተ ቅዳሴያችን ይህንን መልእክተ ሐሳብ ሲገልጠው “አምሳለ ሕጽበተ እዴሁ ለጲላጦስ - ጲላጦስ እጁን የመታጠቡ ምሳሌ ነው” በማለት ነው፤ የበለጠ ሲገልጠው ደግሞ “ለነጺሕ እምደመ ንጹሕ" ብሎ ይገልጠዋል፤ ከደመ ወልደ እግዚአብሔር ንጹሕ ነኝ ሲል እጁን እንደታጠበ ተደፋፍሮ ወደቅዱስ ቍርባን የሚመጣ ቢኖር በዚያ ሰው ድፍረት ከሚመጣው መቅሠፍት ንጹሕ ነኝ ሲል ነው። ይህንን መልእክት በቃል ብቻ ተናግሮ ማለፍ ሳይሆን ቅዱሳት መጻሕፍትን አብራርቶ በማስተማርና በማስረዳት ሊሆን እንደሚገባ “በመዝሙረ ዳዊት ወበመልእክተ ጳውሎስ ወበመልእክተ ሐዋርያት ወበመጽሐፈ አብረክሲስ ወበወንጌል" በማለት አስረግጦ ያዛል፤ የዕለቱ ቀዳሽ ካህን ይህንን አዋጅ የሚያውጅበትን ምክንያትና ዓላማ ቅዱሳት መጽሕፍትን እየጠቀሰ በግልጽ ሲያስረዳ ሁሉም ራሱን ማየትና መመርመር ይጀምራል። ንቁሕ፣ ትጉህ፣ ልብው፣ ስቁለ ሕሊና ሆኖ ቅዳሴውን ይከታተላል፤ ሥርየተ ኃጢአትን ይለምናል። የመጻሕፍቱን ቅደም ተከተል ሲያስቀምጥ ወንጌልን በበላይ አመጣት፤ እንደ ጉልላት ከሁሉ በላይ ናትና። የንባብ ክፍላችንን የምንደመድመውም በወንጌል ንባብ ነውና።

ይህንን ቃለ ምዕዳን በግልጥ ተናግሮ ኃላፊነቱን ለየራሳችን ከሰጠ በኋላ ተገቢ ዝግጅት ሳያደርግ በድፍረት የሚመጣ ሰው ቢኖር ኃላፊነቱ የራሱ ይሆናል “እስመ ዘይነሥእ እምሥጢር ቅዱስ እንዘ ኢይደልዎ ካህን ንጹሕ ውእቱ እምድኅረ ነገረ ዘንተ ምዕዳነ - ይህንን ቃለ ምዕዳን ከተናገረ በኋላ ሳይገባው ሥጋ ወደሙን ከሚቀበል ሰው በመደፋፈሩ ምክንያት ከሚመጣው መቅሠፍት ካህኑ ንጹሕ ነው” እንዲል፤

ይ.ካ ጸሎተ አምኃ

እማኄ ያለበትን ጸሎት ይጸልይ፤ ተአምኁ በበይናቲክሙ፤ ንትአማኅ የሚል ነውና ጸሎተ አምኃ አለ። በመፍጠር በማሳለፍ ገናና የሆንህ ሰውን በንጽሐ ጠባይዕ የፈጠርህ ዓለም ሳይፈጠር የነበርህ ዓለሙን አሳልፈህ የምትኖር እግዚአብሔር በሰይጣን ቅናት ወደዚህ ዓለም የመጣ ሞተ ሥጋ ሞተ ነፍስን ሕያወ ባሕርይ በሆነ ልጅህ በጌታችን በኢየሱስ ክርስቶስ ሰው መሆን አጠፋኸው፤ በሰማይ የሚኖሩ መላእክት አንተን የሚያመሰግኑባትን ሰላም በምድር መላህ ቦ በሦስቱ ሰማያት የሚኖሩ መላእክት አንተን በማመን ጸንተው እንዲኖሩ በአንተ አምኖ ጸንቶ መኖርን በዓለሙ ሁሉ መላህ፤ አምላክ ለሆነ ሥጋ በሰማያት ምስጋና ይገባዋል ለሰው ነጻነቱ ይሰጠው ዘንድ በምድር እርቅ ተወጠነ እያሉ ያመሰግናሉ።

ይ.ሕ ስብሐት ለእግዚአብሔር በሰማያት ወሰላም በምድር ሥምረቱ ለሰብእ

- በሰማይ ለእግዚአብሔር ምስጋና ይገባል በምድርም ሰላም የሰው ፈቃድ፤ በሰማይ በመላእክት ዘንድ በምድር በደቂቀ አዳም ዘንድ ምስጋና ተደረገ አንድም አምላክ ሰው ሆነ ሰው አምላክ ሆነ የሰው ግእዛኑ ይሰ'ጠ'ው ዘንድ፤ የሰው ፍቅር አገብሮት አምላክ ሰው ቢሆን።

ይ.ካ አቤቱ በፈቃድህ ጸጋህን፣ መንፈሳዊ ፍርሃትን፣ ፍቅርን በልቡናችን ምላልን፤ ከመዳራት ከኃጢአት ከቂም ከበቀል ከሥጋዊ ቅንዓት ከክፉ ሥራ ሁሉ አንጻን፤ ሞትን የምታመጣ ክፋትን ከማሰብ አንጻን፤ ከይሁዳ ከዔሣው ቦ ከቂም ከበቀል በተለየች እማኄ እርስ በእርሳችን እጅ እንድንነሣሣ የበቃን አድርገን።

ይ.ዲ ጸልዩ በእንተ ሰላም ፍጽምት ወፍቅር ተአምኁ በበይናቲክሙ በአምኃ ቅድሳት

- ፍጽምት ስለምትሆን ሰላምና ፍቅር ጸልዩ እርስ በርሳችሁ በተለየች እማኄ (ከይሁዳ ከዔሣው በተለየች እማኄ አንድም ከቂም ከቀበቀል በተለየች እማኄ) እጅ ተነሣሡ።

ይ.ሕ ክርስቶስ አምላክነ ረስየነ ድልዋነ ከመ ንትአማኅ በበይናቲነ በአምኃ ቅድሳት

- አምላካችን ክርስቶስ ሆይ እርስ በርሳችን በተለየች እማኄ (ከይሁዳ ከዔሣው፣ ከቂም ከቀበቀል በተለየች እማኄ) እጅ እንነሣሣ ዘንድ የበቃን አድርገን። ቀሳውስት ቀሳውስትን ዲያቆናት ዲያቆናትን ወንዶች ወንዶችን ሴቶች ሴቶችን እጅ ይነሣሉ፤ አምላካችን በወንጌለ ሰላሙ አንድ አድርጎናል ሲሉ። በፍትሕ መንፈሳዊ የሚከተለው ትእዛዝ ተመዝግቧል "ወየአምኃ አንስት አንስተ ወኢየአምኁ እደው አንስተ - ሴቶች ሴቶችን እጅ ይንሱ ወንዶች ሴቶችን እጅ አይንሱ" ተብሎ፤ ፍትሐ ነገሥት አንቀጽ ፲፫፥፬፻፺፩፤

ወንትመጠ እንበለ ኩነኔ እምህብትከ ቅድስት እንተ ይእቲ እንበለ ሞት ሰማያዊት

- ሞት ከማይደርስባት[228] መለወጥ ከሌለባት ክብርት ከምትሆን ስጦታህ (ሥጋ ወደሙ) ሳይፈረድብን እንቀበል ዘንድ በተለየች እማኄ እጅ እንድንነሣሣ አድርገን።

ትእዛዝ፡- ወኢይደሉ ለቀሳውስት ወለዲያቆናት እለ ኢበጽሑ ለጸሎት ሌሊተ ከመ ይባዑ ውስተ ምሥዋዕ ወይትለአኩ

- ሰዓታት ለመቆም ኪዳን ለማድረስ ላልመጡ ቀሳውስት ዲያቆናት ቤተ መቅደስ መግባትና ማገልገል አይገባቸውም። ያደሩ እያሉ ያላደሩ አይግቡ አይቀድሱ፤ ያደሩ ሳሉ አለ? የሚታጐል ቢሆን የሚቻለው ገብቶ መቀደስ ያለ ነውና/ይገባልና። ወለእመ ተዓደዉ ዘንተ ትእዛዘ ይከውኑ ውጹአነ እምሕግ - ይህን ትዕዛዝ ቢዳፈሩ ግን ማለት ማን አለብን ብለው ደፍረው ቢገቡ ከሕግ የወጡ ይሆናሉ ከክህነታቸው ይሻሩ አንድም ቀኖናቸውን እስኪፈጸሙ ይለዩ።

ሥርዓተ ቅዳሴ የሚባለው እስከዚህ ያለው ነው፤ ከዚህ በኋላ ያለው ፍሬ ቅዳሴ ይባላል። ለየበዓሉ የሚስማማውን እያዩ መቀደስ ነው። በዓቢይ ጾም በገዳማት ከቅዳሴ ሐዋርያት ጀምሮ ተራውን ይዞ እስከ መጨረሻ ይቀደሳል፤ ሲያልቅ እንደገና እየተጀመረ ማለት ነው። በጾመ ማርያም ደግሞ በሁሉም ገዳማትና አድባራት ቅዳሴ ማርያም ይቀደሳል። ቀደም ሲል መዓዛ ቅዳሴ በፍልሰታ ይቀደስ እንደነበረ መምህራን ያወሳሉ።

---

[228] ሞት ከማይደርስባት ሲል ሥጋ ወደሙን መቀበል ሕይወተ ሥጋ ሕይወተ ነፍስን ያሰጣል ሲል ነው።

ምዕራፍ ፲ወ፬

አኰቴተ ቍርባን ዘአበዊነ ሐዋርያት በረከተ ጸሎቶሙ የሃሉ ምስሌነ ለዓለመ ዓለም

ሐዋርያት ቅዳሴ የጸፉበት ምክንያት፡-

ቢጽ ሐሳውያን ሐዋርያት ነን እያሉ መጽሐፍ እየጻፉ ሀገር ለሀገር እየዞሩ የዋሃን ሰዎችን አሳቱ ሕገ ቤተ ክርስቲያንን ለወጡ፤ በዚህ ምክንያት በሮም ጉባኤ አደረጉ፤ ከዚህ በፊት በጽርሐ ጽዮን አሥራ ሁለቱ ሐዋርያት፣ ሰባ ሁለቱ አርድእት፣ ንዋይ ኅሩይ ቅዱስ ጳውሎስ፣ ያዕቆብ እኁሁ ለእግዚእነ ሆነው ዲድስቅልያን ጻፉ ሥርዓተ ቤተ ክርስቲያንን ሠሩ መጻሕፍተ ቤተ ክርስቲያንን ቆጠሩ ሲኖዶስን ጻፉ። ይህን ቅዳሴ ግን አሥራ ሁለቱ ሐዋርያት ብቻቸውን ነአኵተከ አምላክ ቅዱስ እንዳለው ነአኵተከ በፍቁር ወልድከ ብለው ቅዳሴ እግዚእን አስመስለው ተናግረዉታል። ስሳው ዕልፍ አጋር እስራኤል በአንድነት ንሴብሖን፣ ሠለስቱ ምዕት ግሩምን እንደተናገሩ። ያሰባሰበው ቅዱስ ባስልዮስ ነው።

ከልመናቸው የተነሣ የሚገኝ በረከታቸው ይደርብንና ካህናት ኅብስቱን በጻሕል ደሙን በጽዋ አድርገው ወደ መንበር የሚያቀርቡበት የሚለውጡበት የሚያከብሩበት አኰቴት አንድም በክብር በባለሟልነት ወደ እግዚአብሔር የሚቀርቡበት አንድም የሚቀበሉት የሚያቀብሉት ቍርባን ይህ ነው።

ይ.ካ እግዚአብሔር ምስለ ኵልክሙ - እግዚአብሔር ከናንተ ጋር ይሁን ማለት አድሮባችሁ ይኑር።

ይ.ሕ ምስለ መንፈስከ - እንደ ቃልህ ይደረግልን ወብነ አሐዱ መንፈስ ዘሃይማኖት - አንድ የሆነ የሃይማኖት መንፈስ አለን እንዲል፤ ፪ቆሮ ፬፥፲፫፤ አንድም ቢመርቃቸው ይመርቁታል ከአንተ ጋር እንደ አንተ ይደረግልን።

ይ.ካ አእኵትዎ ለአምላክነ - ፈጣሪያችንን አመስግኑት

ይ.ሕ ርቱዕ ይደሉ

- ምስጋናው እውነት ነው ይገባል። በአንድነቱ ምንታዌ በሦስትነቱ ርባዔ ሳንቀላቅል። አንድም ሰውን ኃያል ቢሉት ድካም፣ ንጹሕ ቢሉት ኃጢአት፣ ጻድቅ ቢሉት ሐሰት ይስማማዋል፤ እሱ ግን ኃያል ዘአልቦ ድካም ንጹሕ ዘአልቦ ኃጢአት ጻድቅ ዘአልቦ ሐሰት ነውና። አንድም ለሰው ማመስገን ይገባዋል፤ ሰውና መላእክትን መፍጠሩ ለምስጋና ነውና። ወሶበ ኢያእኰትኮ ለዘፈጠረከ እምነፋስ ወእሳት ፈጠረ ህየንቴከ ሰብአ ዘማሬ እምነፋስ ወእሳት እማይ ወእመሬት - ከነፋስና ከእሳት የፈጠረህ አንተ ባላመሰገንኸው ጊዜ በአንተ ፈንታ የሚያመሰግን ሰውን ከነፋስና ከእሳት ከውኃና ከመሬት ፈጠረ፤ ፫መቃ ፪፡፲፤ ወበእንተዝ ፈጠሮ ለእጓለ እመሕያው ከመ ይትለአኮ በአምሳለ መላእክት - በመላእክት አምሳል ያገለግለው ዘንድ ስለዚህ ሰውን ፈጠረው እንዲል ሃይ አበው ዘአትናቴዎስ ፳፫፥፴፫።

ይ.ካ አልዕሉ አልባቢክሙ - ልቡናችሁን ከፍ አድርጉ ማለት በልቡናችሁ ሰማያዊ ነገር አስቡ።

ይ.ሕ ብነ ኀበ እግዚአብሔር አምላክነ - ሰማያዊ ነገር ብናስብ በፈጣሪያችን በእግዚአብሔር ዘንድ ዋጋ አለን።

ይ.ካ ነአኵተከ እግዚኦ በፍቁር ወልድከ እግዚእነ ኢየሱስ ዘበደኃሪ መዋዕል ፈኖከ ለነ ወልደከ መድኅነ ወመቤዝወ መልአከ ምክርከ - [229]

---

229 ቅዱስ ሚካኤልንም መልአከ ምክር ይለዋል፤ ቅዱስ ያሬድም "ወምክሩ ለአብ ያድኅነነ መጽአ - የአብ ምክሩ ያድነን ዘንድ መጣ" በማለት አካላዊ ቃል ኢየሱስ ክርስቶስ ራሱ ምክር እንደሆነ በዜማው ገልጧል፤ ለጌታችንም ለመላእክትም ለቅዱሳን ሁሉ የሚነገሩ ተመሳሳይነት ያላቸው ቃላት ሲያጋጥሙን እንደየዐውዳቸው መረዳት ከኑፋቄና ከስሕተት ይጠብቃል። ቅዱስ ጴጥሮስ "ወለመልአከ ሕይወትሰ ቀተልክምዎ - የሕይወት መልአክን ገደላችሁት" ያለውን መተርጒማን የድኅነት ባለቤት የድኅነት ምክንያት ብለው ተርጒመዉታል ግብ ፫፡፲፭፤

አቤቱ በተወደደ ልጅህ በጌታችን በኢየሱስ እናመሰግንሃለን በኋለኛው ዘመን ማለትም አምስት ሺህ አምስት መቶ ዘመን ሲፈጸም የምክርህን አበጋዝ መድኃኒትና ቤዛ የሆነ ልጅህን ሰደኽልናልና። ሰው ከሆነባቸው ነጥቦች አንዱ ለእኛ ምሳሌ መሆን ነውና፤ "ነአኵተከ አምላክ ቅዱስ - ቅዱስ አምላክ እናመሰግንሃለን" እንዳለ በልጅህ በወዳጅህ ብለን እናመሰግንሃለን አንድም በልጅህ በወዳጅህ ባደረግኸው ቸርነት እናመሰግንሃለን።

ዝ ቃል እንተ እምኔከ ውእቱ ወቦቱ ገበርከ ኵሎ በፈቃድከ

- ይህ ቃል ከአንተ ዘንድ የተገኘ ነው፤ በርሱ ሁሉን በፈቃድህ አደረግህ። ከአንተ አካል ዘእምአካል ባሕርይ ዘእምባሕርይ የተወለደ ነው። ወደህ ሁሉን በወልድ ቃልነት በወልድ ህልውና ለይኩን ብለህ ፈጠርህ፤ አንድም በልጅህ ባደረግህልን ቸርነት እናመሰግንሃለን።

ይህ ቃል ከአንተ ዘንድ ነው ሲል እንደ አንተ ቀዳማዊ ደኃራዊ ነው ሲል ነው፤ "ቀዳሚሁ ቃል ወውእቱ ቃል ኀበ እግዚአብሔር - ቃል ቀዳማዊ ነው ቃል በእግዚብሔር ዘንድ ነው" እንዲል ዮሐ ፩፥፩፤

ይ.ዲ በእንተ ብፁዕ ወቅዱስ ርእሰ ሊቃነ ጳጳሳት አባ ... ወብፁዕ ሊቀ ጳጳስነ አባ ... እንዘ የአኵቱከ በጸሎቶሙ ወበስለእቶሙ እስጢፋኖስ ቀዳሜ ሰማዕት

- ንዑድ ክቡር ስለሚሆን ስለ ጳጳሳቱ አለቃ ስለ አባ... ብፁዕ ስለሚሆን ሊቀ ጳጳሳችን አባ...። (እለ የአኵቱከ ሲል ነው) በሚጸልዩት ጸሎት በሚለምኑት ልመና ስለሚያመሰግኑህ ስለ ቀዳሜ ሰማዕት እስጢፋኖስ ብለህ ይቅር በለን። እስጢፋኖስ ማለት ወደብ መደብ ለሆቴ ደንጊያ ማኅቶተ ቀዋድ ማለት ነው፤ ነፋስ የማያስገባ ብርሃን የማይከለክል ፋና ነው፤ ቀዳሜ ሰማዕት አለ ከጌታችን ቀጥሎ ከሐዋርያት አስቀድሞ መከራ የተቀበለ እሱ ነውና።

ዘካርያስ ካህን

- በእንተ ዘካርያስ ሲል ነው፤ ስለካህኑ ዘካርያስ ብለህ ቦ በዘካርያስ አማላጅነት ይቅር በለን፤ ዘካርያስ ማለት ዝኩር ዝክረ እግዚአብሔር ማለት ነው።

ወዮሐንስ መጥምቅ - ስለመጥምቁ ዮሐንስ ብለህ ይቅር በለን፤

ወበእንተ ኵሎሙ ቅዱሳን ወሰማዕት እለ አዕረፉ በሃይማኖት - በቀናች ሃይማኖት ሆነው ስላረፉ ንዑዳን ክቡራን ስለሚሆኑ ሰማዕታት ብለህ ይቅር በለን።

ማቴዎስ ወማርቆስ ሉቃስ ወዮሐንስ አርባዕቱ ወንጌላውያን - ስለአራቱ ወንጌላውያን ብለህ ይቅር ብለን፤ ማቴዎስ ማለት መጸብሕ እመጸብሐን ኅሩይ እመጸብሐን ማለት ነው፤ ግብር ከሚያስገብርበት መርጦታልና።

ማርቆስ - ማለት አንበሳ ማለት ነው፤ አንበሳ ለላም ጌታው ነው ይሰብረዋል፤ እሱም ከግብጽ አምልኮተ ላህምን አጥፍቷልና፤ ፀ ንህብ ማለት ነው ንህብ የማይቀስመው አበባ የለም እሱም አስቀድሞ ከጌታ ኋላም ከሐዋርያት ተምሯልና፤ ፀ ካህን ማለት ነው ወአምጽኡ ማሬ ዘድዮስ እንዲል። [230]

ሉቃስ - ማለት መበሥር ማለት ነው፤ ብሥራተ መልአክን ጽፏልና። ፀ ተንሣኢ ማለት ነው፤ ለስብከተ ወንጌል ይፋጠናልና። ፀ ዐቃቤ ሥራይ ማለት ነው፤ ቀድሞ ዐቃቤ ሥራይ ዘሥጋ ነበር አሁን ግን ዐቃቤ ሥራይ ዘነፍስ ነውና።

ማርያም ወላዲተ አምላክ - አምላክን ስለወለደች ስለድንግል ማርያም ብለህ ይቅር በለን።

ጴጥሮስ - ማለት ኰኵሕ/መሠረት ማለት ነው፤ መሠረትነቱም የሃይማኖት የልጅነት የሹመት ነው። አንተ ኰኵሕ ወዲበ ዛቲ ኰኵሕ አሐንጻ ለቤተ ክርስቲያንየ ቅድስት እንዲል ኰኵሕ ለቤት መሠረት እንደሆነ እሱም ለሃይማኖት መሠረት ነውና። ፀ ንጽፍ ደንጊያ ማለት ነው ይህ ንጽፍ ደጊያ በቀን ሐሩር በሌሊት ቁር አይለወጥም እሱም በመከራ ጊዜ በሃይማኖት አይለወጥምና። ፀ ሻፎ ደንጊያ ማለት ነው ይህ ሻፎ ደንጊያ አጥንት ከሥጋ ይለያል እሱም ዘአሠርክሙ በምድር ይኩን እሡረ በሰማያት ወዘፈታሕክሙ በምድር ይኩን ፍቱሐ በሰማያት እያለ ሲያስተምር መናፍቃንን ከምእመናን ኃጥአንን ከጻድቃን ይለያልና። ፀ ከዋው ደንጊያ ማለት ነው ይህ ከዋው ደንጊያ እየፈካ ይሄዳል አያርፍም አያድፍም እሱም ከዐሥራ አንዱ ሀገረ ስብከት እየገባ ያስተምራልና። ፀ የመርግ ደንጊያ ማለት ነው ይህ የመርግ ደንጊያ ከላይ እየዳነ ሲመጣ ያስፈራል እሱም ሞተ በሥጋ ወሐይወ በመንፈስ እያለ ሲያስተምር ያስፈራልና። ፀ መጥቅዕ ማለት ነው መጥቅዕ ሲመቱት ከሩቅ ይሰማል የእሱም ዜና ስብከቱ ጽንፍ እስከ ጽንፍ ተሰምቷልና።

---

[230] ፀ ልኡክ ማለት ነው ወአምጽኡ ማሬ ዘድዮስ እንዲል ፀ ማሪ ማርቆስ ይላል የተደራረበ ቀለም ነው እመልእክተ ሲኖዲቆን እንዲል፤

እንድርያስ - ማለት ተባዕ [231] ለመስቀል፣ በኵረ ሐዋርያት ማለት ነው፤ ተባዕ አለ እስከ ሀገረ በላእተ ሰብእ ድረስ ሄዶ አስተምሯልና።

ያዕቆብ - ማለት አዕቃጺ ሰኰና - እግር አሰናካይ፣ አኀዜ ሰኰና - እግር ያዥ ማለት ነው፤ ቀዳማዊ ያዕቆብ ሰኰና ዔሣውን እንዳሰነካከለ እሱም ልበ መናፍቃንን በትምህርቱ ያሰነካክላልና፤ ቀዳማዊ ያዕቆብ ሰኰና ዔሣውን ይዞ እንደተወለደ ሰኰና ወንጌልን ይዞ በማስተማር አርፏልና።

ዮሐንስ - ማለት ፍሥሐ ወሐሤት ርኅራኄ ወሣህል ማለት ነው፤ ፍሥሐ ወሐሤት አለ? ቅብዐ ትፍሥሕት መንፈስ ቅዱስን ያሰጣልና፤ ርኅራኄ ወሣህል አለ? ያለዋጋ ያገኛችሁትን ያለዋጋ ስጡ ባለው ጸንቶ ያስተምራልና።

ፊልጶስ - ማለት መፍቀሬ አኃው - ወንድሞችን ወዳጅ፣ አኀዜ ኲናት - ጦር ያዥ፣ ረያፄ አፍራስ - ፈረስ አሥጋሪ/ገሪ፣ ሥውር ቦታ ማለት ነው። ፊል ማለት መፍቀሪ ጶስ ማለት አምላክ ማለት ነው በተገናኝ መፍቀሬ አምላክ ማለት ነው፤

በርተሎሜዎስ - ማለት ተክል የማጠጣት ግብር ያለው ልጅ ማለት ነው፤ ቦ ዕለቱን ወይን ተክሎ ዕለቱን ለመሥዋዕት አድርሷል። "ተ" ትርፍ ነው በር ማለት በእስራኤል ቋንቋ ልጅ ማለት ነው ተክል የማጠጣት ግብር ያለበት ልጅ ማለት ነው ራሱን እንደአጠጪው፣ ሰውነታቸውን እንደ ተክሉ፣ ልቡናቸውን እንደ ምድሩ፣ ትምህርቱን እንደውኃው አድርጎ ያስተምራቸዋልና፤

ቶማስ - ማለት ፀሐይ ማለት ነው፤ ክልኤ አስማቲሁ ለፀሐይ አሐዱ ስሙ ቶማስስ ወካልኡ ኦርያሬስ - የፀሐይ ስሞቹ ሁለት ናቸው አንዱ ቶማስስ ሁለተኛው ኦርያሬስ ይባላል እንዲል ሄኖክ ፳፪፥፩፤ ጊዮርጊስንም ፀሐይ ሲለው ቶማስሰ ልዳ ይለዋል የልዳ ፀሐይ ለማለት።

ታዴዎስ - ማለት ዘርዕ ወማዕረር ማለት ነው፤ እንደ ዘር አሪትን እንደ መከር ወንጌልን ያስተምራልና፤ ቦ ዕለቱን ስንዴ ዘርቶ ዕለቱን ለመሥዋዕት አድርሷል።

---

231 “ባ” ጠብቆ ይነበባል። ወልዳ ለአርዌ ዘስሙ ተባዕ - ስሙ ኃያል የተባለ የአርዌ ልጅ እንዲል ሄኖ ፲፱፥፳፱፤ እሱም ለመስቀል (መከራ ለመቀበል) ጨካኝ ነውና። ከሁሉ አስቀድሞ ለጌታ አድሯልና፤

መምህረ ሕዝብ ወአሕዛብ ማለት ነው ቦ መሥዋዕት ማለት ነው፤ ጴጥሮስና ታዴዎስ መንገድ ሲሄዱ አንድ ገበሬ በሬ ጠምዶ ሲያርስ አገኙ እባክህ ምሳችንን አብላን አሉት በሬዎቼን ማን ይይዝልኛል አላቸው እኛ እንይዝልሃለን አሉት ምሳቸውን አዘጋጅቶ ይዞ እስኪመጣ ድረስ ታዴዎስ እያረሰ ጴጥሮስ እየዘራ እሸት ሆኖ አግኝቶታል።

ናትናኤል - ማለት ውሁብ ሀብተ እግዚአብሔር ቀናኢ ለሕገ አምላኩ ማለት ማለት ነው።

ያዕቆብ ወልደ እልፍዮስ፤ ትርጓሜው አንድ ነው፤ እልፍዮስ ማለት ተራራ ማለት ነው።

ማትያን - ማለት ምትክ ማለት ነው፤ ማትያስ ቢል ፀሐይ ማለት ነው።

ወያዕቆብ ሐዋርያ እኁሁ ለእግዚእነ ኢጴስ ቆጶስ ዘኢየሩሳሌም

- የኢየሩሳሌም ኤጲስ ቆጶስ የጌታ ወንድም የሚሆን ሐዋርያው ያዕቆብን ደስ ይበለው ብለህ ደስ ይበለው ስትል ይቅር በለን። እኁሁ ለእግዚእነ አለ? እናቱ በሕፃንነቱ ሙታበት እመቤታችን ቀኝ ጡቷን ለጌታ ግራ ጡቷን ለእሱ እያጠባች አሳድጋዋለችና፤ ይህስ ሐሊበ ድንግልናን ከመለኮት ጋር ጠባ ማለት ነው አይመችም ብሎ የሥጋ ዘመዱ ነው። ከላይ መገናኛው ግንዱ አልዓዛር ነው አልዓዛር ማትያንና ቅስራን ይወልዳል፤ ማትያን ያዕቆብን፣ ያዕቆብ ዮሴፍን፣ ዮሴፍ ያዕቆብን ይወልዳል። ቅስራን ኢያቄምን፣ ኢያቄም እመቤታችንን፣ እመቤታችን ጌታን ነው።

ኤጲስ ቆጶስ ዘኢየሩሳሌም አለ ያዕቆብ ከገድሉ ጽናት የተነሣ ወኮና አብራኪሁ ከመ አብራከ ነጌ ይላል እግሩ እንደሙቀጫ ሆኖ አብጦ ነበርና ሐዋርያት ለስብከተ ወንጌል በሚፋጠኑበት ጊዜ ለስብከተ ወንጌል አይፋጠንም ብለው በኢየሩሳሌም ኤጲስ ቆጶስነት ሾመውት ነበርና፤ ይህስ አይደለም ብሎ በኢየሩሳሌም የነበሩ አይሁድ ምሁራነ ኦሪት ምሁራነ መጻሕፍተ ነቢያት ናቸውና የሀገሩን ሰርዶ በሀገሩ በሬ እንዲሉ ትውልዱ ኢየሩሳሌም ነውና ምሁረ ኦሪት ነውና ከእሱ በቀር የሚያውቅባቸው የለምና እሱ እንደ እውቀቱ ያድርገው ብለው ሾመዉታልና። [232]

ጳውሎስ - ጳውሎስን ደስ ይበለው ብለህ ደስ ይበለው ስትል ይቅር በለን። ጳውሎስ ማለት አንጻረ ብርሃን አንጻረ ኂሩት ማለት ነው።

ጢሞቴዎስ - ማለት ዘአልቦ ጥሪት ማለት ነው።

ሲላስ - ማለት ፀሐይ ማለት ነው።

በርናባስ - ማለት የዋህ ርግብ ፍሥሐ ወልደ ፍሥሐ ማለት ነው።

ቲቶ - ማለት ሠርቅ ማለት ነው። በመርሐ ዕውር መስከረምን ሠርቀ ቲቶ ይለዋል።

ፊልሞና - ማለት ስውር ቦታ ማለት ነው።

ቀሌምንጦስ - ማለት መደብ ወደብ ማለት ነው፤ ቦ ግንብ ማለት ነው።

---

[232] ይህስ ወዘንቱ ሐሊብ ይውኅዝ ለፈጽሞ ተአምራት ወመንክራት - ይህ ሐሊብ ድንቆችን ምልክቶችን ለመፈጸም ይፈሳል እንዲል ሐሊበ ድንግልናንስ ከጌታ በቀር የጠባ የለም ብሎ በሥጋ ይቀርበው ነበርና፤ በሥጋ የሚቀርቡትም እነ ዮሐንስ ወንጌላዊ እነ ዮሐንስ መጥምቅ አሉ ብሎ፤ አብሮት ስለአደገ እኁሁ ለእግዚእነ አለ፤ ኤጲስ ቆጶስ ዘኢየሩሳሌም አለ? ይህች ኢየሩሳሌም ደግ ሀገር ናት ከሐዋርያት ያልተሾመባት ከአርድእት የተሾመባት ስለምንድን ነው ቢሉ እሱ ከገድል ጽናት የተነሣ እግሩ እንደ እግረ ገመል ሆኖበት ነበርና ለስብከተ ወንጌል አይፋጠንም ሲሉ በዚያው በቅርቡ ሾመዉት ሄደዋል፤ ይህስ ቅዱሳን ከበቁ በኋላ በክንፍ እየበረሩ በደመና እየተጫኑ ካሰቡበት ደርሰው ይውላሉ ብሎ ምሁረ ኦሪት ነበርና አይሁድም ምሁራነ ኦሪት ናቸውና ተከራክሮ እንዲያሳምናቸው ብለው በዚያው በቅርቡ ሾመዉት ሄደዋል፤ ይህም ከሐዋርያት ኦሪትን ያልተማረ የለም ብሎ የሀገሩን ሠርዶ በሀገሩ በሬ እንዲሉ የሀገሩን ባህል ያውቃል ሲሉ በዚያው በቅርቡ ሾመዉት ሄደዋልና እንዲህ አለ።

ሰባ ወክልኤቱ አርድዕት - ነሳሳላቸውና እንደ ሸማ ጠቅሎ እንደ ወርቅ አንከብሎ ሰባ ወክልኤቱ አለ ሰባ ሁለቱን አርድእት ደስ ይበላቸው ብለህ ደስ ይበላቸው ስትል ይቅር በለን።

አምስቱ ምዕት ቢጽ - አምስት መቶ ቢጽን ደስ ይበላቸው ብለህ ደስ ይበላቸው ስትል ይቅር በለን። አምስቱ ምዕት ቢጽ የሚላቸው በዕለተ ዓርብ ከእግረ መስቀሉ የተነሡትን ነው፤ ትንሣኤውን መስክረው ወዲያው ወደ መቃብር የወረዱ አሉ እስከ አግብኦተ ግብር እስከ ዕርገት ቆይተው የወረዱ አሉ። ይህንንም ብፁዕ ሐዋርያ ቅዱስ ጳውሎስ እንዲህ በማለት ይገልጠዋል "ከዚያም በኋላ ከአምስት መቶ ለሚበዙ ወንድሞች በአንድ ጊዜ ታየ ከእነርሱም የሚበዙቱ እስከአሁን አሉ አንዳንዶች ግን አንቀላፍተዋል" ብሎ ፩ቆሮ ፲፭፥፮፤

ሠለስቱ ምዕት ዐሠርቱ ወሰመንቱ ርቱዓነ ሃይማኖት - ሃይማኖታቸው የቀና ሠለስቱ ምዕትን ደስ ይበላቸው ብለህ ደስ ይበላቸው ስትል ይቅር በለን። ርቱዓነ ሃይማኖት አለ? ከነይሁዳ ከነአርዮስ ሃይማኖት ሲለይ ነው።

ጸሎተ ኵሎሙ ይብጽሐነ - የእነዚህ ሁሉ ጸሎት ይደረግልን፤ ሊቃነ ጳጳሳቱን ጳጳሳቱን ኤጲስ ቆጶሳቱን ቀሳውስቱን ዲያቆናቱን እውነተኛውን ሕግ ሕገ ወንጌልን የሚያስተምሩትን ሁሉ አስብ ከእነሱ ጋር እኛንም ጠብቀን በረድኤት ጎብኘን፤ ሐዋርያት የሰበሰቧትን የሠሯትን ያጸኗትን ቤተ ክርስቲያን አስብ፤ ሰው ሆነህ ለሰው ብለህ ያፈሰስኸውን ደም አስብ አስበህ ይቅር በለን።

ይ.ካ ንፍቅ፤ ጸሎተ ቡራኬ፤

ሠራዒው ካህን እየባረከ ንፍቁ ካህን ይጸልያል፤ በንባቡ መሐል "ይባርክ ሠራዒ ካህን በበገጹ ለለይቤ ንፍቅ ባርክ - ንፍቁ ካህን ባርክ ባለ ቍጥር ሠራዒው ካህን በየስልት በየስልቱ ይባርክ" የሚል ትእዛዝ አለና፤

ልዩ ሦስት የምትሆን አብ ወልድ መንፈስ ቅዱስ ሆይ ሕዝቡን በበረከተ ሥጋ በበረከተ ነፍስ አክብር፤ እርስ በእርሳቸው የሚፋቀሩትን፣ አንተን የሚወዱትን፣ አንተ የምትወዳቸውን፣ በክርስቶስ ክርስቲያን የተባሉትን መላእክት ደቂቀ አዳም በሚከብሩበት ክብር አክብራቸው፤ [233] ሀብተ መንፈስ ቅዱስን አሳድርብን በዘመነ ዐላውያን አብያተ ክርስቲያናት ይትዐፀዋ አብያተ ጣዖታት ይትረኀዋ በተባለ ጊዜ አብያተ ክርስቲያናት እንዲከፈቱ አድርግልን።

ቦ ዕዝነ ሰማዕያንን በቸርነትህ ከፍተህ ነገረ ሃይማኖትን እንዲሰማ አድርግልን፤ ነፍሳችን ከሥጋችን እስክትለይ ድረስ አንድነትህን ሦስትነትህን ማመንን አጽናልን፤ እንድንረዳውና ከፍጹምነት እንድንደርስበት አድርግልን፤ [234]

ጌታዬ ኢየሱስ ክርስቶስ ሆይ ከወገኖችህ የታመሙትን በረድኤት ጎብኛቸው ከደዌ ሥጋ ከደዌ ነፍስ አድናቸው፤ ንግድ ለመነገድ፣ ለሌላም ሥራ መንገድ የሄዱትን አባቶቻችንን እናቶቻንን ወንድሞቻችንን እኅቶቻችንን ቀኙን/የቀናውን መንገድ ምራቸው፤ ያለመሰናከል በሰላም በጤና ወደቤታቸው መልሳቸው፤ ነፋሱን የምሕረት ነፋስ አድርገው፤[235] ዝናሙን የምሕረት ዝናም አድርግልን፤ በየዓመቱ የሚዘራውን የምድሩን ፍሬ እንደቸርነትህ አብዛልን፤ ለምድር ዝናሙን አዝንመህ ዘሩን አብቅለህ በልምላሜ ዘወትር ደስ እንዲለን አድርግ፤ ሰላምህን አጽናልን፤ ቦ ከቁጣ ወደምሕረት ከመዐት ወደትዕግሥት ተመለስልን፤

---

233 ሰማያውያን ምድራውያን የሚለው ለሕዝብ ይቀጠላል፤ ማዕርጋቸውን ሲያይ ሰማያውያን፣ ተፈጥሯቸውን ሲያይ ምድራውያን ይላቸዋልና።

234 ይትወላወል ሰብእ እምጊዜ ልደቱ እስከ ዕለተ ሞቱ እንዲል ሰው ከልደቱ እስከ ዕረፍቱ ሲወጣ ሲወርድ ይኖራልና፤ በሚሞትበት ግዜ ቊርጥ ነገር ተናግሮ የሚሞት ስለሆነ እስከ ደኃሪት እስትንፋስ አለ።

235 ባርክ ነፋሳተ ሰማይ ሲል ወደሰማይ ይባርካል፤ ነፋስ ወደላይ ወደላይ ይላልና፤ የሚኖር በኅዋው ነውና፤

ለእኛ በጎ ነገርን ያደርጉልን ዘንድ፣ ቤተ ክርስቲያን ያንጹ ዘንድ፣ እውነተኛ ፍርድን ይፈርዱ ዘንድ ጽኑዓን የሚሆኑ የመሪዎቹን ልቡና ከክፋት ወደበጎነት መልስልን፤ ሁልጊዜ ለፍርድ ለብያኔ፣ ፍርድ ጎደለ ድኃ ተበደለ ለማለት በቤተ ክርስቲያን ምእመናንን ለማስተማር ቤተ ክርስቲያንን ለማገልገል ለሚሰበሰቡ ለመምህራን ጸጋ ክብር መስማማትን ሞገስን ስጥልን፤ ለሁሉም ለእያንዳንዱ በየስማቸው በኃያላን መሪዎች ፊት ባለሟልነትን ስጣቸው፤ [236] ባለሟልነትህን ሰጥተህ ደስ አሰኛቸው፤ ቦ እድሜያቸውን አርዝም ጸጋቸውን አብዛ፤ በጸናች በቀናች ሃይማኖት ሆነው ያረፉትን ዕረፍተ ነፍስ ሰጥተህ በክብር አሳርፋቸው፤ ፈጣሪያችን ክርስቶስ ሆይ መባዕ በመስጠት የሚያገለግሉትን ማለትም ዕጣን ቁርባን ወይን ሜሮን ዘይት መጋረጃ የንባብ መጻሕፍትን የቤተ መቅደስ ንዋያትን ጻሕሉን ጽዋውን ጽንሐውን መስቀሉን በማምጣት የሚያገለግሉትን በረከተ ሥጋ በረከተ ነፍስን አሳድርባቸው፤

ይቅርታን ያገኙ ዘንድ ከእኛ ጋር የተሰበሰቡትን ቦ በሃይማኖት በምግባር ከእኛ ጋር አንድ የሆኑትን ይቅር በላቸው፤ መፍርህ መደንግጽ በሚሆን በመንበርህ ፊት ያመጡትን ምጽዋት መሥዋዕት አድርገህ ተቀበልላቸው፤ [237] የተጨነቀችውን ነፍስ እድሜዋን አርዝመህ ጤናዋን ሰጥተህ ጸጋውን ክብሩን አብዝተህ ደስ አሰኛት፤ በእግረ ሙቅ የታሰሩትን ቦ በቍራኝነት የተያዙትን በስደት በምርኮ ያሉትን በጽኑ አገዛዝ የተያዙትን በቸርነትህ አድናቸው፤ መምህራችን ኢየሱስ ክርስቶስ ሆይ የታመሙትን ፈውስልን የሞቱትን አስነሣልን አትርሱን ያሉትን አትርሳብን፤ ቦ ሐዋርያት አትርሷቸው አስቧቸው ብለው ያዘዙንን በሰማያዊት መንግሥትህ አስባቸው፤ ኃጥእ ባርያህን እኔንም አስበኝ፤ አቤቱ ሕዝብህን ከኃጢአት ከፍዳ አድን ካህናቱን በረከተ ሥጋ በረከተ ነፍስ ሰጥተህ አክብር በረድኤት ጠብቃቸው በልዕልና ነፍስ ከፍ አድርጋቸው።

---

236 እውነተኛና የተወደደ ባለሟልነት ያላቸው እንደሆነ ያስተማሩት የመከሩት ይደረጋል ያዘዙት ይጸናልና።

237 ሥጋው ይፈተትበታል ደሙ ይቀዳበታል እልፍ አእላፍ መላእክት ይከትሙበታልና መፍርህ መደንግጽ አለ።

ይ.ዲ ንፍቅ መሐሮሙ እግዚኦ ወተሣሃሎሙ ለሊቃነ ጳጳሳት ጳጳሳት ኤጲስ ቆጶሳት ቀሳውስት ወዲያቆናት ወኵሎሙ ሕዝበ ክርስቲያን - አቤቱ የጳጳሳቱን አለቆች ጳጳሳቱንና ኤጲስ ቆጶሳቱን ቀሳውስቱንና ዲያቆናቱን የክርስቲያንን ወገኖች ሁሉ ማራቸው ይቅርም በላቸው። ይህንን ጸሎት ቅዱስ ሚካኤል ይጸልየዋል፤ መርሐሮሙ እግዚኦ ወተሣሃሎሙ የሚለው ሲቆጠር ዐሥራ አራት ይሆናል፤ ቅዱስ ያሬድም በዐሠርቱ ወአርባዕቱ ትንብልናከ ብሎ በዝማሬው ገልጦታል።

ይ.ካ ለእሉኒ ወለኵሎሙ አዕርፍ ነፍሶሙ ወተሣሃሎሙ ዘፈኖከ ወልደከ ውስተ ማኅፀነ ድንግል ተፀውረ በከርሥ ሥጋ ኮነ ወልደቱ ተአውቀ እመንፈስ ቅዱስ

- ልጅህን ከሰማይ ወደ ድንግል ማኅፀን የሰደድኸው አቤቱ የነዚህንና የሁሉንም ነፍሳቸውን አሳርፍ ይቅርም በላቸው ልጅህ በማኅፀን ተወስነ ሥጋም ሆነ መወለዱም በመንፈስ ቅዱስ ታወቀ። ትርጓሜያችን እንደሚከተለው ይገልጠዋል፤ ስማቸው የተጠራውንና ያልተጠራውን፣ በቤተ መቅደስ ውስጥ ያሉትንና በዐፀደ ቤተ ክርስቲያን ያሉትን በሞት የተለዩትን ነፍሳቸውን ዕረፍተ ነፍስ ሰጥተህ አሳርፍ በሕይወት ያሉትን ጠብቅ ይቅርም በላቸው ብሎ። ልጅህን ከሰማይ ወደ ድንግል ልከኸዋልና በማኅፀነ ማርያም ተወሰነ ሥጋን ተዋሐደ በግብረ መንፈስ ቅዱስ ከድንግል ማርያም በመወለዱ ልጅህ እንደሆነ ታወቀ።

ያለ አባት መወለዱ ያለ እናት መወለዱን፤ ያለ እናት መወለዱ ያለ አባት መወለዱን ያስረዳልና። "ትእምርተ ዋሕዱ ረሰየኪ አብ - አብ የአንድያ ልጁ ምልክት አደረገሽ" እንዳለ ቅዱስ ኤፍሬም፤ ልዑለ ቃል ኢሳይያስም "በእንተ ዝንቱ እግዚአብሔር ይሁበክሙ ትእምርተ ናሁ ድንግል ትፀንስ ወትወልድ ወልደ ወትሰምዮ ስሞ አማኑኤል - ስለዚህም ነገር እግዚአብሔር ምልክት ይሰጣችኋል ድንግል ትፀንሳለች ወንድ ልጅም ትወልዳለች ስሙንም አማኑኤል ብላ ትጠራዋለች" በማለት ይገልጠዋል ኢሳ ፯፥፲፬፤

ይ.ዲ እለ ትነብሩ ተንሥኡ

- ከሕሙም ከአረጋዊ በቀር የሚቀመጥ ኑሮ አይደለም ከዓራተ ዝንጋዔ በተዘክሮ ከዓራተ ሐኬት በአንክሮ ተነሡ ሲል ነው፤ ቦ እለ ነበርክሙ ተንሥኡ ወእለ ኢነበርክሙ ኢትንበሩ ብሎ ሲያጸና ነው።

በቅዳሴ ጊዜ የተቀመጣችሁ ተነሡ የቆማችሁ እንቀመጣለን አትበሉ የተቻለው ቆሞ ተሰጥዎ መቀበል ያልተቻለው ቆሞ ደጅ ጠንቶ ማስቀደስ እንጂ መቀመጥ አይገባምና፤ በቅዳሴ ጊዜም ጸሎት የሚጸልይ ቢኖር ከሚቀደሰው ቅዳሴ ከሚሠዋው መሥዋዕት የእኔ ጸሎት ይበልጣል ማለት ነው፤ ምሳሌውም መብራት ይዞ ከፀሐይ እንደመውጣት ያለ ነው።

ይ.ካ ለከ ለዘይቀውሙ ቅድሜከ እልፍ አእላፋት ወትእልፊተ አእላፋት ቅዱሳን መላእክት ወሊቃነ መላእክት

- አእላፈ አእላፋትና ትእልፊተ አእላፋት የሚሆኑ ቅዱሳን መላእክት የመላእክት አለቆች ከፊትህ ለሚቆሙልህ ለአንተ (ንሰግድ ያለበት ነው ለአንተ እንሰግዳለን)

ይ.ዲ ውስተ ጽባሕ ነጽሩ

- ወደ ምሥራቅ ተመልከቱ። ምሥራቅ ማኅደረ እግዚአብሔር ነውና። አንድም በምሥራቃዊት ወንጌል አንድም ምሥራቃውያን ሰብአ ሰገል ባመኑባት ወንጌል እመኑ ሲል ነው። አንድም ነገረ ምጽአቱን አስቡ ሲል ነው። ውእተ አሚረ ይቀውማ እገሪሁ ለእግዚእነ ውስተ ደብረ ዘይት እንተ መንገለ ጽባሒሃ ለኢየሩሳሌም - ያን ጊዜ የጌታችን እግሮቹ በኢየሩሳሌም ምሥራቅ በደብረ ዘይት ይቆማሉ እንዲል ዘካ ፲፬፥፬፤

ከሰገኖ አብነት ነሥቶ ተናገረ። ሰገኖ እንቁላሏን ቃቅታ/ቀፍቅፋ እስክታወጣ ድረስ ትክ ብላ ትመለከተዋለች ከሣር ከውኃ ስትሄድም ተባዕቱን ተክታ ነው ድንገት ጥላው ዘወር ያለች እንደሆነ ደንጊያ ይሆንባታል አርባ ቀን ሲሆናት ድምጽ ታሰማቸዋለች እነሱም ከውስጥ ድምጽ ያሰሚታል ቀፍቅፋ/ፈልፍላ ታወጣቸዋለች።

ሰገኖ የመንፈስ ቅዱስ፤ ገለፈቱ/ቅርፊቱ የፍዳ የመርገም/የግብረ ዓለም፤ ጫጩቶቹ የምእመናን ምሳሌ። ድምጽ ሲያሰሚት ቀፍቅፋ ማውጣቷ አቡነ ዘበሰማያት ብለን በጠራነው ጊዜ ከግብረ ዓለም ይለየናልና። አንድም ሰገኖ የምእመናን፤ እንቍላሉ የተዘክሮተ እግዚአብሔር፤ ይህች ሰገኖ እንቍላሏን ትክ ብላ እንድትመለከተው ምእመናንም መድኃኒታቸው ኢየሱስ ክርስቶስ በዳግም ምጽአቱ እስኪመጣ ድረስ መስቀሉን እያዩ ሕማሙን ሞቱን ሲዘከሩ እርሱን ሲያስቡ ይኖራሉና።

ድንገት ጥላው ዘወር ስትል ደንጊያ መሆኑ የቂመኛ ሰው ጸሎት ምሳሌ ነው፤ በቂም በቀል ሆነው ቢጸልዩ አይሰማምና። "ጸሎቱ ለመስተቀይም ይመስል ከመ ዘርዕ ዘወድቀ ማዕከለ አሥዋክ እስመ ዘያነብር ቂመ ወበቀለ ውስተ ልቡ ኢውከፍት ጸሎቱ በቅድመ እግዚአብሔር - የቂመኛ ሰው ጸሎት በእሾህ መካከል እንደ ወደቀ አዝመራ ይመስላል በልቡ ቂምና በቀልን የሚያኖር ሰው ጸሎቱ በእግዚአብሔር ፊት ተቀባይነት የሌላት ናት" እንዲል ሃይ አበው ዘሠለስቱ ምዕት ፳፥፲፯፤ ማር ይስሐቅም "ጸሎቱ ለመስተመይን [238] ከመ ዘርዕ ዘተዘርዐ ዲበ ኰኵሕ - ቂመኛ የሚጸልየው ጸሎት በጭንጫ ላይ እንደተዘራ ዘር ነው" ብሏል። አንቀጽ ፴፪ ገጽ ፪፻፶፪፤

የሰገኖ እንቀኁላል እንዲህ ያለ ምሥጢር ያለበት ነውና ምእመናን ወደ ቤተ ክርስቲያን ሲገቡ ይህ ምንድነው ብለው በጠየቁ ጊዜ መምህራን ይህን ተርጉመው ሊነግሯቸው ይገባል። [239]

ይ.ካ ወክቡራን እንስሳከ እለ ስድስቱ ክነፊሆሙ ሱራፌል ወኪሩቤል በክልኤ ክነፊሆሙ ይከድኑ ገጾሙ ወበክልኤ ክነፊሆሙ ይከድኑ እግሮሙ ወበክልኤ ይሠሩ እምጽንፍ ወእስከ አጽናፈ ዓለም

- ክንፋቸው ስድስት የሚሆን ክቡራን አርባዕቱ እንስሳ ኪሩቤልና ሱራፌል በሁለት ክንፋቸው ፊታቸውን ይሸፍናሉ በሁለት ክንፋቸው እግራቸውን ይሸፍናሉ በሁለት ክንፋቸው ከዳርቻ እስከ ዓለም ዳርቻ ይወጣሉ። ፊትህን ማየት፣ ከፊትህ መቆም አይቻለንም ሲሉ ፊታቸውንና እግራቸውን ይሸፍናሉ፤ ከዳርቻ እስከ ዳርቻ መውጣቸው ትእምርተ ተልእኮ - የአገልግሎት ምልክት ነው።

---

[238] መስተመይን ማለት የሚተነኰል ተንኰለኛ ማለት ነው።

[239] አሁን አሁን የሰገኖ ዕንቀኁላል ካለመግኘቱ የተነሣ ይመስላል ብረቱን ወይም ነሐሱን እያድቦለቦሉ ማስቀመጥ እየተለመደ ይታያል፤ በከተማ ደግሞ ጭራሽ የተዘነጋ ይመስላል፤ ጨርሶ ከመዘንጋት ምሳሌውን ሊያሳይ የሚችል ማድረጉ ድንቅ ቢሆንም ሕንጻውን ለመሥራት የሚታሰበውን ያህል የሰጎን ዕንቀኁላል ሊገኝ የሚችልበት መንገድም አብሮ ቢፈልግ ድንቅ ነበር።

አንድም ከእውቀት ወደ እውቀት ከፍ የማለታቸው ምሳሌ ነው። አንድም ትእምርተ ፍርሃት - የፍርሃት ምልክት ነው፤ ነበልባለ መለኮቱ እንዳያቃጥላቸው። ጦር የተወረወረበት ሾተል የተመዘዘበት ሰው እጁን እንዲጋርድ። እጁን የሚጋርደውም እጁ አካሉ ስላልሆነ ሳይሆን የፍርሃት ምልክት ስለሆነ ነውና።

አንድም ገጸ ልቡናችን ባሕርይህን መመርመር አይቻለውም እግረ ልቡናችን ባሕርይህን መተላለፍ አይቻለውም ሲሉ ነው፤ አንድም በሰማይና በምድር ጽንፍ እስከ ጽንፍም ምሉዕ ነህ ሲሉ ነው፤ አንድም ወደላይ ቢወጡ ቢወጡ ወደታችም ቢወርዱ ቢወርዱ ጽንፍ እስከ ጽንፍ ቢበሩ አሠረ ባሕርይህ አይመረመርም ሲሉ ነው።

አንድም ሁለት ክንፋቸውን ወደላይ ሁለት ክንፋቸውን ወደታች ሁለት ክንፋቸውን ግራና ቀኝ ሲያደርጉት የመስቀል ቅርጽ ይይዛሉ እንዲህ ሆነህ ተሰቅለህ አዳምን ታድነዋለህ አዳንኸው ሲሉ ነው። [240]

240 ሱራፌል ዐጠንተ መንበር ናቸው ቁጥራቸውም ሃያ አራት ነው ኪሩቤል ፀወርተ መንበር ናቸው አርባዕቱ እንስሳ ተብለው ይታወቃሉ፤ በኢሳይያስ ስድስት በሕዝቅኤል አንድና ዐሥር በራእይ አራት በዋናነት ተጠቅሰዋል፤ ታቦት ሲቀረጽ አንዱ ሥዕለ ኪሩብ ነበር። በትንቢተ ሕዝቅኤል እለቄጥሩ የሚለውን ጉባኤ መላእክት ብለው መተርጉማን ተርጉመዋል፤ በጉባኤ መላእክት አርባዕቱ እንስሳ አሉ ከወገባቸው በላይ አራት ናቸው 4*4 = 16 ይሆናሉ። አርአያ ሰብእ ሎሙ የሰው መልክ አላቸው ማለት አሰራረዛቸው ቅርጻቸው አቋቋማቸው እንደሰው ነው እንደእንስሳ የተጋደሙ አይደሉም፤ ወለኩሉ ለለአሐዱ አርባዕቱ ገጻት ለእያንዳንዱ እንስሳ አራት አራት ገጽ አላቸው የአንዱ አራት ሲሆን የመላው ዐሥራ ስድስት ነው። ዮሐንስ አራት ብሏል፤ ሱራፌል የካህናተ ብሊት ኪሩቤል የካህናተ ሐዲስ ምሳሌ ናቸው ሱራፌልን ከመንበሩ አርቆ ያሳየዋል ኪሩቤልን አቅርቦ ያሳየዋል የቀረቡትን ብቻ ቆጥሮ ዮሐንስ አራት አለ፤

ይ.ዲ ንነጽር - እናስተውል፤ ቄሱ የሚናገረው ሐሰት እንዳልሆነ እውነት እንደሆነ እናስተውል (እናስተውላለን) [241]

ይ.ካ ወዘልፈ እንከ ኵሎሙ ከመ ኪያከ ይቄድሱ ወይዌድሱ ወምስለ ኵሎሙ እለ ይቄድሱከ ወይዌድሱከ ዓዲ ተወከፍ ዘዚአነ ቅዳሴ እለ ዘንብለከ ቅዱስ ቅዱስ ቅዱስ እግዚአብሔር ጸባዖት ፍጹም ምሉዕ ሰማያተ ወምድረ ቅድሳተ ስብሐቲከ

ወለኵሉ ለለአሐዱ አርባዕቱ አክናፍ ለእያንዳንዱ ገጽ አራት ክንፍ አላቸው፤ የአንዱ እንስሳ 16 ነው 4*4 = 16፤ የአራቱ እንስሳ 64 ነው፤ 4*16 =64፤ እነዚህም መገብተ ሰብእ ወእንስሳ መገብተ አዕዋፍ ወአራዊት ናቸው፤ ገጸ ሰብእ እውቀታቸውን ገጸ አንበሳ ግርማቸውን ገጸ ላህም ተቀንዮዋቸውን ገጸ ንስር ተመስጠዋቸውን ያስረዳል፤ ቀዳማዊ ይመስል ከመ አንበሳ መጀመሪያው አንበሳ ይመስላል ለአራዊት የሚጸልይ አራዊትን የሚጠብቅ ነውና። ወካልኡ ይመስል ከመ ላህም ሁለተኛው ላም ይመስላል ለእንስሳት የሚጸልይ እንስሳትን የሚጠብቅ ነውና። ወሣልሱ ይመስል ከመ ገጸ እጓለ እመሕያው ሦስተኛው ሰውን ይመስላል ለሰው የሚጸልይ ሰውን የሚጠብቅ ነውና። ሰውን በመካከል አመጣው እንደ ጌታ፤ ጌታ በፊትም በሁዋላም አይሄድም በመሐል ነው የሚሄደው ሰውም የሁሉ ገዢ ነውና። ወራብዑ ይመስል ከመ ንስር ዘይሠርር አራተኛው ንስርን ይመላል ለአዕዋፍ የሚጸልይ አዕዋፍን የሚጠብቅ ነውና።

በሌላ መንገድ፡- አንበሳ ተንሥአ እምገዳም፤ ወጽአ ሦር ፀዐዳ፤ ወብእሲ በውስተ ጸብዕ፤ ዖፍ ንኡስ ተብሎ የተነገረው ትንቢት ይመሠጠርበታል። ዘአንበሳ ማርቆስ ያለው በማርቆስ መንበር የተሾመውን፤ ዘላህም ሉቃስ ያለው በሉቃስ መንበር የተሾመውን፤

ዘብእሲ ማቴዎስ ያለው በማቴዎስ መንበር የተሾመውን፤ ዘንስር ዮሐንስ ያለው በዮሐንስ መንበር የተሾመውን አገልግሎት ያስነግራል። ቀዳማዊ ሲል ባሕታውያንን ያሳያል በበረሃ ይኖራሉና፤ ካልኡ ሲል ሰማዕታትን ያሳያል እንደላም ይሠዋሉና፤ ሣልሱ ሲል እውቀታቸውን፤ ራብው ሲል ተመሥጦአቸውን ያሳያል።

241 ውስተ ጽባሕ ነጽሩ ብሎ ነበርና ይህ የሕዝቡ ነበር በልማድ የዲያቆኑ ሆኗል፤ ቦ ከሕዝቡ ጋር አንድ ከሆኑ ብሎ ለዲያቆናቱ ይሰጧል፤ "እስመ እሙንቱ ከመ ሕዝብ - እነሱም እንደሕዝቡ ናቸውና" እንዲል። "ንኔጽር" በካልአይ የሚጽፍም አለ፤ ትርጉሙም እናስተውላለን ማለት ነው።

- ሁሉም ዘወትር አንተን ከሚቀድሱህና ከሚያመሰግኑህ ጋር እንዲቀድሱና እንዲያመሰግኑ ዳግመኛ እኛም ቅዱስ ቅዱስ ቅዱስ ፍጹም አሸናፊ እግዚአብሔር የጌትነትህ ምስጋና በሰማይና በምድር የመላ ነው የምንልህን የእኛንም ምስጋና ተቀበል። የመላእክትን ምስጋና እንደተቀበልህ የኛንም ምስጋና ተቀበል። ጸባዖት ማለት መዋዒ እግዚአ ኃይላት ማለት ነው፤ በግብርም በክብርም ሕፀፅ የለበትምና ምሉዕ አለ።

ይ.ዲ አው፦ሉ - ተሰጥዎውን መልሱ።

ይ.ሕ ቅዱስ ቅዱስ ቅዱስ እግዚአብሔር ጸባዖት ፍጹም ምሉዕ ሰማያተ ወምድረ ቅድሳተ ስብሐቲከ - ቅዱስ ቅዱስ ቅዱስ ፍጹም አሸናፊ እግዚአብሔር የጌትነትህ ምስጋና በሰማይና በምድር የመላ ነው። ሦስት ጊዜ ቅዱስ ማለቱ የሦስትነት እግዚአብሔር ማለቱ የአንድነት ምሳሌ ነው። ነቢዩ ኢሳይያስ በትንቢቱ ወንጌላዊው ዮሐንስ በራእዩ ያረጋገጡት የምስጋና ቃል ነው ይህ ቃል። ኢሳ ፮፥፫፤ ራእ ፬፥፰፤ እየራሳቸው ልብ ቃል እስትንፋስ የላቸውምና ቅዱስ ቅዱስ ቅዱስ እንላለን እንጂ ቅዱሳን ቅዱሳን ቅዱሳን አንልም።

ይ.ካ አማን መልዐ ሰማያተ ወምድረ ቅድሳተ ስብሐቲከ በእግዚእነ ወአምላክነ ወመድኃኒነ ኢየሱስ ክርስቶስ ቅዱስ ወልድከ መጽአ ወእምድንግል ተወልደ ከመ ፈቃደከ ይፈጸም ወሕዝበ ለከ ይግበር - የጌትነትህ ምስጋና በጌታችን በአምላካችንና በመድኃኒታችን በኢየሱስ ክርስቶስ በእውነት በሰማይና በምድር መላ ቅዱስ ልጅህ መጣ ከድንግልም ተወለደ ፈቃድህን ይፈጽም ዘንድ (ውረድ ተወለድ ያልኸውን ይፈጽም ዘንድ) ሕዝቡንም ላንተ ማደሪያ ያደርግ ዘንድ። እንዘ ቀዲሙ ኢኮንክሙ ሕዝቦ ይእዜሰ ሕዝበ እግዚአብሔር አንትሙ - ቀድሞ ወገኖቹ ስላልነበራችሁ አሁን ግን የእግዚአብሔር ወገኖች ናችሁ እንዲል ፩ጴጥ ፪፥፲፤

ምዕራፍ ፲ወ፭

ይ.ሕ ተዘከረነ እግዚኦ በውስተ መንግሥትከ ተዘከረነ እግዚኦ አ ሊቅነ ተዘከረነ እግዚኦ በውስተ መንግሥትከ በከመ ተዘከርኮ ለፈያታዊ ዘየማን እንዘ ሀሎከ ዲበ ዕፀ መስቀል ቅዱስ

በመልዕልተ መስቀል ተሰቅለህ ሳለህ ፈያታዊ ዘየማንን እንዳሰብኸው እኛንም አስበን። መስቀሉን ቅዱስ አለው? አጋንንትን ድል ነሥቶበታልና፤ ከእርሱ በቀር ሌላ ትምክሕት የለንምና፤ ለምናምን ለእኛ የእግዚአብሔር ኃይል ነውና፤ በሰማይ የነበረው ሰልፍ የተመራውና ድሉ የመጣው በመስቀሉ ነውና። ሁለት ወንበዴዎችን በቀኝና በግራ አድርገው እሱን በመሐል ሰቅለዉታል ስለምን ቢሉ በቀኝ የመጣው በቀኝ የተሰቀለውን ወንበዴ አይቶ ይህ ምንድነው ሲል ወንበዴ ነው ይሉታል፤ ጌታን ይህሳ ሲል ይህስ ከሱ ልዩ ነውን ይሉታል፤ በግራ የመጣው በግራ የተሰቀለውን አይቶ እንደዚሁ ይጠይቃል እንዲሁ ይመልሱለታል፤ ይህንም ያደረጉት ለማሳሳት ነው። አንድም አነገሥንህ ብለዉታልና ቀኝ አዝማች ግራ አዝማች ሾምንልህ ለማለት ለመዘበት ነው። አንድም ተኍለቈ ምስለ ጊጉያን ከበደለኞች ጋር ተቈጠረ ያለው የነቢዩ ቃል እንደተፈጸመ ለማጠየቅ ነው ኢሳ ፶፫፥፲፪፤

አንድም በዕለተ ምጽአት እኛን ኃጥአንን በግራ ጻድቃንን በቀኝ ታቆማለህ ሲያስኛቸው ነው፤ በመስቀል ላይ በጌትነቱ እንዳለ በመንበረ ጸባዖት ሆኖ ታየው ተዘከረኒ እግዚኦ በውስተ መንግሥትከ - አቤቱ በመንግሥትህ አስበኝ ቢለው ዮም ትሄሉ ምስሌየ ውስተ ገነት - ዛሬ በገነት ከእኔ ጋር ትሆናለህ አለው። ይህ ቃለ በረከት የንስሐን ታላቅነትና ጠቀሜታ አምነው ለሚመጡ ሁሉ የተነገረ ቃለ በረከት ነው፤ "ወደእኔ የሚመጣውን ከቶ ወደውጭ አላወጣውም" ብሎ ሐሰት በሌለበት ቃሉ ነግሮናልና ዮሐ ፮፥፴፯፤

ትእዛዝ፡- ወእምዝ ንፍቅ ካህን ይውግር ዕጣነ ወያቅርብ ሎቱ ማዕጠንተ - ከዚህ በኋላ ተራዳኢው ካህን አንዲቱን ዕጣን ወግሮ ከነጽንሐው ያቅርብለት። አምስቱን መርጦ በሙዳይ ያኖራል ሦስቱን ንስግድ ሲል በሦስቱ ሐብል ያገባል አንዱን ስለክብረ ወንጌል ወንጌል ሲል ያገባዋል አንዱን ከዚህ ዘኮነ ንጹሐ ብሎ እጁን ከተናጻ በኋላ ሌላ አይነካምና ተራዳኢው ወግሮ ያቀርብለታል።

ወይዕጥን እዴሁ ወያዕርግ በበሠለስቱ ጊዜ ላዕለ ኅብስት ወጽዋዕ

- እጁን አጥኖ እፍን አድርጎ ሦስት ጊዜ ከኅብስቱ ሦስት ጊዜ ከደሙ ያደርጋል። ዕርገተ ዕጣን አሥራ ሦስት ነው፤ ዐውዶ/ዞሮ ሲገባ አ ተወካፌ ንስሐ ሲል ሦስት ጊዜ፣ ጸዋትው [242] ሲያልቅ ሦስት ጊዜ፣ በዕርገተ ዕጣን ከሥጋው ሦስት ጊዜ ከደሙ ሦስት ጊዜ ያደርጋል፤ ይህ አሥራ ሁለት ይሆናል፤ በድርገት ጊዜ ሁለት ቀሳውስት አንዱ ሥጋውን አንዱ ደሙን እያጠኑ ይወርዳሉ፤ ቢታጣ አንዱ ሁለቱን እያጠነ ይወርዳል፤ [243] አሥራ ሦስት ይሆናል፤ ይህም መዓዛ መለኮቱ እንዳልተለየው ለማጠየቅ ነው፤ አንድም ዮሴፍ ኒቆዲሞስ ሽቱ እየረበረቡ ለመገነዛቸው ምሳሌ ነው፤ አንድም ምዑዝ መለኮት በሥጋ ዐሥራ ሦስቱን ሕማማተ መስቀል ለመቀበሉ ምሳሌ ነው። [244]

ይ.ካ ሰፍሐ እደዊሁ ለሕማም ሐመ ከመ ሕሙማነ ያድኅን እለ ተወከሉ በላዕሌሁ

---

[242] ጸታ ያለው ለብዙ ቍጥር ሲሆን ጸዋትው ይሆናል፤ የሥርዐተ ቅዳሴው ይልቁንም ከፃው በላይ ያለው የጸሎተ ቅዳሴው መጠሪያ ሆኖ ያገለግላል።

[243] ይህ ሥርዐት እንደ ደብረ ሊባኖስ ባሉ ቦታዎች ይደረጋል አይታጐልም፤ ከሰባቱ ልኡካን አንዱ ልኡክ በድርገት ጊዜ ማዕጠንት ይዘው ይወርዳሉ።

[244] በዮሐንስ አፈ ወርቅ ቅዳሴ ከሌሎቹ ቅዳሴያት ለየት ያለ ትእዛዝ አለ፤ ይህም "በዝየ ዕርገተ ዕጣን በዕርፈ መስቀል" የሚል ነው፤ የዚህንም ምሥጢራዊ ትርጓሜ ሊቃውንት እንዲህ አመሥጥረዉታል፤ "ዕርፈ መስቀል የኵናተ ሐራዊ፣ ዕርገተ ዕጣን ከጭፍሮቹ አንዱ አለ ሞቷል ብሎ ጎኑን በጦር በወጋው ጊዜ በመለኮታዊ ሕይወት ሕያው እንደሆነ ለማጠየቅ ከጎኑ ትኩስ ደም ጽሩይ ውኃ አፍሷልና የዚያ ምሳሌ ነው" ብለው። ፍሕሙና ዕጣኑ አንድ ላይ ሲገናኙ ልዩ መዓዛ ይወጣል፤ በሌሎቹ ቅዳሴያት በእጁ እየታፈነ ዕጣኑን እንዲያሳርግ የታዘዘ ሲሆን እዚህ ላይ ግን ይህንን ምሥጢር ለማስረዳት በዚህ መንገድ እንዲከናወን ሥርዐት ተሠርቷል።

- ለሕማም/ለቀኖት እጁን ዘረጋ በሱ ያመኑትን ያድን ዘንድ ታመመ። የቀዳማዊ አዳም እጆች ዕፀ በለስን ለመብላት ተዘርግተው ነበር፤ ዳግማይ አዳም ኢየሱስ ክርስቶስ ደግሞ እጆቹን ለቀኖት ዘረጋ፤ ይህን የሚያነቡ እርስዎ እጆችዎን ለምን ለምን ይዘረጋሉ? ለምጽዋት፣ ለስግደት፣ ለጸሎት፣ ወይስ ከዚህ ተቃራኒ ለሆኑ ነገሮች? ለቀኖት የተዘረጉ እጆቹ አሁንም ድረስ ወደእሱ የሚመጡትን ለመቀበል እንደተዘረጉ ናቸው።

ዘተውህበ በፈቃዱ ለሕማም - በፈቃዱ ለሕማም የተሰጠ፤ አስገዳጅ የለበትምና በፈቃዱ አለ።

ከመ ሞተ ይሥዓር - ሞትን ይሽር ዘንድ፤ ሞተ ሥጋ ሞተ ነፍስን ያጠፋ ዘንድ፤ አምስት ሺህ አምስት መቶ ዘመን ሠልጥኖ ነበርና ይሽረው ዘንድ አለ።

ወማዕሠረ ሰይጣን ይብትክ - የሰይጣንን ማሠሪያ ይቆርጥ ዘንድ፤ ኃጢአትን ፍዳን ቁራኝነትን ያጠፋ ዘንድ እጁን ዘረጋ፤

ወይኪድ ሲኦለ - ሲኦልን ይረግጥ ዘንድ እጁን ዘረጋ፤ ዲያብሎስን ድል ይነሣ ዘንድ። አጋንንትን በቦታቸው ሲኦል አላቸው፤ አንድም እለ ውስተ ሲኦል ፃው ወእለ ውስተ ጽልመት ተከሠቱ - በሲኦል ያላችሁ ውጡ በጨለማ ያላችሁ ተገለጡ ብሎ ነፍሳትን ከሲኦል ያወጣ ዘንድ፤

ቅዱሳነ ይምራሕ - ቅዱሳንን ይመራ ዘንድ፤ ነፍሳትን መርቶ ገነት መንግሥተ ሰማያት ያገባ ዘንድ፤

ሥርዓተ ይትክል - ሥርዓትን ይተክል ዘንድ፤ ወንጌልን ያስተምር ዘንድ አንድም የሥጋ ወደሙን ሥርዓት ይሠራ ዘንድ። ወተከለ ሕገ ወንጌላዌ - ወንጌላዊ ሕግን ተከለ እንዲል፤

ወትንሣኤሁ ያውቅ - ትንሣኤውን ያስረዳ ዘንድ፤ ያግህድ ሲል ነው ይገልጥ ዘንድ። ካልሞተ ይህ ሁሉ አይሆንምና፤

ይ.ዲ አንሥኡ እደዊክሙ ቀሳውስት - ቀሳውስት እጆቻችሁን አንሡ። ለማዘከር ነው፤ ሠራዒው ቄስ ኀብስቱን ንፍቁ ቄስ ማኅፈዱን ለማንሣት እጃችሁን አንሡ አለ። በከመ አንጻሕኩ እስኪል ድረስ በማኅፈድ እንደተሸፈነ ይቆያል ዘኮነ ንጹሐ ብሎ ተናጽቶ ሲመለስ ንፍቁ ማኅፈዱን ይገልጥለታል። ከዚህ ዲያቆኑ አንሥኡ ሲል ሠራዒው ቄስ ኀብስቱን አንሥቶ ይይዛል ንፍቁ ማኅፈዱን ይገልጥለታል ወይም ያነሣለታል። ስለምን ቀሳውስት ብሎ አበዛ ቢሉ መጽሐፍ ስም ካልጠራ ማብዛት ልማዱ ነውና፤ በተአምኖ አመ ነገርዎ ለኖኅ በእንተ ዘኢያስተርኢ ዘኀቡዕ ግብር ፈርሀ - ኖኅ ስለማይታየው ነገር የነገሩትን ባመነ ጊዜ ፈራ ዕብ ፲፩፥፯፤ ወብፅዕት አንቲ እንተ ተአምኒ ከመ ይከውን ቃል ዘነገሩኪ እምኀበ እግዚአብሔር - ከእግዚአብሔር ዘንድ የነገሩሽ ቃል እንደሚሆን የምታምኚ አንቺ ብፅዕት ነሽ እንዲል ሉቃ ፩፥፵፫፤ ቦ ንፍቁን ጨምሮ ቄጥሮ ነው ማኅፈድ ይገልጥለታል ጽዋ ያቀርብለታል ዐውድ ይይዝለታል በጸሎት ጊዜ የቄስ የቄሱን ይጸልይለታልና። ቦ ሠራዒው ካህን ኀብስቱን ለማንሣት ንፍቁ ካህን ማኅፈዱን ለማንሣት እጆቻችሁን አንሡ ሲል ነው።

ከወደኋላ እንዳነበብነው ቄሱ ማንሣቱ የትንሣኤ ምሳሌ ነው፤ መልሶ ማኖሩ አርባ ቀን ለሐዋርያት መጽሐፈ ኪዳንን እያስተማረ የመቆየቱ ምሳሌ ነው፤ እግዚኦታ ላይ ማንሣቱ የዕርገቱ ምሳሌ ነው፤ መልሶ ማኖሩ በአባቱ ቀኝ የመቀመጡ ምሳሌ ነው፤ አንሥኦተ ማኅፈድ መልአኩ ወአንኰርኰራ ያላት የድንጋዪቱ አምሳል፤ ግልጸተ ማኅፈድ ወሰበን ዘዲበ ርእሱ - ሰበኑ በራሱ ላይ ነው ያለው ምሳሌ ነው። ሕዝቡ ነአምን ማለታቸው ዮሴፍ ኒቆዲሞስ ሲገንዙት በመለኮታዊ ሕይወት ሕያው እንደሆነ ለማጠየቅ ዐይኑን ግልጥልጥ ቢያደርግባቸው መለኮቱን ለማስረዳት እንደሆነ አምነዋልና የዚህ ምሳሌ ነው።

ይ.ካ በይእቲ ሌሊት እንተ ባቲ አመ ያገብእዎ ነሥአ ኅብስተ በእደዊሁ ቅዱሳት ወብፁዓት እለ እንበለ ነውር

- በተያዘባት በዚያች ሌሊት (በምሴተ ሐሙስ) ነውር ነቀፋ በሌለባቸው ንዑዳት ክቡራት ንጹሐት በሆኑ እጆቹ ኅብስቱን አንሥቶ ያዘ። ለአብነት ታጥቧልና አንድም አዕዳወ መለኮት ናቸውና ንጹሐት አለ።

በይእቲ ሌሊት ያለውን ቅዱስ ኤጲፋንዮስ እንዲህ ይገልጠዋል፤ "በይእቲ ሌሊት ምሴተ ሐሙስ ለጸቢሐ ዐርብ አመ ረፈቀ ውስተ ቤተ አልዓዛር ዐርኩ ነሥአ በእደዊሁ ኅብስተ ሥርናይ ናዕተ እምዘእምጽኡ ሎቱ ለድራር - በዚያች ሌሊት ለዐርብ [245] አጥቢያ ሐሙስ ማታ በወዳጁ በአልዓዛር ቤት በተቀመጠ ጊዜ ለበረከት ለእራት ካመጡለት ያልመጠጠውን የስንዴውን ኅብስት በእጆቹ ያዘ" በማለት።

ይ.ሕ ነአምን ከመ ዝንቱ ውእቱ በአማን ነአምን - በእውነት እሱ እንደሆነ እናምናለን ማለት የተነሣው ይህ እንደሆነ እናምናለን አንድም ማንሣቱ የትንሣኤው አምሳል እንደሆነ በእውነት እናምናለን።

ይ.ካ አንቃዕደወ ሰማየ ኀቤከ ኀበ አቡሁ - ወደሰማይ ወዳንተ ወደ አባቱ ቀና ብሎ ተመለከተ፤ ሥጋ ወደሙ ይለወጥልን ተአምራት ይደረግልን ባላችሁ ጊዜ ወደ ሰማያዊ አባታችሁ አመልክቱ ለማለት ለአብነት፤ አንድም ኅብስቱን የምለውጥበት ሥልጣን ከአንተ ጋር አንድ ነው ለማለት ኅብስቱን በመለወጥ አንድ ነን ሲል ነው።

አእኰተ - ጸለየ አንድም አባቱን አመሰገነ ለራሱ ድኅነትን ይሻ የነበረ ሥጋን ከባሕርይ ልጅህ አዋሕደህ ድኅነትን የሚያድል አደረግኸው ብሎ፤ አንድም መሥዋዕትነቱን አመሰገነ ብዙ አልሕምት ብዙ አባግዕ ተሠዉ የነዚያ መሥዋዕትነት ዓለምን አላዳነም የኔ መሥዋዕትነት ግን ዓለምን አዳነ ብሎ፤ አንድም ሞቱን አመሰገነ፤ *ብዙኃን ነቢያት ወጻድቃን ሞቱ ወአልቦ ዘበቍዐ ሞቶሙ ወዘክርስቶስሰ ኢድኃነ ዓለመ* እንዲል ብዙ ነቢያት ጻድቃን ሞቱ የኒያ ሞት ዓለምን አላዳነም የኔ ሞት ግን ለዓለሙ መድኃኒት ሆነ ብሎ። "ባቢሎንን ፈወስናት እሷ ግን አልተፈወሰችም" የሚለውም ቃለ ትንቢት የነቢያት መሥዋዕትና ጸሎት የተዘጋውን ጥንተ ገነት መክፈት አለመቻሉን የሚያስረዳ ነውና ኤር ፶፩፥፱፤

[245] ዐርብ ማለት መካተቻ ማለት ነው፤ የምን መካተቻ ቢሉ የሥነ ፍጥረት መካተቻ ማለት ነው፤ ከእሑድ ጀምሮ እስከ ዐርብ ፈጥሮ ከዚያ በኋላ አልፈጠረምና። ቦ የመና መካተቻ ማለት ነው፤ ከእሑድ እስከ ዐርብ አንድ አንድ ጎሞር መና ሲወርድላቸው ይሰነብታል አንዱ ስንኳ ሳስቶ ትርፍ ያገባ እንደሆነ ተበላሽቶ ይወድቅበታል እንጂ አይመገበውም በዚህ ቀን ግን የቅዳሜው ተደርቦ ይዘንምላቸው ነበርና፤ ይልቁንም አንድያውን የቀረበት ቀን ነውና ወኀልቀ መና በፊንቆን ወበልዑ እክለ ፊንቆን እንዲል፤ በአድማ ሽምብራ ዘርፈው በልተው ቀርቶባቸዋልና። ቦ ጌታ ሠላሳ ሦስት ዓመት ከሦስት ወር የሠራው ሥራ መካተቻው ዐርብ ነውና። ቦ አይሁድ ጌታን በሰቀሉት ጊዜ ገና ፋሲካቸውን አልበሉም ነበርና ዐረበ ብነ ዐረበ ብነ ስላሉ እንዲህ አለ።

ባረከ - አከበረ ለወጠ፤

ወፈተተ - ገመሰ ቆረሰ አጠቃቀነ ከአሥራ ሦስት አደረገ።

አንዱን እሱ የሚቀበል ነውና፤ ስለምን ቢሉ ትኩስ ሥጋ ትኩስ ደም ሆኖ ታይቷቸው ነበርና እንዳይገርማቸው ለማስደፈር፣ አንድም እንደ ባለ መድኃኒት ቀምሶ ለማቅመስ፣ አንድም አብነት ለመሆን ነው። ሳይቀበል አቀብሏቸው ቢሆን ዛሬ ካህናቱ ሳይቀበሉ አቀብለን እንሂድ ባሉ ነበርና። ቦ በዐሥራ ሦስቱ ዕፀወ ዕጣን አምሳል፤ ቦ በጌዴዎን አምሳል፤ ዐሥራ ሦስት ሆኖ ሠውቶ ነበርና። አንድም አሥራ ሦስቱን ሕማማተ መስቀል እቀበላለሁ ሲል ነው።

እነሱም፦ አክሊለ ሦክ፣ ተኰርዖተ ርእስ፣ ተጸፍዖ መልታሕት፣ ወሪቀ ምራቅ፣ ተቀሥፎ ዘባን፣ ተአሥሮ ድኅሪት፣ ኵትፊተ እድ፣ ጸዊረ መስቀል፣ አራቱ ቅንዋት፣ ርግዘተ ገቦ፣ (ርግዘተ ገቦስ ከሞተ በኋላ ነው ብሎ) ሰትየ ሐሞት ናቸው። አንድም አክሊለ ሦክና ተኰርዖተ ርእስ አንድ ወገን ተጸፍዖ መልታሕትና ወሪቀ ምራቅ አንድ ወገን ተቀስፎ ዘባን ሦስት፣ ተዓሥሮ ድኅሪትና ኵትፊተ እድ አንድ ወገን አራት፣ አራቱ ቅንዋት ስምንት፣ መስቀል ዘጠኝ፣ ጸዊረ መስቀል አሥር፣ ርግዘተ ገቦ አሥራ አንድ፣ ሰትየ ሐሞት አሥራ ሁለት፣ ወሪድ ውስተ መቃብር አሥራ ሦስት ናቸው።

አራቱ ቅንዋት፦ ሁለቱ ከቀኝና ግራ እጁ፣ ሁለቱን እግሩን ደርበው በአንድ ቀኖት ቸንክረዉታል አንዱ ከደረቱ፤ ይህስ ኢትስብሩ ዐፅሞ ለበግዕ ያለው ይፈርሳል ብሎ እግሩን እየራሱ ቸንክረዉታል ቢሉ የተመቸ፤ አንድ ላይ ነው ቢሉ ስቍረቱን ያያል። አንድም ሳዶር አግዳሚው የመስቀሉ ክፍል ከቋሚው ጋር የተያያዘበት ነው፤ አላዶር ቀኙን እጁን ከቀኙ የመስቀል ጫፍ ጋር ያያያዙበት ነው፤ ዳናት የግራ እጁን ከግራው የመስቀል ጫፍ ጋር ያያያዙበት ነው፤ አዴራ ሁለቱን እግሮቹን አንድ ላይ ደርበው ያያያዙበት ነው፤ ሮዳስ ኢየሱስ ናዝራዊ ንጉሠ አይሁድ የሚለውን ደብዳቤ ከራስጌው የሰቀሉበት ነው፤ ከሰውነቱ ላይ ያረፉት ቅንዋት አላዶር፣ ዳናትና አዴራ ናቸው። ስለሆነም ዐሥራ ሦስት ብለን የምንቈጥረው እነዚህን ጨምረን ቈጥረን ነው።

ጌታ ዝ ውእቱ ሥጋየ ዝ ውእቱ ደምየ ሕንከሙ ባላቸው ጊዜ ትኩስ ሥጋ ትኩስ ደም ሆኖባቸው ፈርተው ነበርና ደፍሮ ለማድፈር፤ እንደባለመድኃኒት ቀምሶ አቀመሳቸው፤ ሳይቀርብ አቀኍርቧቸው ቢሆን ዛሬም ካህናት እነሱ ሳይቈርቡ ሕዝቡን ብቻ አቀኍርበው በሄዱ ነበርና አብነት ለመሆን፤ ኮነነ በኵረ ወጥንተ ለኵሉ ምግባረ ትሩፋት - ለበጎ ነገር ሁሉ ጥንት በኵር ሆነን እንዲል፤ ጌታ ሥጋ ወደሙን በወርቅ በብር ያላደረገው በሚበላ በሚጠጣ ያደረገው ስለምን ነው ቢሉ ትንቢቱ ምሳሌው ይፈጸም ዘንድ ነው።

ትንቢት እምፍሬ ሥርናይ ወወይን ወቅብዕ በዝኀ - ከስንዴ ከወይንና ከቅብዕ ይልቅ በዛ፤ መዝ ፬፡፯፤ ቀዳሜ ሕይወቱ ለሰብእ እክል ወማይ ወይን ወሥርናይ ለዘኢይሰቲ ወይነ ምንትኑ ሕይወቱ - የሰው የሕይወቱ መጀመሪያ እህል፣ ውኃ፣ ስንዴና ወይን ነው ወይን ለማይጠጣ ሕይወቱ ምንድን ነው ተብሎ ተነግሯል። ሲራክ ፳፱፡፳፩፤ ፴፬፡፳፯፤

ምሳሌ፤ መልከ ጼዴቅ በወይን በስንዴ አስታኵቶ ከአብርሃም ከዐሥር አንድ ተቀብሏል ጌታም ከምእመናን ዓሥራተ ጾምን ዓሥራተ ጸሎትን ተቀብሎ ሥጋውን ደሙን ሰጥቷልና፤ ቦ ጌታና እመቤታችን በዚህ ዓለም ሳሉ ቢቀምሱም ጥቂት ወይን ስንዴ ነበርና ፍጹም ሥጋዋን እንደተዋሐደ ፍጹም ሥጋውን ደሙን እንደሰጠን ለማጠየቅ።

የቀረው ገንዘብ በአፍአ ይቀራል የበሉት የጠጡት ግን ይዋሐዳል እንደተዋሐደን ለማጠቅ፤ ቦ ስንዴ ልባም ሴት የያዘችው እንደሆነ ነቅዕ የለበትም ነቅዐ ኑፋቄ የሌለበት ሕግ መጠ'ርጠ'ር የሌለበት ሥርዐት ሠራሁላችሁ ሲል ነው፤ ወይንም አልጋ ሠርተውለት በሦስት ዓመት ያፈራል ጌታም ሦስት ዓመት አስተምሮ መሥዋዕት ሆኗልና፤

ቦ ወይን አንድ ጊዜ የጣሉት እንደሆነ እየቀደመ ኃይል እየነሣ እየበረታ ይሄዳል እየቀደመ ኃይል ጽንዕ የምትሆን ወንጌልን ሠራሁላችሁ ሲል ነው። ቦ በመሰለ ነገር ለመስጠት ነው ስንዴ ስብ ይመስላል ወይንም ደም ይመስላልና፤ ቦ በረኃብ ጊዜ የወርቅ እንክብል የሸማ ጥቅል ከሰጠ ይልቅ ያበላ ያጠጣ ይወደዳል እንደወደደን ለማጠየቅ፤ ቦ መብል መጠጥ ያፋቅራል እንዳፈቀረን ለማጠየቅ በሚበላ በሚጠጣ አደረገው። [246] ቦ መብል መጠጥ በየጊዜው ነው ሁልጊዜ አስቡኝ ሲል በሚበላ በሚጠጣ አደረገው።

ትእዛዝ፦ *ወእምዝ ያንቅዖ ለኅብስት ኅበ አምስቱ ገጽ ንስቲተ እንዘ ኢይሌልዮ* - ሳይለየው ኅብስቱን ከአምስት ቦታ ላይ ወጋ ወጋ ያድርገው። ከላይ፣ ከታች፣ ከቀኝ፣ ከግራ፣ ከመሐል። ይህም አራቱ የአራቱ ቅንዋት፤ አንዱ የኲናተ ሐራዊ ምሳሌ ነው።

ወከማሁ ጽዋዓኒ አእኰቶ ባሪኮ ወቀዲሶ መጠዎሙ ለእሊአሁ አርዳኢሁ ወይቤሎሙ ንሥኡ ስትዩ ዝ ጽዋዕ ደምየ ውእቱ ለዘበእንቲአክሙ ይትከዐው ለቤዛ ብዙኃን - እንደዚሁ ጽዋውን አንሥቶ ባርኮ አክብሮ ለውጦ ትኩስ ደም አድርጎ ሰጣቸው ለምእመናን ቤዛ ሊሆን ስለእናንተ በመልዕልተ መስቀል የሚፈሰው ደሜ ይህ ነው አላቸው።

አሜን አሜን አሜን ነአምን ወንትአመን ንሴብሐከ ኦ እግዚእነ ወአምላክነ ከመ ዝንቱ ውእቱ በአማን ነአምን

- በነፍስ በሥጋ ለጊዜው ለዘለዓለሙ ፈጽመን እናምናለን አቤቱ ጌታችን ፈጣሪያችን እናመሰግንሃለን ይህ ሥጋው እንደሆነ በእውነት እናምናለን። ሦስት ጊዜ አሜን ማለታችን፦ ለአጠይቆ አካላት፣ ቃሉ አለመለወጡ የአንድነት፣ አንድም በደማዊት ነፍስ፣ በነባቢት ነፍስ፣ በሥጋ እንቀበላለንና፤ አንድም በዚህ እንደካሰልን ለማጠየቅ ነው።

---

[246] በግዐ ፋሲካውን በፊት ሥጋ ወደሙን በኋላ ስለምን አደረገ ቢሉ በግዐ ፋሲካውን በኋላ አድርጎት ቢሆን የእኛ ሕግ ተቀላቅላ ተሠርታለች ባሉ ነበርና፤ ለጌታ የሚያሳልፈውን ማስቀደም የማያሳልፈውን ማስከተል ልማዱ ነው፤ የሚያልፍ ጨለማን በፊት ፈጥሮ የማያልፍ ብርሃንን በኋላ እንደፈጠረ፤ የሚያልፍ ብርሃንን በፊት አውርሶ የማታልፍ መንግሥተ ሰማያትን በኋላ እንዲያወርስ፤ ቦ ወቅሶ እንደመሻር መክሮ እንደመሾም፤ የሚሽረውን አክፍተሃል አጥፍተሃል ብሎ ወቅሶ እንደመሻር በግዐ ፋሲካውን በፊት አደረገ፤ የሚሾመውን ድኃ ጠብቅ ፍርድ ጠንቅቅ ብሎ መክሮ እንደመሾም ሥጋ ወደሙን በኋላ አደረገ።

ትእዛዝ፦ ወይነክንኮ ለጽዋዕ በትእምርተ መስቀል በእዴሁ ዘየማን

- ጽዋውን ተጠንቅቆ በቀኝ እጁ የጽዋውን ጫፍ ይዞ በአራቱ ማዕዘን ይወዝውዘው። ሐራዊ አለን ሞቷል ብሎ ጎኑን በወጋው ጊዜ ከቀኝ ወደግራ ከግራ ወደቀኝ ተናውጧልና የዚያ ምሳሌ ነው። "ከጭፍሮቹ አንዱ የቀኝ ጎኑን በጦር ወጋው ያን ጊዜም ከእርሱ ደምና ውኃ ወጣ ያየውም መሰከረ ምስክርነቱም እውነት ነው" እንዲል ዮሐ ፲፱፥፴፬፤ [247]

ይ.ካ ሶበ ትገብርዎ ለዝንቱ ተዝካረ ዚአየ ግበሩ - ኅብስቱን በምትለውጡበት ጊዜ አንድም በምትቀድሱበት ጊዜ መታሰቢያዬን አድርጉ። መሥዋ'ቱ ካለ ዘንድ ሕማሙ ሞቱ የግድ ይታሰባልና።

ይ.ሕ ንዜኑ ሞተከ እግዚኦ ወትንሣኤከ ቅድስተ ነአምን ዕርገተከ ወዳግመ ምጽአተከ ንሴብሐከ ወንትአመነከ ንስእለከ ወናስተበቍዓከ ኦ እግዚእነ ወአምላክነ

- አቤቱ ሞትህን እንናገራለን ልዩ የምትሆን ትንሣኤህንም እንናገራለን ዕርገትህን ዳግም ምጽአትህን እናምናለን እናመሰግንሃለን እናምንሃለን አቤቱ ጌታችን እንለምንሃለን እንማልድሃለን። "ይህን ኅብስት በምትበሉበት ይህንንም ጽዋ በምትጠጡበት ጊዜ ሁሉ ጌታችን እስከሚመጣበት ቀን ድረስ ሞቱን ትናገራላችሁ" እንዲል ፩ቆሮ ፲፩፥፳፮፤

247 በዝማሜ ጊዜ "ወዝውዝ" የሚል ትእዛዝ ያለባቸው የዝማሜ ክፍሎች ወይም አይነቶች አሉ፤ ይህም እዚህ ላይ የተገለጠውን ምሥጢር ለማጒላት ነው፤ መቋሚያው የኵርዐተ ርእሱ፣ የመስቀሉ ምሳሌ እንደሆነ ሁሉ በመቋሚያው የሚከወነው ሥርዓትም ነገረ መስቀሉን የሚያዘክርና የሚያብራራ ነው፤ ሥርዐቱን የሚፈጽሙ ሁሉ በፍጹም ፍርሃትና ማስተዋል ሆኖ ማድረግን ተቀዳሚ አገልግሎታቸውን ማድረግን አለመዘንጋት ይገባቸዋል። "ዘየማን" የሚለው ቃል የተለየ ምክንያት ያለው ካልሆነ በቀር በቀኝ እጁ እንጂ በግራ እጁ ተልእኮ መፈጸም እንዳይገባ ያስረዳል።

ትንሣኤውን ልዩ አለው? የነሱ ሞት በሚስማማው በብሉይ ሥጋ ነው የሱ ግን ሞት በማይስማማው በሐዲስ ሥጋ ነውና፤ የነሱ በእሱ አስነሺነት ነው እሱ ግን በራሱ ሥልጣን ነውና፤ "ወተንሣእኩ በሥልጣነ ባሕቲትየ - በራሴ ሥልጣን ተነሣሁ" እንዲል ሃይ አበው ዘቄርሎስ ፸፫፥፲፬፤ አብ አንሥኦ መንፈስ ቅዱስ አንሥኦ ቢል አንድ ነው ዕሪናቸውን መናገር ነው፤ የነሱ ትንሣኤ ዘጉባኤን ይጠብቃል የሱ ግን አይጠብቅምና፤ "ወአኀፀረ ዕድሜ ለርእሱ - ለራሱ ዕድሜን አሳጠረ" እንዲል ድርሳን ዘዮሐንስ አፈወርቅ ፬፥፻፵፮፤ እነሱ ዳግም ሞት አለባቸው እሱ ግን የለበትምና፤ "ኢይረክቦ ሞት ዳግመ እምዝ - ከእንግዲህ ወዲህ ሞት አያገኘውም" እንዲል ሮሜ ፮፥፱፤ ድር ዮሐ ፬፥፻፵፮፤

ይ.ካ ይእዜኒ እግዚኦ እንዘ ንዜክር ሞተከ ወትንሣኤከ ንትአመነከ ወናቀርብ ለከ ዘንተ ኅብስተ ወዘንተ ጽዋዓ እንዘ ነአኵተከ ወቦቱ ረሰይከ ለነ ለተድላ ንስእለከ እግዚኦ ወናስተበቍዐከ ከመ ትፌኑ መንፈሰ ቅዱስ ወኃይለ ዲበ ዝንቱ ኅብስት ወላዕለ ዝ ጽዋዕ ይረስዮ ሥጋሁ ቅዱስ ወደሞ ለእግዚእነ ወአምላክነ ወመድኃኒነ ኢየሱስ ክርስቶስ

- አቤቱ አምነን ሞትህን ትንሣኤህን እንናገራለን እያመሰገንህ ይህንን መሥዋዕት እናቀርብልሃለን በሥጋው በደሙ ተድላ ነፍስን አደረግህልን በፊትህ ቆመን (ቀድሶ በማቀበል) እናገለግልህ ዘንድ ፈቀድህልን አቤቱ ራርተህ በኅብስቱና በጽዋው ላይ መንፈስ ቅዱስን ታሳድርበት ዘንድ አሳድርበት ብለን እንለምናለን ኅብስቱን ለውጦ ሥጋ መለኮት ወይኑን ለውጦ ደመ መለኮት ያደርገው ዘንድ።

ይ.ሕ አሜን እግዚኦ መሐረነ እግዚኦ መሐከነ እግዚኦ ተሣሃለነ

ይ.ዲ በኵሉ ልብ ናስተብቍዖ ለእግዚአብሔር አምላክነ ኅብረተ መንፈስ ቅዱስ ሠናየ ከመ ይጸግወነ - በፍጹም ልቡናችን እግዚአብሔርን እንለምነው፤ ያማረ በመንፈስ ቅዱስ አንድ መሆንን ይሰጠን ዘንድ። ቦ ከመንፈስ ቅዱስ ጋር አንድ ያደርገን ዘንድ። አንድነታችን ከእርሱ ጋር ነው፤ ቦ እርስ በእርሳችን ነው። ቦ ልጅነትን ሥጋውን ደሙን ይሰጠን ዘንድ እንለምነው። [248]

248 ከመንፈስ ቅዱስ ጋር አንድ ያደርገን ዘንድ ሲል ፍጡራንን ከፈጣሪ ጋር የማስተካከል መንፈስ የለውም፤ አማኑኤል ያለው ንባብ ትርጓሜ ነው፤ አማኑኤል ማለት እግዚአብሔር ምስሌነ ማለት ነውና።

ይ.ሕ በከመ ሀሎ ህልወ ወይሄሉ ለትውልደ ትውልድ ለዓለመ ዓለም - በቅድምና የነበረ ዛሬም ያለ ለዘለዓለሙ የሚኖር እርሱ ነው።

ትእዛዝ፡- በዝየ ይኅትም ሥጋ በደም ጠሚዖ በአጽባዕቱ - ከዚህ ላይ ደሙን በአውራ ጣቱ ጠምቶ በደሙ ሥጋውን ያትማል፤ ይህንንም ሲያደርግ ከላይ ወደታች፣ ከታች ወደላይ፣ ከቀኝ ወደግራ፣ ከግራ ወደቀኝ ነው። ሥጋውን ከደሙ፣ ደሙን ከሥጋው አንድ እንዳደረገው ለማጠየቅ ነው። ቦ በዕለተ ዐርብ አይሁድ ጌታን ሲቸነክሩት መላእክት ደሙን በአውራ ጣታቸው ተቀብለው ይህን ዓለም የመርጨታቸው ምሳሌ ነው። ይህን ያህልስ አይደፍሩም ብሎ በብርሃን ጽዋ ተቀብለው ጽንፍ እስከ ጽንፍ ረጭተዉታልና ነው።

ይ.ካ ደሚረከ ተህቦሙ ለኵሎሙ ለእለ ይነሥኡ እምኔሁ ይኩኖሙ ለቅድሳት ወለምልዓተ መንፈስ ቅዱስ ወለአጽንዖ ሃይማኖት ከመ ኪያከ ይቀድሱ ወይወድሱ ኢየሱስ ክርስቶስ ዘምስለ መንፈስ ቅዱስ

- ሥጋህን ደምህን ለሚቀበሉ ሥጋህን ከደምህ ደምህን ከሥጋህ አንድ አድርገህ ስጣቸው፤ ለቅድስና፣ መንፈስ ቅዱስን ለመመላት፣ ሃይማኖትን ለማጽናት ይሆናቸው ዘንድ፤ አንተን ልጅህን ወዳጅህን ኢየሱስ ክርስቶስን ከመንፈስ ቅዱስ ጋር እንዲያመሰግኑ።

ይ.ካ ሀበነ ንኅበር በዘዚአከ መንፈስ ቅዱስ ወፈውሰነ በዝንቱ ጽርስፎራ [249] ከመ ብከ ንሕየው ዘለኵሉ ዓለም ወለዓለመ ዓለም - በአንተ ህልውና ባለ በመንፈስ ቅዱስ አንድ እንድንሆን መሆኑን ስጠን በሥጋ ወደሙ ከደዌ ነፍስ ፈውሰን ለዘለዓለም ሕያው በምትሆን በአንተ ሕያዋን ሆነን እንኖር ዘንድ። ቦ ቦቱ ይላል ሕያው በሆነው በዚህ በሥጋው በደሙ እንከብር ዘንድ መክበሩን ስጠን። የምንሠዋው መሥዋዕት ሕይወትን የሚሰጥ ሕያው ነውና።

---

249 የትምህርተ ኅቡዓት መተርጕማን ጽርስፎራን እንደሚከተለው አብራርተው ተርጕመውታል፤ ጽርስፎራ ማለት፡- መባዓ ኅብስት / የኅብስት መባ፣ ኅብስተ አኰቴት / የምስጋና ኅብስት፣ ጸሎተ አኰቴት / የምስጋና ጸሎት፣ ካህናቱ የሚቀበሉት የሚያቀብሉት ቁርባን ማለት ነው። "ጽርስ" በሐማሴን "ፎራ" በበቅላ ነው። ጸሎተ እንፎራ እንዲል ጸሎተ ኅብስት ሲል። አንድም በኤርምያሱ "ኅብስተ ገጽ/ካህን ዘያቄርቦ ካህን - ካህኑ የሚያቀርበው የፊት ኅብስት" ይለዋል። # አንድም የተዛወረ ቀለም ነው። ፎራጽርስ (ፎራ ወጽርስ) ሲል ነው። "ፎራ" ኅብስት "ጽርስ" ደም ማለት ነው። ይህንንም ሊቁ ቅዱስ ያሬድ ኅብስተ ሕይወት ኅብስተ መድኃኒት ብሎ ወስዶታል። ቦ ጽርስ ማለትም ፎራ ማለትም ሥጋ ወደም ማለት ነው፤ የልሳን መለዋወጥ ነው።

ይ.ካ ቡሩክ ስሙ ለእግዚአብሔር ወቡሩክ ዘይመጽእ በስመ እግዚአብሔር ወይትባረክ ስመ ስብሐቲሁ ለይኩን ለይኩን ቡሩክ ለይኩን - የእግዚአብሔር ስሙ ምስጉን ነው በእግዚአብሔር ስም የሚመጣ ቡሩክ ነው፤ አባቴ ላከኝ እኔም ሰውን ለማዳን መጣሁ ብሎ የሚመጣ ምስጉን ነው። ቦ አብ ይህ ልጄ ነው ብሎ መስክሮለት የሚመጣ እግዚአብሔር ወልድ ምስጉን ነው፤ ቦ በእግዚአብሔርነቱ ስም የሚመጣ ወልድ ምስጉን ነው፤ ቦ መርገመ ሥጋ መርገመ ነፍስን የሚያርቅ በረከተ ሥጋ በረከተ ነፍስን የሚያድል ምስጉን የባሕርይ አምላክ ነው። የጌትነቱ ስም የተመሰገነ ነው፤ ቦ መንፈስ ቅዱስ ክቡር ምስጉን ነው፤ ይሁን ይሁን ይደረግ። ሦስት ጊዜ ለይኩን አለ ዕሪናቸውን ለመንገር ነው።

ይ.ካ ፈኑ ጸጋ መንፈስ ቅዱስ ላዕሌነ - በሥጋ በደሙ ምክንያት መንፈስ ቅዱስን አሳድርብን።

ምዕራፍ ፲ወ፮

ይ.ካ ጸሎተ ፈትቶ፡-

ገባሬ ሠናዩ ቄስ ኅብስቱን በፈተተ ጊዜ ሲፈትት እየፈተተ ሳለ የሚጸልየው ጸሎት ይህ ነው፤ ከላይ ወደታች እየፈተተ ይወርዳል ከቀኝ ወደግራ ከግራ ወደቀኝ ይፈትተዋል ዙሪያውን ይፈትተዋል ከታች ወደላይ እየፈተተ ይወጣል። ከላይ ወደታች እየፈተተ መውረዱ ከሰማየ ሰማያት የመውረዱ፣ ከቀኝ ወደግራ ከግራ ወደቀኝ መፈተቱ ከገሊላ ወደናዝሬት ከናዝሬት ወደገሊላ እያለ የማደጉ፣ ዙሪያውን መፈተቱ ሦስት ዓመት ከሦስት ወር ወንጌልን ዞሮ የማስተማሩ፣ ከታች ወደላይ እየፈተተ መውጣቱ የትንሣኤው የዕርገቱ ምሳሌ ነው።

ይህንንም ክፍል ግጥም ያደርገዋል ክፍል ማድረጉ የነፍስ ከሥጋ መለየት፤ ወወጽአት ነፍሱ እምሥጋሁ - ነፍሱ ከሥጋው ወጣች እንዲል፤ ግጥም ማድረጉ የነፍስ ከሥጋ መዋሐድ፣ አመ ሣልስት ዕለት ሦጣ [250] ለነፍሱ ውስተ ሥጋሁ - በሥስተኛው ቀን ነፍሱን ወደሥጋው መለሳት እንዲል፤ ከሁለት ያነቃዋል ዘባኑን አይለየውም ከሁለት ማንቃቱ የመለኮትና የትስብእት፣ ዘባኑን አለመለየቱ የተዋሕዶ፤ ቦ ከሁለት ያነቃዋል ዘባኑን አይለየውም ከሁለት ማንቃቱ የነፍስና የሥጋ፣ አለመለየቱ በዕለተ ዓርብ መለኮት ከሥጋም ከነፍስም ያለመለየቱ፤ ቦ ከሦስት ያነቃዋል ዘባኑን አይለየውም ከሦስት ማንቃቱ የሦስትነት፣ አለመለየቱ የአንድነት ምሳሌ ነው፤ ቦ የሥጋ፣ የነፍስ፣ የደማዊት ነፍስ፤ አለመለየቱ በተዋሕዶ የመነሣቱ ምሳሌ ነው፤ የመጀመሪያው ጸሎት ይህ ነው።

---

[250] ሦጠ - ገረፈ ማለት ይሆናል፤ እዚህ ላይ ባለው ትርጉም "ሦጠ" ማለት መለሰ ተመለሰ ማለት ነው፤ "ወተሠውጡ ኢየሩሳሌም በዐቢይ ፍሥሐ - በታላቅ ደስታ ወደኢየሩሳሌም ተመለሱ" እንዲል ሉቃ ፳፬፥፶፪፤

የላዩን መስቀል ከታች የታቹን ከላይ የቀኙን ከግራ የግራውን ከቀኝ ያደርገዋል/ያስተላልፈዋል የላዩን ከታች ማድረጉ ዲያብሎስ የመዋረዱ፣ የታቹን ከላይ ማድረጉ በዲያብሎስ ቦታ አዳም የመግባቱ፣ ቦ የላዩን ከታች ማድረጉ አዳም በኃጢአቱ የመዋረዱ፣ የታቹን ከላይ ማድረጉ አዳም በንስሐ የመመለሱ ምሳሌ፤ ቦ የላዩን ከታች የታቹን ከላይ ማድረጉ የጸሐፍት የፈሪሳውያንን ተዋርዶ የሐዋርያትን ልዕልና ያጠይቃል፤ ቦ የላዩን ከታች ማድረጉ አምላክ ሰው የመሆኑ፣ የታቹን ከላይ ማድረጉ ሰው አምላክ የመሆኑ፤ የላዩን ከታች ማድረጉ የርደቱ የታቹን ከላይ ማድረጉ የዕርገቱ ምሳሌ ነው፤

ኋላ በየቦታው ይመልሰዋል ከትንሣኤ ከዕርገት በኋላ አንድ ወገን ሆኖ በአምላክነት ግብር ጸንቶ የመኖሩ ምሳሌ፤ ወኀደገ ንዴተ ህላዌ ተመይጠ ወገብአ ኀበ ስብሐቲሁ ወክብሩ - የሥጋ ባሕርይ ድህነትን ትቶ ወደቀደመ ጌትነቱና ክብሩ ተመለሰ እንዲል፤

የቀኙን ከግራ የግራውን ከቀኝ ማድረጉ ኃያል መለኮት ደካማ ሥጋ፣ ደካማ ሥጋ ኃያል መለኮት የመሆኑ ምሳሌ፤ ቦ በቀኝ የነበረ ዲያብሎስ በግራ፣ በግራ የነበረ አዳም በቀኝ የመሆኑ ምሳሌ፤ ቦ አይሁድ እንደወጡ አሕዛብ እንደገቡ ያጠይቃል እንከሰ ብኵርና ለነ ወአኮ ለአይሁድ - እንግዲህ ወዲህ ብኵርና ለእኛ ነው እንጂ ለአይሁድ አይደለም እንዲል ድር ዘዮሐንስ አፈወርቅ ፴፩፥ ፷፬፤

ጸሎተ ፈትቶ ሦስት ነው፤ በመጀመሪያው ይፈትትበታል በሁለተኛው ያስተላልፍበታል በሦስተኛው በየቦታው ይመልስበታል በሦስተኛው አይቴ ብሔራን ያገባል፤ የሚቀበሉት በየቆሙበት ነው፤

ድሙር ደሙን [251] የሚቀበለው ሠራዊው ዲያቆን ነው የመከራውን ገፈታ የቀመሰ እስጢፋኖስ ነውና።

ይ.ካ ወካዕበ ናስተበቍዕ ዘኲሎ ይእኅዝ እግዚአብሔር አብ ለእግዚእ ወመድኃኒነ ኢየሱስ ክርስቶስ ከመ የሀበነ በበረከት ንንሣእ ዘእምቅዱስ ምሥጢር ጽንዓተ ለነ የሀበነ ወኢመነሂ እምውስቴትነ ኢያርስሕ አላ ለኲሎሙ ተድላሆሙ ይረሲ ለእለ ይትሜጠዉ ንሥአተ ዘቅዱስ ምሥጢር ዘሥጋሁ ወደሙ ለክርስቶስ ዘኲሎ ይእኅዝ እግዚአብሔር አምላክነ

- ዳግመኛ የጌታችን የኢየሱስ ክርስቶስ የባሕርይ አባት እግዚአብሔር አብን እንለምናለን ሥጋውን ደሙን በመቀበል በረከተ ሥጋ በረከተ ነፍስን ይሰጠን ዘንድ ስጠን ብለን እንለምናለን። ቦ ከሥጋው ከደሙ መቀበልን በረከት ሊሆነን ጽንዐ ሥጋ ጽንዐ ነፍስ አድርገህ ስጠን ብለን እንለምናለን። ቦ ጽንዐ ሥጋ ጽንዐ ነፍስ ሊሆነን ሥጋውን ደሙን መቀበልን በረከተ ሥጋ በረከተ ነፍስ አድርጎ ይሰጠን ዘንድ ስጠን ብለን እንለምናለን። [252] ከእኛ ወገን ማንንም ማንን በፍዳ በመከራ እንዳይዝ አትያዝ ብለን እንለምናለን፤ ተድላ ነፍስ ዕሤተ ንጽሕ ሊሆናቸው ከሥጋው ከደሙ ለሚቀበሉት ሁሉ ልዩ ምሥጢር ያድርግላቸው። ብዙ ምሥጢር አለና ከዚያ ሲለይ ልዩ አለ።

ይ.ዲ ጸልዩ

ይ.ሕ አቡነ ዘበሰማያት

ይ.ካ እግዚአብሔር አምላክነ ዘኲሎ ትእኅዝ ንሥአተ ዘቅዱስከ ምሥጢር ጽንዐተ ለነ ተሀበነ ወኢመነሂ እምውስቴትነ ኢታርስሕ አላ ኲሎ ባርክ በክርስቶስ ዘቦቱ ለከ ምስሌሁ ወምስለ ቅዱስ መንፈስ ስብሐት ወእኂዝ ይእዚኒ ወዘልፈኒ ወለዓለመ ዓለም

---

[251] ከዐሥራ ሦስቱ መስቀል የመካከለኛውን ለይቶ ከደሙ ይነክረዋል፤ በዚያ መላውን ይቀባዋል፤ በሀገራቸው ዐስበ ካህን ነው፤ በሀገራችን ዐስበ ዲያቆን ነው፤ መላውን መቅባቱ ጌታ ተቀብሎ ተቀበሉ ብሏቸዋልና ሐዋርያት መከራ የመቀበላቸው ምሳሌ ነው። እዚህ ላይ የፈትቶው ተግባራዊ ሂደት እንደ ጸሎት እንደተቈጠረ ልብ ይሏል፤ በሦስተኛው አይቴ ብሔራን ያገባል ማለቱም አንዳንድ ቅዳሴያት ሦስተኛ ጸሎተ ፈትቶ ስለማይኖራቸው ነው። አንዳንድ አበው ካህናት ሁለተኛውን በመድገም ቊጥሩ ሦስት እንዲሞላ ያደርጋሉ። አልፎ አልፎ ተዘከር ሥጋ የሚለውን አግብተህ በል የሚል ትእዛዝ በቅዳሴው ተመዝግቧል።

[252] ያለመንፈሳዊ ዝግጅት በድፍረትና በልማድ መቀበል ለመርገም ያበቃልና ሥጋ ወደሙን መቀበልን በረከት አለው፤ ይህ ማለት ወደ ሥጋ ወደሙ ለመቅረብ ከቤታችን ጀምሮ የምናደርገውን መንፈሳዊ ዝግጅት ቆጥሮ ለክብር ለበረከት እንዲያደርግልን ማለት ነው።

- ሁሉን የምትይዝ አምላካችን እግዚብሔር ቅዱስ ምሥጢርን መቀበልን ለእኛ ጽንዕ አድርገህ ትሰጠን ዘንድ እንለምናለን፤ ከእኛ ወገን ማንንም አታጐስቍል በክርስቶስ ቸርነት ሁሉን ባርክ እንጂ በእርሱ ያለ ክብር ጽንዕ ለአንተ ይገባል ከእርሱ ጋር ከመንፈስ ቅዱስ ዛሬም ዘወትርም ለዘዓለሙ። [253]

ይ.ሕ በከመ ምሕረትከ አምላክነ ወአኮ በከመ አበሳነ

- አምላካችን ሥጋህን ደምህን የምትሰጠን እንደ ቸርነትህ ነው እንጂ እንደ ኃጢአታችን አይደለም እንደ ኃጢአታችን ቢሆንስ ባልተገባን ነበር፤ አንድም ኃጢአታችንን ይቅር የምትለን እንደቸርነትህ ነው እንጂ እንደ በደላችን አይደለም እንደ በደላችን ቢሆን በዝቶ በተደረገብን ነበር፤ አንድም መከራውን የምታመጣብን ቅሉ እንደ ቸርነትህ ነው እንጂ እንደ በደላችን ቢሆንስ ቀጥሎ ቀጥሎ በተደረገብን ነበር። [254]

"አኮ በከመ ኃጢአትነ ዘገብረ ለነ ወኢፈደየነ በከመ አበሳነ - ያደረገብን እንደኃጢአታችን አይደለም ማለት በኃጢአታችን ልክ መከራ ያመጣብን አይደለም እንደበደላችን አልከፈለንም" እንዲል መዝ ፻፪፥፲፤ ከኋላ "ኢይቀሥፍ ወትረ ወኢይትመዐዕ ዘልፈ" የሚል ቃል አለ፤ ይህም ሰው በበደለው ቍጥር ዕለት ዕለት ፈርጄ ላጥፋ አይልም ማለት ነው፤ በየዕለቱ በምናጠፋው ጥፋት በየዕለቱ ቢፈርድብን ምን እንሆን ነበር!

ሠራዊተ መላእክቲሁ ለመድኃኔ ዓለም ዬ ዬ ዬ ይቀውሙ ቅድሜሁ ለመድኃኔ ዓለም - የመድኃኔ ዓለም አገልጋዮች ሠራዊተ መላእክት ወዮ ወዮ ወዮ ከሞት ደረስህ እያሉ ከፊቱ ይቆማሉ፤ [255]

---

253 ማራቅና ማቅረብ ነው የጸሎቱ ገጸ ንባብ ተመሳሳይ ነው፤ ይህም አጽንኦት ለመስጠት ነው።

254 ትርጓሜያችን በከመ ምሕረትከን በተመለከተ ሁለት ነጥቦችን ያነሣል፤ ፩ኛ ይህን የተናገረው አልታወቀም ጸሎቱ ደግ ነውና እንዳይቀር ከአቡነ ዘበሰማያት ቀጥሎ ከሠራዊት አስቀድሞ ይባል ብለው ሊቃውንት ሠርተዉታል። ፪ኛ ተናጋሪው ታውቋል ፈያታዊ ዘየማን ተዘከረኒ እግዚኦ በውስተ መንግሥትከ ባለ ጊዜ ከዚያው አያይዞ ተናግሮታል የሚል።

255 ዬ የኀዘን መግለጫ ብቻ ሳይሆን የደስታ መግለጫም ይሆናል፤ "ዬ መስቀል ጸገየ ዘጋዲ - እሰይ የጋዲ መስቀል አበበ" እንዲል።

ወይኬልልዎ ለመድኃኔ ዓለም ዬ ዬ ዬ ሥጋሁ ወደሙ ለመድኃኔ ዓለም - መላእክት የሚጋርዱት የሚያመሰግኑት ሥጋ ወደሙ ይህ ነው፤ ከፊቱ ቆመው ያመሰግናሉ ቦ እያመሰገኑ ከፊቱ ይቆማሉ፤ ከፊቱ ቆመው ይጋርዳሉ።

ሥጋ ወደሙ ከሚፈተትባት ስሙ ከሚጠራባት ከቤተ ክርስቲያን መላእክት አይለዩም፤ በመዓልት ስድስት መቶ በሌሊት ስድስት መቶ መላእክት ይጠብቋታል፤ [256] በቅዳሴ ጊዜ እንደ ሻሽ ይነጠፋሉ እንደ ቅጠል ይረግፋሉ እንደ ግንድ ይረበረባሉና እንዲህ አለ።

ወንብጻሕ ቅድመ ገጹ ለመድኃኔ ዓለም ዬ ዬ ዬ በአሚነ ዚአሁ ሐዋርያት ተለዉ አሠሮ - መላእክት ከፊቱ እንዲቆሙ ከፊቱ እንቆም ዘንድ መላእክት እንዲያመሰግኑት እናመሰግነው ዘንድ በባለሟልነት እንቅረብ፤ ሐዋርያት በሱ አምነው ቤታቸውን ንብረታቸውን ጥለው እንደተከተሉት በመስቀል ተሰቅለው እንደመሰሉት እንመስለው ዘንድ ወደሱ እንቅረብ።

ይህን ሠራዊት ከመንጦላዕት በአፍአ ከመንጦላዕት በውስጥ ሆነው ይሉታል በአፍአ ያሉት የነቢያት በውስጥ ያሉት የሐዋርያት ምሳሌ ናቸው፤ ንፍቅ ቄስ ንፍቅ ዲያቆን በአፍአ ሠራዒው ቄስ ሠራዒው ዲያቆን አብሪ ቄስ (ዲያቆን) በውስጥ ሆነው ይሉታል። የሚባለውም ሦስት ጊዜ ነው "ወእምዝ በተባርዮ ኵሎሙ ሠለስተ ጊዜ - ከዚህ በኋላ በዜማ እየተቀባበሉ ሦስት ጊዜ ይበሉ" እንዲል። ሦስት ጊዜ መሆኑ የሦስትነት፣ ቃሉ አለመለወጡ የአንድነት ምሳሌ ነው። ቦ መላልሶ መጸለይ እንዲገባ ለማጠየቅ ነው። ቦ በሥጋው በደሙ ምክንያት አብ ወልድ መንፈስ ቅዱስ ያድሩብናልና ነው።

ይ.ዲ ንፍቅ አርጋዉ ጥኃተ መኳንንት - መኳንንት (አናጕንስጢሳውያን) ደጁን ከፈቱ፤ ጌታን ሁሉ እንዲያየው ብለው በገበያ ቀን ሰቅለዉታልና የዚያ ምሳሌ፤ ንጉሥ ሲፈርድ እንዳይሰወር።

---

256 ሦስት መቶ የሚልም አለ።

ይ.ዲ እለ ትቀውሙ አትሕቱ ርእሰክሙ - የቆማችሁ ራሳችሁን ዝቅ አድርጉ አንድም ልቡናችሁን ከትዕቢት አዋርዱ ማለት ልቡናችሁን የትዕቢት መፍለቂያና ማደሪያ እንዳታደርጉት ሲል ነው፤ ትዕቢትና ትዕቢተኛ በእግዚአብሔር ዘንድ አይወደድምና። አባ ሕርያቆስም ኢንሠርገው እንከ ትዕቢተ ወትዝኅርተ - ትዕቢትንና ትዝኅርትን ጌጥ አናድርግ ሞትን ያመጣሉና በቁም ወደሲኦል ያወርዳሉና ብሏል።

ስግዱ ለእግዚአብሔር በፍርሃት፤ ቅድሜከ እግዚኦ ንሰግድ ወንሴብሐከ

ስግዱ ሲል ይወድቃሉ ጸሎተ ንስሐ ተደግሞ ሲፈጸም ይነሣሉ፤ መውደቃቸው በኃጢአት የመሰነካከላቸው፣ መነሣታቸው በንስሐ ትንሣኤ ልቡና የመነሣታቸው ምሳሌ ነው።

ይ.ካ እግዚአብሔር ዘለዓለም ማዕምር ዘኅቡዕ ወዘገሃድ ቅድሜከ አትሐቱ ርእሶሙ ሕዝብከ ወለከ አግረሩ ቀፈተ ልብ ዘሥጋ ርኢ ዘእምድልው ማኅደርከ ባርክ ኪያሆሙ ወኪያሆን አጽምእ ሎሙ ዕዝነከ ወስምዖሙ ጸሎቶሙ አጽንዕ በኃይለ የማንከ ክድን ወርዳእ እምሕመሜ እኩይ ዐቃቤ ኩን ሎሙ ለሥጋነሂ ወለነፍስነ ወስከ ሎሙ ወሎንሂ ሃይማኖተከ ወፈሪሆተ ስምከ በአሐዱ ወልድከ ዘቦቱ ለከ ምስሌሁ ወምስለ ቅዱስ መንፈስ ስብሐት ወእኂዝ ይእዜኒ ወዘልፈኒ ወለዓለመ ዓለም

- ቅድመ ዓለም የነበርህ ዓለምን አሳልፈህ የምትኖር የተሰወረውን የተገለጠውን አንድም ረቂቁንም ግዙፉንም የምታውቅ አቤቱ ርእሰ ልቡናቸውን ዝቅ ያደረጉትን ልቡናቸውን ከትዕቢት ያዋረዱትን ከማደሪያህ ሆነህ ተመልከታቸው ማለት ጠብቃቸው ወንዶችንም ሴቶችንም በረከተ ሥጋ በረከተ ነፍስ ሰጥተህ አክብራቸው ጆሮህን አዘንብለህ ልመናቸውን ስማቸው ከክፉ ሕመም ረድተህ ጋርዳቸው ለሥጋችንም ለነፍሳችንም ጠባቂ ሁነን ለወንዶቹም ለሴቶቹም ሃይማኖተ ሰሚዕን ከሃይማኖተ ርዕይ አድርስልን አንተን መፍራትን አሳድርብን አሜን።

ይ.ካ ጸሎተ ንስሐ፤

ሁሉን በመሐል እጅህ የያዝህ፣ የሥጋችንን የነፍሳችንን የመንፈሳችንን ቊስል የምትፈውስልን ማለት በኃጢአታችን ምክንያት የሚመጣብንን ፍዳ የምታርቅልን አንተ ነህ፤ ተቀዳሚ ተከታይ በሌለው በጌታችን በመድኃኒታችን በኢየሱስ ክርስቶስ ህልው ሆነህ ለአባታችን ለጴጥሮስ እንዲህ ያልኸው አንተ ነህ፤ አንተ መሠረት ነህ [257] በአንተ መሠረትነት ቤተ ክርስቲያንን/ምእመንን አንጻታለሁ፤ በአንተ መሠረትነት የጸናች ቤተ ክርስቲያንን/ምእመንን አጋንንት አይበረቱባትም [258] ለአንተም የመንግሥተ ሰማያትን መክፈቻ እሰጥሃለሁ፤ በምድር ያሠርኸው በሰማይ የታሠረ ይሆናል በምድር የፈታኸው በሰማይ የተፈታ ይሆናል [259] ብለሃልና ወንዶችም ሴቶችም አገልጋዮችህ በአብ በወልድ በመንፈስ ቅዱስ ሥልጣን የተፈቱ ነጻ የወጡ ይሁኑ። አውቀው በድፍረት ሳያውቁ በስሕተት ከሠሩት ኃጢአት ከጸጋ ከምግባር ድኃ በምሆን በእኔ በባርያህ ሥልጣንም የተፈቱ ይሁኑ፤ አደራ ጥብቅ ሰማይ ሩቅ እንዲሉ አባቶቼን እናቶቼን ወንድሞቼን እኅቶቼን አጽንተህ ጠብቃቸው፤ ዳግመኛ ከጸጋ ከምግባር ኃጥእ የምሆን እኔ ባርያህ ተዋርጄ ከሠራሁት ኃጢአቴ አንጻኝ፤ ትሕትናዬን አይተህ አክብረኝ፤ እዚህ ያሉት የቆሙት ሁሉ በአብ በወልድ በመንፈስ ቅዱስ ሥልጣን ከማዕሠረ ኃጢአት የተፈቱ ይሁኑ።

ኃጢአትን የምታስተሠርይ ፈጽመህ ይቅር የምትል ይቅርታህ የባሕርይ የሆነ አቤቱ አምላካችን እግዚአብሔር የወንዶችና ሴቶች አገልጋዮችህን ንስሐቸውን ተቀበላቸው፤ የዘለዓለም እውቀትን ሥርየትን ክብርን ግለጥላቸው አሳድርባቸው፤ ቸር ሰው ወዳጅ ነህና ኃጢአታቸውን ሁሉ ይቅር በላቸው፤ መዓትህ የራቀ ምሕረትህ የበዛ አቤቱ የእኔንም ኃጢአቴን ይቅር በለኝ፤ ወንዶችና ሴቶች አገልጋዮችህን ከበደል ከመርገም አድናቸው፤ [260] ቦ ሑሩ እምኔየ ርጉማን ከመባል አድናቸው።

---

257 የጴጥሮስ መሠረትነቱ የሃይማኖት የልጅነት ነው፤ እዚህ ላይ ግን የሹመት ነው።

258 በበር እንዲገቡበት አጋንንትን ድል ነሥተው መንግሥተ ሰማያት ይገባሉና፤ በበር እንዲወጡበት በአጋንንት ድል ተነሥቶ ከመንግሥተ ሰማያት መውጣት አለና።

259 ወደ መንግሥተ ሰማያት የምታገባበት ከመንግሥተ ሰማያት የምታወጣበት ሥልጣን ሰጥቼሃለሁ ሲለው ነው፤ ይህ ኪዳን የብፅዐን ኪዳን ነው።

260 እንደ በለዓለም ያለ ሀብተ መርገም ያለው ረግሞ የሚያጠፋ አለና።

አቤቱ በሐልዮ በነቢብ በገቢር የበደልንህን ሁሉ ፈጽመህ ይቅር በለን፤ [261] አምላካችን እግዚአብሔር ሆይ አንተ ቸር ሰው ወዳጅ [262] ነህና ከኃጢአት ማሠሪያ የተፈታን ነጻ የወጣን አድርገን፤ ሕዝቡንም ሁሉ ከማዕሠረ ኃጢአት የተፈቱ አድርጋቸው፤ እኔንም ባርያህን ከኃጢአት አንጻኝ። [263]

ክቡር አባት የሆነ የጳጳሳቱን አለቃ ክቡር የሆነ ጳጳሱን አስባቸው፤ ሰፊ ወራት ረጅም ዘመናት ሰጥተህ አጽንተህ ጠብቃቸው፤ ንጉሣችንንም አስበው አውቆ በድፍረት ሳያውቅ በስሕተት በሠራው ኃጢአት ከሚመጣበት ፍዳ አድነው፤ ሥጋዊ መንፈሳዊ ጠላቱን በእጁ ጭብጥ በእግሩ እርግጥ አድርገህ አስገዛለት፤ ሊቃነ ጳጳሳቱን ጳጳሳቱን ኤጲስ ቆጶሳቱን ቀሳውስቱን ዲያቆናቱን አንባቢዎቹን መዘምራኑን [264] ደናግሉን [265] መነኮሳቱን [266] አባት እናት የሞቱበትን ወንዶቹን ሴቶቹን ሽማግሌዎቹን ሕፃናቱን በቤተ ክርስቲያን ጸንተው ቆመው ያሉትን ክርስቶስ ኢየሱስ በእኔ እመኑ ብሎ ባስተማረው ትምህርት አጽናቸው። [267] በጸናች በቀናች ሃይማኖት ሆነው ያረፉትን አስባቸው፤

---

261 ኀድግ ሥረይ አናኅሲ ማለቱ በሐልዮ በነቢብ በገቢር ቦ በሥጋ በነፍስ በደመ ነፍስ የበደልነውን በደል ቦ ያለፈውን የጊዜውን የሚመጣውን በደላችንን ፈጽመህ ይቅር በለን ሲል ነው።

262 ሦስት ጊዜ መላልሶ መፍቀሬ ሰብእ አለ ቀድሞ አዳምን መፍጠሩ፣ ኋላም በልጅነት ማክበሩ፣ ሦስተኛ ውረድ ተወልድ ብሎ ልጁን መላኩ ሰውን ቢወድ ነውና።

263 ፊቱን ወደሕዝቡ መልሶ ሦስት ጊዜ ይባርካል፤ አብረዉት ያሉት የቀዳሾቹን ስም የሚያውቃቸውን እገሌን እገሌን ብሎ የማያውቃቸውን አበውየ ቀሳውስት ወአኃውየ ዲያቆናት ብሎ ይጠራቸዋል።

264 መዘምራን የሚላቸው ዳዊት ደጋሚዎችን ናቸው።

265 ደናግል የሚላቸው በድንግልና የመነኮሱትን ነው።

266 መነኮሳት የሚላቸው ከጋብቻ በኋላ የመነኮሱትን ነው።

267 እዚህ ላይ በዕለት በሣልስት በሰባት በዐሥራ ሁለት እስከ አርባ ቀን ያረፉትን በጸሎት ማንሣት ይገባል፤ ከዚህ በላይ ያሉትንም በመንፈቅ በዓመት መታሰቢያ የሚደረግላቸውን ሁሉ ስማቸውን ያነሣል።

ነፍሶቻቸውንም በአብርሃም በይስሐቅ በያዕቆብ አጠገብ አኑራቸው፤ እነሱ በሚከብሩበት ክብር አክብራቸው፤ [268] እኛንም ከኃጢአት ከክህደት አድነን ማለት እንደነአርዮስ እንደነመቅዶንዮስ ከመካድ አድነን፤ በሐሰት ከመማልና ከመገዘት ቦ ተወግዞ ከመለየት ጠብቀን፤ [269] ሃይማኖት በመለወጥ በኃጢአት ከመናፍቃንና በሃይማኖት ከማይመስሉን ጋር አንድ ከመሆን አድነን።

አቤቱ ፈሪሃ እግዚአብሔርን፣ በአንድነት በሦስትነት ማመንን፣ ገቢረ ተአምራትን፣ ፍጹም አእምሮን ስጠን፤ ከሚፈታትን ከሰይጣን ፈተና ፈጽመን እንርቅ ዘንድ መራቁን ስጠን፤ ቦ ቢምሉ ቢገዘቱ ምን ቁም ነገር አለው? ንስሐ ያስተሠርየው የለምን እያለ ከሚያስተምር ከሰይጣን ፈተና እንርቅ ዘንድ መራቁን ስጠን፤ ወደህና ፈቅደህ የሠራህልንን ወንጌልን ሁልጊዜ እንፈጽም ዘንድ መፈጸሙን ስጠን፤ ስማችንን በሕይወት መጽሐፍ ጻፍልን፤ በኢየሱስ ክርስቶስ አምነው ካረፉ ከቅዱሳን ጋር በመንግሥተ ሰማያት ለመኖር አብቃን ዛሬም ዘወትርም ለዘለዓለሙ አሜን።

---

268 በእነሱ ቃል ኪዳን ትወረሳለችና፤ በእነሱ ሃይማኖት ጸንተው የኖሩ ሁሉ ይገቡባታልና።
269 በእውነትም ቢሆን መሐላውን በገንዘብ ይዋጀው ይላል አይሆንም ቢለው፣ ገንዘብ ባይኖረውሳ ቢሉ ይማል፤ እዳው በሚያምለው ሰው ይሆንበታል እንጂ በሚምለው ሰው አይሆንምና።

ምዕራፍ ፲ወ፯

ይ.ዲ ነጽር - ለሥጋ ወደሙ የበቃና ያልበቃውን ለይ። ቦ መሐር ሲል ነው፤ የተዘነጋ ኃጢአት ያለበት ቢኖር ይቅር በል። አባ ሕርያቆስ "መሐር ወኢትስኪ - ይቅር በል እንጂ ማንንም አትውቀስ" እንዳለ።

ይ.ካ ቅድሳት ለቅዱሳን - ሥጋ ወደሙ የተሰጠ ለሁሉ ነው ይገባኛል የሚል ይምጣ ይቀበል እንጂ እኔ የበቃና ያልበቃውን በምን አውቀዋለሁ። [270]

ይህን ሰምቶ አንድ ባሕታዊ ሁለት ጊዜ ተመላልሷል በበረሃ ወድቆ ሲኖር መልአኩ ሂደህ ሥጋ ወደሙን ተቀበል አለው ቁሞ ሲያስቀድስ ከዚህ ደረሰ ዲያቆኑ ነጽር ሲል ቄሱ ቅድሳት ለቅዱሳን አለው ይህማ ድፍረት ይሆንብኝ የለም ብሎ ተመልሶ ሄዶ አርባ ዘመን ኖረ መልአኩ ሥጋ ወደሙን ተቀበል ብዬህ አልነበረምን አሁንም ሂድ ተቀበል አለው ቢመጣ ይህንኑ ሲመላለሱ ሰማ ድፍረት ይሆንብኛል ብሎ ወጥቶ ሲሄድ መልአኩ የቄሱን እጅ ይዞ አቀብሎታል ይህም ከኃጢአት ንጹሕ መሆን ብቻውን ለሥጋ ወደሙ እንደማያበቃ ምግባር ትሩፋት ሠርቶ መቀበል እንዲገባ ያስረዳል።

---

[270] በሌላ ትርጓሜ እንዲህ የሚል አለ፤ መስቴ መኰንን ይላል አናቦ፤ የፈራጅ መጠጥ ሲል። አምስት ሺህ አምስት መቶ ዘመን የነበረው ጽም0 ነፍስ ይለፍላችሁ ብሎ ሰጥቶናልና። ሳትበቁ ተቀበላችሁ ብሎ ጌታ የሚፈርድበት መጠጥ ነው፤ ከሊቀ ጳጳሱ እስከ ቄሱ ቅድሳት ለቅዱሳን ብሎ ያቀብላልና። ቦ መኰንን አቀባዩ ነው፤ ቦ መኰንን ተቀባዩ ነው ከኃጢአት ነጽቻለሁ በቅቻለሁ የጌታየን ሥጋውን ደሙን ልቀበል ብሎ የሚቀበለው ስለሆነ፤ ከኃጢአት አልነጻሁም አልበቃሁም ልከልከል ብሎ ኃጢአቱን ተመራምሮ በራሱ ፈርዶ የሚከለከል ስለሆነ።
አንድም ቄሱ ቅድሳት ለቅዱሳን ብሎ ይሰጣቸዋልና። አንድም ሰውየው ራሱ በቅቻለሁ ልቀበል አልበቃሁም ልከልከል ብሎ በራሱ ፈርዶ (ተፈርዶ) ይቀበለዋልና፤ ለሥጋ ወደሙ አጋፋሪ የለውምና።

“እስመ ሶበ ይቤ ቅድሳት ለቅዱሳን ያኤምር ኀበ ዘከመዝ ዘውእቱ እመቦ ብእሲ ዘኢኮነ ቅዱስ ኢይቅረብ ወኢይቤ እመቦ ዘኢኮነ ንጹሐ እምኃጢአት አላ ይቤ እመቦ ዘኢኮነ ቅዱስ እስመ ቅዱስ አኮ ዘይከውን ቅዱስ በእንተ ዘተዐርቀ እምልብሰ ኃጢአት ባሕቲቱ አላ ሶበ የኀድር ላዕሌሁ መንፈስ ቅዱስ ወይትሌዐል ውስተ ምግባራተ ሠናይ - ቅድሳት ለቅዱሳን ሲል ቅዱስ ያልሆነ ቢኖር አይቍረብ በማለቱ ያስረዳልና ይኸውም ቅዱስ ያልሆነ አይቍረብ ቢልም ከኃጢአት ንጹሕ ያልሆነ አይቍረብ አላለም ቅዱስ ያልሆነ ቢልም ከኃጢአት ልብስ ስለተራቆተ ብቻ ቅዱስ የሚሆን አይደለምና መንፈስ ቅዱስ ቢያድርበትና ወደበጎ ሥራዎች ከፍ ቢል ነው እንጂ እንዲል። ተግሣጽ ዘዮሐንስ አፈወርቅ ፲፯። ስለሆነም ንጹሕ ማለት በድሉን ለመምህረ ንስሐው ነግሮ ቀኖናውን ያልፈጸመ፣ ቅዱስ ማለት ግን በደሉን ለመምህረ ንስሐው ነግሮ የተሰጠውን ቀኖና ፈጽሞ በሚገባ ተዘጋጅቶ የቀረበ ማለት ነው።

ይ.ሕ አሐዱ አብ ቅዱስ - በባሕርይ በህልውና ከወልድ ከመንፈስ ቅዱስ ጋር አንድ የሆነ አብ ንጹሕ ነው፤ ከኃጢአት ንጹሕ በሆነ ሰውነት ያድራል።

አሐዱ ወልድ ቅዱስ - በባሕርይ በህልውና ከአብ ከመንፈስ ቅዱስ ጋር አንድ የሚሆን ወልድ ንጹሕ ነው፤ ከኃጢአት ንጹሕ በሆነ ሰውነት ያድራል።

አሐዱ ውእቱ መንፈስ ቅዱስ - በባሕርይ በህልውና ከአብ ከወልድ ጋር አንድ የሆነ መንፈስ ቅዱስ ንጹሕ ነው፤ ከኃጢአት ንጹሕ በሆነ ሰውነት ያድራል። [271]

ይ.ካ እግዚአብሔር ምስለ ኵልክሙ

ይ.ሕ ምስለ መንፈስከ

ትእዛዝ፡- ወእምዝ ያንሥእ ፍጹመ ኅብስተ በእዴሁ - ቄሱ መላውን ኅብስት አንሥቶ ይያዝ፤ የዕርገቱ ምሳሌ ነውና።

---

271 ይህ ቃል ለሁለተኛ ጊዜ መነገሩ ነው የመጀመሪያው በሠራዒው ካህን በልዑል ዜማ የሚታወጀው ሲሆን ሁለተኛው ይህ ነው፤ እንደሚታወቀው እዚህ ላይ ያለው ዜማ በግእዝና በዕዝል ነው። የቃለ ተዋሥዖው ዐቢይ አላማ ነጽር ቅድሳት ለቅዱሳን ለሚለው ራስን የማየት ቃል መልስ ይሆን ዘንድ ነው፤ ይህም ሥጋ ወደሙን ለመቀበል የሚያበቃ ቅድስና ሊኖረን ባይችልም በባሕርዩ ቅዱስ የሆነ እግዚአብሔር በሥጋው በደሙ ቅዱሳን ያደርገን ዘንድ ፈቃዱ መሆኑን የምናውጅበት ቃል ነው፤

ይ.ካ እግዚአ መሐረነ ክርስቶስ

- አቤቱ ክርስቶስ ይቅር በለን። የቄሱ አሥራ ስምንት የሕዝቡ አሥራ ስምንት አንድ ላይ ሠላሳ ስድስት ይሆናል፤ ቀጥሎ ቄሱ ሦስት ጊዜ ሕዝቡ ሁለት ጊዜ ይላሉ አርባ አንድ ይሆናል፤ አዳምና ሔዋን ከሱባኤ እንደ ወጡ ዲያብሎስ እኔ ወዳጃችሁ ጋድራኤል ነኝ ባላቸው ጊዜ ደንግጠው ሦስት ቀን ሰንብተዋል ምግቡን ከገነት ያመጡለትን አዕዋፍ ተከትሎ ወደገነት በሄደ ጊዜ ዲያብሎስ ደንጊያ ወርውሮበት ያ እንደ ድንኳን ሆኖለት ሦስት ቀን ሰንብቷል፤ ከባሕር ሠላሳ አምስት ቀን ሰንብቷል አንድ ላይ አርባ ይሆናል አንድም አሪት አርባ ግረፍ ከአርባ አታትርፍ ትላለች፤ ከአርባ የተፈረ እንደሆነ አንተ አኅሠርካሁ ለእኁከ - ወንድምህን አጐሰቈልኸው ትላለች ጌታችንን ግን ሠላሳ ዘጠኝ ገርፈው ተሳሳትን እያሉ ስድስት ሺህ ስድስት መቶ ስሳ ስድስት ጊዜ ገርፈዉታል፤ ቦ ዘይቤ አምስቱ ዕልፍ ይላል ሥጋው አልቆ አጥንቱ እንደ በረድ እንደ ብልጭት ነጥቶ እስቲታይ ድረስ ገርፈዉታል ምን ጊዜም ተሳሳትን እያሉ ነውና አርባ አንድ አለ።

ይ.ዲ እለ ውስተ ንስሐ ሀሎክሙ አትሕቱ ርእሰክሙ - በደልን ተመለስን ያላችሁ ርእሰ ልቡናችሁን ዝቅ አድርጉ፤ ቦ ልቡናችሁን ከትዕቢት አዋርዱ።

ትእዛዝ፡- ወእምዝ ተመይጦ መንገለ ሕዝብ - ፊቱን ወደሕዝቡ መልሶ ይህን ይጸልይ፤ ጸሎቱ የሕዝቡ ነውና ፊቱን ወደሕዝቡ መልሶ ይጸልይ አለ። [272]

ይ.ካ አምላክችን እግዚአብሔር ሆይ በንስሐ ውስጥ ወዳሉ ወገኖችህ ተመልከት እንደ ይቅርታህም ብዛት ይቅር በላቸው እንደ ቸርነትህም ብዛት በደላቸውን ደምስስላቸው በከንፈ ረድኤትህ ጋርዳቸው ከክፉ ነገር ጠብቃቸው የቀደመ ክፉ ሥራቸውን ይቅር ብለህ ሥጋህን ደምህን ለመቀበል አብቃቸው ከምእመናን ጋር አንድ አድርጋቸው።

[272] አልፎ አልፎ እንዲህ ያለ ትእዛዝ ያለበት ስፍራ አለ።

በቤተ ክርስቲያን ውስጥ እያለን እንደሌለን የምንሆንበት አጋጣሚ ሊፈጠርና በልባችን ያለው ክፋት ጨርሶ እንዲወገድ የዝግጅት አቅም ሊያንሰን ስለሚችል የቀደመ ክፉ ሥራቸውን ይቅር ብለህ ሥጋህን ደምህን ለመቀበል አብቃቸው ከምእመናንም ጋር አንድ አድርጋቸው አለ። ምእመናን ብሎ የተረጐመው ቤተ ክርስቲያን የሚለውን ቃል ነው። ይህም በዓጸደ ሥጋ ያሉ ተነሳሕያን፣ በዓጸደ ነፍስ ያሉ ቅዱሳንና ሰማያውያን መላእክት አንድ የሆኑባት ጉባኤ ቤተ ክርስቲያን ስለምትባል ነው። የምንተጋውም ወደዚህ ኅብረት ለመግባት ነው።

ጸሎተ ተአምኖ

ይ.ካ አምነው ለሚቀበሉ የኃጢአት ማስተሥረያ ሕይወተ ሥጋ ሕይወተ ነፍስ ሊሆን የሚሰጥ በእውነት ንጹሕ ክቡር የሆነ የጌታችን የኢየሱስ ክርስቶስ ሥጋ ይህ ነው።

አሜን

ይ.ካ አምነው ለሚቀበሉ የኃጢአት ማስተሥረያ መድኃኒተ ሥጋ መድኃኒተ ነፍስ ሊሆን የሚሰጥ በእውነት ንጹሕ ክቡር የሆነ የጌታችን የኢየሱስ ክርስቶስ ደም ይህ ነው።

አሜን

ይ.ካ በእውነት የአማኑኤል ሥጋው ደሙ ይህ ነው፤ አማኑኤል ማለት ሰው የሆነ አምላክ ማለት ነውና፤ መልአኩ የነቢዩን የኢሳይያስን ቃል ለዮሴፍ ሲተረጉምለት “ዘበትርጓሜሁ እግዚአብሔር ምስሌነ - ትርጓሜውም እግዚአብሔር ጋር” ማለት ነው ብሎ ተርጉሞለታል ማቴ ፩፥፳፫፤

ይ.ካ በሁለት ወገን ድንግል ከምትሆን የባሕርያችን መመኪያ ከሆነች ከእመቤታችን የነሣው ያለመቀላቀል ያለመጣፋት ያለመለወጥ ያለመለየት ከመለኮቱ ጋር ያዋሐደው የጌታችን የኢየሱስ ክርስቶስ ሥጋው ደሙ ይህ እንደሆነ አምናለሁ እታመናለሁ በጳንጦንሱ በጲላጦስ ፊት ሰውን ለማዳን ሰው ሆንሁ ብሎ የተናገረ ለእኛ ሕይወት እንዲሆነን የሰጠን ሥጋው ደሙ ይህ እንደሆነ አምናለሁ።

ይ.ሕ አሜን አምላክ ሰው መሆኑ ሰው አምላክ መሆኑ እውነት ነው ይበሉ።

ይ.ካ ዐይን ከድኖ እስኪገልጡ ድረስ እንኳ ለቅጽበት መለኮቱ ከትስብእቱ እንዳልተለየ ስለሁላችን መድኃኒት አድርጎ እንደሰጠን አምነው ለሚቀበሉት የኃጢአት ማስተሥረያ እንደሆነ አምናለሁ እታመናለሁ።

ክብር የክብር ክብር ገንዘቡ የሆነ ልዑል ቸር ከሚሆን ከባሕርይ አባቱ ጋር ማሕየዊ ከሚሆን ከመንፈስ ቅዱስ ጋር ስግደት [273] የሚገባው እሱ እንደሆነ አምናለሁ ለዘለዓለሙ።

---

273 በዝየ ይስግዱ ካህናት ወዲያቆናት ወይስዐሙ ይላል እጅ ይንሡ ለማለት ነው፤ ቅዱሳት አንስት ከመቃብሩ ደርሰው ሲመለሱ ጌታችንን በጎዳና አግኝተዉት ከእግሩ በታች ወድቀው ሰግደዉለታልና የዚያ ምሳሌ ነው። በዐስበ ዲያቆኑ ሥጋውንም ደሙን ሦስት ሦስት ጊዜ ባርኮ ዐስበ ዲያቆኑን ከጽዋው ይጨምረዋል፤ ዲያቆኑ ይቀበለዋል፤ የእስጢፋኖስ ምሳሌ ነውና። በሌሎቹ ግን ቄሱ ይቀበለዋል፤ የጌታዬን መከራ መቀበል ይገባኛል ሲል። እዚህ ላይ "ወያምጽእ ንፍቅ ዲያቆን ማየ ለካህናት ወይትሐጸቡ እዴሆሙ አምሳለ ቅዱሳን በነፍሶሙ" እንዲል ካህናቱ ይናጸሉ፤ ለጊዜው ጻሕል ጽዋ ስለሚይዙ ነው፤ ፍጻሜው ግን እኛ ከምናውቀው ኃጢአት ነጽተናል ካላወቅነው ከዘነጋነው ኃጢአት አንጻን ሲሉ ነው፤ በሥጋውን ደሙን በመቀበል በነፍስ ንጹሐን እንሆናለን ሲሉ ነው። ይህም ሥርዐት ከቀደሞ ከብሉይ ኪዳን ሲያያዝ የመጣ ሥርዐት ነው፤ "የመታጠቢያውን ሰን በምስክሩ ድንኳንና በመሠዊያው መካከል አኖረ ለመታጠቢያም ውኃ ጨመረበት በእርሱም ሙሴና አሮን ልጆቹም እጆቻቸውንና እግሮቻቸውን ታጠቡ እግዚአብሔርም ሙሴን እንዳዘዘው ወደምስክሩ ድንኳን በገቡ ጊዜ ወደመሠዊያውም በቀረቡ ጊዜ ይታጠቡ ነበር" እንዲል ዘጸ ፴፥፲፱፤ አራት ግዜ የሕጽበት ሥርዐት አለ፤ መጀመሪያ ቅድመ ቅዳሴ ሁሉም ካህናት ቤተ ልሔም ወርደው በብሉይ ኪዳኑ ሥርዐት መሠረት እጃቸውንም እግራቸውንም ይታጠባሉ። በቤተ ልሔም ከዲያቆናት ግብራት አንዱ የካህናቱን እግር ማጠብ ነው። ሁለተኛ ከቤተ ልሔም ወደቤተ መቅደስ መሥዋዕቱን አክብረው እንደመጡ ሠራዒው ካህንና ንፍቁ ካህን በቤተ መቅደስ የሚያከናውኑት ሥርዐተ ሕጽበት ነው። ሦስተኛው ሥርዐት ሠራዒው ካህን ዘኮነ ንጹሐ እያለ የሚያከናውነው ነው። አራተኛው ቅድመ ቊርባን ከሠራዒው ካህን በቀር ሁሉም ካህናት የሚያከናውኑት ሥርዐተ ሕጽበት ነው። በማየ መቊረር ጊዜም የሚከናወን ሕጽበት አለ፤ ዐቢይ ትኩረቱ ንዋያቱን ማናጸት ላይ ስለሆነ ከካህናቱ መናጸት ጋር አብሮ ላይቆጠር ይችላል።

ይ.ካ እግዚአብሔር አምላኪየ ናሁ ሥጋ ወልድከ መሥዋዕት ዘያሠምረከ ወበዝንቱ አናሕሲ ሊተ ኩሎ ኃጢአትየ እስመ በእንቲአየ ሞተ ወልድከ ዋሕድ ወናሁ ደመ መሢሕከ ንጹሕ ዘተክዕወ በእንቲአየ በቀራንዮ ይኬልሕ ህየንቴየ ዝንቱ ደም ነባቢ ይኩን ሠራዬ ኃጢአትየ ለገብርከ ወተወከፍ ስእለትየ በእንቲአሁ እስመ በእንቲአየ ኲናተ ወቅንዋተ ተወከፈ ፍቁርከ ወሐመ ከመ ያሥምርከ ወእምድኅረ ድኅንኩ ገብአ ሰይጣን ውስተ ልብየ ወነደፈኒ በአሕፃሁ ሀበኒ እግዚኦ ምሕረተከ እስመ መስተዋቅስ ጽኑዕ ውእቱ ወበስንቀ ኃጢአት ቀተለኒ ተበቀል ሊተ እምደፋሪ ዘኢይጸግብ አስሕቶትየ እምሕይወትየ አንተ ውእቱ እግዚእየ ንጉሥየ ወአምላኪየ ወመድኃንየ አጽምም ቊስለ ነፍስየ ወሥጋየ ለገብርከ

- ፈጣሪዬ እግዚአብሔር ደስ የሚያሰኝህ መሥዋዕት የልጅህ ሥጋ እነሆ፤ በዚህ መሥዋዕት ኃጢአቴን ይቅር በለኝ፤ ተቀዳሚ ተከታይ የሌለው ልጅህ ስለኔ ኃጢአቴን ለማስተሥረይ አንድም እኔን ለማዳን ሞቷልና፤ እኔን ለማዳን ኃጢአቴን ለማስተሥረይ በቀራንዮ የፈሰሰ ንጹሕ የሚሆን የልጅህ ደም ስለኔ ይካሰስልኛል፤ የተካሰሰ ዋጋ እንዲያሰጥ ዋጋዬን ይሰጠኛል፤ ለቅዱስ ሚካኤል እንደነገረው፤ በሲኦል በገሃነም ያሉ ነፍሳትን አይቶ ሄዶ ማራቸው ብሎ ተማጸነ አንተኑ ትምሕኮሙ እምዘፈጠርከዎሙ አነ ከፈጠርኋቸው ከእኔ አንተ አዘንህላቸው! አንተሰ ትስእል በእንቲአሆሙ ለአሐቲ ሰዓት ወደምየሰ ይኬልሕ በእንቲአሆሙ እስከ ለዝሉፉ - አንተ ለአንዲት ሰዓት ትለምናለህ ደሜ ስለእነሱ እስከ ዘለዓለሙ ይጮኻል[274] ብሎ ነግሮታል።

274 ይጮኻል ሲል ሕያውነቱን አዳኝነቱን ለማስረዳት ነው፤ "ወበደኃሪት ዕለት ዘበዓል ዐባይ ቆመ እግዚእ ኢየሱስ ወከልሐ ወይቤ ዘጸምአ ይምጻእ ኀቤየ ወይስተይ - በኋለኛይቱ በታላቋ የበዓል ቀን ጌታ ኢየሱስ ቆመና ድምፁን ከፍ አድርጎ እንዲህ አለ የተጠማ ወደእኔ ይምጣና ይጠጣ" እንዲል ዮሐ ፯፥፴፯፤ ከልሐ ሲል የትምህርቱን ለሁሉም መድረስና ሕይወትነቱን ለማስረዳት ነው እንጂ ሰው ድምፁን ለማሰማት ሲል ጮኾ እንደሚናገረውና ለሰሚው ካልደረሰ ዝርው ሆኖ እንደሚቀረው የሰው ጩኸት ነው ማለት አይደለም። በቅዳሴውም ይኬልሕ ሲል የቅዱስ ሚካኤልን አስተብቊዖት ለማጣጣል አይደለም፤ እሱም ሁልጊዜ የሚጮኽ ነው ማለት አይደለም፤ ለባሕርዩ የሚስማማ አይደለምና፤ ካልጮኸ አይሰማ (ማ ጠብቆ ይነበባል) የነበረ ሥጋ ጽራሐ ነዳያንን የሚሰማ አምላክ መሆኑን የምንረዳበት ቃል ነው። በሌላ ምሥጢር ደግም ቅዱስ ዮሐንስ አፈ ወርቅ በድርሳኑ እንዲህ ይላል፤ "መንፈስ ይትናገር በጸሕቅ ዘኢይትነገር በእንቲአሃ - መንፈስ ስለእሷ የማይመረመር ምሥጢርን በትጋት ይናገራል" ፴፪፡፻፳፫፤ ይህም ማለት ሥጋ ወደሙን በተቀበለ ሰው አድሮ የማይመረመር ምሥጢር ይናገራል ማለት ነው፤ ነፍስ ነባቢት ናትና፤

ነባቢ የሚሆን ይህ ደም የኔን የአገልጋይህን ኃጢአቴን የሚያስተሠርይልኝ ይሁን ነባቢ አለው? አስተሥራዪ ሲል ነው ጠሊስ ኢይትናገር አላ ዘዚአነ ይትናገር - ፍየል አይናገርም የእኛን ይናገራል እንጂ እንዲል፤ አንድም ከኃጢአት ንጹሕ ሆኖ ቢቀበሉት በልሳነ ሥጋ ቋንቋ ያናግራልና፤ በልሳነ ነፍስ ምሥጢር ያስተረጕማልና፤ ወሶበ ይበውዕ ውስተ ልበ ንጹሕ አሜሃ ያነቅሖ ለተናግሮ - ወደንጹሕ ሰው ልብ ቢገባ ለመናገር ያነቃዋል እንዲል፤ ድር ዘዮሐንስ አፈ ወርቅ ፴፪፡፻፳፱፤

ስለወልድ አንድም ስለደሙ [275] ልመናዬን ተቀበል፤ ልጅህ ወዳጅህ እኔን ለማዳን በጦር መወጋትን በቀኖት መቸንከርን ተቀብሏልና፤ ፈቃድህን ይፈጽም ዘንድ መከራ ተቀብሏልና፤ ሥጋውን ቆርሶ ደሙን አፍስሶ ከካሰልኝ በኋላ አንድም በጥምቀት በንስሐ ከኃጢአት ከፍዳ ከዳንሁ በኋላ ሰይጣን በልቡናዬ አድሮ ተዋጋኝ አንድም አሳተኝ፤

አቤቱ በቸርነትህ ድል መንሣትን ስጠኝ፤ ጽኑ ባላጋራ ነውና፤ አንድም ወቃሽ ከሳሽ ነውና፤ ኃጢአቴን ተከትሎ አንድም ኃጢአቴን ምክንያት አድርጎ ጎድቶኛልና፤ ከዐቂበ ሕግ አንድም ከአንተ ከሕይወቴ ይለየኝ ዘንድ እኔን ከማሳ'ት የማይሰለች አንድም በቃኝ የማይል ሰይጣንን አጥፋልኝ አንድም ከሰይጣን አድነኝ፤ ፈጣሪዬ ገዢዬ መድኃኒቴ አንተ ነህና በነፍስ በሥጋ ከሠራሁት ኃጢአት አንጻኝ።

እዚህ ላይ የቅዱስ ቄርሎስን ቃል ከቅዳሴው እንጥቀስ፤ "ዝ አፍሐመ እሳት ዘአንበርኖ በቅድሜከ ቅድመ ምሥዋዒከ ቅዱስ ኢይኩነነ ዘይሰክየነ ወዝ ኅብስተ አምልኮ ዘፈተትኖ ኢይኩነነ ለበቀል በእንተ ዘኢያነጻሕነ ነፍስነ ወሥጋነ - ቅዱስ በሆነው በመሠዊያህ ፊት ያቀረብነው ይህ የእሳት ፍም የሚከሰን አይሁን ይህ የፈተትነው የመታመን ኅብስት ሰውነታችንን ስላላነጻን ለበቀል አይሁንብን"

---

[275] ስለወልድ አንድም ስለደሙ ሲል ለመለያየት አይደለም፤ ደሙ የእሱ ነውና፤ የትርጓሜው ሐሳብ አብ ብቻ ተቀባይ እንደሆነ ይመስላል፤ እግዚአብሔር ወልድ መሥዋዕት እንደሆነ ሁሉ ከአብና ከመንፈስ ቅዱስ ጋር ተወካፌ ጸሎት ወመሥዋዕት ነው። ቅዱስ ዮሐንስ አፈ ወርቅ በድርሳኑ "ለሊሁ ምሥዋዕ ወለሊሁ ካህን ወለሊሁ ተሠዋዒ - ምሥዋው እሱ ነው የሚሠዋው ካህን እሱ ነው መሥዋዕት የተሠዋውም እሱ ነው" እንዳለ ፲፫፡፵፫፤

እሱ በቸርነቱ እንድንበቃ ካላደረገን የጋለ የጋመ እሳትን አፍን ከፍቶ መቀበል እንዴት ያስፈራ! ንጹሕ ሙሽራ ክርስቶስን በቤተ መቅደስ ታርዶ ማየት ምን ያስፈራ! ንጥረ መለኮት መብረቀ ስብሐት የሚፈልቅበትን መድረክ ማየት ምን ያስፈራ!

ቀድሰነ እግዚኦ በቅድሳቲከ ወአንጽሐነ በምሕረትከ ወረስየነ ድልዋነ ወሱቱፋነ ለነሢአ ምሥጢርከ ቅዱስ - በቅድስናህ ቀድሰን በምሕረትህ አንጻን ክቡር ቅዱስ የሆነ ሥጋህን ደምህን ለመቀበል የበቃን አድርገን አሜን። የሥጋ ወደሙን እሳትነት በተረዳንበት መጠን መሐሪነቱንም ሳንዘነጋ በመንፈሳዊ ፍርሃት ውስጥ ሆነን ወደ ሕይወት ማዕድ እንቀርብ ዘንድ የቤተ ክርስቲያን የዘወትር ጥሪ ነው።

ማሳሰቢያ፡- እዚህ ላይ ሃይማኖተ አበው ይነበባል፤ ማሳረጊያ ጸሎት ተደርጎ መልክአ ቁርባን ይባላል። ሥጋ ወደሙን የሚቀበሉ እንደየመዐርጋቸው ተዘጋጅተው ይቆማሉ።

ቅዱስ ቍርባንን ከመቀበል አስቀድሞ ሁሉም የሚጸልዩት ጸሎት

አቤቱ ጌታዬ ኢየሱስ ክርስቶስ ሆይ ከቤቴ ጣሪያ በታች ማለት በኃጢአት ማገር በተማገረ በእኔ ሰውነት ታድር ዘንድ አገባብ አይደለም፤ አስቈጥቼሃለሁና በፊትህ ክፉ ሥራ ሠርቻለሁና በአርአያህና በአምሳልህ የፈጠርኸውን ሰውነቴን በኃጢአት አሳድፌዋለሁና ምንም በጎ ሥራ የለኝምና፤

ነገር ግን እኔን ለማዳን ሰው ስለመሆንህ፣ በክቡር መስቀል ስለመሰቀልህ፣ የምታድን ስለሆነች ሞትህ፣ በሦስተኛው ቀን ስለመነሣትህ ከኃጢአት ከመርገም ከክሕደት ከርኵሰት ሁሉ ታድነኝ ዘንድ እለምንሃለሁ እማልድሃለሁ፤

ሥጋህን ደምህን በተቀበልሁ ጊዜ ለወቀሳ ለከሰሳ አይሁንብኝ በነፍስ በሥጋ የሚፈርድብኝ አይሁን፤ ማረኝ ይቅር በለኝ ወደ እኔ ኑ ከምትላቸው እንደ አንዱ ለመሆን አብቃኝ እንጂ፤ የሕይወት የድኅነት መገኛ አቤቱ በሥጋው በደሙ ሥርየተ ኃጢአትን ሕይወተ ነፍስን ስጠኝ፤ በወለደችህ ንዕድ ክብርት በሆነች በነፍስ በሥጋ ድንግል በምትሆን በእመቤታችን አማላጅነት፣ በመጥምቁ በዮሐንስ አማላጅነት፣ ንዑዳን ክቡራን በሚሆኑ በመላእክት አማላጅነት፣ ለበጎ ነገር በተጋደሉ [276] በጻድቃን በሰማዕታት አማላጅነት ሥጋህን ደምህን ስጠኝ ዛሬም ዘወትርም ለዘለዓለሙ አሜን።

- ❖ ሠራዒው ወይም ቀዳሹ ካህን ሲቀበል የሚከተለውን ይጸልያል፤ አቤቱ ጌታዬ ኢየሱስ ክርስቶስ ሆይ ይህ የተቀበልሁት ሥጋው ደሙ ሳትበቃ ተቀበልህ ብሎ ዕዳ በደል አይሁንብኝ፤ በነፍስ በሥጋ የሚያነጻኝ የሚያከብረኝ ይሁን እንጂ።

ሠራዒው ካህን ራሱ አስቀድሞ ይቀበላል፤ ጌታችን ተቀብሎ የማቀበሉ ምሳሌ ነውና፤ ለተራዳኢው ካህን ሥጋውን ያቀብለዋል፤ ተራዳኢው ካህን ደግሞ ለሠራዒው ደሙን ያቀብለዋል፤ ተራዳኢውም ደሙን በራሱ ይቀበላል፤ ሠራዒው ካህን ለሌሎቹ ሥጋውን ሲያቀብል ንፍቁ ደሙን ያቀብላል፤ በመዐርግ የሚበልጥ ሊቀ ጳጳስ ጳጳስ ኤጲስ ቆጶስ ቆሞስ ከሆነ በዕርፈ መስቀል አኖሮለት በዕርፈ መስቀሉ አንሥቶ ይቀበላል። [277]

---

[276] ለክፉ ነገር መጋደል አለና ለበጎ አለ።

[277] እኔ ያየሁት ጳጳሳቱ በራሳቸው ሲቀበሉ ነው፤ በሌሎቹ እንደተጻፈው ሊሆን ይችላል፤ አባቶቻችን የሌለ ነገር አያስቀምጡምና፤ በሌላ በኩል አንዳንድ ቀሳውስት ለቆሞሳት በሚያቀብሉበት ጊዜ በዕርፈ መስቀሉ ላይ አኑርልኝ ሲሏቸው እጃቸውን እንደተጸየፉ አድርገው የተረዱ ይታያሉ፤ ሥርዐቱን ከመከተል እንጂ እጃቸውን ከመጸየፍ እንዳልሆነ መረዳቱ ቂም ከመቋጠር ይጠብቃል።

ካህኑ በሚያቀብል ጊዜ

በቅዳሴ እግዚእ፡- *ሥጋሁ* ለእግዚእነ ኢየሱስ ክርስቶስ ለቀድሶ *ሥጋ* ወነፍስ ወመንፈስ - የጌታችን የኢየሱስ ክርስቶስ *ሥጋ* ነፍስን፣ *ሥጋንና* ደመ ነፍስን ለመቀደስ ለማክበር ነው ይላል። ይህም ኀድረት ነው *ሥጋ* አምላክ አልሆነም የሚሉ አሉና *ሥጋሁ* ለእግዚእነ አለ፤ የዕሩቅ ብእሲ *ሥጋ* ቢበሉት ይተኩሳል ደዌ ይሆናል የዕሩቅ ብእሲ ደም ቢጠጡት ይመራል እንጂ ሕይወት አይሆንምና ነው።

በቅዳሴ ሐዋርያት፡- ኅብስተ ሕይወት ዘወረደ እምሰማያት ቅዱስ *ሥጋሁ* ለክርስቶስ - ከሰማያት የወረደ የክርስቶስ ቅዱስ *ሥጋ* ይህ ነው ይላል። ይህም መለኮት ሰው አልሆነም የሚሉ አሉና ሰው መሆኑን ለመመስከር ነው።

በሊቃውንት ቅዳሴ፡- *ሥጋሁ* ለአማኑኤል አምላክነ ዘበአማን ዘነሥአ እምእግዝእተ ኲልነ ማርያም - በእውነት አምላካችን አማኑኤል የባሕርያችን መመኪያ ከሆነችው ከእመቤታችን ማርያም የነሣው *ሥጋ* ይህ ነው ይላል። ይህም *ሥጋ* በቅድምና ነበረ ባሕርዩን አግዝፎ ታየ፤ ከሰማይ *ሥጋ* ይዞ ወረደ፤ ከማርያም *ሥጋ* አልነሣም የሚሉ አሉና ከዚህ የስሕተት ትምህርት እንድንጠበቅ ነው።

የሚቀበለውም "*ሥጋሁ* ለእግዚእነ" ብሎ ነበርና የጌታ *ሥጋ* መሆኑ፤ "ኅብስተ ሕይወት ዘወረደ" ብሎ ነበርና ኅብስተ ሕይወት መሆኑ፤ "*ሥጋሁ* ለአማኑኤል" ብሎ ነበርና የአማኑኤል *ሥጋ* መሆኑ እውነት ነው ብሎ ይቀበላል።

የቁርባን ቅደም ተከተል

ሊቃነ ጳጳሳት፤ ጳጳሳት፤ ኤጲስ ቆጶሳት፤ ቆሞሳት፤ ቀሳውስት፤ ዲያቆናት፤ የዕለት ሕፃናት፤ የስድስት የሰባት ዓመትና ከዚያ ከፍ ያሉ ሕፃናት፤ በድንግልና ኖረው የመነኮሱ ደናግል፤ ሃያ፣ ሃያ ሁለት ዓመት የሆናቸው ደናግል፤ ንፍቀ ዲያቆናት፤ አናጉንስጢሳውያን፤ መዘምራን፤ ዓፀውተ ኆዋኅው፤ የቀሳውስት ሚስቶች፤ በሕግ ኖረው የመነኮሱ መነኮሳት፤ የዲያቆናት ሚስቶች፤ በንስሐ ተመልሰው የመነኮሱ መነኮሳት፤ የንፍቀ ዲያቆናት የአናጉንስጢስ የመዘምራን ሚስቶች፤ በሕግ ያሉ ሕዝባውያን፤ ሴቶች በየማዕርጋቸው ይቀበላሉ።

በሕመም ጊዜ

ምእመናን በሕመም ምክንያት ወደ ቤተ ክርስቲያን መጥተው ቆመው ደጅ ጠንተው ሥጋ ወደሙን መቀበል ባይቻላቸው ያሉበት ድረስ ሄዶ ማቁርብ ይገባል። የታመመው ወንዱ ቢሆን ሴቲቱ፤ ሴቲቱ ብትሆን ወንዱ ባልና ሚስት አንድ አካል አይደሉምን እኔስ እዚህ ለምን አልቀበልም አይበሉ የታመመው ከቤቱ ይቀበል ጤነኛው መንገድ ትርፌ እዚሁ ልቀበል አይበል ከቤተ ክርስቲያን መጥቶ ይቀበል።

ካህናት ለቍርባን ወደ ምእመናን ቤት መሄዳቸውን በበጎ መልኩ ያለማየትና የመተቸት ሁናቴ አልፎ አልፎ ይሰማል፤ ፀሐይ በሚበረታበትና ሰው ሙሉ እንቅስቃሴ በማያደርግበት ሰዓት ውኃ ለመቅዳት የወጣችውን ሳምራዊት ጊዜ ጠብቆ ወደምትሄድበት ሄዶ ጌታችን የሰጣትን ክብርና ያስተማራትን ትምህርት እዚህ ላይ ልብ ይሏል። ዮሐ ፬፤

በደብረ ሊባኖስ ገዳም እንዲህ ያለ ነገር ሲያጋጣም ልኡካኑ አቍርበው እስኪመለሱ ድረስ አስቀዳሹ ሲጠብቅ ብዙ ጊዜ ይታያል። [278]

መልክአ ቍርባን ከተባለ በኋላ ዲያቆኑ የሚከተለውን በዜማ ይላል፤ "ጸልዩ በእንቲአነ ወበእንተ ኵሎሙ ክርስቲያን እለ ይቤሉነ ግበሩ ተዝካሮሙ በሰላም ወበፍቅረ ኢየሱስ ክርስቶስ ሰብሑ ወዘምሩ"

ወደ አማርኛ ሲመለስም "ስለእኛና የታመሙትን ፈውስ የሞቱትን አሳርፍ ብላችሁ አስቧቸው አትርሷቸው ስላሉን ምእመናን ሁሉ ጸልዩ፤ በአንድነት በመስማማት ጌታችን ኢየሱስ ክርስቶስ ለእኛ ብሎ ባደረገው ፍቅር ሆናችሁ አመስግኑ ዳዊት ድገሙ" ማለት ነው።

278 ሊቀ ሊቃውንት ሥሙር አላምረው "ጥምቀት፣ ተክሊልና ቍርባን ከቤተ ክርስቲያን ውጭ የማይፈጸሙ የሥርዐት አይነቶች ናቸውና ከዚህ መልእክት ጋር እንዴት ይታረቃል" የሚል መጠይቅ አንሥተው በተግባር ግን ከገጠር እስከ ከተማ ሲደረግ ያዩትና የሚያዩት መሆኑን በቃል ነግረዉኛል። መጋቤ ሐዲስ አባ ገብረ ጻድቅ ዘናዝሬትም ተመሳሳይ ሐሳብ ማንሳታቸውን ቀደም ብዬ መግለጤ ይታወሳል። በእርግጥ በዘመነ ዐፀባ በኤጲስ ቆጶሱ ቤት ቅዳሴ ቀደሶ ማቍረብ እንደሚቻል የቀኖና መጻሕፍት ይደነግጋሉ፤ የሕሙሙን እንግልት እንደ ዘመነ ዐፀባ ለማየት ቢታሰብ የሕሙሙን ፍላጎት የሚቃወም ሐሳብ ይሆን? ሊቃውንት ቢወያዩበትና ለሚመለከተው አካል የመፍትሔና የውሳኔ ሐሳብ ቢያቀርቡ ድንቅ ይሆናል።

እዚህ ላይ ክብር ይእቲ የሚባል ቅኔ በዕዝል ወይም በግእዝ ይደረጋል፤ መቶ ሃምሳ መዝሙረ ዳዊት ይደገማል፤ ሰው ቢገኝ ተካፍሎ ይደገማል ሰው ባይገኝ ግን መቶ ሃምሳኛው መዝሙረ ዳዊት አይቀርም፤ የዕጣነ ሞገር መኖር አንዱ ጥቅሙ ይህ ሥርዐተ ጸሎት እንዳይቀር ማድረጉ ነው፤ የማኅሌት ሊቃውንት መቶ ሃምሳኛውን መዝሙር በግእዝ ወይም በዕዝል ዜማ አያስታጕሉትምና። መዘምራን የሚለው የአገልግሎት ስያሜ የተወሰደው ከዚሁ አገልግሎት ጋር በተያያዘ ሥርዐት ነው፤ ቀደም ሲል መነሻው ዘመነ ዳዊት ነው፤ ከሁለት መቶ ሰማንያ ስምንት መዘምራን ጋር ተራ ገብቶ መዝሙረ ዳዊትን ያደርስ ነበርና።

ይ.ካ እንዘ ይወጽእ፤ ድርገት ለመውረድ ሲወጡ ይህንን ይጸልያል፤ ኑ ተከተሉኝ ብለህ በሃይማኖት የጠራሃቸውን፣ ከክህደት የለየሃቸውን እንደጠራሃቸው በሃይማኖት በሥጋ ወደሙ አክብራቸው፤ በልጅነት ያከበርሃቸውን ለሥጋህ ለደምህ አብቃቸው፤ በፍቅርህ አጽናቸው፤ በክርስቶስ ሰጪነት በመንግሥተ ሰማያት አንድ አድርጋቸው ለዘለዓለሙ አሜን። [279]

[279] እዚህ ላይ ቡራኬ አለ፤ ቡራኬው ቀኍጥሩ ከአፍአ ቡራኬ ቢሆንም እጁን ወደአጎበሩ ካስገባ በኋላ አያወጣምና በውስጥ እንዳለ ይባርካል።

ምዕራፍ ፲ወ፰

ቅዱስ ሥሉስ

ከሰባቱ ኪዳናት አንዱ ነው፤ ምእመናን ሥጋውን ተቀብለው ወደደሙ ሲሄዱ በሕሊና ይጸልዩታል፤ የማይቻለው ቢኖር ካህናቱ በሱ ተገብተው ይጸልዩለታል።

የማይመረመር ልዩ ሦስት ሆይ [280] ሳይፈረድብኝ ሥጋ ወደሙን ሕይወተ ሥጋ ሕይወተ ነፍስ ሊሆነኝ እቀበል ዘንድ ስጠኝ ቦ አዋሕድልኝ ቦ ያለ ኩነኔ ነፍስ እኖር ዘንድ ሥጋ ወደሙን እንድቀበል ፍቀድልኝ፤ ደስ የሚያሰኝህን ፍሬ ሃይማኖት አፈራ ዘንድ ማፍራቱን ምግባረ ነፍስ እሠራ ዘንድ መሥራቱን ስጠኝ፤ በጎ ሥራ ሠርቼ በክብርህ ከብሬ እታይ ዘንድ ቦ አመሰግንህ ዘንድ፤ ሕያው ሆኜ ምግባረ ነፍስ እየሠራሁ ምስጋና ሳቀርብ እኖር ዘንድ፤ ቦ አንተን አመስግኜ እከብር ዘንድ፤ አምኜ አባታችን ሆይ ብዬ እጠራሃለሁ ትምጻእ መንግሥትከ እያልሁ እጣራለሁ ስመ አምላክነትህ ይገለጽልን፤ አንተ ኃያል እኩት ስቡሕ ነህና ቦ ይህን ዓለም ካለመኖር ወደመኖር አምጥተሃልና ከመኖር ወዳለመኖር ትወስደዋለህና፤ ቦ በጥንተ ተፈጥሮ በሐዲስ ተፈጥሮ ፈጥረኸናልና፤ ለአንተ ክብር ምስጋና ይገባል።

280 የማይመረመር አለ? በስም በግብር በአካል ሦስት ሲሆን በባሕርይ በህልውና በመለኮት አንድ መሆኑ አይመረመርምና፤ በአንድነቱ ምንታዌ በሦስትነቱ ርባዔ የለበትምና፤ ለፀሐይ ለቀላይ ለእሳት የግብር ሦስትነት ቢኖራቸው የባሕርይ የህልውና አንድነት የአካል ሦስትነት የላቸውም፤ ለአብርሃም ለይስሐቅ ለያዕቆብ፣ ለጳውሎስ ለጢሞቴዎስ ለስልዋኖስ የአካል የስም ሦስትነት ቢኖራቸው የህልውና አንድነት የላቸውም፤ ሥላሴ ግን በስም በግብር በአካል ሦስት በባሕርይ በህልውና አንድ ነውና የማይመረመር ልዩ ሦስት አለ።

ሦስት ጊዜ አሜን ማለታችን

ሥጋውን ስንቀበል አንድ ጊዜ ደሙን ስንቀበል ሁለት ጊዜ አሜን እንላለን፤ ሦስት ጊዜ መሆኑ የሦስትነት፣ ቃሉ አለመለወጡ የአንድነት ምሳሌ ነው፤ ቦ በሦስት ወገን እንደካሠልን ለማጠየቅ ነው፤ በሥጋ፣ በደማዊት ነፍስና በነባቢት ነፍስ። ቦ በደሙ ሁለት ጊዜ መሆኑ ነባቢት ነፍስ አትበላም በነባቢት ነፍስ የካሠልንን በደማዊት ነፍስ እንቀበለዋለንና ነው፤ ቦ ሁለት ጊዜ ከጎኑ ደም ፈሷልና ነው፤ ከሞት አስቀድሞ ከመላ ሕዋሳቱ፣ ከሞተ በኋላ ከጎኑ ፈሷልና ነው። ሐራዊ አለን ሞቷል? ብሎ ጎኑን ወጋው ትኩስ ደም እንደ "ለ" ፊደል ሆኖ በመሐል ውኃው ወርዷልና እንዲህ አለ።

ይ.ሕ ጸሎት ዘባስልዮስ ወትእዛዝ ዘሀገርነ - ባስልዮስ የተናገረው ጸሎት የሀገራችን ሊቃውንት ያዘዙት ትእዛዝ ይህ ነው፤ ሥጋውን ተቀብሎ በአፉ ይዞ ቅዱስ ሥሉስን በሕሊና ደግሞ ሥጋውን እንደሚላከው ሁሉ ደሙንም ተቀብሎ በአፉ ይዞ ይህንን ጸሎተ ሕሊና አድርሶ ይላከው ብለው ያዘዙ የሀገራችን መምህራን ናቸው፤ ነገር ግን ደም በአፍ ይዞ መጸለይ አይቻልምና ከተቀበለ በኋላ ይጸልየዋል፤ ጸሎቱ የሕዝቡ ቢሆንም ንፍቁ ካህን በእነሱ ተገብቶ ይጸልየዋል።

ጌታዬ አምላኬ ኢየሱስ ክርስቶስ ሆይ በነፍስ በሥጋ ለሠራሁት ኃጢአቴና በደሌ ማስተሥረያ ይሆን ዘንድ ንጹሕ ሥጋህንና ክቡር ደምህን ተቀበልሁ፤ ሰውን የምትወድ ተቀዳሚ ተከታይ የሌለህ ወልድ ዋሕድ ሆይ ምስጋናህን በአንደበቴ ምላ፤ ጌትነትህን እንዳመሰግን አድርገኝ፤ ታድነኝ ዘንድ አምስት ሺህ አምስት መቶ ዘመን ሲፈጸም ሰው የሆንህ፣ በመስቀል የተሰቀልህ አንተ ነህና፤ ጽኑዕ ክቡር ስለሆነው ስምህ ለዘለዓለሙ አድህነኸኛልና፤ አገልጋይህ በሚሆን በካህኑ እጅ ሥጋህን ደምህን ሰጥተኸኛልና፤ በምሴተ ሐሙስ ከተደረገው ምሥጢር ጋር አስተካክለኸኛልና ምስጋና ይገባሃል፤ በበግ ከተመሰሉ ምእመናን ጋር አንድ አድርገህ ትቄጥረኝ ዘንድ እለምንሃለሁ እማልድሃለሁ፤ በጸጋ በረድኤት ተቀበለኝ፤ የቀደመውን ኃጢአቴን አታስብብኝ ይቅርም በለኝ፤ የሰጠኸኝን ጸጋ በእኔ አድራ ያለች ረድኤትህንም አመሰግናለሁ።

ይ.ዲ ጽዋውን ከንፍቁ እጅ ሲቀበል "ጽዋዐ ሕይወት እትሜጦ ወስመ እግዚአብሔር እጼውዕ - ሕይወት የሚያድለውን የሕይወት ጽዋ እቀበላለሁ የእግዚአብሔርንም ስም ጠርቼ አመሰግናለሁ" ይላል።

ይ.ዲ የተቀበልነውን ሥጋውን ደሙን አዋሕድልን ብለን እንለምናለን፤ ልመናችንን በሕይወት መጽሐፍ ይጽፍልን ዘንድ ቦ ስማችንን በሰማያዊ መዝገብ ይጽፍልን ዘንድ፣ ልዩ በሚሆን በእሱ ብርሃን ብሩሃን ያደርገን ዘንድ አድርገን ብለን እንለምናለን፤ ወደ ቤተ ክርስቲያን ከመምጣት ሥጋ ወደሙን ከመቀበል ወደኋላ ስላሉ ሰዎች እንማልዳለን፤ ወደቤተ ክርስቲያን አምጣቸው ትጉሃን አድርጋቸው ለሥጋ ወደሙ አብቃቸው እያልን እንማልዳለን፤ በየጊዜው ያስብላቸው ዘንድ፣ የዚህን ዓለም ሥጋዊ ፍቅር ቆርጦ ይጥልላቸው ዘንድ፣ ፍቅረ ዓለምን አርቆ ፍቅረ እግዚአብሔርን ያሳድርባቸው ዘንድ፣ ሃይማኖትን ምግባርን ያጸናላቸው ዘንድ አጽናላቸው ብለን እንማልዳለን፤ ሥጋውን ደሙን ተቀብለው ከአንተ ጋር አንድ ይሆኑ ዘንድ ወደዋልና።

የቅዳሴው ማጠቃለያ ጸሎት

ይ.ዲ ነአኵቶ ለእግዚአብሔር ቅድሳቶ ነሢአነ ከመ ለሕይወተ ነፍስ ይኩነነ ፈውሰ ዘተመጦነ ንስእል ወንትመሐፀን እንዘ ንሴብሖ ለእግዚአብሔር አምላክነ

- ሥጋ ወደሙን የተቀበልን እኛ ፈጣሪያችንን እናመሰግናለን እያመሰገንን እንማጸናለን አደራ ጥብቅ ሰማይ እሩቅ እያልን የነፍሳችንን ነገር አደራ እንላለን።[281]

ይ.ካ አንደበቴ የእግዚአብሔርን ጌትነት ይናገራል፤ ሥጋዊ ደማዊ ፍጥረት ሁሉ ጽኑዕ ክቡር ለሚሆን ስሙ ምስጋና ያቀርባል፤ ሕዝቡም አቤቱ ሰማያዊ አባታችን ወደመከራ ወደኃጢአት ወደክህደት ወደገሃነም አታግባን ብለው ይመልሳሉ።

---

281 ክብ በሆነ ቤተ ክርስቲያን ዲያቆኑ ነአኵቶ እያለ ቤተ መቅደሱን ዞሮ ከምዕራባዊው የቤተ መቅደሱ በር ይቆማል፤ ሴቶችን ለማቀበል ወደሴቶች መቆሚያ ይሄዳሉና፤ በከተሞችም እንኳ ይህ ሥርዐት ሳይለወጥ የሚታይበት ሁናቴ አለ፤ ካየሁት ለምስክርነት አዲስ አበባ ማኅደረ ስብሐት ልደታ ለማርያምን መጥቀስ ይቻላል። መስቀል ቅርጽ ባላቸው አብያተ ክርስቲያናት ግን ብዙም አይታይም። ለምሳሌ ደብረ ሊባኖስ አሁን አሁን እየተተወ መጥቷል፤ የኔታ ጥበቡ ሴቶችን በእነሱ መቆሚያ በኩል ሄዳችሁ አቁርቡ ብለው መምህራዊ ምክር ሰጥተው ለተወሰነ ጊዜ ሲደረግ አስታውሳለሁ፤ እንደ እኔ መረዳት በአገልግሎት የሚሠየሙ አበው መነኮሳት ሥርዐቱን ለመፈጸም ካለመፈለግ ሳይሆን እናቶችና እኅቶች እስከ በሩ ድረስ በዝተውና መልተው የሚቆሙ ስለሆነና ወደኋላም ቦታ ስለሌለ መሐሉን አመቻችቶ ማቀበል ምርጫ እንደሆነ እገምታለሁ፤ ምክንያቱ ይህ ነው ብሎ ያስረዳኝ ባይኖርም፤ እኔም ባልጠይቅም። እንደ ገዳሙ ታላቅነት በዚያ ቦታ የሚደረገው ሁሉ ለሁሉም ምሳሌና አብነት ስለሆነ በቦታው በአገልግሎት ያሉ አበውና መምህራን በጥንቃቄ ቢከታተሉት ድንቅ ይሆናል።

ይ.ዲ የክርስቶስ ቅዱስ ሥጋውን ክቡር ደሙን ተቀበልን፤ ሥጋውን ደሙን በመቀበል አንድ ሆነን ልናመሰግነው ይገባል እያለ ለተሰጠን ስጦታና ለደረስንበት ክብር በቂ ግንዛቤ እንዲኖረን በዜማ ቃል ያተጋናል።

ድርገት ወደ ምዕራብ መውረዱ

ድርገት [282] ወደ ምዕራብ መውረዱ ጌታችን ወደዚህ ዓለም የመምጣቱ ምሳሌ፤ ወደ ምሥራቅ መመለሱ የዕርገቱ ምሳሌ ነው። አንድም ፊቱን ወደ ምዕራብ መልሶ ለመሰቀሉ ምሳሌ፤ ወደ ምሥራቅ መመለሱ የትንሣኤው ምሳሌ ነው። ድርገት ሲወርድ እንሰግዳለን፤ ቅዱሳት አንስት ከመቃብር ደርሰው ሲመለሱ ጌታችንን አግኝተው ከእግሩ ሥር ወድቀው ሰግደዋልና፤ ድርገት ሲመለስም ሰግደን እጅ እንነሣለን ይህም ሐዋርያት በዕርገት እጅ ነሥተው ወደ ኢየሩሳሌም ለመመለሳቸው ምሳሌ ነው።

ሐዳፌ ነፍስ

ሐዳፌ ነፍስ ማለት የነፍስ መምህር ማለት ነው፤ እለ ውስተ ሲኦል ፃው ወእለ ውስተ ጽልመት ተከሠቱ ወርእዩ ግእዛነ - በሲኦል ያላችሁ ውጡ በጨለማ ያላችሁ ተገለጡ ነጻነትን እዩ ብሎ ያስተምራቸዋልና። ኢሳ ፵፱፥፱፤ “ዘአጥረየ ኀዳፈ የአምር ምሳሌ ኀቡዓ ወሠውረ ነገረ ወእለስ አልቦሙ ኀዳፍ ይትነገፉ ከመ ቈፅል - መምህርን ያገኘ የተሸሸገ ምሳሌንና የተሠወረ ነገርን ያውቃል መምህር የሌላቸው ግን እንደ ቅጠል ይረግፋሉ” እንዲል ምሳ ፩፥፯፤ በ በመስቀለ ትርክዛው ባሕረ እሳትን እየቀዘፈ የሚያሻግር እርሱ ነው። [283] በ አምስት ሺህ አምስት መቶ ዘመን በዝገት የነበሩ ነፍሳትን ያደሰ/የወለወለ እሱ ነው ሐድፊዮ እንዲል ትግሬ ወልውለው ሲል።

---

282 ድርገት ማለት አንድ መሆን አንድነት ማለት ነው፤ ሥጋ ወደሙን ተቀብለን አንድ እንሆናለንና። "ድርገተ ኮንከ እንተ ላዕለ ኃይል - በላይ ካለ ኃይል ጋር አንድ ሆንህ" እንዲል
283 ንዑ ነሐድፍ እንዲል

ሐዳፌ ነፍስ በሚደገምበት ጊዜ በውስጡ ጸልዩ የሚል ያለበት እንደሆነ ፊታቸውን ወደ ምዕራብ መልሰው ጸልዩ እስከሚለው ድረስ ይጸልያሉ፤ ጸልዩ ካለ በኋላ ያለውን ፊታቸውን ወደ ምሥራቅ መልሰው ይጨርሳሉ። ወደ ምዕራብ መዞራቸው አምስት ሺህ አምስት መቶ ዘመን በዓረበ ሲኦል የመኖራችን ምሳሌ ነው፤ ወደ ምሥራቅ መዞራቸው የአዳምንና የልጆቹን ልመና ሰምቶ ሰው ሆኖ ወደቀደመ ቦታችን ወደገነት የመመለሳችን ምሳሌ ነው። ፊትን ወደ ምሥራቅ በመመለስ የተጀመረው ጸሎተ ቅዳሴ በምሥራቅ ይፈጸማል።

ሁሉን የያዝህ የጌታችን የመድኃኒታችን የኢየሱስ ክርስቶስ አባት እግዚብሔር ሥጋህን ደምህን ለመቀበል አብቅተኸናልና እናመሰግንሃለን፤ ለፍርድ ለወቀሳ አይሁንብን፤ በነፍስ በሥጋ በልቡና የሚያድን ይሁንልን፤ በልጅህ ሰጪነት ስለሰጠኸን እናመሰግንሃለን ለዘለዓለሙ አሜን።

ይ.ካ ሥጋ ወደሙን አቀብሎ ከፈጸመ በኋላ እጁን ከመናጻቱ አስቀድሞ ይህንን ይጸልይ፤

የማትለወጥ የማታልፍ ሥጋህ ደምህ ለሁሉ ተሰጠች፤ ከጽንፍ እስከ ጽንፍ ደረሰች፤ [284] ኃይል መድኃኒት ሊሆነን ኃይል መድኃኒት አድርገህ የሰጠኸን ሥጋህ ደምህ ለሁሉ ተሰጠች፤ ከአንተ ጋር ያለ የሞትህ መታሰቢያ ሥጋህ ደምህ ለሁሉ ተሰጠ፤ ሞቱ ሁልጊዜም ሲነገር ይኖራልና ከአንተ ጋር ያለ አለ።

ክብርት የምትሆን የትንሣኤህን ምሥጢር አየን፤ ቦ በሥጋው በደሙ የትንሣኤህን ምሥጢር ተረዳን፤ በሥጋው በደሙ መንግሥተ ሰማያትን አውርሰን፤ በዚች ሰዓት ሁልጊዜም በሥጋው በደሙ ጠብቀን፤ ጌታችን ፈጣሪያችን መድኃኒታችን ኢየሱስ ክርስቶስ ሆይ በሁሉ የከበርህ ንጉሥ አንተ ነህና፤ ክቡር ንጉሥ አለ? ንጉሥ ልስጥ ያለውን እንዳያጣ ጌታም ሁሉን ይሰጣልና፤ እኵት ዐቢይ ክቡር ልዑል እያልን አንተን አብን መንፈስ ቅዱስን እናመሰግናለን ለዘለዓለሙ አሜን።

---

[284] ጽንፍ እስከ ጽንፍ ይሠዋልና እንዲህ አለ፤

ይ.ካ ጸሎት እምድኅረ ማየ መቍረር -

ማየ መቍረርን ካደረጉ በኋላ ሁሉም የሚጸልዩት ጸሎት ነው፤ ማየ መቍረር የሚለው ጻሕል ጽዋው የተናጸበትን ነው። [285]

---

285 መቍረር የሚለው ቃል ቈረ ቀዘቀዘ ካለው ግስ የተገኘ ቃል ነው ትርጒሙም መቍረሪያ ማብረጃ ማቀዘቀዣ ማለት ነው፤ ማየ መቍረር ሲል በንባቡ የማቀዝቀዣ ውኃ ማለት ሲሆን የኲስኲስት ውኃ የቅዳሴ ጠበል ማለት ነው። መዝገበ ቃላት ዘአለቃ ኪዳነ ወልድ ክፍሌ ገጽ ፫፻፲፪፤ **መቍረርት ቢል ደግሞ የጠበሉን ዕቃ ያሳያል፤**

ትርጓሜያችን ማየ መቍረር የሚባለው ጻሕል ጽዋው የተናጸባት ነው ሲል ይህን የሚላኩት ካህናቱ መሆናቸው የታወቀ ነው፤ መምህር አብርሃም አረጋም ኅብረ ሥርዐት ዘቤተ ክርስቲያን ኦርቶዶክሳዊት በተሰኘ መጽሐፋቸው የአለቃ ኪዳነ ወልድ ትርጒምን እንዳለ ተጠቅመውታል፤ ኅብረ ሥርዐት ገጽ 398፤ ነጥቡ ዕርቅ የሚፈልግ ይመስላል፤ ሊቃውንቱ ቢወያዩበት ድንቅ ይሆናል። ፍትሐ ነገሥታችንም "ኢያቍርር አሐዱሂ ወኢይክድን ቍርባኖ በኅብስት እምቅድመ ሠርሖት ወማየ መቍረርሂ ኢይንጥብ እምአፍ ምንትኒ - አንዱ ስንኳ ከሠርሖተ ሕዝብ በፊት ሥጋ ወደሙን በሌላ ኅብስት አያድፈው ማየ መቍረሩም ከአፉ ምንም ጠብ አይበል" በማለት ማየ መቍረር ለቈራቢዎች ሁሉ እንደሆነ ያስረዳል። ከዚሁ ጋር ተያይዞ መወሳት ያለበት ነጥብ የማደፊያ ጉዳይ ነው፤ መምህር አብርሃም አረጋ "በዘቢብ ማቍረር ተገቢ ነውን" በሚለው ንዑስ ርእስ ውስጥ "ይህ ድርጊት ሥርዐት የለሽ ሕገ ወጥ የሆነ ልብ ወለዳዊ የውጭ ቅይጥ ያለበት ድርጊት ነው" ብለው አጸይፈውታል፤ አያይዘውም ከጸሎት መጽሐፍ ውጭ ማንኛውንም ነገር ዘቢብና የሕፃናትን ምግብ (ጡጦ) ይዞ መግባት ተገቢ አይደለም ብለዋል፤ ኅብረ ሥርዐት ገጽ 150፤

በመጽሐፈ መነኮሳት በፊልክስዩስ እንዲህ የሚል ቃል ተመዝግቧል "ወበእንተዝ ይደሉ ከመ ይስተይ ማየ አው ይብላዕ ኅብስተ በረከት እምድኅረ ተመጥዎ ምሥጢራተ ቅድሳት - ከምሥጢረ ቅድሳት ከተቀበለ በኋላ ማየ መቍረርን ኅብስተ በረከትን ይቀምስ ዘንድ ይገባል" የሚል። ተስእሎ ፲፤ **በውጭው ዓለም በሀገር ቤት እንዳለው ከተቀበሉ በኋላ በአርምሞ ለመቆየት የማያስችሉ ሁናቴዎች አሉ፤ በዋናነት አገልግሎቱ በሳምንት አንድ ቀን በመሆኑና ሁሉም በአንድ ላይ የሚሰባሰቡት በዕለተ ሰንበት በመሆኑ ሁሉም የአገልግሎት ዘርፍ የሚከናወነው በዚሁ ክፍለ ጊዜ ነው፤ ማለት ከቅዳሴው ቀጥሎ ባለው ሰዓት ነው፤ አንዳንድ ቦታ እስከ እኩለ ቀን ድረስ አገልግሎቱ የሚቀጥለበት ሁናቴ ይስተዋላል፤ መዝሙር የሚዘምሩ፣ ጽሑፍ የሚያቀርቡና መልእክት የሚያስተላልፉ ሁሉ በዚሁ ክፍለ ጊዜ የሚሳተፉ ስለሆኑ በዘቢብ ማደፍን እንዲህ ያለ ችግር ወልዶት ከሆነ ጥናትና ምክክር ተደርጎ የጋራ መልእክት ማስተላለፍ ቢቻል ድንቅ ነው።**

አቤቱ ጌታዬ አምላኬ ወደአንተ እጸልያለሁ እማልዳለሁ፤ መንጋህን የምትወድ ቸር ጠባቂ ለበጎችህ ቤዛ ራስህን የሰጠህ የጽድቅ መብል ሥጋህን ዘለዓለማዊ የጽድቅ መጠጥ ደምህን ትሰጠኝ ዘንድ እለምንሃለሁ፤ የተቀበልሁትን ታዋሕድልኝ ዘንድ አዋሕድልኝ ብዬ እለምንሃለሁ፤ ዳግመኛ ሥጋህን ደምህን የተቀበልሁ እኔ ኃጢአት ሠርቼ አንተን እንዳላስነቅፍ ሰውነቴን በኃጢአት እንዳላሳድፍ የተቀበልሁት ሥጋህ ደምህ የሚፈርድብኝ እንዳይሆን እለምንሃለሁ፤ የተቀበልሁት ሥጋ ወደሙ ከመከራ ሥጋ ከመከራ ነፍስ የሚያድነኝ አንተን መፍራትን የሚያስተምረኝ መጥዎተ ርእስን የሚያስረዳኝ ይሁንልኝ፤ ባለ በዘመኔ ሁሉ በአምልኮ ወደ አንተ አደላ [286] ዘንድ፤ ያለማቋረጥ አመሰግንህ ዘንድ እለምንሃለሁ፤ አቤቱ ሰውነቴን አንጻት፤ ለአንተ ማደሪያ ትሆን ዘንድ አጥራት፤ ልቡናዬም እንዲድን፣ መንፈስ ቅዱስ እንዲያድርበትና እንዲመላበት አድርገው፤ በሃይማኖት ሆኜ ሥጋህን ደምህን ከካህናቱ እጅ ተቀብያለሁና፤ [287] ክብር ምስጋና ለአንተ ይሁን ለዘለዓለሙ አሜን።

---

286 ጣዖት አምልኮ አለና ወደ አንተ አደላ ዘንድ አለ፤

287 ግእዙ ነሣእኩ ተመጠውኩ በላእኩ ይላል፤ በነፍስ በሥጋ በደመ ነፍስ ሆነን እንቀበለዋለንና፤ ቦ ካህናት አበው ለቀደሶ ሥጋ ወነፍስ ወመንፈስ ብለው ያቀብሉናልና።

አንብሮ እድ

ቄሱ እጁን ከታቦቱ ላይ አኑሮ ቦ እጁን ከታቦቱ ላይ አመሳቅሎ የሚጸልየው ጸሎት ነው፤ እጁን ከታቦቱ ላይ ማኖሩ ጸሎቱ የሕዝቡ ነውና፤ ጥንቱን ታቦቱ መከበሩ አካለ እግዚአብሔር መሆኑ ሕዝቡ ሊከብሩበት ነውና፤ ሁሉ አንድ ሆነው በሚጸልዩበት በታቦቱ ላይ እጁን አኑሮ ይጸልይ አለ፤ ይኸውም ጌታችን በጊዜ ዕርገት ሐዋርያትን በአንብሮተ እድ ባርኮ ለማረጉ ምሳሌ ነው።

ቅድመ ዓለም የነበርህ ዓለምን አሳልፈህ የምትኖር ኀልፈት ውላጤ የሌለብህ፣ የማትጠፋ የሕይወት ብርሃን ቦ የሕይወት መገኛ መገለጫ የምትሆን እግዚአብሔር ወንዶችንም ሴቶችንም በዐይነ ምሕረት ተመልከታቸው፤ በበረከት ያፈሩ ዘንድ ማለት በረከተ ሥጋ በረከተ ነፍስን ያገኙ ዘንድ አንተን መፍራትን በጎ አምልኮትን በልቡናቸው ዝራ አሳድር፤

ሥጋህን ደምህን ያልተቀበሉትን ሥጋህን ደምህን ከተቀበሉት ጋር አንድ አድርጋቸው፤ [288] ርእሰ ልቡናቸውን ዝቅ ባደረጉ ቦ ልቡናቸውን ከትዕቢት ባዋረዱ በወንዶቹ በሴቶቹ በሽማግሌዎቹ በሕፃናቱ በደናግሉ በመነኮሳቱ ባል ረዳት በሌላቸው እናት አባታቸው በሞቱባቸው ላይ ሥልጣንህ የሚያድርባቸው የሚጠብቃቸው ይሁኑ፤ እኛንም ከእነሱ ጋር አንድ አድርገን፤ ቦ በመንግሥተ ሰማያት አንድ አድርገን፤ በነፍስ በሥጋ ጋርደን ጠብቀን በሊቃነ መላእክት ጠባቂነት ረዳትነት አጽናን አበርታን፤ ከክፉ ነገር ሁሉ ማለት በእጅ ከመግደል በቃል ከመበደል አርቀን ለየን፤ በልጅህ በኢየሱስ ክርስቶስ አምነን ትሩፋት እንድንሠራ አድርገን በእሱ ያለ ክብር ጽንዕ ለአንተ ይገባል ዛሬም ዘወትርም ለዘለዓለሙ አሜን።

---

288 እንዲህ ብሎ የሚጸልይላቸው በንስሐ ውስጥ ሆነው መቀበል ያልተቻላቸውን ነው፤

ምዕራፍ ፲ወ፱

ይ.ካ ንፍቅ ወዕቀቦሙ

ባለ በዘመናቸው ሁሉ በክብር የክብር ክብር ከብረው ለመኖር በቀናች ሃይማኖት ጠብቃቸው፤ ከሁሉ በምትበልጥ ልቡና መርምሮ በማይደርስባት ፍቅር አኑራቸው አጽናቸው፤ [289] አምላክን በወለደች የሁላችን እመቤት በሆነች በንጽሕት ቅድስት ማርያም አማላጅነት፤ ብርሃናውያን በሆኑ በአራቱ ሊቃነ መላእክት በሚካኤል በገብርኤል በሩፋኤል በሱርያል አማላጅነት፤ ግዙፋን ባልሆኑ ረቂቃን በሆኑ በአርባዕቱ እንስሳ በሃያ አራቱ ካህናተ ሰማይ አማላጅነት ጠብቃቸው አጽናቸው።

ቀደምት አበው አርእስተ አበው በሚሆኑ በአብርሃም በይስሐቅ በያዕቆብ አማላጅነት [290] በመጥምቀ መለኮት ዮሐንስ ጸሎት፤ በዐሥራ አራቱ ዕልፍ ሕፃናት ጸሎት፤ ከቡራን ቅዱሳን በሆኑ በአባቶቻችን በሐዋርያት ጸሎት፤ ወንጌልን በጻፈ ባስተማረ በማርቆስ ጸሎት፤ በሰባ ሁለቱ አርድእት በአምስት መቶ ወንድሞች፣ ሃይማኖታቸው በቀና በሦስት መቶ ዐሥራ ስምንቱ ሊቃውንት ጸሎት፤ ሠለስቱ ደቂቅ አናንያ አዛርያ ሚሳኤል በጸለዩት ጸሎት፤ ሰባቱ ቅዱሳን ባቀረቡት ልመና ጠብቃቸው አጽናቸው።

ሰባቱ ቅዱሳን የተባሉት መክሲሞስ፣ ታሙኪሮስ፣ መርዲሞስ፣ ቈስጠንጢኖስ፣ ዮሐንስ፣ እንጦንዮስና ቴዎዶስዮስ ናቸው፤ በዓላቸው ነሐሴ ሃያ ነው፤ ታሪካቸውም እንዲህ ነው።

---

289 እንተ ትትሌዐል አለ ከፍቅር የሚደርስ የለምና፤ “ከሁሉ ፍቅር ይበልጣል” እንዳለ ሐዋርያው፤

290 ስመ ጥር ናቸውና፤ መሠረተ ኪዳን ናቸውና፤ አእርክተ እግዚእ ይላቸዋልና ልዑላነ ዝክር አለ።

በዘመነ ዳኬዎስ ተሰውረው በዘየዐቢ ቴዎዶስዮስ የተገለጡ ናቸው፤ የዳኬዎስ የውስጥ አሽከሮች ነበሩ፤ ሃይማኖታችሁን ካዱ ለጣዖት ስገዱ አላቸው፤ አይሆንም አሉት፤ አሰራቸው፤ ዘመቻ ተነሣ፤ ቢመለሱ ተመለሱ ባይመለሱ ስመለስ የማደርገውን አውቃለሁ ፈታችሁ ስደዷቸው ብሎ ፈቷቸው፤ ሄደው ከአንድ ዋሻ ገብተው ተቀመጡ፤ ከእነዚያ አንዱ እየወጣ ምግባቸውን እየገዛ ይመለሳል፤ ኋላ መጣ ሲሉ ሰምተው ዋሻቸውን ዘግተው ተቀመጡ፤ በዚያው በዋሻው ውስጥ እንዳሉ አረፉ፤ እየመጣ የሚጠይቃቸው አንድ ምእመን ነበረ፤ ቢሄድ ድምፅ አጣ፤

እኒህ ሰዎች አርፈዋል መሰል ብሎ የገቡበትን ቀን በብረት ሰሌዳ ቀርጾ በመስኮት አግብቶ ተወው፤ ሦስት መቶ ሰባ ሁለት ዘመን አልፎ ዳኬዎስ ሞቶ ብዙ ነገሥታት ነግሠው ዘየዐቢ ቴዎዶስዮስ ነገሠ፤ በእሱ ዘመነ መንግሥት ትንሣኤ ሙታን የለም የሚሉ መናፍቃን ተነሡ፤ ለእነርሱ መርቻ አድርጎ አንቅቷቸዋል፤

ምግባቸውን በየተራ እየወጡ ይገዛሉ፤ ከእነሱ አንዱ ምግባቸውን ሊገዛ ከተማ ወጥቶ ነገሩ ሁሉ ተለዋውጦ አገኘ፤ ስመ ጣዖት ይጠራበት በነበረው ስመ እግዚአብሔር ሲጠራ፣ ጣዖት ቆሞበት በነበረው መስቀል ቆሞበት አየ፤ ይህች ሀገር ኤፌሶን አይደለችምን አለ፤ ናት እንጂ አሉት፤ ከገበያ ገብቶ ምግቡን ሲገዛ የያዘው ወርቅ የዳኬዎስ ስም የተጻፈበት ነውና የመምለኬ ጣዖት ወርቅ ይዘሃል ብለው ያዙት፤ ከየት መጣህ አሉት፤ ሀገሬ እዚሁ ነው አላቸው፤ እስኪ እነማንን ታውቃለህ አሉት፤ እነእገሌን እነእገሌን አላቸው፤ የጠራቸውን ሰዎች ስንኳን ሰዎቹን ስማቸውን የሚያውቅ አልተገኘም፤ ከንጉሡ ዘንድ ወሰዱት፤ ነገርህ እንደምን ነው? አለው፤ ኧረ እኔ ብቻ አይደለሁም ስድስት ወንድሞቼ ከእንዲህ ያለ ቦታ አሉ ብሎ ነገሩን አስረዳው፤ ኢድርሰን አሉት ይዟቸው ሄደ፤ ያንን በሰሌዳ የተቀረፀውን የገቡበትን ቀን ቢያዩ ሦስት መቶ ሰባ ሁለት ዘመን ሆኖ ተገኘ፤ ትንሣኤ ሙታን ቢኖር ነው እንጂ ባይኖርማ ከሦስት መቶ ሰባ ሁለት ዘመን በኋላ ይነሡ ነበርን ብሎ ለእነዚያ መርቻ አድርጓቸዋልና እንዲህ አለ።

ቀዳሚ ሰማዕት ሊቀ ዲያቆናት ቅዱስ እስጢፋኖስ፣ ቅዱስ ጊዮርጊስ፣ ምሥራቃዊ የሆነው ቅዱስ ቴዎድሮስ፣ ቅዱስ በናድሌዎስ፣ ቅዱስ መርቆሬዎስ፣ ቅዱስ መርምህናም፣ ቅዱስ አባዲር፣ ቅዱስ ገላውዴዎስ፣ ቅዱስ ፋሲለደስ፣ ቅዱስ ፊቅጦር፣ ቅዱስ ቂርቆስና እናቱ ኢየሉጣ፣ ቅዱስ ሚናስና ሰማዕታቱ ሁሉ በሚጸልዩት ጸሎት በሚለምኑት ልመና ጠብቃቸው አጽናቸው።

በጌታ አምኖ መከራ የተቀበለ ኃያል መስተጋድል ድንግል የሆነ አባ ኖብ፣ ምንኩስናን የጀመረ የመነኮሳት አባት አባ እንጦንስ፣ [291] የባሕታውያን መሪ ፊታውራሪ የሚሆን አባ ጳውሊ፣ ንዑዳን ክቡራን የሆኑ ሦስቱ መቃርሳት በሚጸልዩት ጸሎት ጠብቃቸው አጽናቸው። [292]

---

291 ሥርዐተ ብሕትውና በጳውሊ ሥርዐተ ምንኩስና በእንጦኒ ተጀምሯል፤ የጳውሊ አባቱ ባለጠጋ ነበር ሲሞት ገንዘቡን በታላቅ ወንድሙ እጅ አድርጎ ኋላ አካለ መጠን ባደረሰ ጊዜ ከፍለህ ስጠው ብሎ ተናዞ አረፈ፤ አካለ መጠን ባደረሰ ጊዜ ያባትን ሞቱን አይወዱ ረጅቱን አይሰዱ እንዲሉ ደረስሁ ልጅ ፈላሁ ጠጅ ያባቴን ገንዘብ ከፍለህ ስጠኝ አለው፤ አይሆንም አለው፤ ምነው ቢለው ታበላሻለህ እንጂ ብዬ ነው አለው፤ አላበላሽም ስጠኝ አለው፤ ግድማ ካልኸኝ ብሎ ብዙውን አስቀርቶ ጥቂቱን መልካሙን አስቀርቶ ተራውን ሰጠው፤ እሱም በዚህ ተናዶ ዳኛ አወጣለሁ ብሎ ሲሄድ እንደ አባቱ ያለ ባለጠጋ ሞቶ እኩሉ ሲያለቅሱ እኩሉ ሲፈቱ አገኘ፤ ምንድን ነው ብሎ ጠየቀ ባለጠጋ ነበር ሞቶ ይለቀሳል አሉት፤ ከእነዚያ አንዱን እስኪ ምከረኝ ከወንድሜ ጋር በገንዘብ ተጣልቼ ዳኛ አወጣለሁ ብዬ መጥቼ ነበር ቢለው አባትህ ባለጠጋ ነበር ጥሎት ሞተ፤ ይህም የምታየው ባለጠጋ ነበር ጥሎት ሞተ፤ አንተስ ብታመጣው ነገ ጥለኸው ትሄድ የለምን ተወው ይቅርብህ አለው።

እውነትህን እንጂ ነው ብሎ ትቶ ተመልሷል፤ አንድም እንዲያው እሱ በአንድ ወገን ሲለቀስ በአንድ ወገን ሲፈታ ባየ ጊዜ አባቴ ባለጠጋ ነበር ጥሎት ሞተ እኔስ ጥየው እሞት የለምን ልተወው ይቅርብኝ ብሎ ተመልሶ ወንድሜ ገንዘቡ አንተን ይምሰል ትቼልሃለሁ አለው፤ ነገር ግን ለአባቱ ወንጌለ ዮሐንስ ነበረው ይህን ስጠኝ ብሎ እሱን ብቻ ይዞ ሄደ፤ ምግላል ቦታ ፈልጎ እንዲህ እንደ መቃብር ቤት ያለ ነው ከዚያ ገብቶ አደረ፤ ጌታም ለፈተና ሦስት ቀን ምግብ ነሣው፤ ያንን ወንጌለ ዮሐንስ እየደገመ ጠበሉን እየቀመሰ ምክንያት ሆኖት አጽንቶት ሰነበተ፤ በሦስተኛው ቀን መንፈቀ ኅብስት ወረደለት ፈጽሞ ሳይለዩ እንዲህ የሆነ ፈጽሞ ቢለዩማ እንደምን ያለ ተአምራት በተደረገ ብሎ አናብስት አናምርት አክይስት አቃርብት ካሉበት ነቅዐ ማይ ልምላሜ ዕፅ ከሌለበት ድሩክ ለተዐቅቦ ይለዋል ዘር ተክል ከማይገኝበት ከጽኑ በረሃ ሄደ።

የእንጦንስም ታሪክ እንዲሁ ነው፤ አባቱ ባለጠጋ ነበር ሀገሩንም ጽዒድ ዘእምፈለገ አቅበጣ ይላታል ስንክሳር፤ በተለየ ስሟ ቅማ ይላታል ቅምንም ቅማንም ይላል፤ ይህችውም ውኃ ገብ ናት፤ በቀሐ አጠገብ ልደታ እንዳለች ሁሉ፤ የውኃ አጠገብ ናትና፤ ሾላው ዋርካው ዛፉ ነበረባት፤ እሱም በሕፃንነቱ ከትምህርት ቤት ሄደ፤ በሀገራቸው ቅዳሴ ለመስማት ለጸሎት ያህል እንጂ ፍጹም ትምህርት እጅግም አይማሩምና ቶሎ ተምሮ መጣ፤ አባቱ ሕግ ግባ አለው አይሆንም አለው፤ ምነው ቢሉ ፈቃዱ እንደቀደሙ ሰዎች እንደነ ኤልያስ እንደ ኋላ ሰዎች እንደነ ዮሐንስ ንጽሕ ጠብቆ ከሴት ርቆ መኖር ነውና። ግድ አለው ግድ ካልኸኝማ አንተስ ባልኸው እኔስ ባልኹት ይሆናልን ፍቀድልኝና ለእግዚአብሔር አመልክቼ ልምጣ አለው፤ ደግ! አመልክተህ ና አለው፤ ሄዶ ከዚያች ዋሻ ገባ ወዲያው አባትህ ታመመ ብለው ነገሩት፤ ቢሄድ አርፎ አገኘው፤ ገንዘቡን ሦስት ነገር አስቦ አስቀድሞ ይመጸውታል፤

መጀመሪያ የአባቴ በድኑ ከመቃብር ሳይከተት መብሉ በከርሠ ርኁባን መጠጡ በጕርዔ ጽሙዓን ልብሱ በዘባነ ዕሩቃን ይከተት ብሎ። ሁለተኛ ወኢይወርድ ኵሉ ክብረ ቤቱ ያለውን የነቢዩን ቃል ያውቃልና። ሦስተኛ የሚመንን ነውና ልብ እንዳይቀረው ነው። ሲመጸውትም አይቴ ኃይልከ አይቴ አእምሮትከ አይቴ ፍጥነትከ እያለ መጽውቶታል፤ ኃይልከ ማለቱ ባለጠጋ ሥራ ልሥራ ቢል አይቸግረውምና፤ ይህ ወዴት አለ ሲል ነው። አእምሮትከ ማለቱ ባለጠጋ ሀብቱን ቈጥሮ በደብዳቤ ጥፎ አውቆ ያኖራልና፤ ይህ ወዴት አለ ሲል ነው። ፍጥነትከ ማለቱ ባለጠጋ ያሰበው ነገር ሁሉ ፈጥኖ ይደረጋልና፤ ይህ ወዴት አለ ሲል ነው። እንዲህ እያለ ጨርሶ መጽውቶ አባቱን አስቀብሮ ሲያበቃ ቅዳሴ ለመስማት ከቤተ ክርስቲያን ገብቶ ቆመ፤ ቄሱ ወንጌል ብሎ ሲያነብ እመሰ ፈቀድከ ትኩን ፍጹመ ሢጥ ኵሎ ንዋየከ ወሀብ ለነዳያን ወነዓ ትልወኒ ያለውን ቃል ሰማ፤ አባ ለትጹን ዘገደፋ ያለውን፣ ስምዖን ዘዐምድ ምንት ይበቍዖ ለሰብእ ያለውን እንደሰማ። ይህ አዋጅ የተነገረ ለእኔ እንጂ ነው ብሎ፤ እኅት ነበረችው ከደብረ ደናግል አስጠግቶ ሄዶ ፊት ከነበረበት ዋሻ ገብቶ ተቀመጠ።

ከዕለታት በአንድ ቀን ወለተ አረሚ ሠናይተ ላህይ ይላታል፤ ከደንገጡሮቿ ጋር በቀትር ጊዜ መጥታ ከዛፉ እግር ከውኃው ዳር አረፈች፤ ፊት እሷን አጠቧት፤ ኋላ እርስ በእርሳቸው ይተጣጠቡ ጀመር፤ እሱም ዕርቃናቸውን እንዳያይ ዐይነ ሥጋውን ወደምድር ዐይነ ነፍሱን ወደሰማይ አድርጎ ሲጸልይ ቆየ፤ ያበቃሉ ቢል የማያበቁለት ሆነ፤ ኋላ ደግሞ ቆይተው ነገረ ኀፊር እያነሳሡ ይጨዋወቱ ጀመር፤ ምነው እንግዲህማ አይበቃችሁምን አትሄዱምን አላቸው፤ አ እንጦኒ ለእመ ኮንከ መነኮሰ ሑር ኀበ ደብር መነኩሴ እንደሆንህ ከዚህ ምን አስቀመጠህ ከበረሃ አትሄድምን አለችው። ከዚያ አስቀድሞ መነኩሴ አልነበረ መነኮስ ማለትን ከምን አምጥታ ተናገረችው ቢሉ ጌታ ለአበው ትምህርት የሚሆነውን ነገር በማናቸውም ባልበቃ ሰው አድሮ ማናገር ልማዱ ነው፤ ከዚያ ሁሉ አንድ ካህነ አረሚ ካህነ አረምም ይለዋል ከአንድ ሰው ጋር ሲጨዋወቱ እናንተ መነኮሳት ምሥጢር የማይገለጥላችሁ ከንጽሐ ልቡና እንጂ ባትደርሱ ነው ብሎ እንደተናገረ። አሁን እሱ በምን አውቆ ነው? ይሏል፤ አባ መቃርስም አርድእቱን አስከትሎ ሲሄድ ሕፃናት ሲጫወቱ አገኘ፤ እንደምን ቢሉ ቡድን ቡድን አለው ምን አለህ ቢለው አንድ ባለጠጋ አለ እሱ ይወደኛል እኔ እጠላዋለሁ ደግሞ አንድ ምስኪን አለ እሱ ይጠላኛል እኔ እወደዋለሁ አለ፤ ወአንከረ አባ መቃራ ይላል ሰምቶ አደነቀ አባታችን አሁን ከሊህ ሕፃናት ምን ፍሬ ነገር ሰምተህ ታደንቃለህ አሉት፤ ልጆቼ እንዲህ እንጂ አይደለም ባለጠጋ የተባለ ጌታ ነው እሱ ይወደኛል እኔ እጠላዋለሁ ማለት እሱ የእኛን ድኅነት ይሻል እኛ የእሱን ፈቃድ አንፈጽምለትም፤ ምስኪን የተባለ ዲያብሎስ ነው እሱ ይጠላኛል እኔ እወደዋለሁ ማለት እሱ የእኛን ጥፋት ይወዳል እኛ የእሱን ፈቃድ እንፈጽምለታለን ማለት ነው ብሎ እንደነገራቸው።

አንድም መነኮስ ማለት ዘርኀቀ እምዓለም ወተፈልጠ እምሰብእ ምውት ማለት ነውና፤ በ እንዲያው እሱ ከመነኩሴ ፊት እንዲህ ያለ የማይገባ ነገረ ኀፊር ትናገሪያለሽን አላት ከእሱ ሰምታ አ እንጦኒ እመሰ ኮንከ መነኮሰ ሑር ኀበ ገዳም አለችው፤ ከዚህ አስቅደሞ ምንኩስና የለ እሱስ ቢሆን ከምን አምጥቶ ተናገረው ቢሉ የእሷን ሐተታ ለእሱ ሰጥቶ መናገር ነው። ከዚህ በኋላ ይህ ምክር ተግሣጽ ሆኖት አ እንጦኒ እመሰ ኮንከ መነኮሰ ሑር ውስተ ደብር እያለ ራሱን እየገሠጸ ፊቱን እየጸፋ ጽሕሙን እየነጨ ከዚያ ተነሥቶ አናብስት አናምርት አከይስት አቃርብት ካሉበት ነቅዐ ማይ ልምላሜ ዕፅ ከሌለበት ድሩክ ለተዐቅቦ ይለዋል ዘር ተክል ከማይገኝበት ገዳመ አትፊህ ሄደ።

የዚህ መንገዱ ፍለጋ የለውም አሸዋ ለአሸዋ ነው ነጋድያን ሲጓዙ የወደቀውን የአህያውን የግመሉን ፋንድያ እያዩ በዚያ ምልክት ይሄዳሉ፤ በረሃነቱም ጽኑ ነው፤ ከሐሩሩ ጽናት የተነሣ በቀትር ጊዜ ከደንጊያ ላይ ተልባ ቢያሰጡ ይቈላል። ከዚያ ሄዶ ሲጋደል አጋንንት ፆር አጸኑበት፤ አ ሕፁፀ መዋዕል እፎ ደፈርከ ዝየ ከዚህ እንደምን ደፍረህ መጣህ አዳም ከወጣበት እንጂ እገባ ብለህ ነው? ብለው ዘበቱበት፤ እሱም በትሕትና ይዋጋቸዋል፤ መሆንማ ይሆን ብላችሁ ነው? እናንተ ብዙ እኔ አንድ ብቻዬን፣ እናንተ ረቂቃን እኔ ግዙፍ፣ እናንተ ኃያላን እኔ ደካማ፣ በኃይለ እግዚአብሔር ብችላችሁ ነው እንጂ ያለዚያስ አልችላችሁም እያለ በትሕትና ሲዋጋቸው ኖረ፤ እነሱም እንዲህ እንዲህ እያሉ ፆር አጸኑበት።

ከዕለታት በአንድ ቀን ይህን ፆር አልቻልሁትም ልሂድ እንጂ ብሎ ሲያስብ አደረ፤ ማለዳ በትረ ሆሣዕና ነበረችው ያቺን ይዞ ከደጃፉ ላይ ቆሞ እንዳይቀር ፆሩ ትዝ እያለው እንዳይሄድ በአቱ እየናፈቀው አንድ እግሩን ከውስጥ አንድ እግሩን ከአፍአ አድርጎ ሲያወጣ ሲያወርድ መልአኩ የሰሌን ቆብ ደፍቶ የሰሌን መቋረፊያ ለብሶ የሰሌን መታጠቂያ ታጥቆ ብትን ሰሌን ይዞ መጣ፤ ምን ሊያደርግ ይሆን ሲል ፊቱን ወደምሥራቅ መልሶ ቆመ፤ ወዲያው ጸሎተ ወንጌልን ነአኵቶን ተሣሃለኒን ደግሞ መጀመሪያ ለሥላሴ ሦስት ጊዜ እጅ ነሣ ከዚያ በኋላ አንድ አቡነ ዘበሰማያት አድርሶ ሦስት ጊዜ ሰገደ፤ እንዲህ እያለ ዐሥራ ሁለት አቡነ ዘበሰማያት ሠላሳ ስድስት ሰጊድ አድርሶ በመጨረሻ አንድ ጊዜ እጅ ነሥቶ ተቀመጠ፤ ወዲያው ያን ብትን ሰሌን አቅርቦ ይታታ ጀመር፤ እንጦንስም እንግዲህማ የዚህን ፍጻሜ ሳላይ እሄዳለሁን ብሎ ተቀመጠ፤ ሠለስት ሲሆን ደግሞ ተነሥቶ አቡነ ዘበሰማያቱንም ሰጊዱንም አደረሰ፤ የቀትሩንም የሰዓቱንም የሠርኩንም እንደዚሁ አድርጎ አሳየው፤ በሠርክ አ እንጦኒ ከመ ከመዝ ግበር ወለእመ ገበርከ ዘንተ ትድኅን እምጸብአ አጋንንት አለው፤ ስለምን አምስቱን ጊዜያት ብቻ አሳየው ቢሉ በአምስቱ ኪዳናት ምሳሌ ነው፤ እነዚህም ኪዳነ አዳም፣ ኪዳነ ኖኅ፣ ኪዳነ አብርሃም፣ ኪዳነ ሙሴ፣ ኪዳነ ሐዲስ ሕግ ናቸው። ቦ በአምስቱ ገባእተ ሠርክ በአምስቱ ሕዋሳት በአምስቱ አዕማደ ምሥጢር አምሳል።

የንዋሙን የመንፈቀ ሌሊቱን ግን እርሱ ጨምሮታል፤ ሰባቱን ጊዜያትን ማድረስ ስለምንድን ነው ቢሉ በነግህ ያደሩበትን የሚያሳርግ መልአክ አለና ያደረውን ለማበርከት፤ በሠርክ የዋሉበትን የሚያሳርግ አለና የዋለውን ለማበርከት፤ ቦ በነግህ የመዓልቱን ለማስባረክ፣ በሠርክ የሌሊቱን ለማስባረክ፤ ቦ በነግህ ክበደ ንዋምን ያሳለፍህልን፣ በሠርክ ከስራሐ መዓልት ያሳረፍኸን ብሎ ነው፤ ቦ ነግህ አዳም ከገነት የወጣበት፣ ሠለስት ገነትን ያጠነበት፣ እመቤታችን ብሥራተ መልአክን የሰማችበት፣ ለሐዋርያት መንፈስ ቅዱስ የወረደበት ነው። ቦ ነግህ ጌታ ከጲላጦስ ፊት የቆመበት፣ ሠለስት የተገረፈበት፣ ቀትር የተሰቀለበት፣ ሰዓት ነፍሱን ከሥጋው የለየበት፣ ሠርክ ወደመቃብር የወረደበት፣ ንዋም የጸለየበት፣ መንፈቀ ሌሊት የተያዘበት ነውና።

ይህም እንዲገባ አስቀድሞ በመጽሐፍ ታውቋል፤ ለነግሁ በጽባሕ እቀውም ቅድሜከ ወአስተርኢ ለከ፤ ለሠለስቱ ጊዜ ሠለስቱ ሰዓት ጸለየ ዳንኤል ወአርኀወ መሳክወ ቤቱ፤ ለቀትሩ ሠርከ ወነግሀ ወመዓልተ እነግር፤ ለሰዓቱ ጊዜ ተስዓቱ ሰዓት የዐርጉ መላእክት ምግባሮ ለሰብእ ኀበ ክርስቶስ፤ ለሠርኩ አንሥኡ እደውየ መሥዋዕተ ሠርክ፤ ለንዋሙ በሌሊት አንሥኡ እደዊክሙ በቤተ መቅደስ፤ ለመንፈቀ ሌሊቱ መንፈቀ ሌሊት እትነሣእ ተብሎ። ቦ ይህን ሁሉ አንድ አድርጎ ዳዊት ስብዐ ለዕለትየ እሴብሐከ ብሏል።

ከዚያ አስቀድሞ ዐሥር ዓመት ነው ቢሉ ከዚያ በኋላ ሃያ ዓመት፤ ከዚያ አስቀድሞ ሃያ ዓመት ሆኖት ነበር ቢሉ ከዚያ በኋላ ዐሥር ዓመት ኖሮ ሠላሳ ዓመት ሲመላው ጌታ በዕለተ ዓርብ የለበሰውን ልብስ አልብሶታል፤ ማየት ከመልአክ መቀበል ከአምላክ እንዲሉ፤
በሠላሳ ዓመት መሆኑ ስለምን ነው ቢሉ አዳም የሠላሳ ዓመት ጎልማሳ ሆኖ ተፈጥሮ ልጅነትን ተቀብሏል፤ ዮሴፍ በሠላሳ ዓመቱ ምስፍና ተሹሟል፤ ዳዊት በሠላሳ ዓመቱ ተቀብቶ ነግሧል፤ ጌታም በሠላሳ ዓመቱ ተጠምቆ ማስተማር ጀምሯል፤ በዚያ አምሳል ነው።
ይህም ምሳሌ ነው፤ ቆቡ የአክሊለ ሦክ፣ ቀሚሱ የከለሜዳ፣ ቅናቱ የሐብል፣ *ሥጋ ማርያም* የ*ሥጋ ማርያም*፣ አስኬማ የሰውነት፤ ቦ በሊቀ ካህናቱ ልብስ አምሳል፤ የብሉዩ ሊቀ ካህናት በውስጥ እጀ ጸቢብ፣ በላይ እጀ ሰፊ፣ በዚያ ላይ መጎናጸፊያ ይለብሳል፤ ከዚያ በላይ ደግሞ እንደ መብርሂያት ያለ ይደርባል። ይህን ለብሶ አፍአዊ መ*ሥ*ዋዕት ሠውቶ አፍአዊ ኃጢአት ያስተሠርይ ነበር፤ እሊህም መነኮሳት እንዲህ ያለ ልብስ ለብሰው ውሳጣዊ ኃጢአትን ያስተሠርያሉና።
እመቤታችንም ብ*ሥ*ራተ መልአክን በሰማች ጊዜ እንዲህ ያለ ልብስ ለብሳ ነበር፤ ይህን ለብሳ ብ*ሥ*ራተ መልአክን ሰምታ ጌታን በድንግልና ፀንሳ ወልዳለች፤ እሊህም መነኮሳት ይህን ለብሰው ምእመናንን በትምህርት ይወልዳሉና፤ እስራኤልም ከግብጽ ሲወጡ ኩፌት ደፍተው በሎታ ይዘው ዝናር ታጥቀው ጫማ አዝበው ወጥተዋል፤ እሊህም መነኮሳት እንዲህ ያለ ልብስ ለብሰው በምናኔም ቢሉ በሞት ከዚህ ዓለም ይለያሉና።
ሥጋውያን አርበኞች ኩፌት አድርገው ዝናር ታጥቀው ጋሻ ጦር ይዘው *ሥጋዊ* ጠላታቸውን ድል ነ*ሥ*ተው የመጡ እንደሆነ ነገ*ሥ*ታት መኳንንት ካባ ላንቃ ያለብሷቸዋል፤ እሊህም መነኮሳት ይህን ለብሰው ረቂቅ ጠላታቸውን ድል የነሡ እንደሆነ *ሥ*ላሴ የብርሃን ካባ ላንቃ ያለብሷቸዋልና። ይህም አንድ መነኩሴ እንዳየው ነው፤ ሦስት የብርሃን ካባ ላንቃ ሲወርድ አየ፤ ምንድን ነው? ብሎ መልአኩን ጠየቀው፤ አንዱ ባሕታዊ ዘበጎድዓት አንዱ ድውይ ዘበአኰቴት አንዱ ረድእ ዘበጥብዓት የሚያገኘው ክብር ነው አለው፤ ከሦስተኛው ላይ ከመጨረሻው እንዲህ እንደረዋት ያለ ትርፍ አየበት፤ ይህ ትርፉ ምንድን ነው? ቢለው ረድእ ዘበጥብዓት በኀዲገ ልማድ በመቲረ ፈቃድ የሚያገኘው ትርፍ ክብሩ ነው ብሎታል። አንድም በልብሰ ሙታን አምሳል፤ ቆቡ የሰበን፣ ቀሚሱ የመጎናጸፊያ፣ ቅናቱ የመግነዝ፣ አስኬማ የትንሣኤ ሙታን። አንድም ከዚያው ከመግነዙ ላይ አልፎ አልፎ እንደ ማኅተም ያለ አለበትና የዚያ ምሳሌ ነው።
ለእንጦንዮስ የተሰጠው ምሳሌ ነው ደገኛው ለሐዋርያት የተሰጠው ነው ያሉ እንደሆነ ቅናትን በንጽሐ *ሥጋ*፣ ቀሚስን በንጽሐ ነፍስ፣ ቆብን በንጽሐ ልቡና ማዕርግ ሆነው ይቀበሉታል፤ አስኬማን በማናቸውም ጊዜ ይሏል። ይህስ አይደለም አስኬማከኒ አስኬማ መላእክት ይላልና ደገኛው ኋላ ለእንጦንስ የተሰጠው ነው ለሐዋርያት የተሰጠው ምሳሌ ነው ያሉ እንደሆነ ቅናትና ቀሚስን በንጽሐ *ሥጋ*፣ ቆብን በንጽሐ ነፍስ፣ አስኬማን በንጽሐ ልቡና ማዕርግ ሆነው ይቀበሉታል።

የሰሌን መሆኑ ስለምድን ነው ቢሉ የሰሌን ፍሬው በእሾህ የተከበበ ነው እሳት እንኳ አይበላውም ይህም ትእምርተ ኃይል ትእምርተ መዊዕ ይሆናልና፤ ቦ አብርሃም ይስሐቅን በወለደ ጊዜ፣ ኮሎዶጎሞርን ድል በነሣ ጊዜ ይህን ይዞ አመስግኗል። እስራኤል ባሕረ ኤርትራን በተሻገሩ ጊዜ ይህን ይዘው አመስግነዋል። ዮዲት ሆለሆርኒስን ድል ባደረገች ጊዜ ይህን ይዛ አመስግናለች። ኢሳይያስም ድንግል ትፀንስ ወትወልድ ወልደ ባለ ጊዜ ይህን ይዞ አመስግኗል። ጌታችንም ቤተ መቅደስ በገባ ጊዜ አዕሩግ ሕፃናት ይህን ይዘው እያመሰገኑ ተቀብለዉታልና ስለዚህ ነው።

እንጦንስም ይህን ተቀብሎ በዚህ ዓለም ያለሁ እኔ ብቻ ነኝን ሌላም አለ ብሎ ወደ እግዚአብሔር አመለከተ፤ ጌታም አለ እንጂ አንድ ጊዜ ተራምዶ ሁለተኛውን ሳይደግም የሚሠራውን ሥራ ዓለሙ ሁሉ ቢሰበሰብ የማይሠራው፣ በጸሎቱ ዝናም የሚያዘንም፣ ፀሐይ የሚያወጣ እንዲህ ያለ ወዳጅ አለኝ አለው፤ ልሄድ? ልቅር? ቢለው ሂድ አለው፤ መልአኩ እየመራ አደረሰው፤ ጳውሎስም ከበአቱ ወጥቶ ፀሐይ ሲሞቅ ነበር፤ ሲመጣ አይቶ ከበአቱ ገብቶ ወወደየ ማዕፆ ውስተ አፈ በአቱ ይላል ዘጋበት፤ ከደጃፉ ቆሞ አውሎግሶን አውሎግሶን አለ፤ ስለ እግዚአብሔር ብለህ ክፈትልኝ ክፈትልኝ ማለት ነው፤ ሰው እንደሆንህ ግባ ብሎ ከፈተለት፤ ገብቶ ማን ይሉሃል? አለው፤ ስሜን ሳታውቅ እንደምን መጣህ? አለው፤ እርሱም ፍጹም ነውና አያጽረውም፤ ቢያመለክት ወዲያው ተገለጠለት፤ ጐድጐድኩ ወተርኀወ ሊተ ኅሠሥኩ ወረከብኩ ጳውሎስሃ ገዳማዌ አለው፤ ጳውሎስ ትባላለህ ቢለው አደነቀ፤ ተጨዋውተው ሲያበቁ ባጠገቡ ለብቻው በአት ሰጠው፤ ከዚያ ሆኖ ጉዳዩን ሲያደርግ ዋለ፤ ወትሮ መንፈቀ ኅብስት ይወርድለት የነበረ ማታ ሙሉ መና ወረደለት፤ በፈቃደ እግዚአብሔር መምጣቱን ያን ጊዜ አወቀ፤ ወዲያው ያን ኅብስት ከሁለት ገምሶ እኩሌታውን አስቀርቶ እኩሌታውን ሰጠው፤ ያንን ተመግበው ሌት ሁለቱም በየሥራቸው ክብራቸው ተገልጾ ሲተያዩ አድረዋል፤

ጳውሎስ ዐሥሩ ጣቶቹ እንደፋና ሆነው እያበሩለት አራቱን ወንጌል ሲያደርስ፣ እንጦንስም እንደ ዐምደ ብርሃን ተተክሎ ሲያበራ ተያይተዋል፤ በዚያች ሌሊት ከዚያች ቦታ ጨለማ ጠፍቶ አድሯል፤ በነጋው እንዲህ ሠለስት እላፊ ጉዳያቸውን አድርሰው ሲያበቁ ተገናኝተው ሲጨዋወቱ ቆቡን አይቶ ይህን ከማን አገኘኸው አለው፤ እርሱ ባለቤቱ ሰጠኝ አለው፤ እርሱም የጌታን ቸርነት ያደንቅ ጀመር፤ ቀድሞ ሰውን ይጠቀም ብሎ በሕገ ልቡና ፈጠረው፤ በዚያ መጠቀም ባይሆንለት ሕገ ኦሪትን ሠራለት፤ በዚያ መጽደቅ ባይቻለው ከሰማየ ሰማያት ወርዶ ከእመቤታችን ተወልዶ ሕገ ወንጌልን ሠራ ሥጋውን ደሙን ሰጠ፤ ዛሬ ደግሞ ለሰው መጽደቂያ እንዲህ ያለ ምክንያተ ድኂን አመጣ፤ ይህን ያህል ቸርነት ብሎ አደነቀ።

በእኔ ብቻ የሚቀር እንደሆነ ለሌላ የሚያልፍም እንደሆነ አመልክትልኝ አለው አመለከተ፤ ወዲያው ተገለጠለት፤ ወአክሞሰሰ ይላል ደስ አለው፤ ምን አየህ ቢለው ጽዕድዋን አርጋብ በጠፈር መልተው አንተ እየመራሃቸው ተከትለዉህ ሲሄዱ አየሁ አለው፤ ምንድን ነው ቢለው በዚህ በቆቡ የምትወልዳቸው ንጹሐን ጻድቃን ልጆችህ ናቸው አለው። ሁለተኛ አመልክትልኝ አለው አመለከተ፤ ወደመነ ገጹ ይላል አዘነ፤ ምነው ቢለው ከክንፋቸው ጥቁር ተቀላቅሎባቸው አየሁ አለው፤ ምንድን ናቸው ቢለው ጽድቅና ኃጢአት እየቀላቀሉ የሚሠሩ ልጆችህ ናቸው አለው። ሦስተኛ አመልክትልኝ አለው አመለከተ፤ ገዐረ ወበከየ ይላል ቃሉን ከፍ አድርጎ ጮኸ፤ ምነው አለው፤ አርጋብስ አርጋብ ናቸው ነገር ግን እንደቁራ ጠቁረው አየኋቸው አለው፤ ምንድን ናቸው ቢለው ኅሣሥያነ ሢመት መፍቀርያነ ንዋይ እለ ይሠርዑ በነግህ ማዕደ ምስለ መኳንንት ይላቸዋል በፍጻሜ ዘመን የሚነሡ ልጆችህ ናቸው አለው፤ ያለንስሐ ባይጠራቸው እስኪ አመልክትልኝ አለው አመለከተ፤ የዚህ ምላሽ አልመጣለትም ይኋል፤ መምር ገብረ መድኅን ግን መጥቶለታል ያለንስሐ አልጠራቸውም ብሎታል ብለዋል።

ከዚህ በኋላ ይህን ከራስህ ያደረግኸውን ለእኔ ስጠኝ ላንተ ሌላ ሠርተህ አድርግ አለው፤ ይህንንስ እንዳልሰጥህ ከባለቤቱ ተቀብየዋለሁ፤ ነገር ግን ሥራውን ለምጄዋለሁና ሌላ ሠርቼ ላምጣልህ አለው፤ እንኪያስ አትዘግይ ቶሎ ሠርተህ አምጣልኝ አለው፤ ጊዜው እንደደረሰ አውቋልና፤ ሠርቶ ይዞ ሲመጣ አርፎ ነፍሱን መላእክተ ብርሃን ይዘዋት ሲያርጉ አየ፤ ማነው ብሎ ጠየቃቸው፤ ያ ሰው አርፏልና ሂደህ ቅበረው አሉት፤ ይህንንሳ የያዝሁትን ልተወውን አላቸው፤ አትተወው አድርግለት ብለዉታል።

ከምንኩስና አስቀድሞ የሠሩት ሥራ ከንቱ እንዳይደለ ለማጠየቅ ነው፤ ቢሄድ መጽሐፉን ታቅፎ አጽፉን ተጎናጽፎ ከበአቱ አርፎ አገኘው፤ ከራስጌው ቆሞ አርባዕቱን ወንጌል አድርሶ ኤልያስን ልበልህ መጥምቁ ዮሐንስን ልበልህ ጳውሎስን ልበልህ እያለ ሲያለቅስ ሁለት አናብስት መጡ የመቃብሩን ነገር እንደምን ላደርግ ነው እያለ ሲጨነቅ በእጃቸው እንደመጥቀስ አድርገው አሳዩት፤ ልኩን ለክቶ ሰጣቸው ቆፈሩለት።

እሱን ቀብሮ እንግዲህ ከዚህ እኖራለሁ ብሎ አሰበ፤ ጌታ ግን ዛሬ በእሱ ቦታ ላይ ሌላ ሰው አላይበትምና አይሆንልህም ሂድ አለው፤ አጽፉንና መጽሐፉን ይዞ ሄዶ እስክንድርያ ሲደርስ ሊቀ ጳጳሱ አትናቴዎስ ወዴት ሄደህ ኖሯል አለው፤ እንዲህ ያለ ሰው ልጠይቅ ሄጄ ነበር አርፎ አግኝቼ ቀብሬው መጣሁ አለው፤ ልሂድና ከዚያ ልኑር አለው፤ አይሆንልህም አትሂድ እኔም አስቤ ነበር የማይሆንልኝ ሆኖ መጣሁ እንጂ አለው፤ ባይሆን ለበረከት ያህል አጽፊቱን ትተህልኝ ሂድ ብሎት ትቶለት ሄዷል፤ ክህነት ሲሰጥ ሥጋውን ደሙን ሲያቀብል በውስጥ ያቺን ይለብስ ነበር።

ከዚህ በኋላ በዚህ ቆብ እንጦንስ መቃርስን፣ መቃርስ ጳኵሚስን፣ ጳኵሚስ ጳላሞንን፣ ጳላሞን ቴዎድሮስ ሮማዊን፣ ቴዎድሮስ ሮማዊ አረጋዊን ይወልዳሉ፤ አረጋዊንስ ራብዕ እምእንጦንዮስ ይለዋልና አራተኛ ነው ብሎ እንጦንዮስ መቃርስን፣ መቃርስ ጳኵሚስን፣ ጳኵሚስ አረጋዊን ይወልዳሉ።

ዮሐንስ ሐፂር፣ አባ ቡላ፣ አባ ብሶይ፣ አባ አሞን፣ አባ ዮሐንስ ከማ፣ አባ ጳንጠሌዎን፣ አባ ሲኖዳ፣ አባ ብስንዳ፣ አባ ለትጹን፣ አባ ጳኵሚስ፣ አባ አበከረዙን፣ አባ በርሱማ፣ ሮማውያን የሚሆኑ መክሲሞስ ደማቴዎስ፣ ጽኑዕ ቅዱስ የሆነ አባ ሙሴ፣ አርባ ዘጠኙ ሰማዕታት በሚጸልዩት ጸሎት ጠብቃቸው አጽናቸው።

አርባ ዘጠኙ የተባሉት ሰማዕታት

እነዚህ ሰማዕታት በዘይንዕስ ቴዎዶስዮስ ዘመን የነበሩ ሰማዕታት ናቸው፤ መኳንንቱ መሳፍንቱ ተሰብስበው ሚስት አግብተህ በእግርህ የሚተካ መንግሥትህን የሚወርስ ዘር ተካ አሉት፤ በገዳመ አስቄጥስ ካሉ መነኮሳት ሳላስጠይቅ አይሆንም ብሎ መልእክተኛ ሰደደ፤ አባ ባስዱራ የሚባል ደግ መነኩሴ ነበረ፤ ከአንተ በኋላ ብዙ መናፍቃን ይነሣሉና ልጅህ ከእነዚያ ጋር ሆኖ እንዳይክድ ብሎ ልጅ ነስቶሃልና አይሆልህም ብሎ ላከበት፤ ብዙ ዘመን ቃሉን አክብሮ ኖረ፤ ሁለተኛ አግባ ብለው ዘበዘቡት፤ በገዳመ አስቄጥስ ካሉ መነኮሳት ሳላስጠይቅ አይሆንም ብያችሁ የለምን ብሎ ሁለተኛ ሰደደ፤ ይህ መልእክተኛ ከልጁ ጋር አብሮ ሄዶ ነገራቸው፤ አባ ባስዱራ አርፎ አገኘ፤ ከመቃብሩ ሄደው አባታችን አንተ ሳለህ አንተ መልሰህልን ነበር፤ ዛሬ እንዲህ ያለ መልእክት መጣብን ልናፍር ሆነ ብለው አለቀሱበት፤

ከዚህ በኋላ መነኮሳት እንደሣር እንደቅጠል በዝተው ተነሥተዋል፤ ይሩማሊስ ጳላድዮስ የሚባሉ ሁለት ሊቃውንት መነኮሳት ከግብጽ ተነሥተው ሀገር ለሀገር ዞረው የአበውን ዜና ያሉትን ከቃላቸው ያረፉትን ከአርድእቶቻቸው እየጠየቁ ጽፈዋል፤ መጽሐፉንም ሲጽፉት ቃለ አበው፣ ዜና አበው ካልእ፣ ዜና ሣልስ፣ ዜና ራብዕ እያሉ ጽፈዉታል። እንዲያውም ሁሉን አንድ አድርገው መጽሐፈ ገነት ብለዉታል፤ በገነት ብዙ ጣዕም መዓዛ እንዲገኝ በዚህም መጽሐፍ ደስ የሚያሰኝ ብዙ ምሥጢር ይገኝበታልና፤ ቦ እውቀት ያለበት ማለት ነው፤ አበዊነሂ ይሰምይዎ ለብርሃነ አእምሮተ እግዚአብሔር ገነተ እንዲል፤ ቦ ገነተ መጽሐፍ ብሎ ይገኛል መጽሐፍ የተባሉ መነኮሳት ናቸው፤ የአበው እውቀት ሲል ነው።

[292] ሦስቱ መቃርሳት የሚባሉት፡- መቃርስ ዘየዐቢ፣ መቃርዮስ እስከንድርያዊና መቃርዮስ ዘቃው ናቸው፤ እነዚህ መቃብራቸው አንድ ነው፤ ቀድሞ ኤልሳዕ ኋላ ዮሐንስ መጥምቅ ኋላ እነዚህ ተቀብረዉበታል፤ በአንድ መቀበራቸውን ሲያይ ሠለስቱ መቃርሳት ብሎ በአንድነት ጠራቸው፤

እንደ ፀሐይ እያበራ ተነሥቶ ቀድሞስ አይሆንም ብዬህ የለምን አሁንም ከአንተ በኋላ ብዙ መናፍቃን ይነሣሉና ልጅህ ከእነዚያ ጋር ሆኖ እንዳይከድ ብሎ ልጅ ነስቶሃል፤ ስንኳን አንዲት ሴት ዐሥር ሴት ብታገባም አይሆንልህም በሉት ብሎ ላከበት፤ ያ መልእክተኛ ከልጁ ጋር ተሰናብቶ ሄደ፤ አባ ዮሐንስ የሚባል ደግ መነኩሴ ነበር፤ ዛሬ በርበር የሚባል አሕዛባዊ ሠራዊት ይመጣል፤ መከራ የምትችሉ ቆዩ የማትችሉ ሽሹ አላቸው፤ የሸሹት ሸሽተው አርባ ዘጠኝ መነኮሳት ከእርሱ ጋር ቀርተዋል፤ ኋላ መጥቶ ያርዳቸው ጀመር፤ የዚያ የመልእክተኛው ልጅ ዘወር ብሎ ቢያይ ከሰማይ አክሊል ሲወርድላቸው አየ፤ ይህን ትቼ ወዴት እሄዳለሁ ብሎ ተመለሰ አባቱም እኔስ ከአንተ ተለይቼ ወዴት እቀራለሁ ብሎ ሁሉም በሰማዕትነት ሞቱ፤ አርባ ዘጠኝ ሰማዕታት ያላቸው እሊህ ናቸው፤ ዕረፍታቸው በጥር ሃያ ስድስት ቀን ነው።

ወኵሎሙ ለባስያነ መስቀል ጻድቃን ወኄራን - መስቀልን የለበሱ ቸሮችና ጻድቃን የሆኑ ሁሉ በሚለምኑት ልመና በሚጸልዩት ጸሎት ጠብቃቸው አጽናቸው፤ ለባስያነ መስቀል ያለው ተወካፍያነ መከራ ሲል ነው፤ መከራ መስቀሉን እንደልብስ ያጌጡበታል ይከብሩበታልና፤ በወንጌል እንደተነገረ መስቀሉን መሸከም ያልቻለ የክርስቶስ ደቀመዝሙር መሆን አይቻለውምና፤ "በኋላዬ ሊመጣ የሚወድ ቢኖር ራሱን ይካድ መስቀሉን ተሸክሞ ይከተለኝ" እንዲል ማር ፰፥፴፬፤

ወመልአከ ዛቲ ዕለት ቡርክት - ቡርክት የምትሆን የዚች ዕለት መጋቢ መልአክ በሚለምነው ልመና በሚያሳርገው ዕጣን ጠብቃቸው አጽናቸው፤ ክብራቸው ረድኤታቸው ልመናቸው በእኔም በእናንተም አድሮ ይኑር አሜን።

ኊልቈ ቡራኬያት

በቅዳሴ ጊዜ አርባ ሁለት ቡራኬያት ይከናወናሉ፤ ሃያ አንዱ የአፍአ ሲሆኑ ሃያ አንዱ የውስጥ ቡራኬያት ናቸው፤ የውስጥ ቡራኬ የሚፈጸመው በእጅ ብቻ ነው፤ የሚፈጸመው በመሥዋዕቱ ላይ ነው፤ ከቡራኬው ጋር እማሬ የሚል ጠቋሚ እንደማሳየት ያለ ሥርዐት አለ፤ የቍጥሩ ብዛት ዐሥራ አንድ ነው።

የውስጥ ቡራኬ፡- ቡሩክ እግዚአብሔር አብ አኀዜ ኵሉ ብሎ በሥጋው አንድ ጊዜ በደሙ አንድ ጊዜ ስብሐት ወክብር ብሎ በሥጋውና በደሙ ላይ አንድ ጊዜ ይባርካል። [293] በጸሎተ ዕንፎራ ባርኮ ለዝንቱ ኅብስት ሲል ሥጋውን አንድ ጊዜ ወቀድሶ ለዝንቱ ጽዋዕ ሲል ደሙን አንድ ጊዜ ወአንጽሖሙ ለክልኤሆሙ ብሎ ሥጋውን ደሙን አንድ ጊዜ ይባርካል፤ ይህም ከቅድሙ ጋር ስድስት ይሆናል። አእኰተ ሲል ሥጋውን ሦስት ጊዜ ደሙን ሦስት ጊዜ ይባርካል፤ ይረስዮ ሲል ሥጋውን አንድ ጊዜ ደሙን አንድ ጊዜ፣ ለእግዚእነ ብሎ ሁለቱንም ደርቦ አንድ ጊዜ ይባርካል፤ ይህም ዐሥራ አምስት ይሆናል። እነዚህ ቡራኬያት በካህኑ እጅ የሚደረጉ ቡራኬያት ናቸው።

አአምን አአምን እያለ በዐስበ ዲያቆኑ እያመሳቀለ ሥጋውን ሦስት ጊዜ ይባርካል፤ ቡሩክ እግዚአብሔር እያለ አሁንም በዐስበ ዲያቆኑ ደሙን ሦስት ጊዜ ይባርካል፤ አጠቃላይ ድምሩ ሃያ አንድ ይሆናል፤ ሃያ አንድ የውስጥ ቡራኬ የሚባል ይህ ነው። [294]

የአፍአ ቡራኬ፡- አርኅቅ እግዚኦ እምኔየ ሲል ራሱን ይባርካል፤ ወእምነ ኵሉ ሕዝብከ ሲል ሕዝቡን ይባርካል፤ ወእምዝንቱ መካን ቅዱስ ሲል በመንበሩ ዙሪያ ያሉ ካህናቱን ይባርካል፤ ይህ ሦስት ይሆናል። ፍትሐት ዘወልድ ሲደግም ቀሲስ ወዲያቆን ወካህናት ሲል ካህናቱን፣ ወኵሉ ሕዝብ ሲል ሕዝቡን፣ ወምስኪነትየኒ አነ ገብርከ ሲል ራሱን ይባርካል፤ ከቅድሙ ጋር ስድስት ይሆናል። ወዕቀባ ለቤተ ክርስቲያንከ ሲል ራሱን ይባርካል፤ ወባርክ ላዕለ አባግዐ መርዔትከ ሲል ሕዝቡን ይባርካል፤ ወአብዝኃ ለዛቲ ዐፀደ ወይን ሲል በመንበሩ ዙሪያ ያሉ ካህናቱን ይባርካል፤ ከቅድሙ ጋር ዘጠኝ ይሆናል።

---

293 ቡራኬን በተመለከተ ከላይ የተሰጠውን ማስገንዘቢያ ያስታውሷል።

294 በቅዳሴ ጊዜ ሦስት አይነት ቡራኬ አለ፤ ያለ መስቀል በእጅ ብቻ የሚደረግ ቡራኬ፤ በመስቀል የሚደረግ ቡራኬ፤ በዐስበ ዲያቆኑ የሚደረግ ቡራኬ።

ዲያቆኑ ጸልዩ በእንተ ሰላመ ቤተ ክርስቲያን እንዳለ ኵሎ ሕዝበ ወኵሎ መራዕየ ባርኮሙ ብሎ ይባርካል፤ ዲያቆኑ ጸልዩ በኀበ ዛቲ ሳይል በፊት ማኅበረነ ባርኮሙ ብሎ ይባርካል፤ ድምሩ ዐሥራ አንድ ይሆናል። በጸሎተ ቡራኬ አ ሥሉስ ቅዱስ ላይ ሦስት ጊዜ ይባርካል፤ ዐሥራ አራት ይሆናል። በጸሎተ ንስሐ ሦስት ጊዜ ይባርካል፤ [295] እለ ጸዋዕከ እያለ በጻሕሉ ላይ አንድ ጊዜ ይባርካል፤ ድምሩ ዐሥራ ስምንት ይሆናል፤ አ እግዚኦ አድኅን ሕዝበከ እያለ ሦስት ጊዜ ይባርካል፤ አጠቃላይ ድምሩ ሃያ አንድ ይሆናል፤ የአፍአ ቡራኬ የሚባለው ይህ ነው።

የማዕዘን ቡራኬ የሚባለው ከወንጌል በፊት በአራቱ ማዕዘን የሚደረገው ቡራኬ ነው፤ ባራኪውም ሊቀ ጳጳስ ሳለ ጳጳስ፣ ጳጳስ ሳለ ኤጲስ ቆጶስ፣ ኤጲስ ቆጶስ ሳለ ቆሞስ፣ ቆሞስ ሳለ ቄስ አይባርክም፤ ቅዳሴም የሚቀደሰው ይህንን ሥርዐት በመከተል ነው፤ ሲሆን ባይታይም። ይሁን እንጂ ዐይኑ ቀለም ወይም ፊደል የሚለይለት ባይሆን፤ ሥርዐተ ፈትቶ ለማድረግ የማይችል ቢሆን፤ ለመቀበል ብቻ የገባ ቢሆን የውስጡን ቡራኬ ፊቱን በማዕርግ ወደሚበልጠው ዘወር እያደረገ እያስፈቀደ ቀዳሹ ይባርካል፤ የአፍአውን እሱ ይባርክለታል። የጸሎተ ዕጣን፣ የማዕዘን፣ የንዋየ ቅድሳት ቡራኬ ከቍጥር አይገባም፤ ከቍጥር አይገባም ማለት ግን ሊቀር ይችላል ማለት አይደለም፤ በጥንቃቄ ሁሉንም ሥርዐት ማከናወን የተሠየመው ካህን መንፈሳዊ ግዴታ ነው።

---

[295] ጸሎተ ንስሐ ላይ ያለውን ቡራኬ በትክክል ሲፈጽሙ ያየሁት ብፁዕ አቡነ ቶማስን ብቻ ነው፤ ምን አልባት በሰጊድ ስለምንቆይ የሌሎቹን አበው ሳላይ ቀርቼ እንደሆነ እንጃ። ከአድባራት አለቆች እዚህ ሥርዐተ ቡራኬ የሚፈጽም ማየቴን አላስታውስም። ከአንዳንድ አበው ጋር መጠነኛ ውይይት ማድረጌን ግን አስታውሳለሁ።

የቡራኬ ምሳሌ፡-

አይሁድ ጌታችንን በምሴተ ሐሙስ ሦስት ሰዓት አሳልፈው ይዘዉታል፤ በዘጠኙ ሰዓት ሁሉ መከራ ሲቀበል አድሯል፤ ከመዓልቱ ዘጠኝ ሲደመር ዐሥራ ስምንት ይሆናል፤ ሦስት መዓልት ሦስት ሌሊት በከርሠ መቃብር ያደረውን ጨምሮ ሃያ አንድ ይሆናል። መዓልቱንና ሌሊቱን ትቶ ከሞተ በኋላ በመስቀል የቆየው ሁለት ሰዓት፣ ወደመቃብር የወረደበትን አንድ ሰዓት ቆጥሮ ሃያ አንድ ይሆናል። ቦ በሰባቱ ጊዜያት ቍጥር ነው፤ የዐርብ ሰባት፣ የቅዳሜ ሰባት ዐሥራ አራት ይሆናል፤ እሑድ በሠርክ ታይቷቸዋል፤ ሲደመር ሃያ አንድ ይሆናል፤ በዚህ ሁሉ ጊዜ መከራ ተቀብሎ ከሶልናልና ስለዚህ ነው ይሏል።

ሠርሖተ ሕዝብ

ይ.ካ ንፍቅ መጽሐፈ ቅዳሴው ይበሉ ሕዝብ ነው የሚለው፤ ንፍቁ ካህን ሕዝቡን ወክሎ ይጸልየዋል፤ የፍቅር የአንድነት ባለቤት ሰውና መላእክትን በመስቀልህ አንድ ያደረግህ የሰላም ንጉሥ ሰላማዊ ኢየሱስ ክርስቶስ ሆይ አንድነትን ፍቅርን መስማማትን ስጠን፤ ሰላምህን አጽናልን፤ ኃጢአታችንን ይቅር በለን፤ ሥጋ ወደሙን ተቀብለናልና ደስ እያለን ወደቤታችን እንሄድ ዘንድ እሾህ ሳይወጋን እንቅፋት ሳይመታን በሰላም በጤና ከቤታችን እንደርስ ዘንድ የበቃን አድርገን። ይህም የሥርዐተ ቅዳሴው ፍጻሜ መቃረቡን በተማኅጽኖ ጸሎት እየነገረን ነው፤ [296] አያይዞ ዲያቆኑ እንዲህ ይላል።

---

[296] አዋጁ ንፍቁ ካህን የሚያውጀው አዋጅ ቢሆንም አሁን አሁን በጋራ ማለት እየተለመደ መጥቷል፤ ወዕቀበሙን እንደጨረሰ የሚያውጀው የቅድመ ሠርሖተ ሕዝብ አዋጅ ነው፤ እዚህ ላይ ብፁዕ አቡነ መርሐ ክርስቶስን ምሳሌ አድርጎ መጥቀስ ተገቢ ይሆናል፤ በ፲፱፻፺፪ ዓመተ ምሕረት በናዝሬት ደብረ ፀሐይ ቅድስት ማርያም ቤተ ክርስቲያን የጥር አስተርእዮ ማርያም ዕለት ሥርዐተ ቅዳሴውን ሲመሩ አንዱ በአንዱ ላይ ሳይደረብ ሥርዐተ ቅዳሴው ከተፈጸመ በኋላ ውዳሴ ማርያም መልክአ ማርያምና መልክአ ኢየሱስ ተደግሞ ዲያቆኑ አድንኑ ሲል "ወዕቀበሙሳ" ብለው ሲገሥጹ አስታውሳለሁ። ይሁን እንጂ በአብዛኛው ይህንና ሌሎች ጸሎቶችን ንፍቁ ካህን ቅድመ ቍርባን ይደግማቸዋል።

ይ.ዲ አድንኑ አርእስቲከሙ ቅድመ እግዚአብሔር አምላክነ በእደ ገብሩ ካህን [297] ከመ ይባርክሙ

- አገልጋዩ በሚሆን በካህኑ አድሮ በካህኑ እጅ ይባርካችሁ ዘንድ ራሳችሁን ዝቅ አድርጉ። እኛም አገልጋዩ በሚሆን በካህኑ አድሮ እኛን መባረኩ እውነት ነው በእውነት ይባርከን ብለን እንመልሳለን።

ይ.ካ አቤቱ ሕዝብህን ከኃጢአት ከፍዳ አድን፤ ካህናቱንም አክብር፤ ልዕልና ነፍስ ሰጥተህ በነፍስ በሥጋ ጠብቃቸው፤ ተቀዳሚ ተከታይ በሌለው በጌታችን በፈጣሪያችን በመድኃኒታችን በኢየሱስ ክርስቶስ በከበረ ደሙ ፈሳሽነት የዋጀሃት ገንዘብ ያደረግሃት የቀደስሃት ቤተ ክርስቲያንን አጽናት፤ ለነገሥታት ለመኳንንት ንጹሕና ቅዱስ ለሆነ ሕዝብ ማደሪያ ትሆን ዘንድ መርጠሃታልና፤ [298] ተሰብስባችሁ ወደቤተ ክርስቲያን የመጣችሁ የጸለያችሁ የጌታችን የኢየሱስ ክርስቶስን ቅዱስ ሥጋውን ክቡር ደሙን የተቀበላችሁ ሁላችሁ አውቃችሁ በድፍረት ሳታውቁ በስሕተት የሠራችሁትን ኃጢአት ይቅር ይበላችሁ፤ ባለፈው ይቅር ይበላችሁ ከሚመጣው ዳግመኛ በደል ይጠብቃችሁ፤ ቅድመ ዓለም ከአብ ያለእናት ድኅረ ዓለም በነፍስ በሥጋ ድንግል ንጽሕት ከምትሆን ከእመቤታችን የተወለደው አሸናፊ የሆነው ወልደ አብ ወልደ ማርያም ኢየሱስ ክርስቶስ መለኮት የተዋሐደው ሥጋውን የወንጌል ትእዛዝ የሚፈጸምበት ደሙን ስለተቀበላችሁ ኃጢአታችሁን ሁሉ ይቅር ይበላችሁ።

---

297 በእደ ገብሩ ቆሞስ፣ በእደ ብፁዕ ጳጳስ፣ በእደ ብፁዕ ሊቀ ጳጳስ፣ በእደ ቅዱስ ፓትርያርክ ማለትን የማይስማሙ አሉ፤ ከብፁዕ አቡነ ቶማስና ከብፁዕ አቡነ መርሐ ክርስቶስ እንደበት እንደሰማሁት "ኢየሱስ ክርስቶስ ሊቀ ካህናት እንጂ ሊቀ ጳጳሳት ስለማይባል" በእደ ገብሩ ካህን ነው መባል ያለበት። በሊቃነ ጳጳሳቱ ሐሳብ ላይ ሐሳብ ማንሳቴ እንደ ድፍረት አይወሰድብኝና እንደ እኔ ግንዛቤ "ካህን" የወል ስም ነው፤ መጽሐፍም እንዲህ ያለ የጋራ የሆነ ነገር ላይ ትኩረት ያደርጋል፤ በድምፅ ሰምቶ በዐይን አይቶ መለየት ለማይቻላቸው የዕለቱን ቀዳሽ ወይም ቃለ በረከት ሰጪ ለማሳወቅ ቢባል አይጎዳም እላለሁ። ወይም በውሳኔ እልባት ቢሰጠው የተወሰነውን ማስፈጸም ከዚያ የሚያፈነግጠውን መገሠጽ ይቻላል። በአስተዳዳሪነት ለሚመደቡ ቀሳውስት "በእደ ገብሩ መምህር" ማለት አሁን አሁን እየተለመደ መጥቷል።

298 የሚያድሩ ሆነው አይደለም ሥጋውን ደሙን ተቀብለው የዘለዓለም ቤታቸው መንግሥተ ሰማያት እንደሆነ የሚያረጋግጡባት ናትና ነው።

የሥርሖተ ሕዝብ አፈጻጸም

ልኡካኑ ሁሉ በድርገት መውረጃው ከቅድስት ወጥተው ውዳሴ ማርያም፣ መልክአ ማርያም፣ መልክአ ኢየሱስ ተደግሞ ንፍቁ ካህን ወዕቀቦሙን ከደገመ በኋላ ሠራዒው ካህን ከላይ የጸለይነውን ጸሎት አድርሶ ይናዝዛል፤ ሕዝቡንም በአንብሮ እድ ይባርካል። ይህም ጌታችን በዕለተ ዕርገት ሐዋርያትን በአንብሮ እድ ለመባረኩ ምሳሌ ነው።

በቡራኬ ጊዜ የሚጠቀማቸው ቃላት

ለካህናት ሲሆን፡- ሢመተ እዴሁ ለአቡነ ጴጥሮስ - የአባታችን የጴጥሮስ ሥልጣን በአንተ አለ አንድም በእሱ ያደረ በረከት በአንተም ይደር ብሎ ሁለቱን እጆቹን አነባብሮ ዘርግቶ ነው። እነሱም እግዚአብሔር ይሢምከ ውስተ ዘለዓለም መንግሥቱ - እግዚአብሔር በዘለዓለም መንግሥቱ ይሹምህ ማለት መንግሥቱን ያውርስህ ብለው ይመልሳሉ።

ለዲያቆናት ሲሆን፡- እግዚአብሔር ልዑል ይባርከ ወያብርህ አዕይንተ አልባቢከ - ልዑል እግዚአብሔር ይባርክህ ያክብርህ ለማስተማር ለማገልገል ዐይነ ልቡናህን ያብራልህ ምሥጢሩን ይግለጥልህ ይላል።

ለምእመናን ሲሆን፡- እግዚአብሔር ልዑል ይባርከ ወያርኢ ገጾ ላዕሌከ - ልዑል እግዚአብሔር ይባርክህ ገጸ ረድኤቱን ይግለጥልህ ይላል፤ ለሴቶች ሲሆን አንቀጹን ብቻ መለወጥ ነው፤ ይባርከ ያለውን ይባርኪ፤ ላዕሌከ ያለውን ላዕሌኪ ብሎ።

ይ.ካ እግዚአብሔር አድሮባችሁ ይኑር ሲለን እኛም በእውነት እንደቃልህ ይደረግልን እኛን ባሮቹን በሰላምና በፍቅር ይባርከን የተቀበልነው ሥጋውና ደሙ ለሥርየተ ኃጢአት ይሁንልን በጠላት ዲያብሎስና እሱ በሚያመጣቸው ፍትወታት እኩያት ኃጣውእ ርኵሳት ላይ እንሠለጥን ዘንድ ሥልጣንን ስጠን፤ ይቅርታን የተመላች የከበረች የእጅህን በረከት አንድም ብዙ ኃጢአት ማስተሥረይን የተመላች ሥልጣነ ክህነትን ተስፋ እናደርጋለን፤ ከክፉ ሥራ አርቀህ በበጎ ሥራ አንድ አድርገን፤ ሥጋውን ደሙን የሰጠን አምላካችን የባሕርይ አምላክ ነው፤ ሥጋ ወደሙን ተቀበልን ሕይወተ ነፍስን አገኘን፤ በጌታችን በኢየሱስ ክርስቶስ መስቀል ኃይል አንተን እናመሰግናለን፤ ሥጋ ወደሙን ተቀብለን ከመንፈስ ቅዱስ ጸጋን አግኝተን አንተን እናመሰግናለን።

ይ.ዲ እትዉ በሰላም - እሾህ ሳይወጋችሁ እንቅፋት ሳይመታችሁ በሕይወት በጤና ወደቤታችሁ ግቡ፤ ወደቤታቸው የሚሄዱበት ጊዜ ነውና። ቦ ሥጋ ወደሙን በመቀበላችሁ ኃጢአታችሁ ተሠረየላችሁ፤ በአንድነት ወደቤታችሁ ወደመንግሥተ ሰማያት ግቡ፤ እትዉ የንዑ ኅቤየ ምሳሌ ነውና፤

ድኅረ ቍርባን እንዳይደረጉ የተከለከሉ

እጅን እግርን መታጠብ፣ ጥፍርን መቁረጥ፣ ጠጕርን መላጨት፣ ሩቅ መንገድ መሄድ፣ ለሙግት አደባባይ መገኘት፣ ሰውነቴ ይጥራ የበላሁት የጠጣሁት ይስማማልኝ ብሎ ወደቤተ ምሕጻብ መሄድ፣ ከልክ በላይ መብላት መጠጣት፣ ሩካቤ መፈጸም የተፈቀደ አይደለም። ከልብስ መራቆት፣ ስግደት መስገድ፣ አስተብርኮ ማድረግ፣ ምራቅን መትፋት የተከለከለ ነው።

ከልብስ መራቆት የተከለከለው የተቀበልነውን ሥጋ መለኮት ደመ መለኮት መለኮት ተለየው ያሰኛልና እንዳያሰኝ ነው፤ መስገድ የተከለከለው ስግደት ድካም ስላለበት በሥጋ ወደሙ ድካም አለበት ያሰኛልና እንዳያሰኝ ነው፤ ሲስግዱ ወዝ ይነጥባልና እንዳይነጥብ ነው፤ ሥጋ ወደሙን መቀበል በመንግሥተ ሰማያት የመኖራችን ምሳሌ ነው መንግሥተ ሰማያት ከገቡ በኋላ ድካም አለ ያሰኛልና እንዳያሰኝ ነው።

ምራቅን መትፋት በተመለከተ፡- ለወጣኒ ከተቀበለበት ሰዓት ጀምሮ እስከተቀበለበት ሰዓት ድረስ መጠበቅ ይገባዋል፤ ለፍጹማን ግን እስከተቻላቸው ድረስ ይጠበቃሉ።

ፍጻሜ ጸሎት

ይ.ካ ንፍቅ እንዘ ይሜጡ አውሎግያ [299] ክልኤተ ዘተመይጡ ቅድመ - አስቀድሞ የተመለሱትን ሁለቱን ተረፈ ኅብስት ሲሰጥ የሚጸልየው ጸሎት የሚከተለው ነው፤ ከላይ እንዳነበብነው እሑድ አራት መሥዋዕተ ኅብስት ሲቀርብ በዘወትር ሦስት መሥዋዕተ ኅብስት ይቀርባል፤ ተረፈ ኅብስት ያለው ከእነዚህ የቀሩትን ነው፤ ይህ ጸሎት የሚጸለው በቤተ ልሔም ነው፤ ከቊርባን ከተመለሱ በኋላ ንፍቁ ቤተ ልሔም ወርዶ ይህንን ጸሎት አድርሶ አውሎግያውን ይሰጣል።

በነፍስ በሥጋ የፈጠርኸን አምላካችን እግዚአብሔር ለሥጋዊ ለደማዊ ፍጥረት ሁሉ በጎውን ነገር የምታደርግ ምግብን የምትሰጥ ቅዱስ ስምህን ለሚፈሩ አገልጋዮችህ በረከተ ሥጋ በረከተ ነፍስን የምትሰጥ አንተ ነህ፤ አሁን በዚች ሰዓት ቀኝ እጅህን ዘርጋ በእኔ እጅ ላይ ያለውን ይህን ኅብስት ባርክ ማለት ጽኑዕ የሚሆን ሥልጣንህን ገልጠህ የእኔን እጅህ አድርገህ ይህንን ኅብስት ባርክልን፤ ቀድሞ ኅብስትን ያበረከትህበት ሥልጣንህ ይደርበት፤

ለአምስት ሺህ ሰዎች የገለጥኸው ቸርነትህ ይገለጥበት፤ ለሚቀበለው ሁሉ ሕይወተ ሥጋ ሕይወተ ነፍስ ይሁነው፤ ኃይለ ሥጋ ኃይለ ነፍስ ጽንዐ ሥጋ ጽንዐ ነፍስ ይሁነን፤ ለኃጢአት ማስተሥረያ ይሁንልን፤ [300] ይህንን ኅብስት የሰጠኸን ይህንን ተመግበን አንተን እንድናመሰግን ነው፤

---

299 አውሎግያ ማለት ቡሩክ ኅብስት፣ ተረፈ ኅብስት፣ ከቊርባን በኋላ የሚሰጥ፣ በቡራኬ የሚሰጥ ማለት ነው። ይህ ጸሎት የሚጸለየው በቤተ ልሔም ነው፤ በተግባር ግን ሲሆን የሚታየው ከዚያው ከቤተ መቅደስ ነው። ይህን ሳይላኩ በሌላ ኅብስት ማብረድ እንዳይገባ ሥርዐት ተሠርቷል።

300 ጥንቱን አንድ ከሆነ ብሎ የተሠዋውን ሲያይ ለሥርየተ ኃጢአት አለ፤ ይህ ከተለወጠው ከተሠዋው የተለየና ለማደፊያ የሚሆን ነው፤ ኢይብልዑ ኅብስተ ቅድመ ይንሥኡ አውሎግያ አላ ያቀኑርሩ በማይ ወባዕድሰ አልቦ - ተረፈ ኅብስቱን ሳይቀበሉ ሌላ ምግብ አይመገቡ በውኃ ያብርዱ እንጂ ሌላ ግን አይሆንም" ተብሎ ተከልክሏልና። ፕሮፌሰር ጌታቸው ኃይሌ ይህንን በተመለከተ ተጨማሪ ቃል አላቸው "አውሎግያ ከቅዳሴ በኋላ ለበረከት የሚበላ ኅብስት ወይም ዳቦ። አውሎግያ በኢትዮጵያ እንዴት እንደቀረ የሚታወቅ ነገር የለም። ምናልባት የደጀ ሰላም መሠረቱ አውሎግያ ሳይሆን አይቀርም። አውሎግያ በግብጽ ቤተ ክርስቲያን አሁንም አለ። ለጽርስፎራ የሚዘጋጀውን ኅብስት ይመስላል" የሚል። ከግእዝ ሥነ ጽሑፍ ጋር ገጽ 56፤

ልዩ ሦስት የምትሆን አብ ወልድ መንፈስ ቅዱስ ሆይ ጌትነትህን እናመሰግን ዘንድ ነው፤ አቤቱ በረከትህ በዚህ በኅብስቱ ላይ፣ በማድለው በእኔም በካህኑ ላይ፣ ከዚህ [301] በሚቀበሉት ሁሉ ላይ፣አንተን በመፍራት በቤተ ልሔም ባዘጋጁት በዲያቆናቱ ላይ ይሁን፤ ለአብ ለወልድ ለመንፈስ ቅዱስ ምስጋና ይግባል ዛሬም ዘወትርም ለዘለዓለሙ አሜን።

ተፈጸመ ሥርዐተ ቅዳሴ ዘአበዊነ ሐዋርያት በሰላመ እግዚአብሔር አሜን - እግዚአብሔር አንድ ቢያደርገን ቢያስማማን አባቶቻችን ሐዋርያት የተናገሩት የቅዳሴ ሥርዐት ደረሰ ተፈጸመ፤ አነቃቅቶ ላስጀመረን አስጀምሮ ለዚህ ላደረሰን ለእግዚአብሔር ምስጋን ይሁን አሜን።

301 በግእዙ ላዕለ ዘይነሥእ እምኔሁ ያለውን ከዚህ/ከእሱ የሚቀበለውን ብለን እንተረጉመዋለን፤ ይህም ሥርዐቱ ሳይቋረጥ እስከ ዕለተ ምጽአት የሚቀጥል መሆኑን ለማስረዳት ነው።

ምዕራፍ ፳

በእንተ ቁርባን

ቁርባን የሚለውና መሥዋዕት የሚለው ቃል ተወራራሽነት ያለው ቃል ነው። መሥዋዕት ማቅረብ የተጀመረው በአዳም ቀጥሎ በአቤልና በቃየል ነው። አቤል በግ ጠባቂ ስለነበር ከበጎቹ ለመሥዋዕት የሚሆነውን መርጦ አቅርቧል፤ እግዚአብሔርም እንደተቀበለለት ሲያጠይቅ እሳት ከሰማይ ወርዶ በልቶለታል፤ "እግዚአብሔርም ወደ አቤልና ወደ መሥዋዕቱ ተመለከተ" እንዲል ዘፍ ፬፥፬፤ ቃኤል መስተግብረ ምድር ስለነበረ ከእህል ወገን ንጹሕ ያለሆነ መሥዋዕት በማቅረቡ እግዚአብሔር አልተቀበለለትም። ዋናው መሥዋዕት ወይም ቁርባን ልባችንና መላ አካላችን ነው፤ ቅዱስ ጳውሎስ "ወንድሞች ሆይ ሰውነታችሁን እግዚአብሔርን ደስ የሚያሰኝ፣ ሕያውና ቅዱስ መሥዋዕት አድርጋችሁ ታቀርቡ ዘንድ በእግዚአብሔር ርኅራኄ እለምናችኋለሁ እርሱም ለአእምሮ የሚመች አገልግሎታችሁ ነው" ብሏል ሮሜ ፲፪፥፩፤ በተመሳሳይ መልእክትም እንዲህ ይላል፤ "አሕዛብ በመንፈስ ቅዱስ ተቀድሰው የተወደደ መሥዋዕት ሊሆኑ ለእግዚአብሔር ወንጌል እንደ ካህን እያገለገልሁ ለአሕዛብ የክርስቶስ አገልጋይ እሆን ዘንድ ከእግዚአብሔር በተሰጠኝ ጸጋ ምክንያት ተመልሼ ላሳስባችሁ ብዬ በአንዳንድ ቦታ በድፍረት ጻፍሁላችሁ" ሮሜ ፲፭፥፲፭

ቍርባን ማለት ምን ማለት ነው?

ቍርባን የሚለው ቃል ቄርበ - ቆረበ፤ ቀርበ - ቀረበ የሚለውን ግስ መነሻ ያደርጋል፤ በዚህም መሠረት ቍርባን ማለት፦

፩ መንፈሳዊ አምኃ፣ ስለት፣ ለእግዚአብሔር የሚቀርብ መባ ማለት ነው።

፪ መሥዋዕተ ወንጌል ማለት ነው። ከውኃ በቀር ምንም ጭማሪ የሌለበት ከንጹሕ ስንዴና ወይን የሚዘጋጅ ጥልቅና ረቂቅ ምሥጢር ያለበት ነውና። "መሥዋዕት ክብርት ትሴብሐኒ - የከበረች መሥዋዕት ታከብረኛለች ማለት ልጄ ትድግናውን በቀራንዮ የገለጠባት መሥዋዕት ክብሬን ትገልጥልኛለች" እንዲል መዝ ፵፱፥፳፫፤

፫ ሰዎችን በባለሟልነት ወደ እግዚአብሔር የሚያቀርብ ማለት ነው።

ቁርባን የሚዘጋጀው ከምንድነው?

ቍርባን ከፈለግነውና እኛን ደስ ያሰኘናል ከምንለው ነገር ላይ አምጥተን የምናቀርበው አይደለም፤ ትንቢቱን ምሳሌውንና ምሥጢሩን ተከትሎ የሚቀርብና የሚፈጸም እንጂ። ይህንንም በተመለከተ በፍትሐ መንፈሳዊ እንደሚከተለው ተገልጧል።
"ኢያብእ ካህን ውስተ ምሥዋዕ መዓረ ወኢሐሊበ"
ካህን ማርና ወተትን መሥዋዕት አድርጎ አያቅርብ። ለዚህም ምክንያቱ እንዲህ ተገልጧል፤
፩ ማርና ወተት ጣዕም የባሕርያቸው ነው፤ መለኮት ሳይዋሐደው ሥጋ ብቻ አዳነ ያሰኛልና።
፪ ላም አትበላው ሳር ቅጠል፣ ንብ አትቀስመው አበባ የለም፤ በሥጋ ወደሙ የኃጢአት ቅመም አለበት ያሰኛልና።
፫ ላም ሳር በልታ ወተትን፣ ንብ አበባ ቀስማ ማርን ያስገኛሉ፤ በሥጋ ወደሙ ተረፈ ኃጢአት አለበት ያሰኛልና።
፬ ከማር ከወተት ተሐዋስያን አይርቁም፤ ከሥጋ ወደሙ አጋንንት አይርቁም ያሰኛልና።

የብሉይ ኪዳኑን ሥርዐት ተከትለን እንሂድ እንዳንል በሚከተለው መልኩ ግልጽ የሆነ መመሪያ ተቀምጧል፤
ወኢ ያፈ ወኢእንስሳ ካልዕ፤ ርግብ፣ ዋኖስ፣ ላም፣ በግ ፍየል አያቅርብ። የዚህም ምክንያት ሲዘረዘር እንደሚከተለው ነው፤
፩ ምሳሌው አልፎ አማናዊው ተፈጽሞ ሳለ አልተፈጸመም ያሰኛልና።
፪ እነዚህ ሲያርዷቸው ይሰማቸዋል፤ በተሠዋ ቁጥር ይሰማዋል ያሰኛልና።
፫ እነዚህ በዘር በሩካቤ ይገኛሉ፤ እሱንም በዘር በሩካቤ ተወለደ ያሰኛልና።
፬ እነዚህን መፍረስ መበስበስ ያገኛቸዋል ጌታችንን ሙስና መቃብር አለበት ያሰኛልና።

ከእነዚህ ውጭ ከሌላ አይነት ዝግጅት ለመሥዋዕት አገልግሎት ማዋል እንደማይገባ በሚከተለው መልኩ ተገልጧል፤ “ወኢይወልጡ ወይነ በምንትኒ እምአምያስ ዘያሰክሩ ወዘይትገበሩ በእሳት - ከሚያስክሩና በእሳት ከሚበስሉ የመጠጥ ዓይነቶችን ለመሥዋዕት አያቅርቡ” ተብሎ። ስለሆነም ሊቀርብ የሚገባው የስንዴ ፍሬና የወይን ዘለላ ብቻ ነው። ዘለላ ስንል ዘቢብ የሚለውንም ያካትታል፤ አሁን በተግባር የሚደረገው እንደዚያ ነውና፤ እንዲያውም እሸቱ ወይን በተለያየ ምክንያት የማይገኝ በመሆኑ ይደረግ ቢባል እንግዳ ሥርዐት መስሎ አግራምትን ይፈጥር ይሆናል።

“ወያብኡ ፍሬ ሰዊት በጊዜሁ ወአስካለ ወይን አመ በዓሉ ዘቀዳሚ ብጽሐቱ - በጊዜው የደረሰውን የስንዴ ፍሬና መጀመሪያ የደረሰውን የወይን ዘለላ ያቅርቡ” እንዲል፤

ደሙ በሚዘጋጅበት ጊዜም የሚጨመረው የውኃ መጠን እንደሚከተለው ተጽፏል፤ “ወኢይቶስሕ ማየ ብዙኃ ዘይፈደፍድ እምሣልስተ እድ - ከሲሶ በላይ ውኃ አይጨምር” ይህም ሁለት እጅ ዘቢብ፣ ሲሶ ውኃ ማለት ነው። ስለምን ቢሉ ሐራዊ ጎኑን ሲወጋው ደሙ ግራና ቀኝ ውኃው በመሀል ወርዷልና የዚያ ምሳሌ ነው።

ወለእመ ተረክበ ወይን ብዙኅ ይቶስሕ ዓሥራተ እደ ማይ - ብዙ ወይን ቢገኝ ዘጠኝ እጅ ዘቢብ አሥረኛ ውኃ ይጨምር ተብሎ ታዟል፤ ይህም ነቅዓ ደም በዘጠኝ ወገን ነውና ነው። ከራሱ፣ ከአፍንጫው፣ ከግርፋቱ፣ ከጎኑ፣ አምስቱ ቅንዋት፣ ውኃው አሥረኛ ይሆናል።

ምሥጢረ ቁርባን መቼ ተመሠረተ?

ምሳሌው ከአዳም ጀምሮ የነበረና በመልከ ጼዴቅ ዘመን አሁን ያለው የምሥጢረ ቍርባን አፈጻጸም የነበረ ቢሆንም በመሐል መሥዋዕተ ኦሪት ገብቶ አፍአዊ ሥርየት እየተሰጠ ዘመናት ተቈጥረዋል፤ ጌታችን በምሴተ ሐሙስ በቤተ አልዓዛር በቤተ ስምዖንም ቢሉ ምሥጢረ ቍርባንን መሥርቷል። ዓላማውም ሥርየተ ኃጢአትን እንድናገኝና የዘለዓለም ሕይወትን እንድንወርስ ነው። “ሁላችሁም ከእርሱ ጠጡ ስለብዙዎች ለኃጢአት ይቅርታ የሚፈስ የሐዲስ ኪዳን ደሜ ይህ ነው” እንዲል ማቴ ፳፮፥ ፳፮

ቅዱስ ዮሐንስም “ከሰማይ የወረደ ሕያው እንጀራ እኔ ነኝ ሰው ከዚህ እንጀራ ቢበላ ለዘለዓለም ይኖራል” የሚለውን አምላካዊ ቃል መዝግቦልናል ዮሐ ፮፥ ፶፩

ቁርባን ለምን ለምን በምግብ ሆነ?

፩ የተመገቡት ይዋሐዳል፤ እንደተዋሐደን ለማጠየቅ ነው፤
፪ ምግብ ያፋቅራል፤ በፍጹም ፍቅር እንዳፈቀረን ለማጠየቅ ነው፤
፫ ይህንን ማዕድ ትንሹም ትልቁም ከበው ይመገቡታል፤ ሥጋ ወደሙንም ምእመናን ተዘጋጅተው ከቀረቡ ያለከልካይ ከበው ይመገቡታልና፤
፬ ስንዴ ስብ ሥጋ ይመስላል ወይንም ደም ይመስላል፤ በሚመስል ነገር ለመስጠት በሚበላ በሚጠጣ ሆነ፤ አንድም ስንዴ ልባም ሴት የያዘችው እንደሆነ ነውር አይገኝበትም፤ ነውር የሌለባት ሕግ ሠራሁላችሁ ሲል ነው፤ ወይንም አንድ ጊዜ የጣሉት እንደሆነ ኃይል እየጨመረ ይሄዳል፤ ኃይል የምትሆን ሕግ ሠራሁላችሁ ሲል ነው።
፭ ትንቢቱና ምሳሌው ይፈጸም ዘንድ ነው፤
ትንቢት፡- "ወወደይከ ትፍሥሕተ ውስተ ልብየ እምፍሬ ሥርናይ ወወይን ወቅብዕ በዝኀ - በልቤ ደስታን ጨመርህ ከስንዴ ፍሬና ከወይን ከዘይትም ይልቅ በዛ" መዝ ፬፥፯
"ቀዳሜ ሕይወትከ እክል ወማይ ወልብስ ወቤትከሰ ኀበ ትሤውር ኀፍረተከ - የሕይወትህ መሠረቱ እህል፣ ውኃና ልብስ ነው ቤትህ ግን ኀፍረትህን የምትሰውርበት ነው" ሲራ ፳፱፥፳፩
"ለሰው ከሚበላውና ከሚጠጣው በድካሙም ደስ ከሚለው በቀር የሚሻለው ነገር የለም ይህም ከእግዚአብሔር እጅ እንደተሰጠ አየሁ" ተብሎ ተነግሯል መክ ፪፥፳፬፤
ምሳሌ፡- መልከ ጼዴቅ በስንዴ በወይን ያስታኩት ነበር፤ "የሳሌም ንጉሥ መልከ ጼዴቅም እንጀራንና የወይን ጠጅን አወጣ እርሱም የልዑል እግዚአብሔር ካህን ነበረ" ዘፍ ፲፬፥፲፰፤
"በአንተ አሕዛብ ይባረካሉ ብሎ ወንጌልን ለአብርሃም አስቀድሞ ሰበከ" ገላ ፫፥፰፤

ሥጋ ወደሙን ለመቀበል የሚያስፈልግ ዝግጅት

አሥራ ስምንት ሰዓት መጾም፤
ምግባረ ወንጌልን መጫማት፤
ዝናርን መታጠቅ ማለት ንጽሕናን ገንዘብ ማድረግ፤
አክሊለ ሦኩን ነገረ መስቀሉን ማዘከር፤

ዕለተ ሞትን ማሰብ፤
ከሚገባን በላይ አልፎ አለመመራመር፤
በፍጹም ሃይማኖት ሆኖ መቅረብ፤
ከመምህረ ንስሐ ጋር መመካከር፤
ገሥግሦ በቤተ ክርስቲያን መገኘት፤
ጸሎተ ቅዳሴውን በፍጹም ተመሥጦ መከታተል፤
ቂም በቀልን ከልቡና ማራቅ፤

<u>*ሥጋ ወደሙን መቀበል የማይችሉ፡-*</u>

ጋኔን የያዘው፣ የሚያስለግገው፣ የሚሳደብ፤
ቂም በቀል ያለበት፤
የአመዝራነትና የስካር መንፈስ በውስጡ ያለበት፤
ቅዳሴው ሲጀመር ያልነበረ፤
በግዳጅ ያለች ሴት፤
ወለእመ ተአደወ ፩ሂ እምቀሳውስት ወእምዲያቆናት ወአብአ ብእሲተ ትክተ ኀበ ቤተ ክርስቲያን ወመጠዋ ላቲ ቁርባነ በመዋዕለ ትክቶሃ ይደቅ እመዓርጊሁ ወእመኒ ኮነት እምአንስትያ ነገሥት - ከቀሳውስትና ከዲያቆናት ተደፋፍሮ በግዳጅ ያለች ሴትን ወደቤተ ክርስቲያን ያስገባና ከሥጋው ከደሙ ያቀበለ ቢኖር ከሹመቱ ይሻር፤ ከነገሥታት ወገን ብትሆን እንኳ ተብሎ የተቀመጠው ቀኖና በግዳጅ ያሉ ሴቶችም ሆኑ ይህን ቀኖና ለመተላለፍ የሚያስቡ ካህናትና ዲያቆናት ቢኖሩ ያሰቡትን ያደርጉ ዘንድ እንዳይችሉ ቀኖና ቤተ ክርስቲያን ይከለክላቸዋል።

<u>**የቍርባን ጥቅም፡-**</u>

የቀደመ በደላችን ይደመሰስልናል፤
ከቀደሙት ጋር በክብር እንተካከላለን፤
ከአምላካችን ጋር መዋሐዳችንን በሃይማኖት እናረጋግጣለን፤
ፈሪሐ እግዚአብሔርን ገንዘብ እናደርጋለን፤
የእግዚአብሔርን ፍቅር እንማራለን፤
ለእግዚአብሔር እንድናደላ እንሆናለን፤
ያለማቋረጥ እናመሰግናለን፤
ለሚቀጥለው ጊዜ በዝግጅት፣ በደጅ ጥናትና በጉጉት እንድንጠብቅ ያደርገናል።

ስምዓት

ይህንን መጽሐፍ ለማዘጋጀት የተነበቡ መጻሕፍት

መጽሐፈ ቅዳሴ ንባቡና ትርጓሜው // ትንሣኤ ማሳተሚያ ድርጅት
የቅዳሴያችን ይዘት፤ አባ መልከ ጼዴቅ // ሊቀ ጳጳስ
ሥርዐተ ቤተ ክርስቲያን፤ በሙሉ አስፋው // መምህር
ከግእዝ ሥነ ጽሑፍ ጋር ብዙ አፍታ ቆይታ፤ ጌታቸው ኃይሌ // ፕሮፌሰር
ተኀሥሦ፤ በአማን ነጸረ // ደብተራ
አኰቴተ ቊርባን፤ ቀሲስ መብራቱ ኪሮስ // ዶ/ር
ፍትሐ ነገሥት // ተስፋ ገብረ ሥላሴ
የውዳሴ ማርያምና የቅዳሴ ማርያም ትርጓሜ፤ የእጅ ጽሑፍ // አባ ኃይለ ሚካኤል
የትምህርተ ኅቡዓትና የኪዳን ትርጓሜ፤ የእጅ ጽሑፍ // አባ ኃይለ ሚካኤል
አረጋዊ መንፈሳዊ
ተግሣጽ ዘቅዱስ ዮሐንስ አፈወርቅ
ድርሳን ዘቅዱስ ዮሐንስ አፈወርቅ
መጽሐፈ ስንክሳር
የኢትዮጵያ ቤተ ክርስቲያን ታሪክ ከጥንት - 6ኛ ክፍለ ዘመን፤ ግርማ ባቱ // መምህር
ማስያስ የኦርቶዶክሳዊው ነገረ መለኮት መቅድማዊ ነጥቦች፤ ሚክያስ አስረስ // ዲያቆን
ኢትዮጵያዊው ሱራፌ፤ ዳንኤል ክብረት // ዲያቆን
መጽሐፈ ሰዋስው ወግስ ኪዳነ ወልድ ክፍሌ // አለቃ
ዝክረ ነገር ዘብላቴን ጌታ ማኅተመ ሥላሴ
ኅብረ ሥርዐት ዘቤተ ክርስቲያን ኦርቶዶክሳዊት፤ አብርሃም አረጋ // መምህር

76677936R00192